అమరావతి కథలు

సత్యం శంకరమంచి

నవోదయ పబ్లిషర్స్

విజయవాడ - 520 002

AMARAVATI KATHALU
- SATYAM SANKARAMANCHI

© RAVISHANKAR SANKARAMANCHI
CELL:9959652675

Published by
NAVODAYA PUBLISHERS
VIJAYAWADA- 2.

Sole Distributors :
NAVARATNA BOOK HOUSE
28-22-20, Rehman Street,
Arundalpet,
VIJAYAWADA-520 002.
Ph : 0866 - 2432813
Cell : 9848082432.

Please visit our website for more books
www.navaratnabookhouse.in

ISBN: 978-8-1953298-0-9

Revised Edition: JANUARY 2023

COPIES: 2000

Type Setting
Ramana Murty Vinjarapu
Vijayawada-2

Printed at
LAVANYA OFFSET PRINTERS Vijayawada - 520 002.

Price ·

Rs   MRP
         499/-

అమ్మ చెప్పిన కథలు అయ్యకే చెబుదునా;
ఆలకించమని హరిహరులను వేడుకొందునా!
హర హర మహాదేవ!
నర హర మహాదేవ!
అందుకో అమరేశ్వరా!

– రచయిత

కృతజ్ఞతలు

ఓ సాయంవేళ పురాణం సుబ్రహ్మణ్యశర్మగారు ఉన్నట్టుండి "మీరు 'అమరావతి కథలు అని ఎందుకు రాయకూడదు?" అన్నారు. ఓ క్షణం అవాక్కయిపోయాను. ఎప్పటిమాట! పన్నెండేళ్ళ క్రితం జయపూర్లో పనిచేసే టప్పుడు 'అమరావతి కథల' పేరిట కొన్ని కథలు రాద్దామని నోట్సు

రాసుకోటమేమీ ఇప్పుడు ఎవరో చెప్పినట్టు ఈయన అడగటమేమీ! తేరుకుని వరసగా నాలుగు కథలు ఆశువుగా చెప్పాను. ఆ రకంగా ఈ కథలకు నాంది పాడిన శర్మగారికి, ధారావాహికంగా వారం వారం అచ్చువేసిన 'ఆంధ్రజ్యోతి సచిత్ర వారపత్రిక' వారికి కృతజ్ఞతలు.

ప్రారంభమైతే చేశాను కాని రాయొద్దూ? పైగా నేను దేవులపల్లి కృష్ణశాస్త్రి గారంతవాణ్ణి గదా! (ప్రతిభలో కాదు ఆఖరి క్షణంలో మాత్రమే రాయటంలో).

శ్రీయుతులు నండూరి రామమోహనరావు, ఇంద్రగంటి శ్రీకాంతశర్మ, పెద్దిభొట్ల సుబ్బరామయ్య, ఆదివిష్ణు, ఎమ్వీయల్, వి.వి. శాస్త్రి, ముక్తేవి లక్ష్మణ రావు, సి. ధర్మారావు, బహద్దూర్ దర్శన హేమలత, శ్రీ పి. శ్రీనివాసన్, పాండు, ప్రయాగ ఇత్యాది రచయితలు, మిత్రులు ప్రోత్సహించి, పడిపోతున్నవాణ్ణి పట్టి లేపగా, మళ్ళీ జన్మలో అతగాడి కడుపునపుట్టి మాత్రమే ఋణం తీర్చుకోవలసినట్టి ఆత్మీయుడు ములకల డాంబికేశ్వరరావు అండగా నిలవగా, రెండున్నర సంవత్సరాలపాటు ఈ వంద కథలు రాయటం జరిగింది.

ఈ కథలకి కావ్యాలవంటి చిత్రాలు గీసిన మహాశిల్పి 'బాపు'గారికి, పలుకే బంగారమైన ముళ్ళపూడివారు ముందుమాట పలికినందుకు, చాలా చాలా శ్రమకోర్చి ఈ పుస్తకాన్ని ప్రచురించిన నవోదయ వారికి నమః.

నన్ను మామూలుగా భరించటమే కష్టం. అలాంటివాణ్ణి రెండున్నర సంవత్సరాలపాటు వెర్రి వేదనలోపడి కొట్టుకుంటే చిరునవ్వుతో సహించిన నా శ్రీమతి శారద, నా పనికి అడ్డం రాకుండా వున్న చిరంజీవులను ఇక్కడ ప్రస్తావించకుండా ఉండలేను.

1-3-1978 - సత్యం శంకరమంచి

అమరావతి కథలు
అపురూప శిల్పాలు

మీరు, ఈ తొలిపలుకు ఇప్పుడు కాకుండా, ఈ కథా సుధా సాగరంలో హాయిగా తనివితీరా స్నానం చేసిన తరవాత చదవాలని నా సరదా. నాకు కలిగిన సంభ్రమాశ్చర్యాలను, ఆనందాన్ని అప్పుడు మనం పంచుకోవచ్చు. ఇవి, తెలుగువాళ్ళ గురించి, తెలుగుదేవుడు, తెలుగు నది గురించి తెలుగులో రాసిన కథలే అయినా అన్ని దేశాలకూ, అన్ని జాతులకూ అందంగా అమరిపోతాయి. తారీకుల ప్రకారం, ఈ దశాబ్దానికి ఉత్తమశ్రేణి ఆధునిక కథావాహినిగా చెప్పదగిన ఈ కథలు నిజానికి ఏ శతాబ్దానికైనా గొప్పవే.

తెలుగులో మల్లాది రామకృష్ణశాస్త్రి, శ్రీపాద సుబ్రహ్మణ్యశాస్త్రి, విశ్వనాథ సత్యనారాయణ వంటి మహనీయుల రచనల సరసన పెద్దపీట వేసి గౌరవించతగినవి. వేయిపుటల వేయిపడగల కథలో సత్యనారాయణగారు చిత్రించిన తెలుగుజీవన విశ్వరూపానికి మూడు పుటలలో - మూడు వాక్యాలలో - మూడు మాటలలో ఈ కథలు అద్దం పట్టి చూపాయి.

ఇవన్నీ కేవలం కథలే కావు; గాథలవలె అతి క్లుప్తమైన పరిధిలో చాలా పెద్ద చరిత్ర చెప్పినవి వున్నాయి. పదిహేడు శబ్దాలలో అద్భుత చమత్కారాన్ని

ప్రపంచించిన హైకూలవంటి ఇంద్రజాలాలున్నాయి. వేమన్న పద్యాల ఔన్నత్యం, నిరాడంబరత, సూటిదనం వున్నాయి. వాడితనం, పనివాడితనం కలబోసిన అపురూప శిల్పాలు ఎన్నో వున్నాయి. కొన్ని కథలమీద చెక్కిన శిల్పాలు - కొన్ని చక్కని పాత్రలు .... కొన్ని చిన్నారి ఊహలు .... కొన్ని చిన్నచిన్న వ్యాఖ్యలు .... కొన్ని కార్తీక దీపాలు .... కొన్ని మణిదీపాలు ... ఇవి చాలామంది బాగాను, కొందరు చాలా బాగాను చేసి వుండవచ్చు. కాని అమరావతి క్షేత్రపాలకుడు శంకరమంచి సత్యంగారు ఆ నేలతల్లిపై కురిసిన వానచినుకు మీద - ఆ చినుకులో తడిసీ తడియని ఇసుకరేణువు మీద సజీవ శిల్పాలు చెక్కారు. కొందరు తిన్నది అరక్క నిట్టూరిస్తే, కొందరు తిండిదొరక్క ఉస్సురు మంటే, ఆ వూపిరులతో అక్షరాలైన చిత్రాలు, శిల్పాలు చెక్కారు. నవ్వే కన్నీళ్ళు-ఏడ్చే కన్నీళ్ళు కలబోసుకుని, ఏమీ చెప్పకుండా నడిచే, పరిగెత్తే, ఊరికే, ఉసూరుమనే, తాత్సారం చేసే కృష్ణానదీ జలాలమీద కథల కెరటాలు మలచారు. వెన్నెలలో నల్లని అక్షరాలతో, చీకటిలో తెల్లని అక్షరాలతో ఎన్నటికీ చెరగని కథలు రాశారు. కొన్ని కథలు వెన్నెలమీద తెల్లటి అక్షరాలతో రాశారు-కనబడేలా రాశారు! నీటిమీద మాటలు సత్యంగారు కలంతో రాస్తే చెరగవు. ఒక్కగానొక్క కూతుర్ని ముస్తాబు చేసే తల్లిలా - కృష్ణమ్మ వేణితో రోజుకో జడ, గంటకో జడ అల్లుకుని మురిసిపోయారు. వేల రకాల పూలమాలలు కట్టి వినోదించారు. త్యాగరాజస్వామి - కీర్తనలతో, స్వరాలతో, అక్షరాలతో, స్వరాక్షరాలతో, రాగభావాలతో కీర్తనలు అల్లి రామచంద్రుడిని అలంకరించుకున్నట్టే ఈయన అంత జాగ్రత్తగా, ప్రేమతో అమరేశ్వరుడిని, ఆయనను సేవించుకునే తెలుగువాడిని అర్చించారు. కొన్నిచోట్ల ఒక్కమాటతో, ఒక్క అక్షరంతో ఓ కథకు ప్రాణప్రతిష్ఠ చేశారు.

అమరావతి కథలు ప్రేమతో, భక్తితో, ఆవేశంతో సత్యంగారి హృదయంలోంచి ఉప్పొంగాయి. జలపాతంలా ఉరికాయి. బాలకృష్ణవేణిలా పరుగెత్తాయి. స్వామి కోవెలదగ్గర కృష్ణలా భయభక్తులతో తలవంచుకొని నడిచాయి.

సాధారణంగా కథలు చదివినప్పుడు ఎవరికివారు ఒక చిత్రాన్ని ఊహిస్తారు. పత్రికలో వాటికి తగ్గ బొమ్మలు వేస్తే - అవి ఒక్కోసారి మన వూహకి కలుస్తాయి. కొన్ని ఎదురొస్తాయి. కొన్ని ఊహని, కథని తలదన్నేలా వుంటాయి.

ఈ కథలకి బాపు వేసిన చిత్రాలు కేవలం బొమ్మలు కావు. రూపానువాదాలు, రేఖా శిల్పాలు. టీకా తాత్పర్యాలు, అద్భుత వ్యాఖ్యానాలు.

కొన్ని చిత్రాలు కథకు అలంకారాలు. కొన్ని చిత్రాలు కథకు, శిల్పానికి నమస్కారాలు. కొన్ని ఆశీర్వచనాలు ....

కాదేదీ కవిత కనర్హం అన్న మహా(కవి) వాక్యానికి ఇవి శతకోటి దృష్టాంతాలు.

ఇందులో దొంగలు దొరలు, భక్తులు నాస్తికులు, దేవుళ్ళు దెయ్యాలు, దాతలు లోభులు, ఆచారాలు, చాదస్తాలు, హిందు బౌద్ధ ముస్లిం క్రైస్తవ మతాలవంటి పెద్ద విషయాలనుండి, ఓ చిన్న కార్తీకదీపం, వానచినుకులు, దుమ్ములో రేణువు కూడా వస్తువులే. తినడం, పడుకోవడం, గుడికెళ్ళిరావడం తప్ప వేరే గొడవ లేని - లేదన్న చింతలేని అనామకుడు కొండంత పత్రిలో పేరులేని గరికపరకలాటి పిచ్చయ్యగారి దాకా అన్నీ కథావస్తువులే. పిడికెడు మట్టిలో భయోత్పాతాన్ని చూపెట్టగలనన్న ఇలియట్ వాక్యానికి అక్షర చిత్రాలు ప్రస్తరించారు. పండగలు పబ్బాలు, వానలు వరదలు, వెన్నెలలు ఎండలు, వ్యవస్థలూ వృత్తులూ ఇందులో చూపించారు.

✸✸✸✸

ప్రేమతో, శ్రద్ధతో, ఆవేశంతో, కసితో, వంకలు వెతకాలన్న తిక్కతో - ఈ పుస్తకం పదిసార్లు చదివాను. నేను రాయాలనుకున్న వాక్యాలన్నీ రాస్తే - ఈ తొలి పలుకు 'అసలు పుస్తకం' కన్న పెద్దది అవుతుంది. పట్టరాని ఆనందం కొద్దీ మనసులో వెయ్యి పేజీలు రాసుకున్నాను. చదివిన ప్రతివాళ్ళూ పదివేల పేజీలు రాసుకోగలరుకూడా.

గ్రంథ విస్తర భీతిని ప్రచురణకర్తలపాలు జేసి - నా సంతోషం నలుగురితో పంచుకోడానికి మరి కాసిని వాక్యాలు రాయకుండా ఆగలేను- తొలికథ పేరు **వరద** ..... ప్రళయం వచ్చి మన్నూ మిన్నూ ఏకమైనప్పుడు అన్ని కులాలవాళ్ళు ఒకటై ఆపద కాసుకోవడం, బ్రాహ్మడికి మాలవాడు నెయ్యి వడ్డించడం, బ్రాహ్మడు ఆనందంగా తినడం ఇందులో కథ .... ఇది మామూలే.... వరద వచ్చి ఆ పూటకి బురద కడిగేసినా - అంతా మామూలయ్యాక మళ్ళీ మనిషి మామూలే.

"ఎన్ని వరదలొచ్చినా మనసు మాలిన్యం కడగలేకపోతుంది" అన్న వాక్యమే వరద కథ.

ధనం తక్కువ వాళ్ళమీద గుణం తక్కువ దొరలు చెలాయిస్తున్న దౌర్జన్యంపై వ్యాఖ్యలు - 'బంగారు దొంగ', 'సుడిగుండంలో ముక్కు పుడక' అనే కథలు. దొరలకి దేవుడే గులామని బాపు బొమ్మ - దానిపై వ్యాఖ్య.

రెండు గంగలు కథ - దివినీ భువినీ కలిపే వానచినుకుల వారధి. సత్యంగారి పదవిన్యాసం వాక్య లాస్యం పరమాద్భుతం. వాన రంగు, వాన వాసన, వాన పాట అన్నీ మనలో మేలుకుంటాయి. ఈ వాన ఈ కథ ఎప్పటికీ ఆగ కూడదని పిస్తుంది. ఇంత గొప్ప రచన సత్యంగారే చెయ్యగలరనిపిస్తుంది.

భోజన చక్రవర్తి అప్పంభొట్లు భోంచేస్తూ వుంటే ఆ భోజన వైభవం చూస్తూ వుంటే వానకథలాగే ఇదీ ఎప్పటికీ ఆగకూడదనిపిస్తుంది. బాపు బొమ్మలో

భోజనచక్రవర్తి విగ్రహంముందు పాత్రలు, వడ్డించే ఆమె పరిమాణం చక్కని రేఖానువాదం. 'హరహర మహాదేవ' కథలో అక్షరాలని పూలవానలా వెదజల్లారు. వాక్యాలు చిచ్చుబుడ్డి ముత్యాల్లా పైకి ఎగజిమ్ముతాయి. ఇక్కడే కాదు... ఏది రాసినా సత్యంగారి కలంలో సిరా ప్రవహించదు. మామూలు కలాల్లా దిగజారదు. విజృంభిస్తుంది.

'అద్దదుగో బస్సు' కొత్తమోజు గొడవలో వెలిసిపోయిన ఒకవృత్తికి కన్నీటితర్పణం.

బస్సులో ఇమిడిన 30 హార్స్‌పవర్ ముందు బక్కచిక్కిన జట్కాగుర్రం బొమ్మ గుండెను కలచివేస్తుంది.

పువ్వుల్లేని విగ్రహాలు కూడా బాపే వెయ్యగల బొమ్మ. అర్చకుడి కొడుకు అమ్మవారికి ముస్తాబు చేస్తుంటే స్వామి వాడిని వళ్ళో కూర్చోబెట్టుకుని సాయం చెయ్యడం.

సత్యంగారి హృదయానికి అద్దంపట్టింది. ఈ బొమ్మలో రేఖా సౌందర్యం తంజావూరు శిల్పాలను స్ఫురింప జేస్తుంది.

కాకితో కబురు చెప్పడం అన్న మాటవరసకి మేఘ సందేశం అంత గొప్పస్థాయి కల్పించారు ఓ కథలో - అమరావతి ప్రేమకథలు వేటికవే సాటి - రేవు దగ్గర ఓ యింట్లో అంట్లు తోమే జువ్వికి, పడవలో వంటచేసే చింతాలు మావకీ మధ్య విరహం. నెల్లాళ్ళు కళ్ళు కాయలు చేసుకుని ఎదురుచూడగా రాకరాక వచ్చిన మావ పడవ - రేవులో ఆగకుండా గట్టు దగ్గరగానైనా రాకుండా వెళ్ళి పోయింది. మావ వంటగిన్నె వూపాడు. జువ్వి అంట్లగిన్నె ఊపింది. అనిర్వచ నీయమైన తీయని బాధ ఈ చిన్నారి వాక్యాల్లో వుంది - వాళ్ళ నిస్సహాయత. ఆ బాధ- అయినా వాళ్ళు నవ్వుతూ ఏడుస్తారు. జువ్వికి కాకులూ, ఉడతలూ నేస్తాలు. వాటితోనే మావకి కబురు పంపిస్తుంది. కాని మౌనంగా నడిచే కృష్ణవేణి అలలు మావకెప్పుడో చెప్పాయి. దీనికి బాపు వేసిన రేఖాచిత్రం పంచవర్ణ చిత్రంలా కనిపిస్తుంది. .... శివరంజని రాగం వినిపిస్తుంది. ఇది పెద్ద

బొమ్మగా వేయించి పెట్టుకోవాలనిపిస్తుంది.... ఈ బొమ్మ చూస్తుంటే కథ కదిలివచ్చి మనతో మాట్లాడుతుంది. కితకితలు పెడుతుంది .... ముగ్ధ సౌందర్యం గురించి ఒక డాక్టరేటుకి సరిపడా విమర్శన చేస్తుంది.

భోజన చక్రవర్తి తృప్తిగా తినేవాడి కథ అయితే 'తులసి తాంబూలం' తృప్తిగా పస్తుండే దంపతుల కథ. కథకుడి ఊహకే జోహార్లు ...... రచన గురించి చెప్పడానికి వాక్యాలు చాలవు. కాసిన్ని ఆనంద బాష్పాలే .... తృప్తిలోకి వాళ్ళు పరిమార్చుకున్న బాధనంతా బాపు ఈ బొమ్మలోకి వాళ్ళ అలసిన

నీరసించిన కళ్ళలోకి - వాళ్ళు కూర్చున్న భంగిమలోకి అద్భుతంగా అనువదించాడు.

నావ నడిపే రంగయ్య ఇద్దరి నుంచి అద్దరికి వెళ్ళేలోపల - ప్రయాణీకుల్ని పలకరిస్తాడు. ఒక్కొక్క పలకరింపు ఒక్కొక్క కథ - ఒక జీవితకథ.

మూడు ముక్కల్లో నూరేళ్ళ జీవితం చూపిస్తారు సత్యంగారు .... ఈ శిల్పం పది పన్నెండు కథల్లో దేనికదే సాటి అయిన వేర్వేరు పద్ధతుల్లో చూపారు. ప్రపంచ సాహితీ ప్రపంచంలోనే ఈ శిల్పానికి ఒక పుష్పహారం వేసి గౌరవించాలి. ఒక వాక్యం ఒక కావ్యం అన్న శాస్త్రోక్తికి శతాధిక నిదర్శనాలు ఈ ఒక్క బొమ్మలో కన్నతల్లి

లాంటి కృష్ణవేణిలో షావుకారు దురాశ సుడిగుండంగా మార్చి పడవనీ, రంగయ్యనీ ముంచేశాడు బాపు.

నది నడుస్తోంది. పరిగెడుతోంది. అనుక్షణం మారిపోతుంది. ఏది అసలు నది? ఈ క్షణం నీరు ఇంకో క్షణానికి వెళ్ళిపోతుంది. జీవితంలో క్షణాలలాగే నదిలో బిందువులూను. 'సిద్ధార్థ'లో హెర్మన్ హెస్ ఈ తాత్పర్యంపై అద్భుతంగా చర్చ చేశాడు. సత్యంగారు సైద్ధాంతికుడు కాదు. మాంత్రికుడు. కథకుడు శిల్పి... కృష్ణమ్మ నల్లటి చీరకు పువ్వుల పువ్వుల అంచులా ఒడ్డునిండా ఆడవాళ్ళ వరస అని రాయగల సౌందర్య పిపాసి ..... ఆ అందమైన ఆడవాళ్ళ మాటల్లో మాటల్తో కోటి కథలు పలికించి, వాళ్ళ బట్టల్లాగే బతుకుల్నీ ఉతికించి

నల్లటి కృష్ణవేణిని ఆ మాలిన్యంతో మరింత నలుపుచేసి వెళ్ళిపోతారు.... కాని మనకి వాళ్ళమీద కోపం రాదు. అసహ్యం వెయ్యదు. వాళ్ళు మన తల్లులు. అక్కలు, చెల్లెళ్ళు, వదినెలు .... దీనికి బాపు వేసిన బొమ్మ పరమాద్భుతం. నదిలో నలుపూ తెలుపూ, మంచీ మురికీ వేర్పాటు చేశాడు .... ఆడాళ్ళ కబుర్లకి తెల్లని కృష్ణవేణి నల్లబోయిందా? నల్లటి కృష్ణవేణి తెల్లబోయిందా .... మీ యిష్టం. బొమ్మ నడగండి.

మొదటి కథ అయిన 'వరద'లో ప్రవచించిన మహాకావ్యానికి ఇది ఒక కారిక....

"ఎంగిలా?" అన్న కథ, బొమ్మ రెండూ అద్భుతం ..... సంగీతం సాహిత్యం కలిసినట్లున్నాయి. శివపార్వతులు చెరిసగం. ఆడా మగా అంతే అజ్ఞానం కొద్దీ సగం సగంగా ఉండాలన్న ఛాందసం పాటించబోయిన రామశాస్త్రి శ్రీదేవమ్మ వ్రతభంగం చెయ్యడమే ఉద్యాపన, వ్రతఫలం. వాళ్ళ సంగమానికి - నల్లటి కృష్ణలో నల్లచేపలా దూసుకుపోయే ఉప్పరిపిల్ల- మన్మధుడి మొదటి బాణం. శ్రీదేవి సిగలో తెల్లని గన్నేరు - (కామాక్షి అమ్మవారికి పూజచేసి వచ్చినది పైగా!) రెండో బాణం.

శాస్త్రి భోంచేస్తూ భార్యకి చేతిముద్ద అందిస్తే "ఎంగిలి కాదో?" అని ఆమె కళ్ళు ఆశ్చర్యంగా విప్పార్చి అడగడం మూడో బాణం ..... ఛాందసుడికి దేవుడి దగ్గర పూలవాసన లోంచి దేవుడిని పూజించే ఆడవాళ్ళ పూలవాసన వేరై, ఏరై, నదియై, సముద్రతరంగమై ముంచెత్తివేసింది.... గాలికి పూలవాసన - వెన్నెలకి పూలవాసన! మహాప్రభో - మరో నమస్కారం ఇది నాలుగో బాణం.

"తాతా! తెలిసి తెలిసి చేదు తింటామా?"
"చేదు తెలిసిన నోటికే తీపి రుచి తెలుస్తుందిరా!" ఇది అయిదో బాణం ......
(బాణోచ్ఛిష్టం... జగత్సర్వం...)

బాకీ సంతతి - ప్రపంచ కథా ప్రపంచంలో పట్టాభిషేకం జరగవలసిన కథ....

వయసొచ్చింది - తేనెలొలికే వలపు కథ.

ఇది కూడా అతి చిన్నవాడి జీవితంతో, చాలా చిన్నదనిపించే వస్తువుతో చెప్పిన గొప్పకథ .... దర్జీ కొట్లో పనికుర్రాడు. తను మనసిచ్చిన పోలికి రవిక కుట్టడం- ఒకే రంగు గుడ్డ ముక్కలు దాచి, అతి రహస్యంగా - కొన్ని నెలలపాటు కష్టపడి రవిక కుట్టి కానుక యిచ్చాడు. ఆర్నెల్లలో పోలి ఛాతీ పెరిగింది. రవిక చాలలేదు. గుండీలు కుదరలేదు, పైట వేసుకుంటే సరిపోద్దని సర్దేసింది పోలి. వాడి కళ్ళలో కోరికల దీపాలు ..... కర్రావుకి లంకలో పురుడోయించిన పున్నయ్యగారి ప్రసవ వేదన మనోహరంగా వుంది.

ఖాళీకుర్చీ కథకి బొమ్మ అద్భుతం..... మంచి మనసున్న వాడు దేవుడు. వాడికి గుడి కట్టాడు బాపు.

'ఎవరాపోయేది' లో సావులారి గొడవ చక్కని కథ 'భక్తకన్నప్ప' చిత్రంలో పూజారి పాత్రకి వేష భాషలు అమరుస్తున్నప్పుడు ఈ కథ నాకు చాలా ఊహనిచ్చింది. అందుకు సత్యంగారికి నా కృతజ్ఞతలు.....

కనకాంగి కథ సరికొత్త తరహాది - భోగం అమ్మాయికీ చాకలికీ కళ్ళు కలిశాయి. ఒళ్ళు కలిసే అవకాశం వున్నా అది జరగకుండా ముగించడం సత్యంగారి శిల్పచాతురికి మరో నిదర్శనం. ఆ ముగింపువల్లే ఈ కథ మరపురాని దవుతోంది. వాళ్ళిద్దరిమీద మనకి ఎంతో జాలి కలుగుతుంది..... అతి చిన్న

వస్తువుతో, మలుపుతో, మాటతో, చూపుతో ప్రేమకథ రాయడంలో సత్యంగారు సిద్ధహస్తులు. ఆయనకి ఆయనే సాటి. వంశాంకురానికి బాపు బొమ్మ భావ యుక్తంగా ఉంది ..... తల్లి గుండెలపై పిల్లడు... వాళ్ళ నీడ ఆలుమగలది.

బలి హృదయ విదారకమైన కథ - ఇద్దరు మిత్రుల తగాదాలలో అమాయకులు బలైపోయాక ఇద్దరికీ చేవ చచ్చి బుద్ధి వస్తుంది.

ఆస్తికుడికీ నాస్తికుడికీ ఒకవాక్యంలో రూపం దిద్దారు. ఇద్దరికీ దేవుడి తీర్థం ఇచ్చారు. గుళ్ళో - నాస్తికుడు దాహానికి గొంతు తడుపుకున్నాడు. భక్తుడు గంగోదకాన్ని కళ్ళ కద్దుకుని స్వీకరించాడు. భక్తుడి మీద నందీశ్వరుడి ఆనంద బాష్పం పడడం చిత్ర కల్పనలో విశిష్టత.

'దొంగలో దొరలో' కథలో గొర్రెల కాపరి రంగడు తన మందలో ప్రతి గొర్రెనీ పేరు పేరునా పిలిచి లాలించుకుంటాడు. తల్లికి బిడ్డల్లాగే అతనికీ ఆ గొర్రెలు .... మచ్చలది, మారిది, చిన్నకాళ్ళది, ఏడుపుగొట్టుది, ఎర్రమన్నుదీ, ఇవన్నీ శ్రద్ధతో సేకరిస్తే తప్ప

దొరికేవీ తోచేవీ కావు. రంగడికీ గొర్రెలకీ షావుకారు అన్యాయం చేస్తే దొంగ బుద్ధిగల దొంగ న్యాయం చేశాడు. దొంగాడి పాగాలో రాజుగారి బాకుని అమర్చాడు బాపు.

'కానుక' కావ్యప్రాయమైన కథ - మల్లాది, శ్రీపాద వంటి మహనీయుల వారసుడనిపించుకున్నారు. వాక్యనిర్మాణంలో ఉపమానాలు ఆముక్తమాల్యద స్థాయిని అందుకున్నాయి. అమరావతిలో పాలరాతిపై చెక్కిన బౌద్ధ శిల్పానికి ఈ కథ అంత చక్కగా నైపుణ్యంతో చెక్కిన అక్షరశిల్పం.

కృష్ణలో నీళ్ళపై పేరుకున్న చలిపొరని చెదరగొట్టడం ..... చలిలో కృష్ణలో దిగాక ఆ లోపల నీరువెచ్చగా ఉంది - అమ్మ కడుపులో ఉన్నట్టు హాయిగా వుంది. కథ కనబడదు- ఓ పిల్లాడు గుళ్ళోంచి ప్రసాదం తెచ్చుకుని, సగం వాటా- ఓ అవ్వకిచ్చి, మిగతాది అమ్మకి తెచ్చిపెట్టాడు. సత్యంగారి శిల్పమే కథ. అమ్మ చేరదీసుకుని వాడి వీపు నిమిరింది. వాడికి కృష్ణమ్మ కడుపులో స్నానమాడినట్లు అనిపించింది.

విరిగిన పల్లకీ - శిథిలమవుతున్న కొన్ని వ్యవస్థలకి, ఆచారాలకి స్మృత్యంజలి. 'వేయిపడగల' సౌరభం వెల్లివిరిసింది.

ఈ కథా పుష్పాల నన్నిటిని కలిపి నిలిపిన దారం - కథల్లో పట్టం కట్టదగ్గ కథ- శిల్పంలో పరాకాష్ఠను చూపిన రచన - 'నావెనక ఎవరో' అన్న కథ. రాముడు త్యాగరాజుచేత కీర్తనలు రాయించాడు. పోతన్నచేత భాగవతం రాయించాడు. అలాగే అమరావతి ఈ క్షేత్రపాలకుడిని లాలించి రాయించిన కథ యిది. అమరావతిలో పూచిన పూలు, రాలిన పూలు, వీచిన గాలి, ప్రవహించే నీరు, మట్టి, పిట్టలు, మనుషులు, రంగులు, రుచులు అన్నీ ఈయనకి అణువణువునా అమరిపోయాయి. రాయబోయే కథ గురించి ఇంత ఆర్ద్రంగా ఇంత మధురంగా రాయడం - ఆయన అన్నట్టు ఓ సన్నజాజి పూచినట్టు కాదు, కోటి జాజులు పూచినట్టు. మనమీద సన్నటి వాన చినుకులు కురిసినట్లు.

దానాలిచ్చి మనశ్శాంతి కొనుక్కోబోయిన రాజుగారికి గుండెలో స్వామి ఓ చిన్న ప్రశ్న వెలిగించాడు. రాజు కన్నీరై కరిగిపోయాడు. తెలిసింది. అది నిద్రకాదు. మెలకువ అంతకన్నాకాదు. మనసు చల్లగా వుంది. తురీయావస్థని, ఆనందో బ్రహ్మ అన్న వాక్యాన్ని మూడు మాటలలో తేటతెల్లం చేశారు.

శివుడి మూడోకంటి మంటలో భక్తుడిని నిలిపి అతని అహాన్ని దహనం చేయించాడు బాపు.

దీనికి విరుద్ధమైన పదేళ్ళ సాంబడి కథ. వాడిది లేత మనసు. అందులో అహంలేదు. వినాయకుడి ప్రసాదం తెచ్చుకుని అదే ఆయనకి తిరిగి నైవేద్యం పెట్టిన బంగారు తండ్రి ...... అందుకే వినాయకుడు తన తొండం పల్లకీగా చేసి సాంబణ్ణి కూర్చుపెట్టుకున్నాడు.

ఒరి మట్టి అన్నది - మాస్టర్‌పీస్. ఈ మాటకు సరి అయిన పదం తోచక అదే రాస్తున్నాను. 'దేశమంటే మట్టికాదోయ్ దేశమంటే మనుషులోయ్' అన్నమాటని మట్టితోటే అనువదించి మట్టిలో దుమ్ములో మనుషుల్ని చూపి గుండె చెదరగొట్టే కథలు చెప్పారు. సన్నటి మెత్తటి దుమ్మని దుమ్ము కన్నీరుగా చూసి చూపగల శిల్పం అద్భుతం.

ఈ కథల్లో ఆయన పలకరించని పాత్రలు ఇంకెక్కడా వుండవు. అందరకీ కడుపు నిండా అన్నం తినిపించి ఆఖర్న పచ్చడి మెతుకులు తృప్తిగా తినే బావగాడు పూలసుల్తాన్. యాభైయేళ్ళ కన్నె ముత్తయిదువ. హోటల్ శంకరయ్య, తంపులమారి సోమలింగం, తిండిబోతు, తాగుబోతు, తిరుగుబోతు, పిచ్చివాడు. దసరాలకి పులివేషం వేసేవాడు. పల్లకీ మోసేవాడు, బాకా ఊదే సాయిబు, శంఖం వూదే శంభులింగం. బడిపంతులు. పోస్టుమాస్టరు, టపా రన్నరు, బోగంపిల్ల, కోతులు ఆడించేవాడు, కాటికాపరి, హరిదాసు, పురాణం శాస్తుర్లు- అందరూ మరపురాని మనుషులు. కొన్ని కథలు వృత్తులపైన తత్వాలపైన వుంటే, కొన్నిటికి చీకటి, గాలి, నిప్పు, నీరు, మట్టి వస్తువులు.

కాకుల దగ్గర్నుంచి కార్తీక దీపాల దాకా అన్నీ రాయబారాలు నడుపుతాయి. ఈ వస్తువులతో ఇంత గొప్ప కథలను - ఇంతవాడిగా, అందంగా, క్లుప్తంగా చెప్పడంలో సత్యంగారికి ఎవరూ సాటి కాలేరు.

మాటరాని బాలుడు శబ్దంకోసం పడే తపన ఆరాటం ఒక మహాకావ్యం. కుర్రాడిని ఓంకారంలో బిందువుగా చూపాడు బాపు.

ఆఖరి కావ్యం **మహారుద్రాభిషేకం.** స్వామికి రచయిత హృదయం అంతా నివేదిస్తూ చేసిన పవిత్ర అక్షరాభిషేకం. బాపు చిత్రం కూడా ఈ కథకీ అద్భుతంగా జోహారు పలికింది.

అమరావతి కథలు తెలుగుసాహిత్య పీఠంలో కలకాలం నిలబడి గౌరవం, ఆదరణ పొందే ఒక మహోజ్జ్వల సృష్టి. ఎన్నటికీ ఆరని అఖండజ్యోతి పాఠకులకూ, కళాకారులకూ ఎన్నిసార్లు ఆస్వాదించినా తనివి తీరని అమృత

కలశం. అక్షయమైన అక్షరపాత్ర. శిల్ప సౌందర్యానికి పరమావధి. ప్రపంచ సాహితీ వీధిలో తెలుగువారు సగర్వంగా ఎగరేయగల పతాకం .....

ముళ్ళపూడి వెంకటరమణ

వరద

అల్లంత దూరాన మబ్బుల్ని తాకుతున్న గాలిగోపురం. ఆ వెనక సూర్యకిరణాల పలకరింపుకు మెరుస్తున్న బంగారుపూత అమరేశ్వరాలయ శిఖరం. ఎత్తయిన ఆ శిఖరానికి చుట్టూతా ఎన్నో ఆలయాలు. ఎన్నెన్నో శిఖరాలు. తూర్పున వైకుంఠపురం కొండ, దక్షిణాన పాడుపడ్డ బౌద్ధ స్తూపాలు, పడమట ఈనాడు దిబ్బగా మారిన అల్లప్పటి శాతవాహనుల రాజధాని ధాన్యకటకం, ఉత్తరాన ఆ స్తూపాల్ని, ఆ దిబ్బల్ని వాటిమధ్య ఉండే ప్రజల్ని, ఆ ఊర్ని వడ్డాణంలా చుట్టి గలగల పారుతున్న కృష్ణానది, అదుగదీ అమరావతి!

ఒకనాడు గుర్రాలూ, రథాలూ తిరుగుతూండగా సైనిక విన్యాసాలు జరిగిన ఆ రాజవీధిలో ఇవ్వాళ కుక్కలూ, గాడిదలూ, మేత దండగని ఊరుమీద తోలేసిన సాంబయ్యగారి ముసలి ఎద్దూ నీరసంగా తిరుగుతున్నాయి. రత్నాల

రాసులూ, ముత్యాల మూటలూ బళ్ళకెత్తుకు నడిపించిన ఆ వీధిలో ఇవ్వాళ పొట్టుబస్తాలు లాగుడు బండిమీద తొయ్యలేక తొయ్యలేక తోస్తున్నారు. అంత పెద్దవీధి ఎవరు వూడ్చి శుభ్రం చేస్తారు? ఎవరిళ్ళ ముందు వాళ్ళు వూడ్చుకుని కళ్ళాపు జల్లుకొని కసువంతా నడిబజార్లో పోస్తారు. ఆ కసువు కుప్పల మీద కుక్కలు ముడుచుకు పడుకుంటే, ఇంకోపక్క కోళ్ళు, కోడిపిల్లలు ముక్కుల్తో కెలుకుతుంటాయి. ఒకనాడు భేరీలు మోగించే ఉత్తర గాలిగోపురంలో పిచ్చి సూరిగాడు పీలికలు కాళ్ళనిండా చుట్టుకొని గంజాయి దమ్ము లాగుతున్నాడు. ఆ విశాల వటవృక్షాల కింద, ఒకనాడు శ్రవణపర్వంగా వేదగానం విన్పిస్తే, ఇవ్వాళ "నాకొడకా!నా ముక్కకి అడ్డొచ్చావు గదరా!" అంటూ పేకాట జోరుగా సాగుతోంది.

బౌద్ధ విశ్వవిద్యాలయంలో కొన్నివేల మంది దేశ విదేశీ విద్యార్థులకు జ్ఞానోపదేశం చేసినచోట - దిబ్బలు, వొట్టి దిబ్బలు కన్పిస్తున్నాయి. దిగులుగా ఉన్న ఆ దిబ్బల మీద పందులు తిరుగుతున్నాయి. వాటిని అదిలిస్తున్న వడ్డిరోళ్ళ పోరగాళ్ళు కన్పిస్తున్నారు.

కృష్ణకి నీళ్ళకెళ్తున్న ఓ పడుచుపిల్ల ముత్యాల కాలిపట్టీ జారిపోతే "కంగా రెందుకులే" అనుకుని ఆ పిల్ల కృష్ణలో నీళ్ళు ముంచుకుని ఆ బిందె ఇంట్లో పెట్టి తిరిగివస్తే ఆ ముత్యాలపట్టీ అక్కడే భద్రంగా ఉండగా కాలికి తగిలించుకొని గునగున వెళ్ళిపోయిందట. ఇవ్వాళ కృష్ణకి నీళ్ళకెళ్తున్న చాలామంది ఆడపిల్లలకి కాలి పట్టీలు లేవు. అయినా గునగున నడిచిపోతూనే ఉన్నారు. ముఖాలు నవ్వుతూనే ఉన్నాయి గుండెల్లో ఎంత దిగులున్నా.

అప్పటికీ ఇప్పటికీ సాక్షి ఆ కృష్ణవేణి. గతాన్ని కడుపులో దాచుకుని ఏమీ తెలియనట్టు నిండుగా ప్రవహిస్తోంది. కృష్ణమ్మ అమరేశ్వరుడి గుడి గోడలొరసి పారుతోంది. పరమేశ్వరుడికి పాదాభిషేచనం చేస్తూ ముందుకెళ్తోంది. అల్లంత దూరాన, సూరీడు రాతిరేళ పడుకునే చోటు నుంచి బయలుదేరి పరుగు పరుగున అమరావతి వైపుకొస్తున్నాడు. కన్ను సారించి చూస్తే రెండు కొండకొమ్ముల మధ్యనుంచి వచ్చే కృష్ణ కావలసిన చుట్టం ఊరునుంచి

వస్తున్నట్టుంటుంది. తుళ్ళితుళ్ళి పారుతోంది. మళ్ళీ మళ్ళీ పారుతోంది.తలంటు పోసుకొని విప్పుకున జుట్టులా పాయలు పాయలుగా పారుతోంది. ఆ జుట్టుని బంధించి జడగా అల్లినట్లు ఏకపాయగా పారుతోంది.

ఇంకా తెల్లారలేదు. దొడ్లల్లో హోరు, ఊళ్ళో హోరు. ఉన్నట్టుండి కృష్ణ పొంగింది. రాత్రికి రాత్రి వరదొచ్చింది. ప్రళయంగా పొంగింది. ఆ మసక వెల్తుర్లో కృష్ణ గర్జిస్తూ ఇంకా పొంగుతోంది. దొడ్లల్లో నడుమెత్తు నీళ్ళు వచ్చేశాయి. జనం గోల, హడావుడి, తోసుకోటాలు, మట్టిగోడలు విరిగిపడిపోతున్నాయి. గుడిపక్క వీధిలో ఉన్న ఇళ్ళు ఎత్తుమీద ఉన్నా దొడ్లో సామానంతా రాత్రికి రాత్రే కృష్ణలో కలిసిపోయింది.

పల్లపీధి మూడొంతులు మునిగిపోయింది!

మిట్టి మీదికి నీళ్ళెక్కుతున్నాయి!

యానాదుల గుడిసెలు ఎగిరిపోయాయి!

కొట్టాల్లో పశువులు కట్టు గొయ్యల్తో సహా కృష్ణలో కలిసిపోయాయి!

రేవులో పడవలు గల్లంతు!

లాంచీలు లంగర్లు లాగేసుకుని ఎటో పడిపోయాయి!

తెలతెలవారుతుంటే కృష్ణమ్మ ప్రళయరూపం కన్పించింది. ఈ భూమిని మింగేద్దామన్నంత కోపంతో పొంగుతోంది. అవతలొడ్డు కానటంలేదు. ఎదురుగా జలసముద్రం, ఎగిరెగిరి పడ్తున్న అలలు. ఆ మహాప్రవాహం మధ్యలో కొట్టుకు పోతున్న ఇళ్ళ కప్పులు, క్షణంలో ఓ కప్పు నీళ్ళలో కలిసిపోయింది. మోరలెత్తి అంబా అని అరుస్తున్న పశువులు కొట్టుకుపోతున్నాయి. మోరలు మునిగి పోతున్నాయి. ఆ వడిలో కొమ్ములు మునిగిపోతున్నాయి. కొట్టుకొస్తున్న దుంగలు, కలప. ఓ దుంగ మీద పూర కుక్కొకటి దీనంగా మొరుగుతోంది రక్షించమని. ఆ వేగానికి దుంగ మెలికలు తిరుగుతుంటే తనూ గిర గిర తిరుగుతూ కాళ్ళు నిలదొక్కుకుంటోంది ప్రాణభయంతో ఉన్న కుక్క.

అంతలో ప్రవాహం మధ్య నుంచి ఓ మనిషి కేక "దేవుడోయ్! రచ్చించండో" అని గుండెలు చీల్చుకుపోయే కేక. క్షణంలో ఆ కేక దూరమైంది. మనిషి

కన్పించ లేదు. ఎవరూ ఏం చెయ్యలేరు. సాయానికి ఎవరైనా వెళ్తే ఆ వడికి తిరిగి రాలేరు. నిస్సహాయంగా ఆ బీభత్స భయానక దృశ్యాల్ని చూస్తున్నారు వొడ్డున నుంచున్న జనమంతా. అందరి గుండెల్లో భయం.

ఇళ్ళ ముందుకు నీళ్ళు రావడంతో పిల్లలంతా కాగితం పడవలాట లాడుకుంటున్నారు. పడవలు చేసిపెట్టమని పెద్దల్ని వేధిస్తున్నారు. స్కూలు పిల్లలు గోడమీద బొగ్గుగీతలు గీసి క్షణ క్షణం పెరుగుతున్న నీటి మట్టాన్ని కొలుస్తున్నారు.

"పల్లపీధిలో అర్థరాత్రేళ సంగయ్యింట్లో పసిపిల్లకి తడితగిలి అదేడిస్తే లేచాడంటయ్యా! అప్పటికి గోడలిరిగె. నీళ్ళు తోసుకొచ్చె! పెళ్ళాం పిల్లలూ పానాల్తో బయట కొచ్చారంట!"

"మిట్టమీది ఎంకటసామి మేకల మందంతా కొట్టుకపోతుంటే ఏం చెయ్యలేక సూస్తా నుంచున్నాట్టయ్య!"

"సాలెపేటలో వరదలో కొట్టుకొచ్చిన పాము ఇంట్లోదూరి సుబ్బయ్యని కరిచిందట!"

"లంకల్లో మేతకెళ్ళిన గొడ్లు, పాలేళ్ళు ఏవయినారో!"

ఇలా భయంకరమైన కథలు చెప్పుకొంటున్నారు. కొందరు ఇల్లాళ్ళు కృష్ణమ్మని శాంతించమని పసుపు, కుంకుమ అర్పించి కొబ్బరికాయలు కొడ్తున్నారు. పిల్లలు కొబ్బరి ముక్కల కోసం ఎగబడ్తున్నారు. ఊరు సగం మునిగిపోయింది. దొరికిన సామాన్లతో జనమంతా ఊరి మధ్యనున్న మాలక్షమ్మ వారి చెట్టు దగ్గర చేరారు. చంటి పిల్లలకి చెట్లకే ఉయ్యాలలు వేశారు. పదిగంటల వేళ వరద తగ్గుముఖం పట్టింది. వూళ్ళో పెద్దలు వెంకటస్వామి, వీరాస్వామి, అవధాన్లు అంతా మాలక్షమ్మ వారి చెట్టుదగ్గర కొచ్చారు.

"ఇప్పుడేం చేద్దాం? ఏం చేద్దాం?" అని తలపట్లు పట్టుకున్నారు.

"చేసేదేముందయ్యా? ముందీ జనానికి తిండీ తిప్పలూ చూడండి" అన్నారెవరో. అంతే! పదిమంది కుర్రాళ్ళు గడ్డపారలు తీసుకుని గాడిపొయ్యి తవ్వేశారు. ఇంకో పదిమంది గోతాలు తీసుకుని ఇంటింటికీ వెళ్ళి బియ్యం వసూలు చేశారు. కోటలో వంటసామాగ్రి తెచ్చారు. పప్పూ, ఉప్పూ, నెయ్యి, నూనె వాటంతటవే వచ్చాయి. ఎసట్లో బియ్యం పోశారు. వంట నిర్వహిస్తున్న వెంకటేశ్వర్లు, శోభనాద్రి "ఇహ కూరలే ఆలస్యం" అన్నారు. అవధాన్లగారి భార్య, కోమటి సూరమ్మ, తెలగ వెంకమ్మ, గొల్ల సుబ్బమ్మ కత్తిపీటలు ముందేసుకుని చకచక కూరలు తరిగేశారు. పన్నెండు గంటలకల్లా దోసకాయ పప్పు, పులుసు అన్నం తయారయిపోయాయి.

సెట్టిగారు విస్తళ్ళ కట్టలిస్తే నడిబజారులో బారులుగా విస్తళ్ళు వేశారు. శాస్త్రిగారు సంధ్యావందనం ముగించుకుని తనూ ఓ విస్తట్లో కూర్చున్నాడు. ఇటు ప్రక్క చూస్తే తెలగ సుబ్బారాయుడున్నాడు. ఇంకోపక్క గొల్ల రాములున్నాడు. ఎవరి పక్క ఎవరున్నారో ఎవరికీ పట్టలేదు. భగవన్నామస్మరణలు సాగు తున్నాయి. వడ్డనలయిపోయాయి. శాస్త్రిగారు అవుపోసనపట్టి, నెయ్యికోసం చెయ్యిజాస్తే వడ్డించటానికి వచ్చిన నేతి జాడీ చెంగున వెనక్కు వెళ్ళింది. వడ్డిస్తున్న మాలసంగడు శాస్త్రిగారికి వడ్డించటం ఇష్టంలేక పారిపోతున్నాడు. శాస్త్రిగారు "ఓరే సంగా!" అని పెద్దగా కేకపెట్టే, భయం భయంగా వొచ్చిన సంగణ్ణి చూసి "ఒరే సంగా! నీకు ఆకలేస్తుంది, నాకూ ఆకలేస్తుంది. ఇంకొకళ్ళు వేస్తే నెయ్యి, నువ్వువేస్తే నెయ్యి కాకపోదురా.... వెయ్యరా" అన్నాడు చెయ్యి ముందుకు చాపి. సంగడు ఆనందంగా వడ్డించాడు. "నమః పార్వతీపతయే" అన్నకేకలు దేవాలయ శిఖరాలన్నంటాయి.

వరదొచ్చి మనుషుల మనసులు కడిగేసిందనుకుందామా? అబ్బే! నాకు నమ్మకం లేదు! స్నానం చేసిన వొంటికి తెల్లారేప్పటికి మళ్ళీ మట్టి పట్టినట్టు మనసుల్లో మళ్ళీ మలినం పేరుకుంటోంది. ఎన్ని వరదలొచ్చినా మనిషి మనసు కడగలేక పోతోంది. ✸

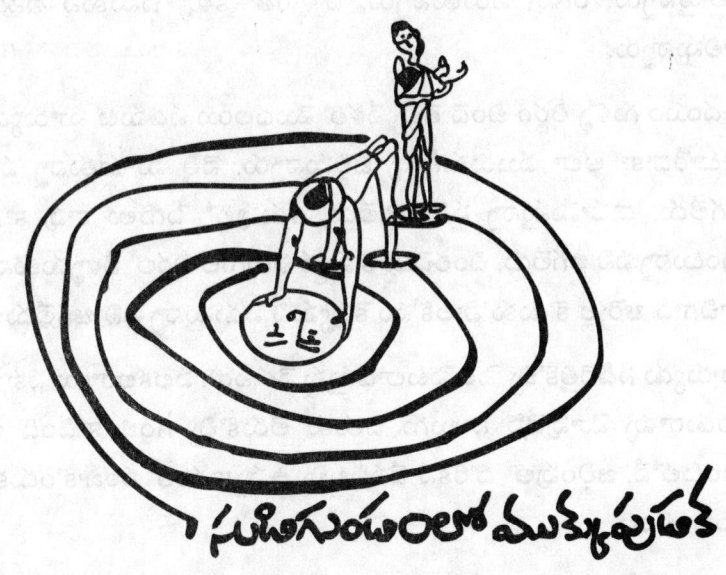

సుడిగుండంలో ముక్కుపుడక

అఖండంగా ప్రవహించే కృష్ణానది గుడికి కొంచెం ఎగువన సుడిగుండంగా మారుతుంది. పలకల రాళ్ళమధ్య నుంచి మెలికలు తిరిగి, కోసురాళ్ళ సందున సుళ్ళు తిరిగి మహావేగంతో పారే ఆ సుడిగుండంలో ఈదటం తెలిసిన వాళ్ళకి గొప్ప సరదా. చింతచెట్లపైన కృష్ణలో దిగితే బారలెయ్యక్కరలేదు. కాలు ఆడించక్కరలేదు. కన్నుమూసి తెరిచేంతలో సుడిగుండంలో కొచ్చేస్తాము. అంతవేగం, ఆ సుడిగుండంలోని సుళ్ళలో ఇరుక్కొని మనమూ సుళ్ళు తిరిగి తిరిగి చుట్టు దాటేంతలో రెండుబారలేస్తే వొడ్డుకొస్తాము. సుళ్ళు మళ్ళీ మళ్ళీ తిప్పేస్తుంటే తిరిగి తిరిగి అందులో ఈతలు కొడ్తారు అక్కడి జనమంతా.

మాఘమాసం నాటికి సుడిగుండం ఎండిపోతోంది. పలకరాళ్ళమీద, కోసు రాళ్ళమీద, చట్టుమీద పిడకలు కొడ్తారు. కృష్ణయితే దూరంగా వెళ్ళిపోయింది

గాని ఆ రాళ్ళమధ్య నిలచిన నీళ్ళింకా వున్నాయి. ఆ నిలవ నీళ్ళలో చిన్నచిన్న చేపలు, కప్పపిల్లలు, వాటిపక్కనే ఓ ఎలికలోళ్ళజంట; బాచిగాడు, సింగి.

నల్లగా చింతబరికల్లా వున్నారు బాచిగాడు, సింగి. వొంచిన తల ఎత్తలేదు. నడుం నిటారుగా నిలపలేదు. పొద్దుట్నించీ చేటలతో, జల్లెళ్ళతో ఆ నిలవనీళ్ళు జల్లిస్తున్నారు. రాళ్ళు ఏరుతున్నారు. వొళ్ళంతా కళ్ళు చేసుకుని ఇసుక గాలిస్తున్నారు.

ఉదయం గుళ్ళో తీర్థం బిందె తెచ్చే వేళతో మొదలయి పడమట సూర్యుడు వాటారేదాకా అలా మురుగునీళ్ళు జల్లిస్తున్నారు. నెత్తి మాడుతున్నా పని ఆగలేదు. దాహమేస్తున్నా పని ఆగలేదు. కడుపులో పేగులు కావు కావు మంటున్నా పని అగలేదు. చింతచెట్టు కొమ్మన చిరుగుల చీరలో వేళ్ళాడుతున్నా బాచిగాడి ఆర్నెల్ల కొడుకు పాలకోసం కెవ్వుమని ఏడుస్తున్నా పని ఆగలేదు.

సూర్యుడు నడినెత్తికొచ్చి పెటపెటలాడిస్తున్న వేళ సింగి పలకలరాయి పక్కన రెండురాళ్ళు మోపుజేసి నాలుగు చితుకు లేరుకొచ్చి గంజి కాచింది ఆ మంటలోనే. జల్లింపులో దొరికిన చేపపిల్లల్ని ఉప్పుకారంతో నంజుకొందుకు వేయించింది.

"ఇంక సాల్లేవయ్యా దొర! లేచిరా గంజి తాగుదువు" అని పిలిచింది సింగి. బాచిగాడు జల్లెడ పక్కకి పెట్టి వొళ్ళు విరుచుకున్నాడు. ఇనపచువ్వలాటి శరీరాన్ని కావిడిబద్దలా అటూ ఇటూ వంచాడు. జల్లించినరాళ్ళ గుట్టవైపు చూశాడు. లోతుగా ఉన్న నిలవ నీళ్ళవైపు చూశాడు. ఆ మురుగునీట్లో అతనికి ధనరాసులు కన్పిస్తున్నాయి. విలువైన రాళ్ళకోసం ఆ వేట.

గంజి సమంగా తాగాడో లేదో జల్లెడ, చేట తీసుకుని నీళ్ళదగ్గర కొచ్చాడు. అతడి వెంటే సింగి నడిచొచ్చింది.

దొడ్లో వెండికంచం కడగడానికొచ్చిన సూర్యకాంతం నడి ఎండలో జల్లింపులో మునిగివున్న వాళ్ళిదర్నీ చూసింది. సూర్యకాంతానికి తళుక్కున మెరుపులా ఆలోచనొచ్చింది. గబగబా ఇంట్లోకొచ్చి నిబ్బరంగా చుట్ట కాలుస్తున్న

భూమయ్యతో గుసగుసగా చెప్పింది. క్షణాలమీద ఎలికలోళ్ళకి కబురెల్లింది. వరండా చివర భయం భయంగా వచ్చి నుంచున్నారు బాచిగాడు, సింగి.

భూమయ్యగారి పాదాలు తాకడానికి పనికిరారు కాబట్టి "దణ్ణాలు దొరా" అని నేల తాకారు. ఆ నేలతాకిన వంపుకి సింగి చంకన గుడ్డలో వేళ్ళాడుతున్న పసిగుడ్డు కెవ్వుమన్నాడు. చటుక్కున వాడి నోరునొక్కింది సింగి.

భూమయ్య పెదవి విప్పకుండా వాళ్ళిద్దర్నీ చూస్తున్నాడు. ఆ చూపుకు వణికి పోతున్నారు ఎలికలోళ్ళు. పగపట్టిన తాచుపాము ఎదురుగా వచ్చి నుంచుని కాలు కాటేద్దామా, వేలు కాటేద్దామా అని చూస్తున్నట్లుంది భూమయ్య చూపు.

"దొంగ నాయాళ్ళలారా!" అని దీవనతో మొదలెట్టి "ఆ గుంటలో మా ఇంటోళ్ళ ముక్కుపుడక దొరికిందటగదరా" అన్నాడు భూమయ్య.

మాడుమీద కట్టెపేడుతో కొట్టినట్టయింది బాచిగాడికి, సింగికి. ఇద్దరూ ముఖాలు ముఖాలు చూసుకున్నారు. "లేద్దొరా" అంటూ నేలమీద కూలబడ్డారు. "దొరా! లేద్దొరా" గిల గిల్లాడుత్తున్నట్లు అంటున్నారు.

"దొంగనాయాళ్ళలారా! ఏడుపు లాపండెయ్! ఆ ముక్కుపుడక మా ఇంటోళ్ళకి పుట్టింటోరు పెట్టింది. కిష్ణ తగ్గుముఖం పట్టినప్పుడు ఆ గుంటలో పడింది. ఆ పుడక లేకపోతే దాని ముఖం కళ తగ్గిపోయింది. మనిషి సగమైంది. తెల్లారే సరికి అది తేకపోయారో..... ..... " అన్నాడు భూమయ్య. ఇంక చెప్పక్కర్లేదు. అది తేకపోతే భూమయ్య చూపు తమని, తమ గుడిసెని, తమ వంశాన్నే బుగ్గిచేసేస్తుందని వాళ్ళకు తెలుసు.

"పొండెహె" అన్నాడు భూమయ్య.

కందిపుల్లల్లా లేచి నుంచున్నారు ఎలికలోళ్ళు. చొప్పదంట్లలా వంగిపోయి తూలుకుంటూ ముందుకు నడిచారు. నోరు విప్పితే దవడలు పేలిపోతాయి. కాదంటే కాళ్ళూ చేతులూ విరుగుతాయి. పసిగుడ్డుకి పాలివ్వటం మర్చిపోయి బెక్కుతోంది సింగి. రెండు క్షణాల్లో సాఫయిపోయిన బాచిగాడు "ఎందుకే ఏడుపు- ఆ జల్లెడిటియ్యి" అని నీళ్ళవైపు కెళ్ళాడు.

సంజె వేళయింది. జల్లింపు ఆపలేదు బాచిగాడు. గుడిచిమ్నీ పెట్టుకుని సూర్యకాంతం ముక్కుపుడక కోసం కుళ్ళు నీళ్ళు గాలిస్తున్నాడు. చిమ్మచీకట్లో జరజర ఇసుక తోడుతున్నాడు. అర్థరాత్రి గుడ్లగూబ అరుపుకు తోడుగా చేటతో చెరుగుతున్నాడు. కప్పల బెకబెకలు, కీచురాళ్ళ అరుపులమధ్య కన్నుకానని కాళరాత్రిన కాలభైరవుడిలా వున్నాడు బాచిగాడు. నీళ్ళడుగంటుతున్నాయి. ముక్కుపుడక దొరకలేదు. ఇసక తరగిపోతోంది. ముక్కుపుడక దొరకలేదు. చీకటెల్లిపోతే తమ ప్రాణాలు పోతాయి. జల్లించి, జల్లించి, చెరిగి చెరిగి చేతులు చచ్చుపడగా సొమ్మసిల్లి పడిపోతున్న బాచిగాడికి తెలతెలవారుతున్న సమయాన బురదలో కూరుకున్న ముక్కుపుడక తళుక్కున మెరిసింది.

"ఓల్దేవుడోవ్" అంటూ ప్రపంచాన్ని జయించినవాడిలా గావుకేక పెట్టాడు బాచిగాడు.

కోసురాయిపక్క జోగుతున్న సింగికి గుండెలవిసిపోగా లగెత్తుకొచ్చింది. బాచిగాడి నల్లటి చక్కిళ్ళమీద కన్నీటిధారలు. సింగి భళ్ళు భళ్ళున నవ్వుతూ ఏడ్చింది ముక్కుపుడకని చూసి.

సూర్యుడు పదిబారల పైకి సాగాడు. ముక్కుపుడక భూమయ్యగారికి ఇచ్చి వచ్చిన బాచిగాణ్ణి చూసి సింగి అడిగింది "ఏదన్నా బహుమానం ఇచ్చారా?"

"మనకెందుకే బవుమానాలు?"

"పోనీ పప్పన్నం?"

"మంచిరాయి దొరకనీయే! మనవే పెడ్దాం అందరికీ పప్పన్నాలు" అంటూ చాట తీసుకొని నిలవ నీళ్ళదగ్గర కెళ్ళాడు.

ఆమాట చక్రవర్తి హుందాలో అన్నాడు బాచిగాడు. ఆ దరిద్ర చక్రవర్తి కలవాళ్ళ ముక్కుపుడకలు వెతికి ఇచ్చి తను రాళ్ళకోసం దేవుళ్ళాడుతున్నాడు. బాచిగాడే కాదు, అతని తాతలు తండ్రుల కాలంనుంచి ఆ వంశం రాళ్ళు జల్లిస్తూనే ఉంది రతనాలకోసం. ✸

పుణుకుల బుట్టలో లచ్చితల్లి

అమరావతికీ, ధరణికోటకీ మధ్య కృష్ణ ఒడ్డున ఓ పెద్ద చింతచెట్టుంది. రాత్రిళ్ళు ఆ చింతచెట్టు పక్కలకి ఎవరూ వెళ్ళరు. అక్కడ దయ్యాలు తిరుగుతుంటాయని భయం. ఆ చింతచెట్టు వయస్సెవరికీ తెలియదు. కాపు కాయటం ఎప్పుడో మానేసింది. ఉదయంపూట రోజూ కృష్ణకి స్నానానికి వచ్చే అవధాన్లు గారు చేతులు నొప్పులు పుట్టేదాక రాళ్ళు విసరగా విసరగా గుప్పెడు చింతకాయలు రాలేవి. వాటిని భద్రంగా తడికొంగున మూటగట్టుకెళ్ళి వాళ్లావిడకిస్తే ఆవిడ "కృష్ణమ్మ ఇవ్వాళ పచ్చడి కిచ్చిందా?" అంటే అవధాన్లు గారు ఆ మాటల్నే తిరిగేసి "రేపు పప్పు చేసుకోమంది" అనేవాడు.

పది గంటల ప్రాంతాన ఆ చింతచెట్టు నీడన సంచలనం మొదలవుతుంది. పుట్టలోకొచ్చే చీమల్లా ఒకళ్ళ వెనకాల ఒకళ్ళు అక్కడికి చేరుకుంటారు. రెండు మూడు జట్లుగా విడిపోతారు. ఆ నేలమీదే చతికిలపడి పేకాట మొదలేస్తారు. కొమ్మలమధ్యనుంచి ఎండపొడ చురుక్కున పొడుస్తున్నా లెక్కచేయకుండా దీక్షగా సాగుతున్న పేకాట యజ్ఞవేదిక దగ్గరకు నిదానంగా నడిచొస్తాడు

పుణుకుల సుబ్బాయి. కుడిచేతిలో వేడి వేడి పుణుకుల బుట్ట ఘుమాయిస్తుండగా ఎడంచేత మాసికలుపడ్డ పాతగుడ్డ నొకదాన్ని ధరించి, ఆ గుడ్డతో ఆ బుట్టమీద అటూ ఇటూ ఆడిస్తూ ప్రత్యక్షమవుతాడు సుబ్బాయి. ఆ పాతగుడ్డ అలా గాల్లో ఆడించటంలో క్రిమి కీటకాదులను పారదోలటమేకాకుండా, పుణుకుల ఘుమఘుమని నలుదిక్కులకీ విస్తరింపచేసే ప్రయత్నం కూడా వుంది.

ఆ ఘుమ ఘుమ గాలిలో పరుగెత్తుకొచ్చి ముక్కుకు సోకటంతోటే అక్కడి జనానికందరికీ వొళ్ళు జలదరించి కడుపులో జఠరాగ్ని ఉవ్వెత్తున లేచేది.

"ఒరే సుబ్బాయ్!"

"ముందిటివ్వరా."

"నాకిచ్చెళ్ళెహె."

"ఇటు రమ్మంటుంటే" ఇలా అన్ని దిక్కుల్నించీ ఆపకుండా వస్తున్న అరుపులు, కేకలు అందుకున్న సుబ్బాయి-

"అయ్యా వచ్చె"

"ఇదుగో ఇక్కడే"

"ముందు మీకే"

"ఇదుగో ఆకు"

అంటూ ఎక్కడకక్కడ సమాధానాలు చెపుతూ, మెరుపులా తిరుగుతూ, వర్షధారల మధ్య గుర్రాన్ని నడిపే చాకచక్యంతో క్షణాలమీద అందరికీ పుణుకులు అందించేవాడు. కాని పచ్చడికి మహా లోభించేవాడు. "మరికాస్త పచ్చడెయ్యరా?" అని ఎవరైనా అంటే "ఏటిబాబూ! పుణుకులు తింటే బలం గాని పచ్చడి తింటే ఏవస్తది" అని విసుక్కుంటూ కాస్త విదిలించేవాడు. ఎంత వేగంతో పుణుకు లిచ్చేవాడో అంత వేగంతో డబ్బులు వసూలుచేసేవాడు. పేక కలపనిచ్చేవాడు కాదు. ముక్క వెయ్యనిచ్చేవాడు కాదు. "ఆటలో పడి మర్చిపోతారు బాబూ" అంటూ వెకిలి నవ్వుతో వినయంగా గొంతుమీద కూర్చునేవాడు. ఇంతలో రేవులోకి అవతలి వొడ్డునుంచి పడవొచ్చేది. రయ్యిన

బాణంలాగా రేవులో కెళ్ళిపోయేవాడు సుబ్బాయి. "పుణుకులు! వేడి పుణుకులు" అంటూ దిగినవాళ్ళని చుట్టుముట్టేవాడు. సామాను పొంతం దింపుకోకుండానే పుణుకులు కొనిపించేవాడు. ఎవరైనా కొనని వాళ్ళుంటే వాళ్ళపిల్లల చుట్టూతా బుట్ట చూపిస్తూ ప్రదక్షిణాలు చేసేవాడు. పిల్లల తాకిడికి తట్టుకోలేక చచ్చినట్టు కొనేవాళ్ళు. రేవుకీ, చింతచెట్టుకీ మూడుసార్లు తిరిగే టప్పటికి బుట్ట సగం పైగా ఖాళీ అయ్యేది.

బేరం కొంచెం మందకొడిగా ఉన్నప్పుడు పేకాట ఆడుతున్నవాళ్ళ వెనక చేరి "పోలయ్యగారూ! ముక్క తియ్యండి ఈ దెబ్బతో ఆటయిపోవాల" అనేవాడు. ఆ ముక్కతో ఆటయిపోయిందనుకోండి- పోలయ్య అడక్కుండానే ఆకులో పుణుకులు పెట్టి ఇచ్చి డబ్బులు వసూలు చేసేవాడు. ఆట పోయి కూర్చున్న వాళ్ళ దగ్గరికెళ్ళి వద్దురా అంటున్నా "పచ్చడి ఎక్కువేశాను తీసుకోండి. మళ్ళీ ఆటేసేదాకా ఖాళీయేగా" అంటూ అంటగట్టేవాడు.

సాయంత్రం మూడుగంటలవేళ బుట్ట ఖాళీ అయినా సుబ్బాయి అక్కణ్ణించి కదిలేవాడు కాదు. అసలు బేరం ఆ తర్వాతే. పేకాట కురుక్షేత్రంలో కాళ్ళూ చేతులూ విరిగి, తలపగిలి అడ్డం పడిపోయిన జనం సుబ్బాయి వైపు దీనంగా చూసి "ఓ రెండు రూపాయలప్పివ్వరా?" అని ఎవరైనా అంటే "నా దగ్గ రేముంటుంది బాబూ! పుణుకులమ్ముకునే వాణ్ణి" అనేవాడు సుబ్బాయి. ఎవరడిగినా ముందు ఆ వాక్యం తప్పకుండా అనగా ఆ తర్వాత సంభాషణ దాదాపు ఇలా సాగేది.

"అమ్మకంలోదివ్వరా?"

"అమ్మో? ఇదిస్తే బియ్యానికి లేవు బాబూ."

"సాయంత్రానికిస్తాలేరా?"

"ఇప్పుడు మీకిస్తే రేపు మళ్ళీ సరుకేసుకు రావాలా? ధరలు మండి పోతున్నాయి."

"నీ పావలా వడ్డీ వేసుకోరా"

"వడ్డీ, అసలు, మీదగ్గర ఎక్కడకెళ్తుంది బాబూ, నా ఇబ్బందే....." అంటూ బతిమాలించుకుని, బతిమాలించుకుని అప్పులిచ్చేవాడు. పుణుకులమ్మితే ఐదు రూపాయలు లాభం వస్తే రూపాయికి పావలా వడ్డీల మీద పది మిగిలేది. సాయంత్రానికి వసూళ్ళు పూర్తి చేసుకుని చీకటి పడ్డాక సారాకొట్టు దగ్గర కొచ్చేవాడు. సారా కన్నె ఓ ముద్దిచ్చి వెళ్ళిపోతే జిల్ అయిపోయి, ఆ సారా కన్నెని సొంతం కౌగిలించుకుందుకు డబ్బుల్లేక గిలగిల్లాడే సారా సరసులకి అర్ధరూపాయి వడ్డీలమీద అప్పులిచ్చేవాడు సుబ్బాయి. వసూళ్ళు కొంత పంటల్లో సాధించేవాడు.

మూడేళ్ళలో చిల్లరకొట్టు పెట్టాడు సుబ్బాయి. నగలు తాకట్టు పెట్టి అప్పులు తీసుకెళ్ళినవాళ్ళు సగం మంది అప్పులు తీర్చలేక నగలు వొదిలేసుకునేవారు. అప్పుల కింద కొందరి పొలాలు జప్తయిపోగా పుణుకుల సుబ్బాయి ఇప్పుడు నలభై ఎకరాలకి, మూడు భవంతులకి అధిపతి. లక్షలమీద వడ్డీ వ్యాపారం. ఇప్పుడతన్ని ఎవరూ సుబ్బాయి అనరు. వాళ్ళ కులంవాళ్ళు సుబ్బయ్య అంటే మిగతావారు సుబ్బారావుగారు అంటారు. మనవలు, మనవరాళ్ళతో ఘనంగా బతుకుతున్న సుబ్బాయి ఎవర్నీ నమ్మడు. తెల్లవారుజామునే లేచి తలుపు వేసుకొని రహస్యంగా ఓ గంటసేపు ప్రార్థన చేస్తాడు. "నా ప్రార్థనే నా లక్ష్మి" అంటాడు అందరితో.

పట్నం కాలేజీలో చదువుకుంటున్న సుబ్బాయి మనవడు, తండ్రి తాతలు పెట్టిన బుచ్చయ్య అనే పేరును హేమంతకుమార్‌గా మార్చుకుని సెలవలకి ఇంటికొచ్చాడు. తాతగారి ప్రార్ధన రహస్యం, లక్ష్మి కీలకం కనుక్కుందామని కాపేసి ఓ రోజు తలుపు సందుల్లోంచి బైనాక్యులర్స్ పెట్టి చూశాడు. లక్ష్మి రహస్యం తెలిసిపోయింది.

సుబ్బారావుగారు అలనాడు పుణుకుల బుట్టమీద ఆడించిన మాసికల పాత గుడ్డల్ని పూజిస్తున్నారు. ✸

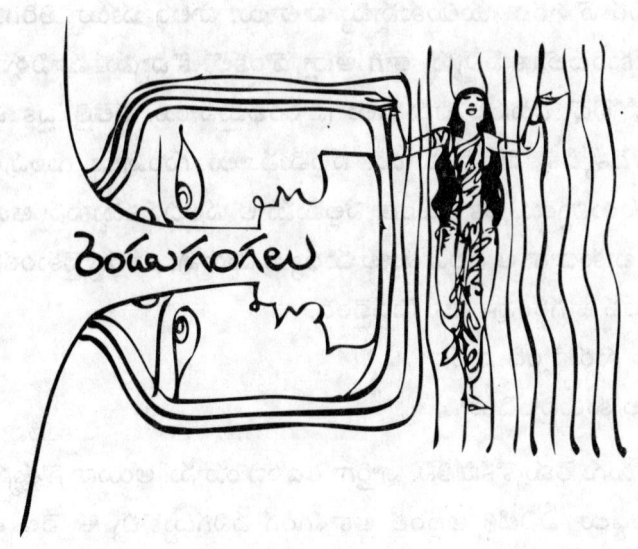

రెండు గంగలు

"కథ చెప్పు తాతయ్యా" అని వేధిస్తున్నారు శాస్త్రిగారి మనమలు చుట్టూ చేరి.

"ఏం కథ చెప్పనురా?" అని ఆలోచిస్తున్నట్లు బోసినోరు విప్పి పైకి చూశాడు ఎనభై ఏళ్ళు పైబడుతున్న శాస్త్రిగారు.

"ఏదో వొహటి" అంటూ నిద్రకి ఓ పక్క ఆవులిస్తూ చేతులు పట్టుకు గుంజుతున్నారు పిల్లలు.

"సరే" అంటూ ..... మొదలెట్టాడు శాస్త్రిగారు. "ఒక రోజున...." ఊ కొడ్తున్న చిన్న పిల్లలతోపాటు పట్నం కాలేజీలో చదువుతున్న శాస్త్రిగారి పెద్ద మనవడు కూడా చదువుతున్న పుస్తకం మూసి వింటున్నాడు.

"చాలా సంవత్సరాల క్రితం .... నాకు పెళ్ళయిన కొత్తల్లో ...."

"అంటే నేను పుట్టిన తర్వాతనే?" అన్నాడు ఆఖరి మనవడు.

"ఇహ్" అని నోరంతా విప్పి నవ్వి వాణ్ణి వొళ్ళోకి తీసుకుని మళ్ళీ మొదలెట్టాడు శాస్త్రిగారు.

"పెద్దింటమ్మ గుడిదగ్గర చేనికెళ్ళి వస్తున్నాను. అటూ ఇటూ పొలాలు, కనుచూపుమేర భూమంతా పచ్చటి కంబళీ పరిచినట్టుంది. నేలతల్లి చిలకాకు పచ్చ చీర వొళ్ళంతా చుట్టుకున్నట్టు పొలాలు, పొలం చుట్టూ తిరిగి, గట్ల పక్కన కుంటలో కాసిన్నీళ్ళు తాగి అట్లా డొంకలో కొచ్చాను. మావిళ్ళ చేను దాటానో లేదో చిటపట చినుకులు ప్రారంభమైనాయి. తలెత్తి పైకి చూస్తే సూర్యుడెక్కడికో పారిపోయాడు. నల్లమేఘాలు గుంపులు గుంపులుగా పరుగెత్తుతున్నాయి. ఆకాశమంతా నల్లమేఘాలే. నల్లచీర కట్టుకున్న ఆడదాని మొల్లో బాకులాగా ఆ నల్లమేఘాల మధ్య ఓ మెరుపు, తూర్పు వైకుంఠపురం కొండమీద ఓ గర్జింపు- వాన పెద్దదైంది.

వలవల కురుస్తోంది వాన!

జల జల కురుస్తోంది వాన!

నేను గొడుగు తెచ్చుకోకపోతిని. పూర్తిగా తడిసిపోయాను. అయినా గొడుగులూ గోనె గుడ్డలూ ఏవిటి? అల్లంత ఆకాశగంగ పనిగట్టుకొచ్చి ఈ నేల తల్లిని చల్లగా కౌగలించుకుంటుంటే - ఈ మనిషన్నవాడెవడు గొడుగడ్డం పెట్టుకోవటానికి?

ఉన్నట్టుండి మబ్బులు పెద్ద పెట్టున ఉరిమాయి. వర్షరాణి తీవ్రవేగంతో రథం నడిపిస్తుంటే రయ్యిన పరుగెత్తే రథ చక్రాల ధ్వనిలా ఉంది ఆ ఉరుము. ఆ ఉరుము అలా దూరమవుతూంటే అదిలించినప్పుడు ఆ రథానికి పూన్చిన గుర్రం సకిలింపులా ఉంది. అల్లంతలో మబ్బుల్లో గొప్ప మెరుపు. అది వర్షరాణి కిరీటంలా ఉంది. కిరీటమే కళ్ళు మిరుమిట్లు గొల్పితే ఆ రాణి ఎలా ఉంటుందో! అలంకారాలు చూడ్డానికే ఈ కళ్ళు మూసుకుపోతుంటే ఇంక ఆకారాలెలా కన్పిస్తాయి?

డొంకలో బురద బురదయిపోయి కాలు సాగటంలేదు. చెప్పులు విడిచి చేతపట్టాను. "వరెవరె! అప్పుడనిపించిందిరా! గంగమ్మ ఈ భూమినంతటినీ చల్లబరుస్తుంటే, నేను చల్లబడక ఈ పాత చెప్పు లడ్డంపెట్టుకున్నానా" అని.

ఇప్పుడు వర్షం నామీద కురుస్తోంది. నాలోంచి కురుస్తోంది. జల్లు జల్లుగా కురుస్తోంది. భళ్ళుభళ్ళున కురుస్తోంది. వర్షపు చల్లదనం శిరస్సునుండి పాదాల దాక పాకి శరీరంలోని సర్వాణువుల్ని కడిగేస్తోంది. ఆ చల్లదనం నరనరాల్లోకి పరుగులెత్తి వెచ్చగా ఉంది. అది ఎన్ని స్నానాల పెట్టు! ఎన్ని మునకలు దానికి దీటు! వర్షమంతా నామీదే పడాలనిపించింది. నన్ను ముంచెయ్యా లనిపించింది ఆ సమయంలో నేను నడవటం మానేసి, వొరేయ్! ఆ డొంక మధ్యలో నిటారుగా నుంచున్నారా!

అటుపక్క చూస్తే పొలాలమీద వాన. మంచి శనగ చేనుమీద వాన పడుతుంటే, పైరుపైరంతా ఆనందంగా వూగుతోంది. ధనియాల చేను మీద వానపడుతుంటే ఆ మేరంతా కొత్తిమెర వాసన, వాన సుగంధం కలిసిపోయిన గాలి. వానకి జొన్న చేను నృత్యం చేస్తోంది. మొక్కజొన్న కండెలుబ్బి పోతున్నాయి. సజ్జ కంకులు పొంగుతున్నాయి. వరి ఉన్నట్టుండి పెరుగుతోంది. కందికాయలు, పిల్లిపెసర్లు కువకువలాడ్తున్నాయి. వేరుశనగ చేను విచ్చుకుని వేళ్ళలోకి దింపుకుంటోంది వర్షధారల్ని. అలా నేలనేలంతా పైరు పైరంతా వర్షానికి పరిపరివిధాలుగా పులకలెత్తుతోంది. పొలాలమీద వాన కొంచెం తగ్గుముఖం పట్టినట్లనిపించింది. కుడిపక్కకి తిరిగిచూస్తే కృష్ణమీద వర్షం జోరుగా ఉందనిపించి కృష్ణ వొడ్డుకు బయల్దేరాను. అలా ఎందుకనిపించిందీ అని అడక్కు. రంగావఝులవారి చేనుదాటి అలా కృష్ణ వొడ్డుకి వస్తినిగదా.

వరె వరె వరె! అదీ వర్షం.

అంత గొప్పప్రవాహంలో సంతత ధారగా వానపడిపోతోంది. నీళ్ళలో నీళ్ళు! ధారలో ధార! ప్రవాహంలో ప్రవాహం! వాన చినుకులు కృష్ణలో పడుతుంటే పెద్దక్క ప్రేమగా హత్తుకుంటే వొళ్ళు జలదరించినట్టు, ఆ ప్రవాహం మీద ఓ జలదరింపు, ఓ పులకరింపు, సిగ్గుతో నవ్వినప్పుడు బుగ్గమీద సొట్టలా చినుకు పడ్డచోట చిన్నగుంట. అంతలో ఆ గుంట మాయం. మళ్ళీ చినుకు మళ్ళీ

గుంట. మళ్ళీ మళ్ళీ చినుకులు. అంతలో మాయమయి మళ్ళీ మళ్ళీ గుంటలు. కృష్ణంతా చినుకులు. కృష్ణంతా పులకరింతలు. ఇసకమీద చినుకులు. కసకస చినుకులు. రేణు రేణువుకీ చినుకులు. విసవిస, సరసర చినుకులు. రివ్వుమని; రయ్యిమని, చినుకులు, ఊపులా చినుకులు, తాపులా చినుకులు, ఛళ్ళుమని, ఫెళ్ళుమని, దభిల్లుమని, పెఠిల్లుమని చినుకులు-చినుకులు - కృష్ణ నిండా, ఇసక నిండా, నేల నిండా - చినుకులు చినుకులు - రెండు గంగలు కలిసిపోయినట్టు, నింగీ నేలా ఒకటే అన్నట్టు. ఈ జగత్తులో నీళ్ళు తప్ప ఇంకేవీ లేనట్టు, అన్నిటికీ నీళ్ళే ఆధారమన్నట్టు వాన, వర్షం, గంగమ్మ, కిష్టమ్మ, సంద్రం - అదేదో దానికి నువ్వే పేరైనా పెట్టుకో.

అలా ఆ అఖండ జల ప్రపంచం మధ్య మతిపోయి నుంచున్నానా - పడవ్వాళ్ళు నలుగురైదుగురు వచ్చి "శాస్తుల్లుగారు ఈడున్నారేటి?" అన్నారు. అప్పుడీ లోకంలో పడి - నేనిక్కడే ఉంటానంటే "ఇదేవన్నా మతిభ్రమణవేమో" అనుకుంటారేమోనని వాళ్ళవెంట వూళ్ళో కొచ్చాను.

"వర్షం ఆగిపోయిందని చెప్పకు తాతయ్యా" అన్నాడు కాలేజీలో చదువుతున్న మనవడు. అప్పటికి మిగతా మనవలు నిద్రపోయారు.

"లేదురా ఇంకా కురుస్తోంది. ఆగకుండా కురుస్తోంది. ఇల్లు దగ్గర పడుతున్న కొద్దీ కంగారెక్కువయింది. మీ నాయనమ్మా కొత్తగా కాపరాని కొచ్చిన చిన్న పిల్లయ్యె! అందులో పట్నంలో కచ్చేరీ గుమాస్తాగారి కూతురేమో, వర్షంలో తడిసి జలుబుచేసి ఎక్కడ ముక్కూడ గొట్టుకుంటుందో అని గబగబ నడిచాను. ఇంట్లో కొస్తే ముందు వరండాలో లేదు. మధ్య గదిలో లేదు. వంటింట్లో లేదు. "ఓహోయ్" అని కేకేస్తే బదులు లేదు. గబగబా దొడ్లోకొస్తే దొడ్డి చివర ఆరుబయట కృష్ణవైపు తిరిగి నుంచుని కన్పించింది. వర్షం కృష్ణలో కలుస్తుంటే, కృష్ణ వర్షంలో కలుస్తుంటే, వర్షంలో తను కలిసిపోయి, చేతులు విప్పార్చి తలములకలుగా హాయిగా తడుస్తోంది. ✸

బంగారు దొంగ

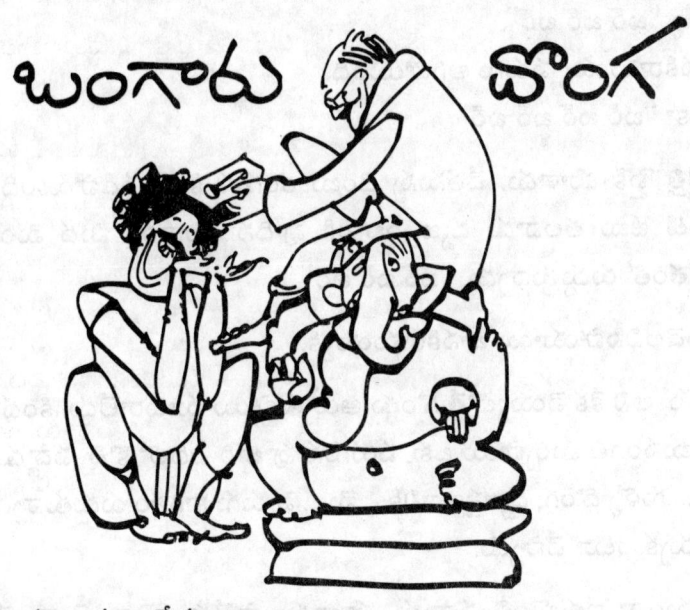

మిట్ట మధ్యాహ్నం వేళ!
నడినెత్తిన సూర్యుడు చండ్ర నిప్పులు కురిపిస్తున్న వేళ!
సెగలు పొగలుగా వడగాలి ఎడాపెడా కొడ్తున్న వేళ!

దేవాలయం గోపురాల్లోని రామచిలుకలూ, పావురాళ్ళూ గూళ్ళలోంచి తలలు బయటపెట్టలేని వేళ!

అలనాడు రాజా వాసిరెడ్డి వేంకటాద్రినాయుడు ఎత్తయిన ధ్వజస్తంభాలకూ, శిఖరాలకూ రాగిరేకు చుట్టింపించి ఆ రేకుమీద బంగారు పూతపూయించగా, ఆ బంగారం ఎవరూ చూడని సమయాన ధగధగ మెరుస్తున్న వేళ!
పెద్దగుడి ఆవరణంతా పట్టపగలే అర్ధరాత్రిలా పరమ నిశ్శబ్దంగా వున్నవేళ!
పంచాయితీ బోర్డులో పనిచేసే జానకిరామయ్య మొలల వ్యాధితో బాధ పడుతూ చుర్రుమనే ఎండని లెక్కచెయ్యకుండా చెంబట్టుకుని పరుగెత్తు

39

తున్నాడు. ఆ పరుగులో తన చెప్పులకిర్రు తప్ప మరేవీ వినిపించని సమయాన, ఎక్కడినుంచో

"బర్ బర్" అన్న శబ్దం.

మళ్ళీ "బర్ బర్ బర్".

జానకిరామయ్య పరుగు ఆగిపోయింది.

ఇంకా "బర్ బర్ బర్ బర్"

తలెత్తి పైకి చూశాడు. చేతనున్న చెంబు ఠంగున కింద పడిపోయింది. ఓ నల్లటి జీబు తలవాడు ధ్వజస్తంభానికి వూదిన బంగారం మీద మెరుగు కాగితంతో రుద్దుతున్నాడు. "బర్ బర్ బర్"

గుండెలవిసిపోయాయి జానకిరామయ్యకి.

'రేయ్' అని కేక వెయ్యబోతే గొంతు అర్చుకుపోయి మాటరాలేదు. కిందపడ్డ చెంబుసంగతి మర్చిపోయి ఒక్క పరుగున పూజారి వీధిలో కొచ్చి పడ్డాడు. "గు....గుళ్ళో దొంగ, ధ్వజస్తంభానికి.... మె.... మెరుగు కాగితం రుద్దుతున్నాడు." ఒగర్చుకుంటూ చెప్పాడు.

జనమంతా ఇళ్ళలోంచి వచ్చారు. పూజార్లు, పాలేళ్ళు, చిన్నా పెద్దా తోసు కొచ్చారు. కర్రలూ, బడితెలూ చేతబట్టారు. పల్లపీధికి కబురెళ్ళింది. ఏటివొడ్డున బట్టలుతుకుతున్న చాకలోళ్ళకి కబురెళ్ళింది. రేవులో పడవలు, లాంచీలు ఆగిపోగా ఆ జనమంతా పరిగెత్తుకొచ్చారు. "గుళ్ళో దొంగ .... గుళ్ళో దొంగ ...." నిమిషాల్లో వూళ్ళోకి చిచ్చులా పాకిపోయింది. దాదాపు రెండొందల మంది జనం కర్రలు చేతబట్టి గుడిని ముట్టడించారు.

గొప్ప ఆవేశం.

గొప్ప సరదా!

నడి ఎండలో కాళ్ళు చుర్రుమంటున్నా లెక్కచేయకుండా పరుగులు. "ఓహోయ్ .... ఓర్రేయ్ ...." అని వీరావేశంతో రణకేకలు, పిల్లలు పళ్ళాలు, కంచాలు మోగిస్తున్నారు. పెద్దగుడి ఆవరణంతా అరుపుల్తో కేకల్తో నిండిపోయింది. ఈ అలజడికి దొంగ ధ్వజస్తంభం దిగి పోయాడు.

రెండో ప్రాకారం తలుపులు తీశారు. దొంగ పారిపోకుండా రెండో ప్రాకారంలోని చిన్న గుళ్ళన్నీ వెతకాలన్నారు. జట్లు జట్లుగా విడిపోయారు. రెండు ముఖ ద్వారాల దగ్గర రెండు జట్లు, కృష్ణవైపు ప్రహరీ గోడదూకి పారిపోకుండా అక్కడ ఒక జట్టు, పున్నాగచెట్టు దగ్గర ఇంకో జట్టు, మారేడు చెట్లపై మరో జట్టు, గన్నేరు చెట్ల గుబుర్ల దగ్గర వేరే జట్టు. పెద్ద జట్టు ప్రహరీలోని చిన్న గుళ్ళన్నీ వెదుకుతోంది. ప్రతి చిన్న గుడిముందు ఆగి పళ్ళాలు, కంచాలు మోగిస్తూ "రేయ్! రారా బయటికి" అని కేకలు. గుడిలోపలికెళ్ళి చూసొచ్చి "కాలభైరవుడి గుళ్ళోలేడు, కుమారస్వామి గుళ్ళో లేడు.... చండేశ్వరుడి గుళ్ళో లేడు"అని అరుస్తూ ఎప్పటికప్పుడు వార్త లందించటాలు. రెండో ప్రాకారమంతా గాలించారు. దొంగ దొరకలేదు.

"పదండి పై ప్రాకారానికి."

"హోయ్ ... హోయ్" అరుపుల కేకలతో జనమంతా పై ప్రాకారాని కొచ్చారు. ప్రతి చిన్న గుడీ గాలించారు. ప్రతి రాయి వెనుకా వెతికారు. ప్రతి మూలా చూశారు. ప్రతి గుబురూ కదలేశారు. ఎట్టకేలకు వినాయకుడి గుడిలో విగ్రహం చాటున దాక్కున్న దొంగని పట్టారు.

పట్టీ పట్టడంతోటే నల్లగా చింతమొద్దులా ఉన్న దొంగని జుట్టుపట్టుకు బయటికి లాగారు. 'ఛెళ్ ఛెళ్' మని చెంపలు పగలగొట్టారు. 'ఫెడీ ఫెడీ' మని తన్నారు. నరాలు విరగదీశారు. వెన్ను పగిలేట్టు కుమ్మారు. మెట్లమీంచి జరజర ఈడ్చుకొచ్చి జమ్మిచెట్టుకి మోకుతో కట్టేశారు.

ఊరు ఊరంతా కదిలొచ్చింది దొంగని చూడ్డానికి. ఆడవాళ్ళు పిల్లల్ని చంక నేసుకుని పరుగెత్తుకొచ్చారు.

'ఎలుగుబంటిలా ఉన్నాడు దొంగ!'

'పందికొక్కులా ఉన్నాడు దొంగ!'

ఒక్క పలుకు లేదు. ఒక మాటలేదు. వొళ్ళంతా గీరుకుపోయి నెత్తురోడుతుంటే కళ్ళప్పగించి చూస్తున్నాడు దొంగ. వచ్చిన ప్రతివాడూ దొంగని కొడ్తున్నాడు. చిన్న పిల్లలు సైతం సరదాకి వెళ్ళి తన్ని వస్తున్నారు. తిట్టని ఆడది లేదు.

వుమ్మేయ్యని మనిషి లేడు.

ఊరి పెద్దలొచ్చారు. భూషయ్య, రామయ్య, అవధాన్లు మొదలైనవారు.

"గుళ్ళో దొంగతనం చేస్తావంట్రా లం ....కొడకా' మోకుతో ఛెళ్ ఛెళ్ మని కొడ్తూ తిట్టాడు భూషయ్య. దొంగ వొంటిమీద కరుళ్ళు తేలాయి. "దేవుడు సొమ్ము తింటే కుక్కవై పుడ్తావురా" అంటూ అవధాన్లుగారు మొహంమీద గుద్దాడు. దొంగ భళ్ళున నెత్తురు కక్కాడు.

"చస్తాడు నాయాలు" అంటూ రామయ్య కర్రతో దొంగ మెణికలమీద కొట్టాడు. దేవుడికి ప్రతివాడూ తనచేత్తో ఓ మారేడు దళం వేసినట్టు, అక్కడి కొచ్చిన ప్రతివాడు దొంగని ఓ దెబ్బ పీకారు.

నల్లటి జీబుతల దొంగ శరీరమంతా కరుళ్ళు తేలి అక్కడక్కడా నెత్తురు కారుతోంది. గాజుబుడ్లలాటి వాడి కళ్ళు మూసుకుపోతున్నాయి.

"పోలీసోళ్ళ కేసేద్దావా వీణ్ణి" అన్నారెవరో.

"రాత్రల్లా కట్టిపడేసి, కీళ్ళిరగదీసి పంపిస్తే సరి. మా పాలేళ్ళని కాపలా పెడ్తాలే" అన్నాడు ఊరిపెద్ద భూషయ్య.

వాడు దొంగ!

వాణ్ణి కొట్టాల్సిందే! నరకాల్సిందే! ముక్కలు ముక్కలు చెయ్యాల్సిందే! కాకులకి, గద్దలకి వెయ్యాల్సిందే? దేవుడు సొమ్ము దొంగతనం చేశాడు! కుక్క జన్మ ఎత్తుతాడు! పందిగా పుడ్తాడు.

తిట్టుకుంటూ జనమంతా వెళ్ళిపోయారు.

అర్ధరాత్రి దాటాక భూషయ్య స్వయంగా దొంగకి కట్లు విప్పి "లం....కొడకా! తెలివి తేటలక్కర్లా" అంటూ ఐదు పది రూపాయల నోట్లు చేతిలోపెట్టి "శివరాత్రి వెళ్ళింతర్వాత కనపడు" అన్నాడు.

వినాయకుడి విగ్రహం వెనకాల దాచిన బంగారపు మెరుగు కాగితాల్ని వెనకటి వాటితో కలిపి భూషయ్య భోషాణంలో భద్రపరుచుకోగా, కిరాయి దొంగ కునికినపాడు రేవు వైపు తూలుకుంటూ పోయాడు. ✸

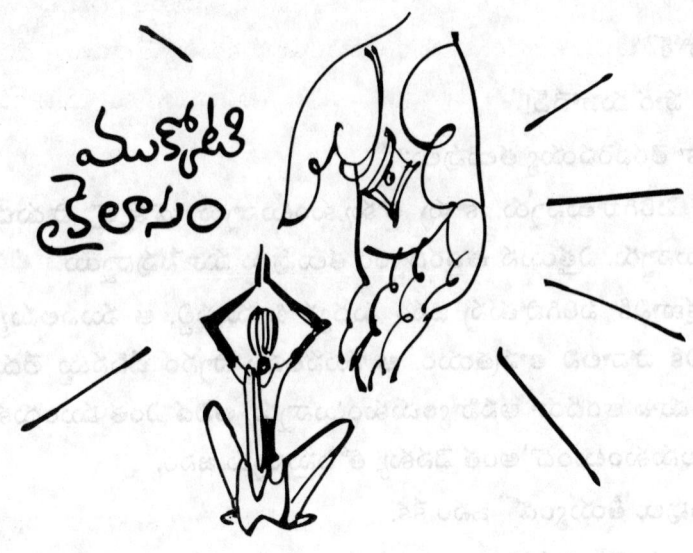

ముక్కోటి కైలాసం

వైకుంఠ ఏకాదశినాడు!

ఉత్తరద్వారం దగ్గర స్వామి దర్శనం కోసం ఇంకా తెల్లవారకముందే జనం గుంపులు గుంపులుగా చేరారు. కొందరు పట్టుబట్టలు కట్టుకున్నారు. మరి కొందరు తడి బట్టల్తోనే వచ్చారు. అపుడే కృష్ణలో స్నానం చేసి నీళ్ళోడుతున్న తలత్తో కొబ్బరికాయలు, హరతి కర్పూరం చేతబట్టి ద్వారదర్శనం కోసం జనం తొక్కిసలాడుతున్నారు.

'శంభోశంకర సాంబసదాశివ' భజనలు

'హరహర మహాదేవ' స్మరణలు

ఉత్తరద్వారం తలుపులు మూసి వున్నాయి. జనం క్రిక్కిరిసి పోతున్నారు.

"ఏవిటయ్యా ఆ తోసుకోవడం?"

"మేం పదావడనుంచి వచ్చామయ్యా!"

"మేం తెల్లవారు జామునుంచీ కాచుకున్నామయ్యా!"

"అవతల ఆడంగులు! కళ్ళు కన్పించటంలా?"

"ఓ యబ్బ! మాకూ ఉన్నార్లేవయ్యా ఆడంగులు"

"ఓ హోశ్"

"ఆ హోశ్"

"హర హర మహాదేవ్!"

"ఇంకా తెరవరేవయ్య తలుపులు?"

జనం పెరిగిపోతున్నారు. కాళ్ళు తొక్కుకుంటున్నారు, డొక్కల్లో పొడుచుకుంటున్నారు. ఎత్తయిన ఉత్తరద్వారం తలుపులు మూసేవున్నాయి.

క్షణ క్షణానికి పెరిగిపోతున్న జనం మధ్యన ఓ ముసల్ది. ఆ ముసలమ్మకి లోపలికి పోవాలని తాపత్రయం. ఆ ముసలమ్మ స్నానం చేసినట్టు లేదు. దాన్ని చూసి అందరూ అసహ్యించుకుంటున్నారు. ఆవిడ ఎంత ముందుకు పోవాలనుకుంటుందో అంత వెనక్కు తోసేస్తున్నారు జనం.

"తలుపులు తీయ్యండో" జనం కేక.

"కాస్త ఆగండో" లోపల్నించి అర్చకుల కేక.

"కరణంగా రొచ్చారా?" లోపల్నించి అర్చకులు.

"ఆ".

"మున్సబుగారొచ్చారా?"

"ఆ."

"పెద్దొరగారి గుమాస్తాగారొచ్చారా"

"ఆ"

"పెద్దశెట్టిగారొచ్చారా?"

"ఆ,"

"తలుపులు తీయొచ్చునా?"

"ఆ."

ఉత్తరద్వారం తలుపులు తెరుచుకున్నాయి.

"నమః పార్వతీ పతయే....."

కొబ్బరికాయలు పేతేలు పెతేల్మని పగిలాయి. కర్పూర హారతులు వెలిగాయి. జేగంటలు, శంఖాలు కలిసి మోగాయి. జనం తొక్కుకుంటూ, తోసుకుంటూ విరగబడ్తున్నారు. ముసలమ్మని ఇంకా ఇంకా వెనక్కి తోశారు.

స్వామి విగ్రహాలు వూరేగింపుగా ముక్కోటి మంటపంవైపు బయలుదేరాయి. మళ్ళీతొక్కిసలాట, కోలాహలం. ముసలమ్మను నుంచోనివ్వరు, కూర్చోనివ్వరు. తోసేస్తున్నారు. విగ్రహాలు బయలుదేరటంతో జనం కూడా స్వామి వెంట బయలుదేరారు. గుడికీ ముక్కోటి మంటపానికీ మధ్య బారులు తీరిన బిచ్చగాళ్ళు. ఆ రద్దీలో ఆ తోపిడిలో బిచ్చగాళ్ళ పక్కనొచ్చి పడ్డది ముసలమ్మ. విగ్రహాల వూరేగింపు బిచ్చగాళ్ళ మధ్యనుంచీ వెళ్ళిపోయింది.

"ఈ ముసలిముం డేడనుం చొచ్చిందీ!"

పక్కనున్న బిచ్చగాళ్ళు అసహ్యించుకున్నారు.

ముసలమ్మ లేవలేక చతికిలపడింపోయింది.

మాట రావటంలేదు.

బారులు తీరిన రకరకాల బిచ్చగాళ్ళు కన్పిస్తున్నారు. కళ్ళులేనివారు, కాళ్ళు పోయినవారు, పంగనామాలు పెట్టుకున్నవాళ్ళు, విభూతి తీర్చినవాళ్ళు, రాముడి పేరుతో కృష్ణుడి పేరుతో కొబ్బరిముక్క లడుక్కుంటున్నారు. మధ్య మధ్య "ఈడ చచ్చావేం! ఆడకెళ్ళి అడుక్కో. మేం రాత్రినించి ఇక్కడ కూకున్నాం" అని ముసలమ్మని తిడుతున్నారు.

చింపిరి జుట్టు ముసలమ్మ, బోసినోటి ముసలమ్మ, లోతుకళ్ళ ముసలమ్మ మాట్లాడదు! పడిన చోటునుంచి కదల్లేదు.

అమ్మా! ధర్మం!

అయ్యా! ధర్మం!

కబోదిని తల్లీ!

"అనాదజన్మ తండ్రీ" రకరకాలుగా ఏడుస్తూ అడుక్కుంటున్నారు బిచ్చగాళ్ళు. చింపి జుట్టు ముసలమ్మ ఏవీ అడగదు.

గుడికీ ముక్కోటి మంటపానికీ భక్తుల రద్దీ పెరిగిన కొద్దీ బిచ్చగాళ్ళ కేకలు పెరిగాయి. కొత్త బిచ్చగాళ్ళని రానివ్వటంలేదు. అమ్మలక్కలు తిడుతూ వాళ్ళ హక్కులు కాపాడుకొంటున్నారు.

ముసలమ్మ ముందు రెండు కొబ్బరిముక్కలు పడ్డాయి. వాటిని కొరక బోయింది గాని మింగుడు పడలేదు.

తంబురా గుడ్డోడికి బాగా డబ్బులు పడుతున్నయ్యని కాళ్ళులేని అవిటివాడు తన బండిని కొంచెం ముందుకు జరిపితే, కుష్టు బిచ్చగాడు అమ్మా నాయనా బూతులు తిట్టి యథాస్థానానికి పంపించేశాడు.

రాత్రి జాగరణ. జనం ఎక్కువయ్యారు. ముక్కోటి మంటపంలో శివసంకీర్తన జరుగుతోంది.

వాళ్ళతోపాటు గొంతులెత్తి ఏడుస్తూ బిచ్చగాళ్ళు అడుక్కుంటున్నారు. ముసలమ్మ ఉలకదు, పలకదు. ఓ రాత్రివేళ ముసలమ్మ పక్కకి వొరిగి పడుకుంది.

తెలతెలవారుతుండగా స్వామి విగ్రహాలు వూరేగింపుగా తిరిగి దేవాలయంలోకి వెళ్ళాయి. పడుకున్న ముసలమ్మ లేవలేదు. బిచ్చగాళ్ళంతా పైసలు లెక్క పెట్టుకుని, కొబ్బరి ముక్కలు మూటగట్టుకుని లేవబోతూ "లేవ్వే ముసలి ముండా" అన్నారు.

స్నానం చేయని ముసలమ్మ, దేవుణ్ణి చూడని ముసలమ్మ, 'సాంబశివా' అనని ముసలమ్మ ముక్కోటినాడు చచ్చిపోయింది.

"చచ్చిందిరోయ్!' సంబరంగా అన్నారు బిచ్చగాళ్ళంతా.

ముక్కోటి మర్నాడు ముసల్దాన్ని పాతేయడానికి ఆ శవాన్ని చూపించి బిచ్చగాళ్ళంతా పోటీలేకుండా ఐకమత్యంగా మళ్ళీ అడుక్కున్నారు. ✸

చట్టుమీద చాకలోళ్ళు బట్టలుతుకుతున్నారు.

అహోస్ .... అహోస్.

అష్షా .... అష్షా.

ధోవతుల్ని, చీరల్ని దుప్పట్లు, జంబుఖానాల్ని తిరగేసి తిరగేసి బండలకేసి బాదుతున్నారు.

ఓ పక్క ముసలి వెంకాయి పెద్ద బానలో నీలిమందు కలుపుతూ "ఓర్నీయమ్మ! పోరగాళ్ళెవరో దీనికి బొక్క కొట్టారేవ్" అన్నాడు పెళ్ళాం పోలేరమ్మతో.

"ఇంకెవరు? ఆ పూజారీది పోరగాళ్ళే రాళ్ళు కొట్టుంటారు. అయినా జన్మంతా ఆ చిల్లి బానేనా? కుమ్మరాయనకి చెప్పి కొత్తది చేయించరాదూ?" అంది పోలేరమ్మ గుడ్డలు పిడుస్తూ.

"ఓసి పోలీ! జన్మంతా నీతోనే కాపురం చేశానుగదా! నువ్వూ వోటి బాన వయిపోయావు. ఇంకోత్తిని కట్టుకోనేంటి?" అన్నాడు బోసినోటి వెంకాయి.

"ఓలబ్బ సంబడం....." అని మూతి విరిచింది పోలేరమ్మ.

"ఏటే! ఈ బాన మా అయ్యకాలం నాటిదే. వొట్టినే పోనిస్తానేటి?" అంటూ వెంకాయి చిల్లికి గుడ్డ పేలికలు పెడుతున్నాడు.

చాకళ్ళు ఎవరి బండల దగ్గరికివాళ్ళు మూటల్తో చేరుతున్నారు, అవతల పక్క కొత్తగా పెళ్ళయిన లచ్చి, సాంబడు మూటల్తో దిగారు. వాళ్ళిద్దరికీ క్షణం పడదు. ఎప్పుడూ కీచులాటే.

"తిరిగి తిరిగి ఇంతేళకొచ్చావ్! పొద్దు కన్పిస్తందా?" అన్నాడు సాంబడు.

"నువ్వూ ఇప్పుడే వచ్చి నన్ను దెప్పుతావే? వాళ్ళు బట్టలెయ్యాలా?" తిప్పికొట్టింది లచ్చి.

"సికార్లేగాదు. మాటలుకూడా నేర్చావుగదే!" పళ్ళు కొరికాడు సాంబడు.

"నాకెందుకు సికార్లు? మీసవున్న సోగ్గాడివి నీగ్గావాలి సికార్లు."

"ఏటీ! నన్నే ఎక్కిరిస్తన్నావ్! దర్బిస్ మొకందానా?"

"ఒలబ్బ! పెనం మీద అట్లకాడల్లే ఏం ఎగిరిపడ్తున్నాడు!"
"మక్కె లిరగదంతా భాంఛోత్!" లచ్చి జుట్టు పట్టుకున్నాడు సాంబడు.

"ఓలమ్మో!" గొల్లుమంది లచ్చి.

వెంకాయి పోలేరమ్మ పరుగెత్తుకొచ్చి "ఓరి మీరు పడిసావ! బట్టలుతడపకుండానే దెబ్బలాట లేంట్రా?" అని ఇద్దర్నీ విడదీసి పనికి పురమాయించారు.

లచ్చి, సాంబడు మాట్లాడకుండా బట్టలుతుకుతున్నారు. మనసుల్లో ఒకళ్ళమీద ఒకళ్ళకి ఎందుకో కసి, ఈ పెళ్ళి యిద్దరికీ ఇష్టం లేదు. పెద్దలు పట్టుబట్టి ఇద్దరికీ ముడేశారు. లచ్చి సన్నగా వుంటుంది. సాంబడికి బొద్దుగా వున్న ఆడపిల్లంటే ఇష్టం. లచ్చి జడ చిన్నది. సాంబడికి పొడుగాటి జడలున్న పిల్లంటే మనసు. ఆడపిల్ల గజ్జెల పట్టీలు బెట్టుకు నడుస్తుంటే సాంబడి గుండెలో మువ్వలు మోగుతాయి. సాంబడు కొనిచ్చినా లచ్చి గజ్జెల పట్టీలు అవతల పారేసి కడియాలు పెట్టుకు తిరుగుతుంది "టంగు టంగున." లచ్చికున్న ముక్కు బేసరీ, దుద్దులు సాంబడికి బావుండవు. అందుకే లచ్చి అంటే చికాకు... కోపం .... అసహ్యం.... దాని మాట, పలుకు, నవ్వు, అదిచేసిన పచ్చడి ఛీఛీ.

సాంబడు కోపంగా చీర ఉతుకుతున్నాడు. ఆ చీర సీతాలు కట్టింది, సీతాలు కళ్లముందు కదిలింది. అది నెమిలి కంఠం చీర. సీతాలు నెమిలి కంఠం చీర కట్టుకుని ముద్దబంతి పువ్వులా కదుల్తుంటే సాంబడికి కళ్ళూ వొళ్ళూ తెలిసేది కాదు. ఆడదంటే సీతాలే! దాని నవ్వు, దాని మాట, దాని నడక- అబ్బ ప్రాణాలు తోడేస్తూంది కద.... అనుకుంటూ చీరలో సీతాల్ని ఊహించుకుంటూ హుషారుగా ఉతుకుతున్నాడు సాంబడు.

లచ్చి అత్తకోడలంచు పంచ ఉతుకుతోంది. ఆ పంచె కోటేశుది. మొగాడంటే కోటేశుగాడే! అనుకుంది. "ఎందుకు ఊడూ ఉన్నాడు మోటుమనిషి" కోటేశు ఎంత నాజూగ్గా ఉంటాడు! వారగా ఒక్క చూపు చూస్తే గుండె జల్లుమంటది.

మొన్న పండగరోజు ఈ అత్తకోడలంచు పంచె కట్టుకుని, తలపాగా చుట్టుకుని బజార్లో ఎల్తా వుంటే కార్యవర్థిరాజులా ఉండాడు. అందరి కళ్ళూ ఆడి మీదే.... అనుకుంటూ సంబరంగా ఉతుకుతోంది.

సాంబడికి సీతాలు దొరకలేదు.

లచ్చికి కోటేశు మొగుడవలేదు.

మధ్యాహ్నానికి బట్టలన్నీ ఉతికి, తెచ్చుకొన్న అన్నంలోకి పూజారివీధి నించి కూరలడిగి తెచ్చుకుని మాట్లాడకుండా ఎదురెదురుగా కూర్చుని తిన్నారు లచ్చి, సాంబడు. ఆ పైన బట్టలన్నీ చట్టుమీద ఆరేశారు. ఒకళ్ళొకపక్క ఇంకొకళ్ళు ఇంకొకపక్క పట్టుకుని ఆ బట్టల్ని చట్టుమీద పరుస్తున్నారే కాని ఇద్దరి మనసులూ ఎక్కడో వున్నాయి. నెమిలి కంఠం చీర ఆరేస్తున్నప్పుడు సాంబడి వొంట్లో నెత్తురు జిల్‌మని పొంగింది. అత్తకోడలంచు పంచె పరిచి ఎగిరి పోకుండా రాళ్ళుపెడ్తుంటే లచ్చికి పాలిండ్లు పొంగాయి.

సాయంకాలానికి ఆరిన బట్టలన్నీ మడతేశారు లచ్చీ, సాంబడు. సూర్యు డస్తమించబోతున్న వేళ ఇద్దరూ ఉతికిన బట్టల్లో నచ్చినవి తీసి కట్టుకొన్నారు.

ఆశ్చర్యం!

సీతాలు నెమిలి కంఠం చీరలో లచ్చి అందంగా కన్పించింది సాంబడికి. కోటేశు అత్తకోడలంచు పంచెకట్టుకున్న సాంబడివైపు ఆశగా చూసింది లచ్చి.

'మూటెత్తు" అంది లచ్చి.

సాంబడు మూటెత్తి ముందుకొచ్చి లచ్చిని ముద్దు పెట్టుకున్నాడు. లచ్చి తోసెయ్యలేదు. పెదవులందించి తృప్తిగా నవ్వింది. ✸

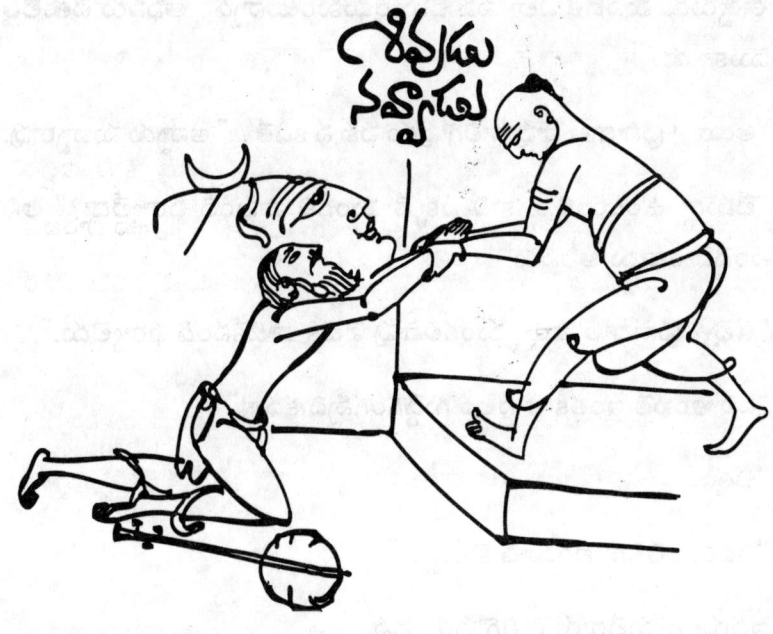

శివుడు
నవ్వాడు

దేవాలయం ఎగ్జిక్యూటివ్ ఆఫీసరు, గుమాస్తా ఎదురెదురుగా కూర్చుని మాట్లాడుకుంటున్నారు.

"ఏవయ్యా సుబ్బారావ్! దేవాలయం ఆదాయం పెంచటానికి మార్గాలేవిటి? కొబ్బరికాయ కొడ్తే చీటీ పెట్టాం. అభిషేకానికి, పూజలకు చీట్లు పెట్టాం.

51

స్పెషల్ దర్శనానికి చీట్లు పెట్టాం. పండగల్లో ధర్మదర్శనాలెత్తేసి దేవుణ్ణి చూసినందుకు సినిమా టిక్కెట్లలా రుసుములు వసూలు చేస్తున్నాం, ఇంకా ఏవన్నా మార్గాలు చెప్పు?" అన్నాడు ఆఫీసరు.

"ప్రసాదాలమ్మితే మంచి ఆదాయం వస్తుందండి" అన్నాడు గుమాస్తా సుబ్బారావు.

"చూశావా! ఇంతకాలం నాకు తట్టనే లేదు. అనుకోగానే ఆలోచన వచ్చిందంటే ఈశ్వరుడు మనచేత ఎలా సేవ చేయించుకుంటున్నాడో" ఆఫీసరు చేతులెత్తి మొక్కాడు.

"అయ్యా! ప్రసాదాల షాపు గాలిగోపురం పక్కన కడితే ..." అన్నాడు సుబ్బారావు.

"భేషుగ్గా ఉంటుంది.... కాని పక్కనే మంగలి షాపుంది ఫర్వాలేదా?" అని సందేహించాడు ఆఫీసరు.

"అబ్బే? ప్రసాదాల షాపు, మంగలిషాపు వేటికి వాటికేనండి ఫర్వాలేదు."

"సరే అయితే ఇంతకీ ఆ స్థలం గుడ్డిగంగన్నది కదూ!"

"చిత్తం."

"పదండి. తేలిగ్గా బేరమాడి కొనేద్దాం."

ఇద్దరూ బయల్దేరారు గాలిగోపురం వైపు.

గాలిగోపురంలో గంగన్న తాత తంబురా మీటుకుంటూ తత్వం పాడుకుంటున్నాడు. కంటిచూపు లేకపోయినా వొంటినిండా విభూది పూసుకున్నాడు.

"గంగన్నా! నీ పంట పండిందోయ్!" అన్నాడు గుమాస్తా.

తంబురా ఆగిపోయింది.

"గాలిగోపురం పక్క స్థలం నీదేగా! అది మా కమ్మేసేయ్! అందులో ప్రసాదాల షాపు పెడ్తామంటున్నారు ఆఫీసరుగారు" అన్నాడు గుమాస్తా. గంగన్న తటపటా యించాడు. "ఆ స్థలం నాదే కాని బాబూ! దాన్ని అమ్మే హక్కు నాకు లేదు బాబూ."

"అదేం? నీకు డబ్బిస్తామయ్యా" అన్నాడు ఆఫీసరు.

"నాకు డబ్బెందుకు బాబూ! ఆ దేవుడి ప్రసాదం మాత్రమే తిని ఈ గుడి నీడలో బతికేవాణ్ణి. డబ్బు నేనేం చేసుకుంటాను?" అన్నాడు గంగన్న.

"అయితే ఎందుకమ్మనంటావు?" నిలదీసి అడిగాడు గుమాస్తా.

"ఎందుకంటే బాబూ..... ఇప్పటిదాకా పండగొచ్చినా పబ్బమొచ్చినా బిచ్చగాళ్ళు వండుకుతిని పడుకుంటున్నారు ఆ స్థలంలో మీకు ఆ స్థలం అమ్మితే మీరు కాపలా వాళ్ళచేత వాళ్ళందర్నీ గెంటిస్తారు. వాళ్ళు దిక్కులేని వాళ్ళయి పోతారు." గంగన్నకి కళ్ళనీళ్ళు తిరిగాయి.

"మేం బలవంతాన ఆ స్థలం ఆక్రమించుకుంటే నువ్వేం చెయ్యలేవు తెలుసా?" బెదిరించాడు ఆఫీసరు.

"అప్పుడు ఆ బిచ్చగాళ్ళకు ఆ ఈశ్వరుడే దిక్కు" గద్గదంగా అన్నాడు గంగన్న. "నువ్వు దేవుడి ప్రసాదం తప్ప ముట్టని నియమం కలవాడివి కదూ! రేపట్నించి నీకు ప్రసాదం పెట్టరు. ఆకలితో మాడితే నువ్వే దోవకి వస్తావ్. పదండి సార్." ఇద్దరూ చరా చరా గుడివైపు వెళ్ళిపోయారు.

గంగన్నకు నాల్గు రోజులు ప్రసాదం పెట్టలేదు. శివనామం జపిస్తూ మంచినీళ్ళతో కాలక్షేపం చేశాడు. ఐదోరోజు గంగన్నకు ఆవేశం వచ్చింది. గాలిగోపురంలోంచి తడుముకుంటూ గుడిమెట్లవైపు వచ్చాడు. మిట్ట మధ్యాహ్నంవేళ యాత్రికు లంతా స్వామి దర్శనం చేసుకుని తిరిగి వెళ్తున్నారు. తంబురా మీటుకొంటూ యాత్రికులకు తన గోడు చెప్పుకొన్నాడు. "అయ్యలారా! అమ్మలారా! నాకు నాల్గు రోజుల్నించి స్వామి ప్రసాదం పెట్టడం లేదు. నేను స్వామి ప్రసాదం తప్ప ముట్టను. నాకు బతకాలనే కోరిక లేదు. కాని నేనేం పాపం చేశాను?

స్వామి ప్రసాదానికి నేనెందుకు నోచుకోలేదు?"

పదిమంది అర్చకులు స్వామికి మహానివేదనలు అర్పించి తిరిగొస్తున్నారు.

గంగన్న హీనస్వరంతో అంటున్నాడు.

"స్వామి ప్రసాదం నాకు దొరకదా ..... నేను పడిపోతున్నాను ....."

అందరికంటే ఆఖర్న అర్చకుల్లో పెద్దవాడైన మహదేవయ్య గంగన్నని చూశాడు. గబగబా వచ్చి తూలిపడబోతున్న గంగన్నని పట్టుకున్నాడు. మహదేవయ్య కళ్ళనిండా నీళ్ళు. మహదేవయ్య కూడా స్వామి ప్రసాదం తప్ప ఇతరం స్వీకరించడు. ఆయనకు గంగన్నను చూస్తూంటే గుండె కరిగిపోయింది.

"మహాదేవయ్య గారూ! మీరు మడిగట్టుకుని ఆ గుడ్డోణ్ణి ముట్టుకుంటున్నారా?..." అన్నాడు ఆఫీసరు.

"మహదేవయ్య మహానివేదన పళ్ళెం పక్కన పెట్టి గంగన్నని మెట్లమీద కూర్చో పెట్టాడు. యాత్రికులంతా మూగారు. "అతనూ మడిగట్టుకునే ఉన్నాడండీ.... రా గంగన్నా....రా..... స్వామి ప్రసాదం తప్ప ఇంకేదీ ముట్టని నియమం నాకొక్కడికే ఉందనుకున్నాను. ఇవ్వాళ ఆ ఈశ్వరుడు నా కళ్ళు తెరిపించి - ఓరేయ్! నీలాంటి భక్తులు నా కింకా ఉన్నార్రా అని చెప్పాడు. రా గంగన్నా! స్వామి నాల్గు రోజులనుంచి చిరునవ్వు నవ్వటం లేదయ్యా! దానిక్కారణం ఇప్పుడు తెలిసింది. ఇవ్వాల్టి నుంచి స్వామి ప్రసాదం ముందు నీకు పెట్టి ఆమిగిలిందే నేను తీసుకుంటాను- రా....

గంగన్న ఆకులా వొణికిపోయాడు.... "బాబూ....!"

"వొద్దనకు గంగన్నా ..... ఈ మహానివేదన నా చేత్తో నీకు తినిపించనీ.... లేకపోతే నా స్వామి చిరునవ్వు నవ్వడయ్యా...." అంటూ మహదేవయ్య స్వామి ప్రసాదం తన చేత్తో గంగన్న నోటికందిస్తే "సాంబశివా...." అని కరిగిపోయాడు.

యాత్రికుల "హరహర మహదేవ" కేకలతో దేవాలయశిఖరం తుళ్ళిపడింది. ✸

ఒక రోజు వెళ్ళిపోయింది

ఒకరోజు వెళ్ళిపోయింది. మరో రోజు వస్తోంది. వెళ్ళిపోయిన రోజుగురించి ఆలోచిస్తుంటే వచ్చిన రోజు కూడా వెళ్ళిపోతుంది.

ఇలా వచ్చి వెళ్ళిపోయే రోజుల్లో ఒకరోజున పిచ్చయ్యగారు వెళ్ళిపోయారు. చాలామంది వెళ్ళిపోయే ఈ లోకంలో పిచ్చయ్యగారు వెళ్ళిపోవటం ఓ విశేషం కాదు. పైగా ఆయన కవి, గాయకుడు ఇలాంటివేమీ కాదు. జీవితంలో ఏదన్నా సాధించాడనుకుందామా అదీ లేదు. కాని పరుగెత్తే ప్రవాహం అడుగు తెలియకుండా ఈదుకెళ్ళే చేపపిల్లలా, తొణకని సరస్సులో కదలని అలలా, ఆయన కాలానికి తెలియకుండా కాలంతో కలిసిపోయి జీవితమంతా గడిపాడు. శబ్దాల సంగతి అటుంచండి. నిశ్శబ్దంలో పరమ నిశ్శబ్దంగా కలిసిపోయి ఆయన జీవించిన తీరు తెలుసుకోవాలంటే ఆయన దినచర్య ఒక్కరోజు గమనిస్తే చాలు.

ఉదయం ఆయన వీధి అరుగుమీదకి రాగానే పిచ్చయ్యగారి భార్య సీతమ్మగారు కుంభకోణం చెంబుతో నీళ్ళు, కచ్చిక, తాటాకు పెట్టేది. మొహం కడిగి అటునించి అటే కృష్ణకి బయల్దేరుతాడు. చలి అయ్యేది, వర్షమయ్యేది అంగోస్త్రం నడుంకి బిగించి కృష్ణలో దూకవలసిందే. గుండెలోతు నీళ్ళలో నుంచుని సంధ్యావందనం ముగించి చెంబుతో కృష్ణోదకం తీసుకుని గుడికి బయల్దేరుతాడు. దోవలో వీధరుగులమీద చిన్న పిల్లలు కూర్చుని కబుర్లు

చెప్పుకుంటూంటే చల్లటి కృష్ణ నీళ్ళు వాళ్ళమీద చిలకరించేవాడు. వాళ్ళు "చలి చలి" అని ముడుచుకుపోతుంటే నవ్వుకుంటూ ముందుకు సాగి పోయేవాడు. రెండో[ప్రాకారంలోని గన్నేరు చెట్టు దగ్గర కొచ్చి పూలు కోసుకుంటూ 'ఇక్కడ నిన్న రెండు మొగ్గలుండాలే' అనుకొనేవాడు. ఆయనకి కొమ్మల, రెమ్మలూ, పువ్వులూ, మొగ్గలూ అన్నీ లెక్కే. పున్నాగపూలు నాలుగు చెంబులో వేసుకుని మారేడు చెట్టువైపు కొచ్చేవాడు. లేత మారేడు దళాలు ఓ గుప్పెడు కోసుకుని మూడో [ప్రాకారం మెట్లెక్కేవాడు.

పిచ్చయ్యగారొచ్చే సమయానికి అర్చకులు అమరేశ్వరుడికి అభిషేకం చేసి సిద్ధంగా ఉండేవారు. స్వయంగా తెచ్చుకున్న కృష్ణోదకంతో స్వామికి అభిషేకం చేసుకొని పత్రీ, పూలు పూజచేసేవాడు. అదేవిఁపూజో! పిచ్చయ్యగారి పెదవి కదిలేదికాదు. మంత్రం బయటికి విన్పించేది కాదు. ఆ మౌనస్వామికే తెలియాలి ఆ మౌనపూజ! కిందికి దిగివచ్చి గంట మోగించి శలవు తీసుకుని, నందిచుట్టూ తిరిగి బాలచాముండేశ్వరిని దర్శించుకుని సాగిలపడేవాడు. ఆ తల్లి పాదాల నంటివున్న కుంకుమని నుదుట పెట్టుకుని మంటపంలో కొచ్చి కూర్చునేవాడు. అప్పటికే అక్కడికి చేరుకున్న అభిషేక బ్రాహ్మలు రకరకాల చర్చలు చేస్తూ ఉండేవారు. పెరుగుతున్న ధరల గురించీ, ఆవకాయ వూరగాయ గురించీ, పాకిస్తానం గురించీ, ఎవళ్ళో లేచిపోవడం గురించీ. ఆ మాటలు సాగుతుంటే అన్నీ వింటూ కూర్చునేవాడు. మధ్యలో ఏ లింగయ్యగారో పిచ్చయ్యగారూ! అవునంటారా, కాదంటారా అంటే పిచ్చయ్యగారు చిరునవ్వు నవ్వేవాడు. అంతేకాని పెదవి విప్పేవాడు కాదు. మధ్య మధ్యన గాలిగోపురం మీద వాల్తున్న పావురాళ్ళని లెక్కపెడ్తుండేవాడు.

అంత మౌనంగా లోకాన్ని తిలకిస్తున్న పిచ్చయ్యగారు ఇంటికొస్తూనే గుమ్మం లోంచి 'పచ్చడేవిటో?' అని పెద్దగా అరిచేవాడు. దొడ్లోంచి సీతమ్మగారు 'దోసకాయ పచ్చడి బద్దలనో లేక చింతచిగురు పచ్చడనో' అంటే 'కారం జాగ్రత్త' అనేవాడు. పిచ్చయ్యగారికి రోజూ నూరిన పచ్చడుండాలి. అందులో కారం దివ్యంగా ఉండాలి. లేకపోతే గొప్ప చిరాకు పడేవాడు. భోజనాంతరం వక్క పలుకు వేసుకుని పిచ్చయ్యగారు నులకమంచంలో వాలగా సీతమ్మగారు

కాళ్ళకట్టనచేరి పాదాలకు ఆముదం రాసేది. వక్కపలుకు నములుస్తూ నములుస్తూ పిచ్చయ్యగారు నిద్రపోతే అంతకుముందే పట్టెమీద తలవాల్చి ఆవిడ నిద్రపోయేది. సాయంత్రం పిచ్చయ్యగారు వూరు చుట్టివచ్చేవాడు. పాండురంగ స్వామి గుళ్ళో అచార్లుగారికి ఆయనకి సంభాషణ ప్రతిరోజూ ఇలాగే ఉండేది.

"ఇవ్వాళేం కూర?"
"పొట్లకాయ."
"పచ్చడో?"
"కొత్తిమెర కారం."
"ఇవ్వాళెన్ని పూజలు?"
"రెండు."
"ఏవన్నా గిట్టిందా?"
"ఏదో...." నవ్వేవాడు ఆచార్లుగారు.

అక్కణ్ణించి పెద్ద బజార్లో రాములవారి గుడిమెట్లమీద కొంతసేపు కూర్చుని అక్కడ పిల్లల గోలీలాట చూసేవాడు. పిల్లల్తో పాటు తనూ గోలీలు లెక్కపెట్టే వాడు. సంజెవేళకి తిరిగి గుళ్ళో కొచ్చేవాడు. గుళ్ళో పిచ్చయ్యగారి చోటు పిచ్చయ్యగారిదే. అక్కడ కూర్చుని గోపురంలో రామచిలకలవైపో, వూగుతున్న జమ్మిచెట్టువైపో చూస్తూ ఉండేవాడు. గుడి తలుపు వేసేప్పుడు ప్రసాదంగా పెట్టిన వడపప్పు తుండుగుడ్డ కొంగున కట్టుకుని ఇంటికొచ్చేవాడు. రెండు మెతుకులు తిని ఆ వడపప్పు సీతమ్మగారికిన్ని పెట్టి తను ఒక్కొక్క గింజే నములుతూ నిద్రలోకి వెళ్ళిపోయేవాడు. అలా నిద్రలోకి వెళ్ళిపోయిన పిచ్చయ్యగారు ఒకరోజు తిరిగి లేవలేదు. కాళ్ళకట్టనుండి లేచిన సీతమ్మగారు పిచ్చయ్యగారు పోతే గొల్లుమనలేదు. 'బొట్టుమాత్రం చెరుపుకొని' "ఇంతకాలం నా ఎదురుగా ఉండేవారు. ఇప్పుడు నాలోనే ఉన్నారు" అనుకుంది.
పిచ్చయ్యగారు ఏవీ సాధించలేదు. తగాదాలు తీర్చలేదు. సమస్యలు చర్చించలేదు. కానీ కాలానికి తెలియకుండా కాలంలో కలిసిపోయి బతికాడు. అది చాలదా? చాలటంలేదు చాలా మందికి. ✸

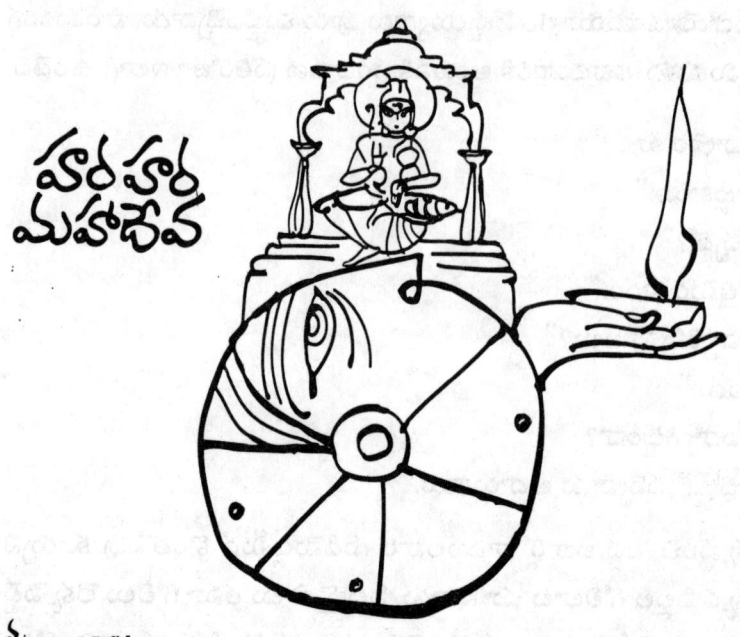

హర హర మహాదేవ

శంభ! శరభ!
దశ్శరభ! శరభ!
ఆదిశేషువు పడగెలెత్తీ
సంబరంబున బుసలు పెట్టా
నందికేశుడు రంకెవేసి
ముదముతో మున్ముందు నడవా
వీరభద్రుడు భద్రమూర్తయి
రుద్రగణముల తోడు నిలువా
డమరుకల ప్రళయార్భటులు
భూమండలము నిండా ఫెళ్ళుమనగా
హరా! కదలిరావయ్యా!
అమ్మతో కలగలసి రావయ్యా!

అమరేశ్వరా! తరలిరా తండ్రీ! మహాశివరాత్రినాడు వేంకటాద్రి నాయుడి మంటపంలో నిన్న పార్వతీదేవిని చేపట్టిన తండ్రీ! నేడు రథోత్సవానికి బయల్వెడలవయ్యా! చండీశ్వర భృంగీశ్వర సకల కైలాసగణంతో కైలాసం నుండి కదలిరా తండ్రీ!

కోటగుమ్మాని కెదురుగా పెద్ద రథం సిద్ధంగా వుంది. రథానికి కట్టిన రంగు రంగుల గుడ్డలు గాలిలో తేలిపోతున్నాయి. రథకేతనం శివరాత్రి గాలిలో అమరావతి ఆకాశాన రెపరెప లాడుతోంది.

పెద్ద బజారు నిండా ఇసుకవేస్తే రాలని జనం. సందుల్లో జనం. గొందుల్లో జనం. బజార్లలో జనం. గుళ్ళో జనం. గోపురాల్లో జనం. మంటపాల్లో జనం. కృష్ణ రేవంతా జనం. కృష్ణలోని పడవల నిండా జనం. అవతల వొడ్డున ఇసుక తిన్నెల నిండా జనం. రథోత్సవాన్ని తిలకించటానికి పరుగు పరుగున వస్తున్న మహాజనం. వీధులన్నీ నిండిపోయాయి. ఇళ్ళు నిండిపోయాయి. ఇళ్ళ కప్పులు నిండిపోయాయి. చెట్లు నిండిపోయాయి. భక్తజన సాగరం అమరావతిలో పరుచుకున్నట్లుంది. రంగురంగు తల పాగాలు, సైకిల్ కట్టుపంచెలు, కోరమీసాలు,వారచూపులు, జులపాల జుత్తులు, పేటేరు చీరలు, బుట్టజాకెట్లు, క్రీగంటి సొంజ్ఞలు, పైట సద్దుళ్ళలో, పాపిట దిద్దుళ్ళలో, నగలు భద్రం పేరిట పాలిండ్లు హత్తుకోటంలో బోలెడు సంకేతాలు.... కావాలని బుజం రాచుకున్న సోగ్గాళ్ళవైపు కన్నె పిల్లలు చురుక్కున చూసి 'నీ జిమ్మడ' అని నవ్వుతూ తిట్టి ముందుకు పరుగెట్టడాలు, తప్పిపోయి ఏడుస్తున్న పిల్లలు, గాభరాగా వాళ్ళ నెతుక్కుంటున్న తల్లిదండ్రులు- ఇలా కోలాహలంగా ఉంది.

పదావండ దూరంనించి పరుగు పరుగున వచ్చారు జనం. పల్లెపడచులు బారులు తీరివున్న గాజుల కొట్లలో బేరమాడుతుంటే మొగవాళ్ళు చెరుగ్గడలు కొనుక్కుంటున్నారు. పిల్లలకి బెల్లం మిఠాయి తినిపిస్తున్నారు. ఒక పక్క "కలభసుందరా గామానా .... కిట తయ్యకు తద్ధిమిత ..... తక తక తక... కలభ...." అంటూ చెక్క భజన జోరుగా సాగుతోంది. ప్రతివూరు నుంచి ఓ చెక్క భజన బృందం వచ్చి బజారంతా భజనలు చేస్తున్నారు. ఓ పక్క సన్నాయి,

మరో పక్క బాండు మోగుతుంటే ఇంకోపక్క మొండిబండ వాళ్ళు జుఁయ్! జుఁయ్ జుఁయ్‌న్ని రుంజ మోగిస్తూ ఛెడేల్! ఛెడేల్‌మని కొరడాలతో బాదు కుంటూ నెత్తురు కక్కుతున్నారు. ఇంకో పక్క "కాయ్‌రాజా కాయ్! ఒంటె, గుర్రం ఖాళీ" ఆట సాగుతుంటే ఆట మజాలో ఉన్నవాళ్ళ జేబుల్లో చేతులెట్టి నందుకు కొందర్ని పోలీసులు తీసుకెళ్తున్నారు.

హరహర మహాదేవ! జనం కేక.

ఆ కేక జనమంతా అందుకున్నారు. 'హర హర మహాదేవ!'

అమరావతి ఊరంతా మార్మోగింది. వేలాది జనం నిక్కించి దేవాలయం వైపు చూస్తున్నారు.

అడుగో స్వామి బయలుదేరుతున్నాడు. స్వామి విగ్రహాలు దేవాలయం నుంచి రథంవైపు కొస్తున్నాయి. ముందుగా అమరేశ్వరస్వామి, ఆ తర్వాత బాల చాముండేశ్వరి, ఆపైన మహిషాసురమర్దని, ఆ వెనక ఉత్సవ విగ్రహాలు, ఆ తర్వాత మరో దేవి విగ్రహం. ఆమె జ్వాలాముఖా? ఎవరాదేవి? గంగమ్మా? నెత్తినున్న తల్లిని పక్కన కూర్చోపెట్టుకున్నావా తండ్రీ? కాదయ్యా! కృష్ణలో కొట్టుకొచ్చి ఇసుకలో కూరుకుపోతే దొరికిందయ్యా ఆ దేవి విగ్రహం. అయితే కృష్ణమ్మా? కృష్ణమ్మో, గంగమ్మో ఎవరైనా ఆ చాముండేశ్వరీదేవే కదుటయ్యా, మరంతే.

హరహర మహాదేవ!

విగ్రహాలన్నీ చిన్న రథం మీదకొచ్చాయి. చిన్న రథంమీంచి ఒక్కొక్క విగ్రహాన్నే పెద్దరథం మీదికెక్కిస్తున్నారు. శంఖాలు పూరిస్తున్నారు. జేగంటలు మోగు తున్నాయి. సన్నాయి ఉచ్ఛస్వరంతో గాలిలో ఆడుతోంది. 'శంభోశంకర! సాంబ సదాశివ!' భజనలు చెవుల్లో గింగురు మంటున్నాయి. అలాంటి సమయాన స్వామి తన పరివారంతో రథమెక్కాడయ్యా! రథం చుట్టూ మంత్రాలతో ఎర్ర అన్నం బలిహరణ వేశారు. మషాల్తీలు కాగడాలతో స్వామి రథం ముందు కూర్చున్నారు. రథం లాగటానికి రెండు పక్కలా మోకులు పట్టుకొని సిద్ధంగా

ఉన్నారు జనం. పెద్ద దొరగారి హారతి అవటంతోనే జంగం సవరయ్య "హర హర మహాదేవ" అంటూ జండా వూపటమేమీ రథం కదిలిందయ్యా! కైలాస రథం కదిలిందయ్యా! జనం గుండెలు పొంగగా స్వామి తేరుమీద తేలిపోతూ ముందుకు నడిచాడయ్యా! జనం రథం మీద పూలు విసిరారు. పత్రి విసిరారు, అరటిపళ్ళు విసిరారు, జాంపళ్ళు విసిరారు. ఆ విసిరిన జాంకాయ మషాల్జీ నరసింహం తలకు ఠంగున తగిలేసరికి అతనికి దిమ్మరపోయింది. పరుగు పరుగున వెళ్తున్న స్వామి రథం మధ్యలో ఆగిపోయింది.

రథం ఆగిపోయింది!

అంగుళం కదలటంలేదు. అందరూ పట్టి లాగారు. కదల్లేదు. రథాన్ని పరీక్ష చేశారు. లాభంలేదు. గొంతెత్తి స్వామిని కీర్తించారు. రథం కదల్లేదు.

మూడు రోజులు కాలినడకన ప్రయాణం చేసి మోగులూరి నించి వచ్చిన ముసలమ్మ దార్లవారి వరండాలో దీపారాధన చేసుకొని స్వామి రాకకోసం ఎదురుచూస్తోంది. ముక్కోటి ముసలమ్మకి ముద్దుల చెల్లెలు ఈ మోగులూరు ముసలమ్మ. స్వామిని చూద్దామంటే జనం ముందుకు పోనివ్వరు. రథం ఆగటంతో జనం ఆగారు. ఆ సమయాన చేత దీపారాధనతో మనుషుల్ని వొత్తిగించుకుంటూ రథం ముందుకు వచ్చింది. "పో ముసలమ్మా" అని ఎవరో అంటే "పోవటానికే వచ్చాను తండ్రీ" అంటూ దీపారాధన చూసుకుంది. స్వామిని చూసింది. నవ్వుతున్న స్వామి పక్క సిగ్గుపడుతున్న అమ్మని చూసింది. మళ్ళీ దీపాన్ని చూసుకుంది. నవ్వుకుంది. ఏడ్చుకుంది. ఇంతలో ఎవరో "హర హర మహాదేవ!" అన్నారు. మోకులెత్తుకున్నారు. జనం "హరహర" అంటూ రథం లాగారు. చక్రాల సందులోకి వెళ్ళిపోయింది మోగులూరు ముసలమ్మ. చక్రాల కింద నలిగిపోయింది ముసలమ్మనుకున్నారు.

లేదు. రథం కిందినుంచి ఇవతలకొచ్చి నుంచుంది. ఠీవిగా నుంచుంది. కళకళ లాడుతూ నుంచుంది. చేతిలో వెలుగుతున్న దీపాన్ని చూసింది. ఉరకలేస్తూ పరుగుతీస్తున్న స్వామి రథాన్ని చూసింది. గలగలా నవ్వుతూ ఏడ్చింది. ✸

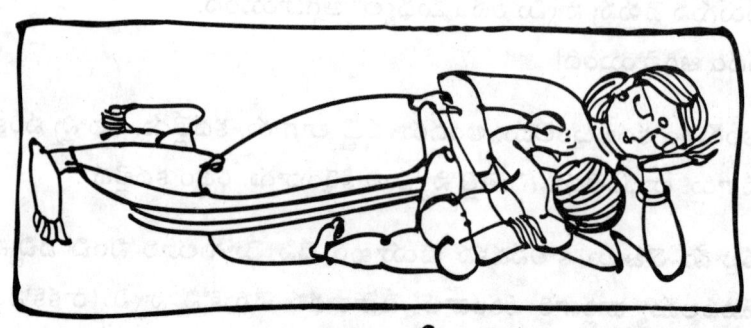

ధీమలో చిరిగిపోయింది

అవధాన్లుగారు గొంతెత్తి ఆశీర్వచన పనస చదువుతుంటే దేవతలు దిగివచ్చి దీవిస్తున్నట్టుండేది. ఆయన గంభీరమైన కంఠం నుంచి వేదం వెలువడుతుంటే సుస్వరంగా వున్న మంచి సన్నాయి వాద్యం వింటున్నట్టు వుండేది. చెవుల కుండలాలు అల్లనల్లన కదలాడగా వేదస్వరానికి అనుగుణంగా ముద్రపడ్తూ నిండుగా ఉన్న అవధాన్లుగారు ఓ గొప్ప ఋషిలా కన్పడేవారు. అవధాన్లుగారి తండ్రి యజ్ఞం చేశారు. అవధాన్లుగారు యజ్ఞం చేయకపోయినా జీవితమంతా యజ్ఞంలా గడిపారు. ఆయన మంత్రించి ఇచ్చే విబూదికి గొప్ప మహత్తు ఉందని అందరికీ నమ్మకం. పొద్దున్న మొదలు అర్ధరాత్రి దాకా గొల్లున ఏడుస్తూ జనం రావటం అవధాన్లుగారు ప్రేమగా నుదుట విబూది పెట్టి వొళ్ళంతా నిమరటం వాళ్ళబాధ తగ్గి వెళ్ళటం పరిపాటి.

ఆ విబూది మంత్రిస్తున్నప్పుడు ఆయన్ను చూడాలి. కళ్ళు మూసుకుని అంర్ముఖుడై పోయేవాడు. సర్వదేవతల్ని ఆవాహన చేస్తున్నట్టుండేది ఆయన ముఖం. క్షణంలో బిగుసుకు పోయేవాడు. బాధితుణ్ని వొళ్ళోకి తీసుకుని నిమిరేవాడు. అంతలో నవ్వుతూ అతగాడి కళ్ళలోకి చూసేవాడు. ఆ చూపులో కరుణ, దయ, నేనున్నాను నీకేం భయంలేదు అన్న హామీ. ఆ కడుపునొప్పివాడు నవ్వేవాడు, అలా వూరువూరంతా ఏ బాధొచ్చినా "అవధాన్లుగారున్నారు మనకేం భయం?" అన్నట్టుండేది.

ఒక రోజున ఒక మాల పోరగాడు ఓ రాత్రిపూట ఏదో చూసి జడుసుకుంటే మాటపోయి బిత్తర చూపులు చూడ్డం మొదలెట్టాడు. ఆ పోరణ్ణి వొళ్ళో పడుకోబెట్టుకుని "ఏరా! ఏరా!" అంటూ వొళ్ళంతా నిమురుస్తూ వొంటి నిండా విబూదిరాసి వాడిచేత పలికించి, నవ్వించి పంపాడు. అది చూసి అవధాన్లుగారి భార్య సోమిదేవమ్మ "అయ్యో! అయ్యో! ఆ మాలవాణ్ణి ముట్టుకుంటారు టండీ?" అంటే "కడుపునొప్పి నీకూ వస్తుంది, వాడికీ వస్తుందే .... పట్టు నీకు విబూది పెడ్తాను" అన్నారు అవధాన్లుగారు. "నాకెందుకు విబూది?" అని ఆవిడంటే "నీ కీ రోగం పోవటానికి" అని విబూది పెట్టి వాకిట్లోకి చక్కా వచ్చేశారు.

ఆయన సాయంత్రం అన్ని వీధులూ తిరిగేవారు మంత్రించిన విబూదితో. ఆయన ఇంట్లోలేనప్పుడు ఎవరైనా వస్తే సోమిదేవమ్మగారు భర్తని తలుచుకొని విబూది పెడ్తుంది. అవధాన్లుగారి కొడుకు పేరిశాస్త్రి వచ్చిన వాళ్ళని తిట్టుకుంటూ ఇంత విబూదిగడ్డ పడేస్తాడు.

విబూది అన్నం పెడ్తుందా! ఒకళ్ళు కూర, ఇంకొకళ్ళు మజ్జిగ తీసుకొచ్చి ఇస్తే ఇంతకాలం గడిచిందిగాని పంటలు పండక వూరంతా దరిద్రం అనుభవిస్తున్న దశలో అవధాన్లుగారి ఇల్లు గడవటం కష్టమైపోయింది. ఎదిగొచ్చిన పేరిశాస్త్రి గుళ్ళో అభిషేకం చేసి సంపాదించటం మొదలెట్టాడు. పేరిశాస్త్రి ముఖం చూసి అవధాన్లుగారబ్బాయంటే ఎవరూ నమ్మరు. అంతేకాదు అవధాన్లుగారి దీక్ష వేరు. ఇతని దీక్షవేరు. పేరిశాస్త్రి మద్యమహర్షి. నిరంతర పాన సమాధిలో

ఉండాలని కోరుకుంటాడు. అది చాలక ప్రపంచంలోని సుఖాలన్నీ ఆడదాని కౌగిట్లో ఉన్నాయని నిశ్చయంగా నమ్మినవాడు. ఆడవాళ్ళ పెదవులందుకోటానికి అభిషేకాల డబ్బులు చాలకపోతే కృష్ణరేవులో సంకల్పాలు చెప్పి సంచయనాలు చేయించి యాత్రికుల్ని పిండి సంపాదించేవాడు. "మూడురూపాయలు అక్కడ పెట్టకపోతే ముక్తి లేదనేవాడు." ఆ డబ్బులు రొంటిని దోపుకుని సరాసరి ముండ ఇంటికి వెళ్ళేవాడు.

పేరిశాస్త్రి సంగతి తెలిసి అవధాన్లుగారు మంచం పట్టారు. రోజు రోజుకీ కుంగి పోతూ "అమరేశ్వరా! నన్ను నీలో కలుపుకోవయ్యా" అంటూ ఏడుస్తున్నారు. కాని పేరిశాస్త్రి మారలేదు. అతని స్నేహితులంతా ఇలా మాట్లాడుకొనేవారు!
"అది ముద్దెట్టుకుంటానని బుగ్గ కొరికేసిందిరా!"
"అది వాటేసుకుంటే వొళ్ళు వొరుసుకుపోయిందిరా!"
"అది తొడ మెలికేస్తే గుండె చురుక్కుమందిరా బాబూ!"
"అబ్బ దాని వక్షాలు...."

ఈ మాటలు పేరిశాస్త్రికి సామవేదంలా వినిపించేవి, అభిషేకాలు చేస్తున్నా, సంకల్పాలు చెబుతున్నా పేరిశాస్త్రి మనస్సులో ఆ పెదవులు, ఆ వక్షాలు, ఆ వొంపులు, ఆ కదలికలు .... ఇవే ఆడుతూ ఉండేవి.

రోజూ రాత్రి మూడు గంటలకికాని కొంపచేరని పేరిశాస్త్రి తలుపు మెల్లిగా కొడ్తూ "అమ్మా" అని పిలిచేవాడు. విషయం తెలిస్తే భర్త బాధపడతాడని తలుపు దగ్గరే మంచం వేసుకునేది సోమిదేవమ్మగారు. ఒకరోజు తెల్లవారుజామున పేరిశాస్త్రి ఇల్లు చేరేటప్పటికి తలుపు తెరిచేఉంది. ఇదేమా? అనుకొంటూ గడపదాటేసరికి సోమిదేవమ్మగారు పరుగెత్తుకొచ్చి కొడుకును గట్టిగా కావిలించుకొని "మీ నాన్నగారు వెళ్ళిపోయార్రా తండ్రీ!" అంటూ బావురుమంది. ఆవిడ కొడుకుని కావిలించుకుని విడువలేదు. అవే వక్షాలు, అవే చేతులు, అవే కాళ్ళు, అదే శరీరం, అదే కౌగిలింత. పేరిశాస్త్రి ఏవైపోయాడు?

ఆర్నెల్ల పసిపాప అయిపోయి భళ్ళు భళ్ళున ఏడుస్తూ తల్లి పాదాల దగ్గర కూలబడ్డాడు. ✸

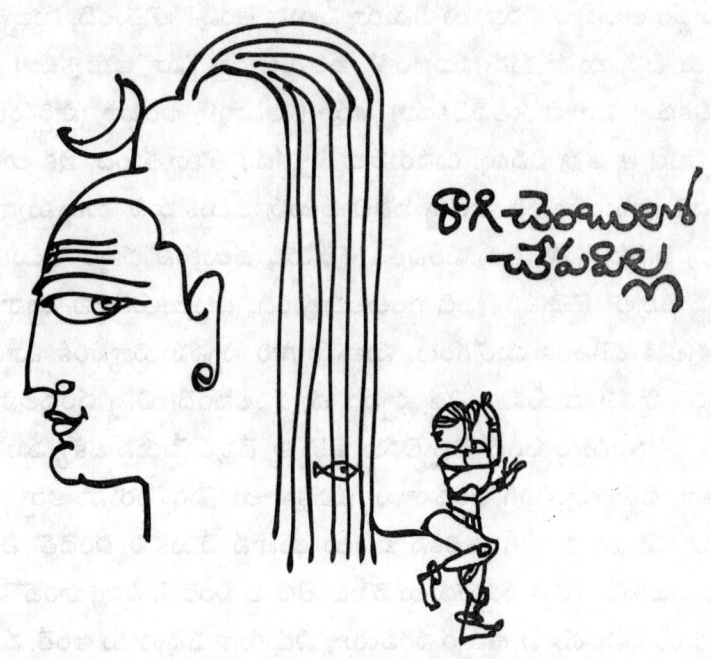

రాగి చెంబులో చేపపిల్ల

సుబ్బమ్మగారు పండు ముత్తయిదువు. డెబ్భై ఏళ్ళు దాటుతున్నా కాయబారు మనిషి. నడుం వంగలేదు. చూపు తగ్గలేదు. నిప్పుల మీద నీళ్ళు చల్లేటంత ఆచారం. నిప్పుతో నీళ్ళని శుద్ధిచేసేటంత వీరమడి. ఈ ముక్క మాటవరస కనడంలేదు. సుబ్బమ్మ గారింట్లో నీళ్ళగాబు చూస్తే అక్కడ బొగ్గులు తేల్తూ కన్పిస్తాయి. వొడ్డిర వాళ్ళు కృష్ణనుంచి తీసుకొచ్చి పోసిన నీళ్ళు కనుక మండుతున్న కట్టెపేడు ఒకటి తీసుకెళ్ళి ఆ గాబులో ముంచుతుంది. అప్పుడు ఆ నీళ్ళు శుద్ధి అయినట్టు.

అలా శుద్ధి అయిన నీళ్ళతో కల్లాపు జల్లి, ముగ్గువేసి ఆపైన వంటిల్లు అలుక్కుని పొయ్యి అలికి అక్కడ మళ్ళీ ముగ్గువేసి కృష్ణకి స్నానానికి బయల్దేరేప్పటికి తొమ్మిదవుతుంది. కావిళ్ళతో నీళ్ళు తెచ్చేవాళ్ళకి దూరంగా నడుస్తూ దోవలో కావమ్మగారింట్లో కరివేపాకడిగి రామయ్యగారి దొడ్డి దగ్గర

65

కొచ్చేసరికి రామయ్యగారి కర్రి ఆవు సుబ్బమ్మగార్ని చూసి బుసలు కొడ్తుంది. సుబ్బమ్మగారికి ఆ ఆవంటే గొప్ప భక్తి. అదేం ఖర్మమో! ఆ ఆవు ఈవిణ్ణి చూడ్డం ఆలస్యం కొమ్ములు విసుర్తూ పలుపు తెంపుకోబోతుంది. సుబ్బమ్మ గారు చిన్న బుచ్చుకున్న ముఖంతో, బతిమిలాడ్తూ "మా అమ్మకదూ! మా తల్లికదూ! మా పార్వతీదేవికదూ! అమ్మా! అమ్మా!" అంటూ ప్రార్థిస్తుంది. ఊహుఁ! ఆ ఆవు వినదు. రుసరుసలాడ్తూ కదం తొక్కుతుంది. ఇక లాభం లేదని రామయ్యగారి పాలేర్ని పిలిచి పలుపు పట్టుకోమని సుబ్బమ్మగారు ఆవు వెనక్కు వెళ్ళి ఆవు పంచితం తలమీద చల్లుకుని దణ్ణం పెట్టుకుని కృష్ణ రేవులో కొచ్చేసరికి పది గంటలవుతుంది. బట్టలుతుక్కుని స్నానానికి నీళ్ళలోకి దిగేసరికి మరోగంట. సుబ్బమ్మగారి స్నానమయ్యేసరికి సూర్యు డస్తమిస్తాడని వాడుక. ఆవిడ స్నానం చూడవలసిందే! ఎన్ని వందలసార్లు నీళ్ళలో మునుగుతుందో చెప్పలేము. ఒక్కొక్క దేవుడి పేరున ఒక్కో మునక. దిక్కు దిక్కుకూ తిరిగి వందనాలు. ప్రదక్షిణాలు. పేరుపేరునా అర్ఘ్యాలు. అలా మునిగి మునిగి ఉతికిన బట్టలు భుజాన వేసుకొని బిందెతో నీళ్ళు ముంచుకుని వొడ్డుకి పదగుడులు వేసేదో లేదో ఆ బిందెడు నీళ్ళు పారబోసేది. కారణం ఏవీలేదు. ఏ ఉప్పర సరవయ్యో ఎదురుగా వచ్చేవాడు అంతే. మళ్ళీ కృష్ణలో మునిగి నీళ్ళు ముంచుకు పైకొచ్చి, అన్నం మెతుకు కాలి కింద పడిందని మళ్ళీ నీళ్ళు పారబోసేది. మళ్ళీ మునక. మళ్ళీ నీళ్ళబిందె. వస్తుంటే చింతచెట్టు మీంచి కొంగరెట్ట వేసిందేమో అన్న అనుమానంకొద్దీ మళ్ళీ నీళ్ళు పారబోసేది. ఇలా పారబోసిన నీళ్ళతో రేవు రేవంతా బురదయ్యేది. అనేక గండాలు తప్పించుకుంటూ మంచి నీళ్ళబిందె ఇంటికి చేరటానికి గంటపైగా పట్టేది.

పన్నెండు గంటలు దాటుతున్నవేళ పొయ్యి రాజేసేది. నడుస్తున్నా నేలంతా మడినీళ్ళు చల్లుకుంటూ వండుతున్న ప్రతి వస్తువుమీద మడి నీళ్ళు చిలకరిస్తూ వంట సాగించేది. సుబ్బమ్మ గారి భర్త సత్యనారాయణగారు పిల్లలకి పాఠాలు చెప్పి చెప్పి ఆకలి లోపల ఉరకలు వేస్తుంటే నీరసంగా స్తంభానికి ఆనుకుని కూర్చునేవాడు. ఎంతసేపటికీ వంటింట్లోంచి పిలుపు రాదు. కాసేపు వంటింటి

వైపు. కాసేపు చూర్లో పిచ్చికల వైపు చూస్తూ నిముషాలు లెక్కపెడ్తుండేవాడు. ఒంటిగంట ఒంటిగంటన్నరకు వంటవగా, అప్పుడు దొడ్లో తులసికోట దగ్గర పూజ ప్రారంభించేది సుబ్బమ్మగారు. తులసెమ్మకు నీళ్ళుపోసి ప్రదక్షిణాలు చేసి స్తంభాని కంటుకుపోయిన భర్తనుద్దేశించి "స్నానానికి లేవండి" అనేది. సత్యనారాయణగారు ఆ పిలుపందుకుని చెంగున లేచి గాబులో నీళ్ళు నాలుగు చెంబులు నెత్తిన గుమ్మరించుకుని ధావళీ కట్టుకుని పీటమీద వాలేవాడు. ఆయన భోజనం అయ్యేక తను వడ్డించుకుని తిని ఎంగిళ్ళెత్తి సుబ్బమ్మగారు మైలపడేసరికి మూడు దాటేది.

అలా ఒకరోజున భోజనం ముగించుకొని వరండాలో పీట తలకింద పెట్టుకుని సుబ్బమ్మగారు చెంగు వాల్చుకు పడుకుంటే ఆవిడకి ఉన్నట్టుండి దాహమేసింది. మొదట్లో లేవడానికి బద్ధకించి అలాగే పడుకుంది. ఆ రోజున పండు మిరపకాయల కారంలో నెయ్యి ఎక్కువేసుకుందేమో దాహం ఆగలేదు. లేచి వంటిట్లోకెళ్ళి రాగిచెంబుతో నీళ్ళు ముంచుకొని సగం తాగి చెంబులోకి చూస్తే- ఇంకేముంది? కొంప మునిగింది 'శివాశివా!' అంటూ చెంబు వొదిలేసి తనూ పడిపోయింది. ఆ మోతకి నిద్రపోతున్న సత్యనారాయణగారు ఉలిక్కిపడి లేచి పరుగెత్తుకొచ్చారు.

చూస్తే - ఆ రాగిచెంబు నీళ్ళలో అడుగున చేపపిల్ల!

తలుపానుకుని చెంగు కళ్ళకడ్డం పెట్టుకుని కుమిలిపోతోంది సుబ్బమ్మగారు. "ఆ నీళ్ళతోనే అన్నం వండింది. ఆ నీళ్ళతోనే పప్పుచేసింది. ఆ నీళ్ళతోనే పచ్చడి నూరింది. ఆ నీళ్ళతోటే దేవుడికి నైవేద్యం పెట్టింది. అవే తాగింది. అట్లా తన మడి మండిపోయింది..." కుళ్ళికుళ్ళి ఏడుస్తోంది సుబ్బమ్మగారు. అలా ఏడుస్తున్న సుబ్బమ్మగార్ని చూసి సత్యనారాయణగారన్నారు. "పిచ్చిదానా! నువ్వు స్నానంచేసే కృష్ణలో చేపలు లేవా? వొడ్డిర సవరాయి మైలా? నువ్వు తినే అన్నం కాలికి తగిల్తే మైలా? నీలోపల మైల లేదా?" సుబ్బమ్మగారు కళ్ళెత్తి చూసింది. ఎవర్నీ అంటకుండా మడిగా ముత్యపు చిప్పలో ముత్యంలా బతకాలనుకుంది. నీళ్ళలో చేపలా బతకాలని తెలిసిందికాదు. అందుకేనేమో రామయ్యగారి కర్రి ఆవు తనని చూస్తే పొడవటానికి వస్తుంది. ✸

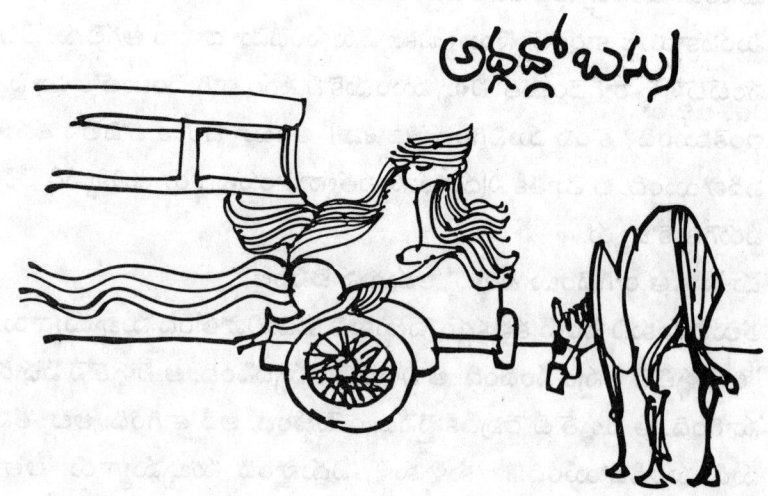

అద్దెడ్ బస్సు

"పట్నం నుంచి బస్సొస్తుంది!"

"ఎప్పుడూ?"

"ఇయ్యాళే. పన్నెండు గంటలవేళ"

"ఓలమ్మ బస్సే! ఇంజను బస్సా?"

"మరే! డైవోరు చక్రం తిప్పితే పట్నంనుంచి ఇక్కడికొచ్చి వాలిపోతది."

"అంటే గాలిలో ఎగురుకుంటా వస్తదా?"

"నేలమీదే పరుగెత్తుతాది కాని గాలిలో ఎగిరినట్టుంటది."

"ఓలమ్మ బస్సొస్తందేవ్!"

"ఓరయ్య ఇంజను బస్సురోవ్!"

పట్నం నుంచి బస్సు వస్తుందన్న వార్త చిచ్చులా నిమిషాలమీద వూరంతా పాకిపోయింది. నీలాటి రేవులో ఇదే చర్చ. మాలక్ష్మమ్మ వారి చెట్టు దగ్గర, పల్లపీధిలో, మిట్టమీద, గొల్లపాలెం, సాలెపేట అంతా రాబోయే బస్సు గురించే కబుర్లు. ఈవార్త పొలాలకి కూడా పాకింది. వూరంతా అట్టుడికినట్టుడికిపోతోంది.

బస్సొస్తంది. బస్సొస్తంది....

చింతలచెట్టు రేవులో బట్టలుతుక్కోవటానికొచ్చిన ఆడవాళ్ళు కచ్చాపచ్చాగా తడిగుడ్డల్తో గబగబా ఇళ్ళకెళ్ళిపోయారు. చాకలాళ్ళు ఆరోజు రేవు కట్టేశారు. సాలెపేటలో మగ్గాలాగిపోయాయి. రేవుపడవకి జనం లేరు. పిల్లలు బళ్ళు ఎగ్గొట్టేశారు. పొలాలమీద కూలి జనం పనులాపేసి పరుగెత్తుకొచ్చారు.

ఇళ్ళలో ఆడవాళ్ళు వంటలు ఆదరాబాదరాగా చేసి అన్నాలు పెట్టేశారు. పిల్లలు "నా కొత్త లాగూ ఎక్కడే? .... నా పట్టు పరికిణీ ఇవ్వవే" అంటున్నారు. పెద్దలు చలవపంచలు తీసి కట్టారు. ఆడవాళ్ళు జడలో పూలు తురుముకొని వడ్డాణాలు పెట్టారు. ఇంకా పన్నెండు కాకమునుపే ఇళ్ళకు తాళాలు వేసి అందరిళ్ళలో జనాన్ని పిలుచుకుంటూ వూరేగింపుగా పెద్ద బజార్లో కొచ్చారు.

వూరు వూరంతా పోలేరమ్మ జాతరలా కదిలివచ్చింది. పెద్దబజారు కిరుపక్కలా తొక్కిసలాడుకుంటూ జనం. ఆ జనం మధ్య చోటు చేసుకుంటూ సుబ్బయ్య, వీరయ్య చక్కిలాలు, ఉప్పుశనగలు పోటీగా అమ్ముతున్నారు. సందులో సందు జనమంతా కూడారు కాబట్టి గారడీవాడు ఆట ఆరంభించాడు. కాని జనం దృష్టి ఆటమీదలేదు. ఆ బస్సు గురించే ఆలోచనలు.

"మన చిన్న రథమంత ఉంటదంటావా?"

"రెండు గడ్డిబళ్ళంత పొడుగయ్యా"

"ఓరమ్మ బస్సో"

"ఓరయ్యా ఒస్సో!"

"అద్గద్గద్గో బస్సు"

జనమంతా ఒక్కుమ్మడిగా లేచిపోయారు. పిల్లలు తండ్రుల బుజాలెక్కారు. గారడీవాడి ఆట ఆగిపోయింది.

"వుహోయ్....హోయ్...." కేకలు.

అబ్బే! బస్సు రాలేదు. చూసి, చూసి మళ్ళీ నేలమీద కూలబడ్డారు. ఎండ మాడుతోంది. చమటలు కారుతున్నాయి. రోడ్డువైపే అందరి కళ్ళు. అందరి ఆలోచనలు ఆ బస్సు గురించే.

దూరంగా "పాఁయ్ .... పపాఁయ్," అందరి వొళ్ళు జల్లుమంది. అలాంటి కూత వాళ్ళెప్పుడూ వినలేదు. దిగ్గున లేచి నుంచున్నారు పసిపిల్ల బాలాది. "పాఁయ్...పపాయ్" ఆ కూత మరీ దగ్గరకొచ్చింది. విజయశంఖంలా ఉంది ఆకూత. దుమ్ముర్రేగింది. జనం తోసుకుంటున్నారు. కాళ్ళు తొక్కుకుంటున్నారు. బస్సొచ్చింది.

అద్గో బస్సు!

అద్గద్గో బస్సు!

బస్సుని చుట్టుముట్టేశారు వూరంతా ఆశ్చర్యంతో కళ్ళు విచ్చుకు చూస్తున్నారు. అందరి ముఖాల్లో గొప్ప సంతోషం. ప్రపంచంలో అతి విలువైన వస్తువు వాళ్ళ వూళ్ళోకొచ్చినట్లు ఆ కళ్ళలో మెరుపు. అట్లాంటి సమయంలో బస్సులోంచి దిగాడు డ్రైవరు. ఏమి ఠీవిగా దిగాడు! యుద్ధంలో జయించి వచ్చిన అర్జునుడిలా దిగాడు. ఒక్కసారి జనాన్నంతా విలాసంగా కలయ

జూశాడు. అందరివైపు చిరునవ్వులు నవ్వాడు. చూస్తున్న జనానికి దిగ్భ్రమ కలిగింది. మరో లోకంలోంచి దిగివచ్చిన అపూర్వ వ్యక్తిని చూచినట్టు చూస్తున్నారు. డ్రైవరు ఒక హోదాగా నెత్తినున్న టోపీతీసి 'ఉస్' అన్నాడు. చూస్తున్న జనం కుత కుతలాడి పోయారు. పక్కనున్న వాళ్ళు ఉత్తరీయాలతో అతని చెమట అద్దారు. పిల్లలు అతని కాకీ యూనిఫారం తాకి "అబ్బో" అని తెల్లబోతున్నారు.

"ఇక్కడేదన్నా భోజన హోటల్ వుందా?" అన్నాడు.

"అయ్య తమకి పప్పూ, పచ్చడి పెడ్తామా? మిలిట్రీ హోటల్లో భోజనం రండి" అంటూ జనం డ్రైవర్‌గార్ని ముందుకు నడిపించారు. గార్డ్ ఆఫ్ ఆనర్ అందుకుంటున్నట్టు ఆ జనం మధ్యనుంచి డ్రైవరుగారు ముందుకు నడిచాడు. ఆడవాళ్ళు, పిల్లలు బస్సు తాకి చూస్తుంటే కండక్టరు, క్లీనరు జనాన్ని అదుపు చేస్తున్నారు. పిల్లలు బస్సులో ఒక్కసారి కూర్చున్నందుకు క్లీనరు దమ్మిడీ దమ్మిడీ వసూలు చేస్తున్నాడు.

ఆ వూళ్ళో ఇంతటి ఆనందోత్సవంలో పాలుపంచుకోనివాడు ఒక్కడే. అతను జట్కా సాయబు. పక్క సందులో జట్కా నిలబెట్టి ఈ జాతరంతా చూస్తున్నాడు. ఆ డ్రైవరుగాడి పోజు చూస్తున్నాడు. అతనికి కడుపు మండి పోతోంది. ఇక రేపట్నించి తన జట్కా ఎవరూ ఎక్కరు. నిన్నటిదాకా లాంఫారం నుంచి, అడ్రోడ్డునుంచి యండ్రాయినించి జట్కాకట్టి జాం అంటూ ఉరుకుల పరుగులమీద వచ్చేసేవాడు. పెళ్ళిళ్ళకి తన జట్కా, పేరంటాలకు తన జట్కా, మోతుబరులకు తన జట్కా.... .... పోయింది ... ... ఆ భోగం పోయింది.

జట్కా సాయబుకి దుఃఖం గొంతులో కొచ్చింది. బస్సు దగ్గర జనం ఎక్కువ లేరు. సందులోంచి జట్కా ముందుకి నడిపాడు. బస్సు పక్క నుంచి జట్కా పోనిస్తూ 'ఛల్‌రే బేటా ఛల్' అని చండ్రకోలతో బస్సుమీద ఒక్క పీకు పీకాడు. ఆ మోతకి ముసలి గుర్రం చెంగున ఎగిరి పరుగెత్తింది. ✸

పువ్వుల్లోని విగ్రహాలు నవ్వాయి

అమరావతి దేవాలయంలో పది కుటుంబాలవారు అర్చకులు. అందరి అర్చకుల్లోకి పెద్ద, పెద్దయ్యగారు. పెద్దయ్యగారి కొడుకు నారాయణ ఆరేళ్ళ పసివాడు. అక్షరాభ్యాసం చేసి ఎంతో కాలం కాకపోయినా, అ-ఆ-లు సొంతం రాకపోయినా కుంచెకోలతో పెద్దగుడి తలుపులు తీయటం చేతనవు. స్వామి దగ్గర అఖండ దీపారాధన కునికిపోకుండా చూడటం చేతనవు. స్వామి నిర్మాల్యం తీయడం చేతనవు. శఠగోపురం పెట్టడం చేతనవు. కాని డబ్బులు లెక్కెట్టుకోటం చేతకాదు.

మధ్యాహ్నం పన్నెండు గంటలు దాటాక పెద్దయ్యగారు అర్చకుల ఇంటింటికీ వెళ్ళి "ఒరేయ్ గోపాలం నైవేద్యం.... ఒరేయ్ కృష్ణమూర్తీ నైవేద్యం" అంటూ చెప్తుంటే పక్కనున్న నారాయణ తనతోటి వయసు వాళ్ళతో "ఒరే సుబ్బీ నైవేద్యం! ఒరే కంకుపక్షీ నైవేద్యం...." అని తన జతగాళ్ళని కేకేసేవాడు. పదిమందీ అర్చకులు నైవేద్యపళ్ళాలు తీసుకుని దేవాలయానికి బయలుదేరితే

వాళ్ళవెనుక ఆరేడేళ్ళ పిల్లలు మడిగట్టుకుని తండ్రుల వెంట బయలుదేరేవారు. ఇళ్ళదగ్గర తల్లుల్ని వేధించి పిల్లలు అంగోస్త్రాలు గోచీ పోసీ కట్టింపించుకునే వారు. వాళ్ళు కూడా చిన్న చిన్న నైవేద్యాలు చిన్న పళ్ళాల్లో పెట్టించుకుని, గ్లాసుల్తో నీళ్ళు తీసుకుని తండ్రులవెంట బయలుదేరేవారు.

ముందు పదిమంది అర్చకులు పెద్ద పళ్ళాలతో మహానివేదన తీసికెళ్తుంటే వాళ్ళవెంట మరో పది చిన్న నైవేద్యాలు! గోచీలూడిపోతుంటే మళ్ళీ దోపుకుంటూ తండ్రుల వెంట గునగున నవ్వుతూ పరుగెత్తుతున్న పిల్లలు. కాళ్ళు సర్రున కాలుతున్నా లెక్కచేయకుండా, గ్లాసుల్లో నీళ్ళు తొణికిపోతున్నా గమనించకుండా పోటీపడి పరుగెత్తటాలు. అలా రెండవ ప్రాకారంలోకి వచ్చేసరికి అక్కడ పరిచివున్న నాపరాయి బండలు ఎండకి సలసల కాగుతుంటే వాటిమీద పిల్లల లేతపాదాలు సర్రున కాలిపోగా పిల్లలు పరుగెత్తినంత దూరం పరుగెత్తి ఇక లాభంలేదని గ్లాసుల్లో నీళ్ళు కాసిని ఆ బండమీద వొంపుకొని ఆ నీళ్ళలో నుంచునేవారు. మండుతున్న బండలమీదా ఆ నీళ్ళు బుసబుస పొంగి కాళ్ళు మరీ కాలేవి. "కుయ్యో"మంటూ మెట్లవైపు పరుగులు పెట్టేవారు. వొద్దంటే విన్నార్రా అన్న పెద్దల మందలింపులు విన్పించుకోకుండా.

ఎట్టకేలకు గుళ్ళోకి చేరుకుని నైవేద్యప్పళ్ళాలు స్వామి ముందు పెట్టి గంధం సాన ముందు చేరేవారు. గంధం చెక్క తీసుకుని ఆ పెద్ద సానమీద చేతులు నొప్పులు పుట్టేదాకా వంతులవారీగా గంధం అరగతీసేవారు. వాళ్ళ పెద్దలు గంధం, కుంకుమ పెట్టుకుని, పిల్లలందరికి గంధం బొట్టు పెట్టి వొంటినిండా గంధం పూసేవారు. ఆపైన ధూపదీపాలిస్తున్నప్పుడు, గంటలు, జేగంటలు మోగించడం పిల్లల వంతు. అలా మహానివేదనలు ముగించుకుని నుదుట గంధాక్షతలు వెలుగుతూండగా ఇరవై నైవేద్యప్పళ్ళాలు గుడిమెట్లు దిగుతూంటే చూడవలసిందే!

'శివరాత్రి ఉత్సవాలగ్గాను పులికాపు చెయ్యాలి రండర్రా' అని పెద్దయ్యగారు పెద్దలందర్నీ తొందరచేస్తే నారాయణ పిల్లల్నందర్నీ కూర్చి "మేమూ వస్తాం"

అన్నాడు. సరే అన్నారు పెద్దలు. పులికాపు అంటే స్వామి విగ్రహాలకు స్నానం చేయించి, కొత్తబట్టలు కట్టడం. ఒక విగ్రహమా? రెండా? దాదాపు పది విగ్రహాలు! కంచుపోత పోసిన విగ్రహాలు! నాలుగున్నర అడుగులెత్తు విగ్రహాలు! నలుగురు పడ్తేగాని కదలని విగ్రహాలు.

విగ్రహాలన్నింటిని ఉత్తర మంటపంలోకి చేర్చారు. పెద్దలు విగ్రహాలు మోస్తుంటే పిల్లలు కూడా ఓ పక్క పట్టుకుని మోస్తున్నట్లు నటిస్తూ వాళ్ళతోపాటే అమ్మ! అయ్య! అంటున్నారు. రెండు గుండిగల నీళ్ళు కృష్ణనించి తెచ్చారు. పిల్లలు కూడా పానకం బిందెలతో నీళ్ళు మోశారు. విగ్రహాలన్నింటినీ ముందు చింతపండు పులుసుతో తోమారు. ఆపైన ఇసక తెన్నెల్లోంచి ప్రత్యేకంగా తెచ్చిన మెత్తటి ఇసుకతో విగ్రహాల్ని రుద్ది తళతళలాడేట్టు చేశారు.

ఆపైన విగ్రహాలకు బట్టలు కట్టాలి. అమ్మవారికి చీర, అయ్యవారికి ధోవతి, చండీశ్వరుడికి పాగా, ఊరేగింపు విగ్రహాలకు వేరే బట్టలు, ఇలా అలంకారాలు చేయాలి. అందరూ తలా ఒక విగ్రహానికి బట్టలు కడ్తున్నారు. పెద్దయ్యగారు చిన్న ఉత్సవ విగ్రహాలకు బట్టలు కడుతున్నారు. ఆ విగ్రహాలే ఆ రోజు నంది వాహనం మీద ఊరేగింపుకు వెళ్తాయి. నారాయణ మెల్లిగా తండ్రి దగ్గరకు చేరాడు.

"ఏరా! నువ్వు అలంకారం చేస్తావా?" అన్నాడు పెద్దయ్య.

"ఓ" అన్నాడు నారాయణ.

"అయితే కుచ్చిళ్ళు గట్టిగా పట్టుకో" అన్నాడు పెద్దయ్య.

పెద్దయ్య విగ్రహానికి ముడి వెయ్యటమేమి, నారాయణ వెనకనుంచి ముడి విప్పటమేమి- అలా అరగంటైనా అలంకారం పూర్తి కాలేదు.

పెద్దయ్య నవ్వుతూ "ఒరేయ్! నాయనా ఇలా ముందుకొచ్చి కూర్చో" అని అలంకారమంతా పూర్తిచేశాడు.

అలంకారమంతా తనే చేసినంత తృప్తి వచ్చింది నారాయణకి. అమ్మవారి చీర సర్దాడు. స్వామి ఉత్తరీయం సరిచేశాడు. దూరంనించి చూశాడు.

దగ్గరనుంచి చూశాడు. పూసల పేర్లు దిద్దాడు. ఇలా అలంకారమంతా పూర్తిచేసిన గర్వంతో మిగతా పిల్లల్నందర్నీ చూశాడు. నారాయణకి చటుక్కున ఓ ఆలోచనొచ్చింది. "ఇప్పుడే వస్తా...." అని రయ్యిన ఇంటికి పరుగెత్తికెళ్ళి దొడ్లో ఆ రోజే విచ్చుకున్న రెండు మందారపూలని తీసికొచ్చి స్వామికి, అమ్మవారికి అలంకరించి పొంగిపోయి చప్పట్లు చరిచాడు.

ఆ సాయంత్రమే నంది వాహనం ఊరేగింపు. బజారు బజారంతా చెప్పాడు నేనే స్వామికి అలంకారం చేశానని- పిల్లలందర్నీ పోగేసుకొచ్చాడు నారాయణ. నంది వాహనం వొడ్డెర్లే మోయాలి. రాత్రి ఎనిమిదైనా వాళ్ళింకా రాలేదు. వాళ్ళకోసం మూడోసారి మనిషిని పంపించారు. దేవస్థానం ట్రస్టీ వాళ్ళనీ వీళ్ళనీ కేకలేస్తూ హడావుడిగా తిరుగుతున్నాడు.

వాహకులు ఆలస్యంగా వచ్చినందులకు మీ తప్పంటే మీ తప్పని అరుచుకొన్నారు జనం. ఎట్టకేలకు స్థానాపతిగారు మంత్రం చదువుతూ ముందు నడిచారు. వాద్యాలన్నీ ఒక్కసారి మోగాయి. విగ్రహాలు గుళ్ళోనించి క్రింది ప్రాకారానికొచ్చాయి. విగ్రహాల్ని నంది వాహనం మీది కెక్కించారు. కాని వాహనం లేవందే?

వొడ్డెర్లు తగూలాడు కుంటున్నారు. "నీయమ్మ! తప్పు నీదే! నీ యక్క! తప్పు నీదే!" వాదులాడుకొంటున్నారు. దెబ్బలాట ఒకటే తక్కువ. "వాహనం లేపండ్రా" అని అధికార్లు అరుపులు - "పట్టండ్రా! పట్టండ్రా" హర హర మహదేవ....

నంది వాహనం అటూ ఇటూ ఊగింది. విగ్రహాలు వొరిగాయి.

"ఒరేయ్ జాగ్రత్తరోయ్" అర్చకుల అరుపులు.

ఊరేగింపుకు ముందు అర్చకులు హారతి ఇస్తున్నారు.

ఆ వూపుతో ఆ కుదుపుతో నారాయణ అలంకరించిన రెండు మందార పూలు ఎక్కడో పడిపోయాయి. నారాయణ బిక్కుమొహం వేశాడు. కాని విగ్రహాలు నవ్వుతూనే ఉన్నాయి. తనూ నవ్వాడు. ✸

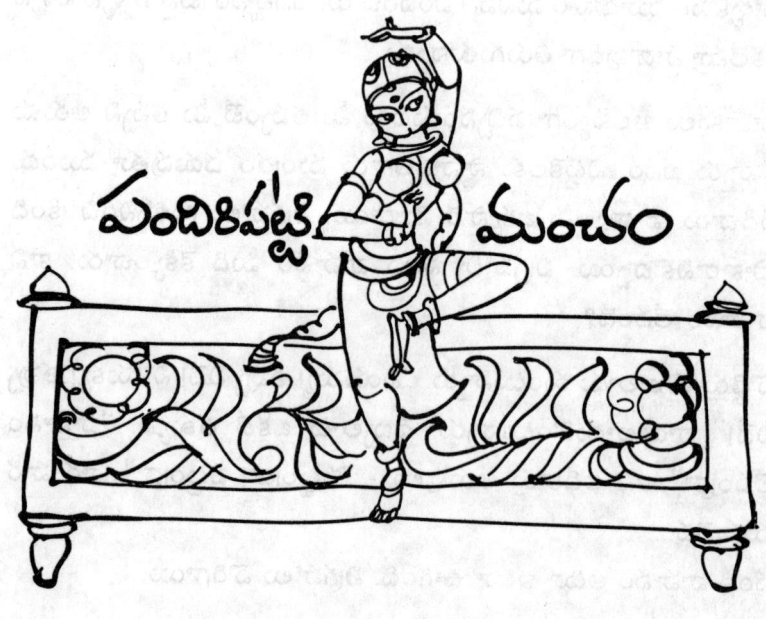

పందిరిపట్టి మంచం

గుళ్ళో పవళింపు సేవ జరుగుతోంది.

తలుపుల దగ్గర పాట సాగుతోంది. అమ్మవారి విగ్రహాన్ని తలుపు కవతల, అయ్యవారి విగ్రహాన్ని తలుపు కివతల పట్టుకు నుంచున్నారు అమ్మవారి

వైపునుంచి పాట ......

నీవు నేనును పూలపాన్పున నిదురబోవుచునుండగా
నీవు నేనని, లేపి ముద్దిడి, నీదుపేరున పిలిచెరా
ఆ వధూమణి ఎవతెరా నీ అంతరంగము దానిపై
తావలం బమరావతీపురధామశ్రీ అమరేశ్వరా!

అలా అమ్మవారు నిలదీసి అడుగుతూ, చెప్తేగాని తలుపు తీయనంటుంటే ఆ వచ్చినావిడ గంగమ్మ అని చెప్తాడా ఆయన? ఏదో సమర్థకాలు చెప్పు కుంటున్నాడు సంసారం కోరినవాడై.

అమ్మవారి పాట లోపల్నించి దేవదాసీలు పాడ్తుంటే చినముత్తెం తనూ గొంతు కలుపుతూ అభినయిస్తోంది. చినముత్తెం కంఠం పావురాయి కువకువలా ఉంటుంది. మల్లెతీగకు జోడు మామిడిపళ్ళు కాసినట్టుంది చినముత్తెం శరీరం. ఒక్కకంటిచూపుతో, పంటి బిగింపుతో, పెదవి మెదుపుతో పోతు టీగల్లాంటి సొగసుగాళ్ళని గులాములుగా చేసుకోగల అందగత్తె చినముత్తెం. కొంగు తగిలితే సరేసరి- ఆ కొంగు పైనించి వచ్చేగాలి తగిలితే చాలని ఎదురు చూస్తున్నవాళ్ళు అనేకులు. అయితే చినముత్తెం ఎవరికీ మనసు పెట్టలేదు. తల్లి పెదముత్తెం తొందరపెట్టనూ లేదు.

చినముత్తెం అభినయిస్తుంటే, ఆ కాలి గజ్జలు ఘల్లుఘల్లు మంటుంటే మంటపంలోని జనానికి వొళ్ళు ఝల్లుమంటోంది. అలలు అలలుగా కదులు తున్న చేతులు, వొదిగి పారుతున్న నదిలా కదులుతున్న నడుము, మాట మాటకీ అంటుకుని విడపోతున్న ఆ లేత పెదవులు, చెమటకు కరుగు తున్న బొట్టు, ఎగిరెగిరి పడ్తున్న జడకుప్పెలు చూస్తూ బొమ్మలై పోయారు జనం. కాని చినముత్తెం జనంవైపు చూడదు. అలా దూరంగా చూస్తూ పాడుతుంది. ఆ చూపు నందీశ్వరుడి మీంచి స్వామివైపు పాకుతున్నట్టుంటుంది.

ఆ అభినయం ఆ స్వామికోసమే అన్నట్టుంటుంది. పైపైకి, పైపైకి చూసే చినముత్తెం చూపు ఆరోజున అక్కడే ఆగిపోయింది.

అవతల పక్కనుంచి బుల్లిరామయ్య శివుడు తరపున పాడుతున్నాడు. బుల్లి రామయ్య మిసిమి చాయవాడు- నూనూగు మీసాలవాడు. జరీకండువా విశాలమైన ఛాతిమీద వేలాడుతుండగా గొంతెత్తి పాడుతున్న బుల్లిరామయ్యను చూసి చినముత్తేనికి వొళ్ళు జలదరించింది. ఎన్నిసార్లు చూసింది కాదు బుల్లి రామయ్యని! అయినా ఈ రోజు చినముత్తెం వూహలు, చూపులు బుల్లి రామయ్యని దాటి వెళ్ళలేకపోతున్నాయి.

'చేకోవే అమరావతి పురవరా శ్రీ బాలచాముండికా!'

అని బుల్లిరామయ్య పాడుతుంటే తన్నే పిలుస్తున్నట్టుంది చినముత్తేనికి. తన్ని ఆదుకోమంటున్నాడు! తన్ని గుండెలకి హత్తుకోమంటున్నాడు! చినముత్తెం పాపట గొలుసు పక్కకు జారింది. కొప్పునున్న నాగరం చెదరింది. అడుగు తప్పింది. పైట జారింది. అది చూసిన పెదముత్తెం తాళం చిప్పతో కూతురు నెత్తిన టంగున మొట్టింది. తెలివొచ్చింది చినముత్తేనికి.

మూడోరోజు సేవలో చిన్నముత్తెం బుల్లిరామయ్యని చూస్తూనే పాడింది. అతని కోసమే అభినయించింది. సేవ అయిపోయాక ప్రసాదాలు పెడ్తూంటే తనకు పెట్టిన ప్రసాదం పక్కనున్న బుల్లిరామయ్య చేతిలో పెట్టి పరుగు పరుగున ఇంటికెళ్ళింది. బుల్లిరామయ్య తెల్లబోయాడు.

పెదముత్తెం కూతురుకి జడవేస్తూ 'ఏవేఁ కాణీలేనివాణ్ణి కట్టుకుంటావా? పెళ్ళాం బిడ్డలున్నవాడికి పెళ్ళాం అవుతావా?' అంటే చినముత్తెం వంచిన తల ఎత్త కుండానే బదులు చెప్పింది. 'అమ్మా! మనసు ఆయనదైన తర్వాత ఆయన కాణీ నాకెందుకమ్మా, నాకాసులు ఆయనివి కావా? ఆయన పిల్లలు నా పిల్లలు

కారా? ఆయమ్మ నా అప్ప కాదా! పెదముత్తెం మారు మాట్లాడలేదు. నిర్లిప్తంగా నవ్వుకుని కూతురు తల్లో పూలు పెడ్తూ "మంచిరోజు చూసి అల్లుడుగారికి కబురుపెడ్తాను" అంది.

ఆనాటినుంచీ పెదముత్తెం ఇంటినుంచి బుల్లిరామయ్య ఇంటికి అన్ని సంబారాలు వచ్చేవి. ఏ లోటూ లేకుండా బుల్లిరామయ్య భార్యాపిల్లలు కాలం గడపటమే కాకుండా ఇంట్లో ఏ ఇబ్బంది వచ్చినా పిల్లలు పెదముత్తెం ఇంట్లోనే కాలక్షేపం చేసేవారు. చినముత్తేన్ని 'బజారమ్మా' అని పిలిచేవారు. పెదముత్తెం కూతురు ఆనందం చూసి తృప్తిగా వెళ్ళిపోయింది. చినముత్తెం బుల్లిరామయ్య కళ్ళలోకి చూస్తూ బొట్టు దిద్దుకుంటూ ఆయన పలుకులో స్వామి పిలుపు వింటూ ముప్ఫయి ఏళ్ళు గడిపింది.

చివరి రోజుల్లో చినముత్తెం పట్టెమంచం మీద లేవలేక పడుకుంటే పక్కనే కన్నీళ్ళు పెట్టుకుంటున్న బుల్లిరామయ్యను చూసి 'తప్పు' అంటూ కొంగుతో అతని కళ్ళు అద్దింది. అదే పట్టెమంచం! పెదముత్తెం తమ ఇద్దరికోసం చేయించింది! ఆ మంచానికి చుట్టూ అవే గాజుపూసల పేర్లు "పిల్లలు జాగర్త! అప్ప జాగర్త!" అంటున్న చిన్నముత్తేన్ని చూసి బేజారయిపోతున్నాడు బుల్లిరామయ్య.

ఎక్కడలేని శక్తి తెచ్చుకొని కళ్ళు వెలిగిపోతుండగా చినముత్తెం ఆఖరి మాటలు చెప్పింది. "సామీ! నేను నీకు ఏమిచ్చుకున్నానో తెలియదు. కాని పిల్లల కేవీ ఇవ్వలేదు. నేను పోయాక ఈ పట్టెమంచం మీ ఇంట్లో పడకగదిలో వేయించు. పిల్లలు పెద్దవాళ్ళయ్యాక పడుకుంటారు."

అంతే- ఆనాటినుంచి బుల్లిరామయ్య కొడుకులూ, కోడళ్ళు - మనవలూ, మనవరాళ్ళ శోభనాలు, కార్యాలకు ప్రత్యక్ష సాక్షి ఆ పట్టెమంచం! ✸

అన్నపూర్ణ కావిడి

సంజెవేళ!

ఇల్లాళ్ళు పనులు ముగించుకొని, స్నానాలు చేసి, వాకిటి గడపల్లో కూర్చుని ముచ్చటలాడుకుంటున్నవేళ! సాయం సంధ్యలో స్వామి దర్శనం చేసుకుని జనం గుడినించి తిరిగి వెళ్తున్నవేళ!

వీధి చివర చిరుగంటల మోత! ఆ వెంటనే "మాతా అన్నపూర్ణేశ్వరీ" అన్న పెద్ద కేక. పిల్లలంతా ఆ కేక వచ్చిన వైపు, ఆ గంటల మోత వైపు పరుగెత్తారు. శరభయ్య అన్నపూర్ణ కావిడితో ఇంటింటికీ వస్తున్నాడు. శరభయ్య అరవ య్యేళ్ళ వృద్ధుడు. బవిరిగడ్డం. ఆ గడ్డం వెనకాతల నవ్వుతున్న పెదవులు, ముడతల ముఖంలో వెలుగుతున్న కళ్ళు, నుదుట మూడుపాయలుగా తెల్లని విభూతి, ఆ విభూతి చారలమధ్య సాయం సూర్యుడిలా పెద్ద కుంకం బొట్టు. చేతులకి, ఛాతీకి కర్మబంధాలు కట్టిపడేసినట్టు పెద్ద పెద్ద విభూతి పాయలు. చిరిగిపోయినా శుభ్రమైన పట్టుబట్ట కట్టాడు శరభయ్య భుజాన అన్నపూర్ణ కావిడిని అటూ ఇటూ మారుస్తుంటే కావిడికున్న గంటలు ఘల్లుఘల్లున మోగుతున్నాయి.

ఆ యిత్తడి కావిడి నిగనిగ మెరుస్తోంది. శుభ్రంగా తోమిన ఆ కావిడికి విభూతి, కుంకంబొట్టు పెట్టాడు. కావిడి కిరుప్రక్కలా వేలాడుతున్న గొలుసులు, ఆ గొలుసులకు చిన్న గంగాళాల్లా గిన్నెలు. ఇంటింట ముందు ఆగి ఒక గిన్నెలో అన్నం మరో గిన్నెలో కూరలు వేయించుకుంటున్నాడు శరభయ్య. "మాతాన్న పూర్ణేశ్వరీ" అని తప్ప వేరు మాట అనడు. అదే పిలుపు. అన్నం పెట్టిన తర్వాత అదే ఆశీర్వచనం. ఆ పిలుపు విని అన్నం పెట్టని ఇల్లాలుండదు. ఏ యిల్లాలైనా వాకిట ఉంటే పక్కింటి వాళ్ళని పిలిచి అన్నం పెట్టిస్తుంది. శరభయ్యతోపాటే పిల్లలంతా ఆ వీధిదాటి వెళ్ళేదాకా ఆ అన్నపూర్ణ కావిడిని, 'మాతాన్నపూర్ణేశ్వరీ' కేకను వూగుతూ మోగుతున్న గంటల్ని చూస్తూ వెంట నడుస్తారు. శరభయ్య వీధి దాటి వెళ్ళింతర్వాత అందరూ 'మాతాన్న పూర్ణేశ్వరీ' అని గోలగా అరుచుకుంటూ ఎవరిళ్ళకు వాళ్ళు వెళ్తారు.

శరభయ్య వీధులన్నీ తిరిగి గాలిగోపురం దగ్గరికొచ్చేసరికి అక్కడికి కుంటీ, గుడ్డీ బిచ్చగాళ్ళంతా చేరుకుంటారు. తను తెచ్చిన అన్నం కూరలు వాళ్ళకు పెట్టి, మిగిలింది తను తిని, మిగలకపోతే కృష్ణాజలం తాగి 'శంభో' అనుకుంటూ పొద్దుపోయేదాకా ఏక్‌తారా మీటుకుంటూ తత్వాలు పాడుతూ నిద్రపోతాడు.

గతం తెలిసిన వాళ్ళు శరభయ్యేమిటి? ఈ అన్నపూర్ణ కావిడేవిటి? ఈ వైరాగ్య మేమిటి? అని ఆశ్చర్యపోతారు. శరభయ్య వయసులో ఉండగా, అమ్మా, నాన్నా, శాంతమ్మని చేసుకోమని చెప్తే, నల్లగావున్న శాంతమ్మని కాదని ఎఱ్ఱగా వున్న కాంతమ్మని చేసుకొన్నాడు. కాంతమ్మ కాపురానికొచ్చిన ఆర్నెల్లలో అత్తమామల్ని అరుగులమీదికి తోలింది. పోనీ కట్టుకున్న మొగుణ్ణి కళ్ళలో బెట్టుకు చూసిందందామా అంటే అదీ లేదు. శరభయ్యని నుంచోనిచ్చేది కాదు. కూర్చోనిచ్చేది కాదు. తిండి సమంగా పెట్టేది కాదు. పెట్టిన తిండి తిననిచ్చేది కాదు. ఉక్కిరిబిక్కిరై పోయేవాడు శరభయ్య. రాత్రయ్యేటప్పటికి కాంతమ్మ నెమిలికంఠం చీర కట్టుకుని చేమంతిపూలు పెట్టుకుంది కదాని శరభయ్య దగ్గరకెళ్ళి నవ్వుతూ భుజం మీద చెయ్యేస్తే 'సయ్'న తాచుపిల్లల్లే లేచి 'అదొక్కటే తక్కువ మొకానికి.... సచ్చినోడికి సరసం కూడా!' అని ఛీ కొట్టేది. అప్పట్నించీ రాత్రిళ్ళు గుళ్ళో జమ్మిచెట్టుకింద పడుకునేవాడు.

శరభయ్య తల్లీ దండ్రీ పోతే కర్మలన్నా సక్రమంగా చేయనివ్వలేదు కాంతమ్మ. దాంతో శరభయ్యకి భార్యన్నా, బతుకన్నా విరక్తి కలిగింది. సన్యాసుల్లో కలుద్దామని ఓ అర్ధరాత్రి కాశీ పారిపోయొచ్చాడు.

అలా కాలినడకన భార్యని తిట్టుకుంటూ, బతుకుని తిట్టుకుంటూ కాశీ అయితే వచ్చాడుగాని, కాశీ వచ్చినప్పటినుంచి ధ్యాసంతా కాంతమ్మమీదే. అది నెమిలికంఠం చీర కట్టుకుందో లేదో? వాలుజడ వేసుకుందో లేదో, అంటూ పెళ్ళాం గురించే తలపులు. అటు సంసారం కుదరక, ఇటు సన్యాసుల్లో కలవలేక కొట్టుమిట్టాడుతూ ఓ బైరాగుల మఠంలో చేరాడు శరభయ్య. ఓ మఠం నుంచి ఇంకోమఠం మారుతూ కొన్నేళ్ళు గడిపాడు. కాషాయం కట్టాడుగాని, కాంతమ్మని గురించిన ఆలోచనలు తగ్గలేదు. పోనీ ఇంటికెళ్ళి కాపురం చేద్దామా అంటే ఆ ధైర్యం లేదు. కొంతకాలానికి ఓ దయగల సేఠొకడు "ఎంతకాలం ఈ బైరాగుల మఠాల్లో పడి తింటావు?" అని ఓ అన్నపూర్ణ కావిడి తన పేరన దానమిచ్చి వూరూర అడుక్కుతినమని పంపించాడు. అప్పట్నుంచి ఆ కావిడ భుజాన వేసుకుని ఘారూరు తిరుగుతూ ఒక్కసారి కాంతమ్మని చూడాలన్న ఆత్రంతో అమరావతి పరుగెత్తుకొచ్చాడు.

శరభయ్య తిరిగొచ్చేసరికి కాంతమ్మ ఈ లోకం వదలి వెళ్ళిపోయింది. అన్నపూర్ణ కావిడే శరణ్యం అయింది. నిజమైన వైరాగ్యం అప్పుడు కుదురుకుంది శరభయ్యలో. అందరికీ పెట్టి తను తృప్తిగా పస్తులుండేవాడు. ఆఖరిదశలో శరభయ్య తత్వాలు పాడలేకపోతే సిద్ధయ్య అనే కుంటి బిచ్చగాడు సాయం పాడేవాడు. సిద్ధయ్యకు గట్టిగా ఇరవై ఏళ్ళు లేవు. శరభయ్య అవసాన దశలో వుండగా సిద్ధయ్య అడిగాడు "తాతా! నువ్వు పోయింతర్వాత నాకీ అన్నపూర్ణ కావిడివ్వవా?" అని.

ఆ మాట విని శరభయ్య నవ్వి అన్నాడు "పిచ్చోడా! అన్నపూర్ణలాంటి పెళ్ళాన్ని కోరుకోవాలిగాని అన్నపూర్ణ కావిడి కోరుకుంటావేరా? అన్నం పెట్టే ఆలిని కోరుకోవాలిగాని అడుక్కుతినే పళ్ళెం కావాలంటావేంరా?" పాపం! నిజమే అనుకున్నాడు సిద్ధయ్య. శరభయ్య పోయాక అన్నపూర్ణ లాంటి ఆలికోసం వెతికాడు. కాని కుంటి సిద్ధయ్యకు పిల్లనెవరిస్తారు? ఆఖరికి అడుక్కుతినే పళ్ళెమే మిగిలింది. ✸

చెట్టుకొమ్మనున్న కథ

కొన్ని కథలు నేలమీద నడుస్తాయి. కొన్ని కథలు గాలిలో ఆడుతాయి. కొన్ని కథలు చెట్టుకొమ్మన కూర్చుంటాయి.

ముక్కంటి పల్లవుడికి మూడు మూళ్ళ వయసొచ్చింది. అమ్మ పెట్టిన చద్ది తిని బడికైతే వెళ్తున్నాడుగాని పాఠాలకంటె పరుగులు, పందాలంటేనే మక్కువ. పొద్దున్నా సాయంత్రం అక్షరాల సంగతి అయ్యవార్ల కొదిలేసి ఆకతాయిల్ని చేరదీసి జట్టుకట్టి కుస్తీ పట్లు పట్టటమే ముక్కంటిపని. ఓరోజు పోటీలో తగాదా వచ్చింది. మాటలు పెరిగాయి. నువ్వెంత అంటే నువ్వెంత? అనుకున్నారు. పిల్లలు, ఒకడెవరో చెంగున లేచి 'పోరా! నీ యబ్బకి చెప్పుకోరా?' అన్నాడు ముక్కంటిని. 'వాడికి అబ్బ లేడురా' అన్నాడు ఇంకొకడు. ఆ మాటతో

83

ముక్కంటి నీరుగారిపోయాడు. ఎక్కడలేని కోపం వచ్చింది. పలక ఫెళ్ళున పగులగొట్టాడు. బలపం ముక్కలకింద విరిచేశాడు. పగిలిన పలకతో ఇంటి కొచ్చిన కొడుకుని చూసి తల్లి 'ఇదేవిఁటి?' అంది.

బలపం ముక్కలు గుప్పిట్లో పిండుతూ 'నాకు అయ్యలేడా అమ్మా?' అనడిగాడు ముక్కంటి.

'ఎవరన్నారయ్యా నీ కయ్యలేడని?' అంది తల్లి!

'ఊరూవాడా అంతా అంటున్నారమ్మా' అన్నాడు ముక్కంటి.

"వాళ్ళకే సమాధానం చెప్తాను రావయ్యా" అంటూ ముక్కంటిని చేయి పుచ్చుకుని నడివీధిలోకి తీసికొచ్చింది. పెద్ద అరుగుమీద కొడుకుని నుంచోపెట్టి పిల్లల్ని పెద్దల్ని అందర్ని కేకపెట్టి పిలిచింది. అలా పోగయిన జనసమూహానికి ముక్కంటి జన్మ చెప్పింది.

"అన్నలారా! అమ్మలారా! నా బిడ్డ ముక్కంటికి అయ్య లేడన్నారట. నే నిప్పుడు చెప్తున్నాను. నా బిడ్డకు తండ్రి ఆ అమరేశ్వరుడు..."

జనం ముఖాలు ముఖాలు చూసుకున్నారు. చెప్పుకుపోతోంది ముక్కంటి తల్లి. "నేను విధవను. పదేళ్ళ క్రితం స్వామి ముందు సాగిలపడి నాకు సంతానం ఇవ్వమని ప్రార్థించాను. నాకు సంతానం కలిగితే పుట్టెడు నీళ్ళతో నీకు దీపారాధన చేస్తాను. పుట్టెడు ఇసకతో నీకు సమారాధన చేస్తాను అని మొక్కుకున్నాను. ఆ మొక్కుకోడం విన్న ఆడవాళ్ళు నన్ను గేలి చేశారు. ఆ తర్వాత నాకు నెలలు నిండాయి. ఈ ముక్కంటి పుట్టాడు. ఆ మొక్కుబడి ఇంతవరకు తీర్చలేదు. నా బిడ్డ తండ్రిని నిర్ధారించడం కోసమే ఇంతకాలం ఆగానేమో తెలీదు. ఇప్పుడే తీరుస్తాను" అని కృష్ణకెళ్ళి బిందెడు నీళ్ళు తీసుకొచ్చి గాబులోపోసి వొత్తి వేసి వెలిగించి దీపారాధన చేసింది. కృష్ణలో ఇసుక బుట్టెడు తీసుకొచ్చి వండి వూరందరికి సమారాధన చేసి వడ్డించింది.

ముక్కంటి పెరిగి పెద్దవాడయాడు. అయ్యవార్ల చదువు ఉపయోగించలేదు.

కాని అలనాటి ఆకతాయి జట్లు ఉపయోగించాయి. వూరూరా తన సైన్యం పెంచుకుని అప్పటిదాకా పరిపాలిస్తున్న జైన రాజుల్ని వెళ్ళగొట్టి ధరణికోట రాజధానిగా వైదిక రాజ్యం స్థాపించాడు.

ఎవరీ ముక్కంటి పల్లవుడు. 'ముక్కంటి పల్లవుడు, త్రినేత్ర పల్లవుడు, త్రినయన పల్లవుడు' అన్న పేరుగల రాజు కంచీపురం రాజధానిగా పరిపాలించాడని చరిత్ర చెప్తోంది. ఆ పేర్లతో అనేకమంది రాజులు తెలుగు దేశంలో ఉండేవారని చారిత్రకులు చెప్తున్నారు. ఎవరేం చెప్పినా మనం కథ చెప్పుకోటానికి ఇబ్బంది లేదు.

ముక్కంటి పల్లవుడు వైభవంగా వివాహం చేసుకుని రాజ్యపాలన సాగిస్తుండగా ఒకరోజు ఒక సిద్ధుడు ముక్కంటికి ఒక రహస్య మంత్రం ఉపదేశించి ఒక పాదలేపనం అనుగ్రహించాడు. ఆ పాదలేపనం సాయంతో ముక్కంటి పల్లవుడు రోజూ క్షణమాత్రంలో కాశీకి చేరుకుని, గంగలో స్నానంచేసి తిరిగి క్షణంలో రాజధానికి తిరిగి వస్తున్నాడు. ముక్కంటి భార్య తన భర్త రోజూ వెళ్ళి గంగాస్నానం చేసి వస్తున్నాడని గ్రహించింది. ఒకనాడు ఆ పాదలేపనం తనకు కూడా అనుగ్రహించమని వేడుకుంది. ముక్కంటి సమ్మతించలేదు. ముక్కంటి భార్యకు తనూ రోజూ గంగాస్నానం చేయాలనే కోరిక అధికమైంది. జైన సిద్ధుల్ని ఆశ్రయించి వాళ్ళద్వారా ఆ పాదలేపనాన్ని సంపాదించగలిగింది. దాని సాయంతో భర్త బయలుదేరిన మరుక్షణంలో తనూ కాశీకి బయలుదేరి గంగలో స్నానంచేసి భర్త రావటానికి కొంచెం ముందుగా ఇల్లుచేరుకోవటం మొదలెట్టింది.

ఇలా కొంతకాలం గడిచింది.

ఒకరోజు ముక్కంటి భార్య గంగలో స్నానంచేసి వొడ్డుమీదికి వచ్చేసరికి వాకిటుంది. వాకిటుంటే ఆ పాదలేపనం పనిచేయదు. తత్తరపడింది. రాజధానికి చేరుకోటమెట్టా? గత్యంతరం లేక భర్తని వెతుక్కుంటూ వొడ్డు వెంటే నడిచి వెళ్ళింది. అల్లంత దూరాన ముక్కంటి స్నానం ముగించుకుని

వొడ్డుకు వస్తున్నాడు. అంతఃపురంలో ఉండవలసిన భార్య గంగ వొడ్డున కన్పించేసరికి ఆశ్చర్యపోయాడు. భార్యచేతులు జోడించి వివరం చెప్పి తప్పిదం వొప్పుకుంది. మార్గాంతరం ఆలోచించమంది.

అప్పుడు ముక్కంటి కాశీలోని పండితుల్ని, సిద్ధుల్ని ఆశ్రయించి తరుణోపాయం చెప్పమని వేడుకొన్నాడు. ఈ రహస్య గంగాస్నానం ఎవరికీ తెలియదని, మేము వెంటనే అమరావతికి వెళ్ళకపోతే రాజ్యం అల్లకల్లోలమై పోతుందని వివరించాడు. పండిత పరిషత్తు ముక్కంటి దంపతుల్ని వారి తపోమహిమతో వారి రాజధానికి చేర్చటానికి ఒక షరతు పెట్టింది. 'రెండు సంవత్సరాల తర్వాత కాశీరాజ్యంలో గొప్ప క్షామం రాబోతుంది. ఆ సమయంలో మేము అమరావతి వస్తాము. 'మిమ్మల్ని పోషిస్తాను' అని గంగలో నీళ్ళు వొదిలితే రాజధాని చేరుస్తాము" అని. ఆ ప్రకారం ముక్కంటి గంగలో నీళ్ళు వదలగా దంపతులు రాజధాని చేరుకున్నారు.

రెండు సంవత్సరాలు గడిచింది.

కరువు వచ్చింది. ఆరువేల కుటుంబాలు కాశీనుండి బయలుదేరి నైజాం రాజ్యం గుండా పరిటాల మీదుగా గనాతుకూరు దగ్గరకు వచ్చేసరికి కృష్ణానది మహోధృతంగా వరదల్లో ఉంది. కృష్ణ దాటడానికి సాధనం లేదు. ఆకలితో అలమటిస్తున్న ఆ కుటుంబాలు ఒక నిర్ణయానికి వచ్చాయి. ఆకలితో ఇక్కడ చచ్చిపోవడంకంటే కృష్ణలో దూకి ఆత్మహత్య చేసుకుందామని కృష్ణలో దూకారు. కృష్ణ రెండు పాయలుగా విడిపోయి వాళ్ళకు దోవ ఇచ్చింది. నడుచుకుంటూ అమరావతి వచ్చి ముక్కంటిని ఆనాటి వాగ్దానం నిలుపుకో వలసిందిగా కోరారు. ముక్కంటి వారందర్నీ ఆదరించి వారికి మాన్యాలిచ్చి పోషించినట్లు శాసనం ఉంది.

ఎక్కడ ఉంది శాసనం?

ఏ ఇంటి పునాదిలోనో! ఏ భూగర్భంలోనో!

ఇది పుక్కిటి పురాణం కావచ్చు. కట్టు కథ కావచ్చు. ఆ శాసనం దొరికి పలికితే తప్ప చెట్టు కొమ్మనున్న కథ చేతికందదు. ✸

ఆఖరి వేంకటాద్రి నాయుడు

సామ్రాజ్యాలు పోయాయి. రాజ్యాలు పోయాయి. జమీందారీలు పోయాయి. చక్రవర్తులు పోయారు. రాజులు పోయారు. జమీందారులూ పోయారు. కాని బాలా చంద్రశేఖర్ వరప్రసాద్‌గారు ఇంకా కళ్ళముందే ఉన్నారు.

ఆయన వాసిరెడ్డి వేంకటాద్రినాయుడిగారి వంశ రక్తం పంచుకున్న మగసంతు.

వెంకటాద్రినాయుడిగారి ఐదవ తరంవాడు.

ముప్ఫైయేళ్ళ క్రితం సంగతి. శిథిలమైపోయిన వేంకటాద్రినాయుడిగారి కోటకి 'మహేంద్ర విలాస్' అని పేరుంటే, తన కోటకి 'వైజయంతం' అని పేరు పెట్టుకొని వైభవంగా బతుకుతూ వూరంతా 'పెద్దదొరగారు' అనిపించుకుంటూ, అలనాటి రాచఠీవితో గడుపుతున్న రోజులు. మామూలు గుమ్మాలకి మూడింతలుండే కోటగుమ్మంలో ఆరడుగుల పెద్దొరగారు నుంచుంటే పక్క నుంచి మరో మనిషి వెళ్ళడానికి ఖాళీ ఉండేదికాదు. గుడి మంటపంలోని వేంకటాద్రినాయుడు విగ్రహం కోటగుమ్మంలో ప్రత్యక్షమైంది అనిపించేది. మామూలు కుర్చీలు, సామాన్యమైన మంచాలు భరించలేని భారీ విగ్రహం. చెక్కిన శిల్పంలా ఉన్న ఆ భారీ విగ్రహం ముఖం ఎప్పుడూ గంభీరంగా ఉండేది. ఆ ముఖంమీద విచ్చుకత్తుల్లాంటి మీసాలు బుగ్గలకి తాకుతూ ఉండేవి. సిల్కు అంగరఖా బంగారు శరీరంమీద వేలాడుతుండగా ఒంగోలు, చీమకుర్తినుంచి ప్రత్యేకంగా నేయింపించి తెచ్చిన ధోవతి కట్టుకుని ఆయన కోటగుమ్మంమీద కూర్చుని శిథిలమైపోయిన అమరావతిని చూస్తుంటే ఆయన చూపులు ఆ పల్లెటూర్ని చూస్తున్నట్టుండేవికావు. ఎదురుగా పాడుపడిన కోటదిబ్బ! అదె మహేంద్ర విలాస్. అలనాటి వేంకటాద్రినాయుడి నివాసం! తన్నూ, తన జమీందారీని స్వామికి అర్పించుకున్న ఆ పుణ్యమూర్తిని స్మరిస్తున్న ట్లుండేవి ఆ చూపులు. అలా కోటగుమ్మంలో కూర్చుని వున్న పెద్దొరగార్ని చూడ్డం ఆ వూరి జనానికి ఓ వేడుక. ఆయన తమని చూస్తాడేమోనని వాళ్ళు గబగబా నడిచి వెళ్ళేవాళ్ళు.

ఆయన స్నానమొక విశేషం. విప్పిన అంగరఖా ఓ నౌకరందుకోగా పంచెతోనే స్నానాల గదిలోకి నడిచేవారు. అక్కడ రెండు గుండిగల వేన్నీళ్ళు. ఆ రెండు గుండిగల మధ్యను ఓ పెద్ద ఎత్తుపీట. ఆ పీటమీద ఆయనొచ్చి కూర్చోగానే రెండు పక్కలనుంచి నౌకర్లు పానకం బిందెలతో వేన్నీళ్ళు వొంటిమీద పోసేవారు. ఆ తర్వాత ఓ చెయ్యి ఓ నౌకరు కందిస్తే అతగాడు రుద్దేవాడు. రెండోచెయ్యి రెండో నౌకరు కందిస్తే అతగాడు రుద్దేవాడు. మళ్ళీ వేనీళ్ళు.

ఆపైన ఓ చెయ్యి ఓ నౌకరు కందిస్తే అతగాడు చలవ ఉత్తరీయంతో తడి అద్దేవాడు. ఇంకో పక్కన ఇంకో ఉత్తరీయంతో తడి అద్దగా కొత్తపంచె అక్కడ పెట్టి నౌకర్లు వెళ్ళిపోయేవారు. ఆ కొత్తపంచె కట్టుకుని స్నానాల గదిలోంచి బయట కొచ్చేవారు. ఈ స్నాన విషయం ఎందుకు చెప్తున్నానంటే మనం ఈనాడు వాడుకొంటున్న తుండుగుడ్డలు పెద్దొరగారికి తెలియవు.

వరండాలో భారీ వాలుకుర్చీలో ఆయన కూర్చుని ఉండగా జనం పెద్దొర గారి దర్శనం కోసం వచ్చేవారు. ఆయన వచ్చినవాళ్ళవైపు చూస్తూ మాట్లాడేవారు కారు. ఇంకో పక్కనున్న గుమాస్తావైపు తిరిగి ఇవతల పక్కవాళ్ళతో సంభాషించేవారు. ఎడం పక్క రామస్వామి వచ్చి ఉన్నాడనుకోండి. దొరగారు కుడిపక్కనున్న గుమాస్తా సుబ్రహ్మణ్యం వైపు తిరిగి "రామస్వామి ఎందు కొచ్చాడో?" అనేవారు. అప్పుడు రామస్వామి "అయ్యా! ఆ పొలం కౌలు విషయం..." అంటే, దొరగారు గుమాస్తాతో "దాని విషయం రేపు చూస్తామని చెప్పండి" అనేవారు. అంతే. అన్ని మాటలు మధ్యమనిషి ద్వారానే! రామస్వామి వైపు చూస్తూగాని, అతనితో సరాసరిగాని మాట్లాడేవారు కారు. రాజదృష్టి సోకకూడదనో ఏమో తెలియదు!

దాదాపు డెబ్భయి సంతవత్సరాల జీవితంలో తన మనసులోని భావాలను పరుల కందనివ్వకుండా కాలం గడిపారాయన. ఆయన సంతోషం, ఆయన దుఃఖం, ఆయన సంబరం, ఆయన కోపం, ఎవ్వరూ చూడలేదు. ఎవర్నీ కనిపెట్ట నివ్వలేదు. రెండు సంవత్సరాలు మాత్రమే జీవించి ఆయన జీవితం పండించిన భార్య వరదరాజేశ్వరమ్మ గారొక్కతికే ఆ గుండెలోతులు తెలుసేమో! ఆవిడ తన్ని విడిచి వెళ్ళిన తర్వాత, అన్ని కోరికలకు అతీతుడై, నాకిది కావాలని కోరక, నాకిది వొద్దని చెప్పక, అన్నీ ఆ గుండె గుహల్లో దాచుకొని అంతర్ముఖుడై జీవించాడు.

రెండు సంవత్సరాల దాంపత్య జీవితంలో వరదరాజేశ్వరమ్మగారు పెద్దొరగారి ఇంటికి దీపం పెడితే, ఆమె ఈ లోకం విడిచి వెళ్ళిపోతూ ఇంకో దీపం వెలిగించి వెళ్ళింది. భార్య తన్ని ఒంటరిని చేశాక ఒక్కగానొక్క కూతురు భవానీదేవిని చూసుకుంటూ కాలం గడుపుతున్నా, ఆయనలో సంబరం లేదు. భవానీదేవి గారు బాల్యం జ్ఞప్తికి తెచ్చుకుంటూ "మానాన్నగారు సంబరంతో పొంగిపోవడం నేను చూడలేదు" అంటారు. కూతురి వివాహం రామకృష్ణప్రసాద్ గారితో జరుగుతున్నప్పుడు కళ్ళు ఆనందంతో వెలిగాయిగాని, ఆయనలోని సంబరపు పొంగులు వెలికి తీసుకొచ్చి భళ్ళు భళ్ళున నవ్వించిన ఘట్టం ఒక్కటే.....
అది కొంతకాలం గడిచాక - భవానమ్మ గారికి కొడుకు పుట్టగా, ఆ ఐదేళ్ళ మనవడు, నడక సమంగా రాని మనవడు తాతగారి తాళంచేతులు లాక్కుని పరిగెత్తితే, మనవడి వెంట పరుగెత్తుతూ పెద్దొరగారు నవ్వారు. తెరలు తెరలుగా నవ్వారు.... భళ్ళు భళ్ళున నవ్వారు..... అలల అలలుగా నవ్వారు. ఇలా నవ్వటం కోసమే ఇంతకాలం ఉన్నానయ్యా- అన్నట్టు పొర్లి పొర్లి నవ్వారు.

"ఇంకోసారి కూడా దొరగారు పెద్దగా నవ్వారండోయ్!" అన్నాడు గుమాస్తా సుబ్రహ్మణ్యం.

ఎప్పుడు? అమరావతినుంచి వెళ్ళిపోతూ దేవదర్శనానికి గుళ్ళోకొచ్చి, ప్రదక్షిణం చేసి మంటపంలో ఉన్న వేంకటాద్రినాయుడి విగ్రహం దగ్గరకొచ్చి, ఆ విగ్రహాన్ని కిరీటం దగ్గర్నించి ముఖమంతా నిమురుస్తూ పెద్దగా నవ్వారు. హాయిగా గుండె నిండుగా నవ్వారు.
ఆయన కళ్ళు ఆనందంతో తళ్ళుక్కుమన్న ఘట్టం మరొకటుంది. రోజూ రాత్రిపూట అర్చకులు కోటలోకి ప్రసాదం తీసుకొచ్చినప్పుడు, విభూతి, కుంకం పెట్టుకుని ప్రసాదంవైపు చూసేవారు. అది ఏ పంచదారో, పటికిబెల్లమో అయితే పక్కన పెట్టమని సైగచేసేవారు. ఆ ప్రసాదం నేతి చిట్టిగారెలయితే ఎక్కడలేని సంబరంతో కళ్ళు మెరవగా అంతపెద్ద దొరగారు చిన్నపిల్లాడైపోయి చెంగున చెయ్యి జాపేవారు నేతి చిట్టిగారెలకోసం. ✸

ఎవరుపాడినా

ఆరోజు నందివాహనం ఊరేగింపు.

స్వామి విగ్రహాన్ని వాహనం మీద వేంచేపు చేశారు. అర్చకులు హారతి ఇచ్చారు. స్థానాచార్లు "వాయించండోయ్! భజంత్రీలు!" అన్నాడు. కాని వాద్యగాళ్ళు వాయించరే! పండగరోజులు కాబట్టి జోడు సన్నాయి వాద్యగాళ్ళు వచ్చారు. అందులో ఒక్కడూ వాయించలేదు. "ఓరి మీ దుంపతెగ! మీకేమొచ్చిందిరా వాయించండ్రా" అని ఎవరో అరిచారు. వాళ్ళు విన్పించుకోలా. పానకాలు, పరమేశు సన్నాయి కర్రలు పక్కన పెట్టి వాదించుకుంటున్నారు. సంగీతాన్ని గురించి పెద్దగా కేకలేసుకుంటున్నారు.

"ఏందోయ్! నువ్వాయించేది?" అన్నాడు పానకాలు.

"నువ్వేందోయ్! వాయించేది?" అన్నాడు పరమేశు.

"నీకు సన్నాయి కర్రకి బొక్కలెన్నో తెలుసా?"

"నీకు పీక నోట్లో పెట్టుకోవటం తెలుసంట్రా?"

"అరేయ్ నువ్వా నీ గురువూ నా కాలికిందనుంచి దూరిపోవాల్రా!"

"షంషేర్" తొడ చరిచాడు పానకాలు.

"నా గురువు నంటావురా నాయాల" తిరగబడ్డాడు పరమేశు.

ఇద్దరూ కలేబడ్డారు. సన్నాయి కర్రల్తో మోదుకున్నారు. గుద్దుకున్నారు. కిందపడి కుమ్ముకున్నారు. రొప్పుకుంటూ రోజుకుంటూ కసిగా తన్నుకున్నారు. జనం విడదీశారు ఇద్దర్నీ. చెరోవైపు పట్టుకున్నారు. నెత్తురోడుతున్నా ఢీకొనటానికి సిద్ధంగా ఉన్న పొట్టేళ్ళలా ఉరిమి ఉరిమి చూసుకుంటున్నారు పానకాలు, పరమేశు. స్థానాచార్లు మధ్యకొచ్చి "మీరు పడిచావ! ఊరేగింపు బయలుదేరాలి. వాయించండ్రా!" అన్నాడు.

"ఉండండి. వాడు వాయించేది వాడు గురువు దగ్గర నేర్చుకొన్నాడంట! నేన్నేర్చుకోలేదంట. ఎవడు వాయించినా ఆ ఏడచ్చరాలే కదండి!" అన్నాడు పానకాలు.

పరమేశు వూగిపోతూ "ఏడచ్చరాలు కాదురా! మూడచ్చరాలు వాయించు చూస్తాను" అన్నాడు.

"ఏడో మూడో ఏదో వాయించేడవండ్రా!" అని అరిచాడు వాహనం దగ్గరున్న అర్చకుడు.

ఎట్టకేలకు పానకాలు, పరమేశు సన్నాయి కర్రలు చేత పట్టారండి. ఇహ చూడండి వాళ్ళు వాయించారు! పానకాలు "తనక తనకం తత్తనక తనకం" అని వీరంగం వాయిస్తే పరమేశు నైవేద్యాలు జరిగేటప్పుడు వాయించే వరస వాయించాడు. ఉన్న ఒకే ఒక డోలు వాద్యగాడు ఎవరికి వాయించాలో తెలియక కుడి పానకాలకి ఎడమ పరమేశుకు బాదటం మొదలెట్టాడు. తాళంవాడు వాడిష్టం వచ్చినట్టు ఇంకెవడికో తాళం వేస్తున్నాడు. మీ వాద్యాల సంగతి నాకనవసరం అని శంభులింగం బయ్‌మని శంఖం పూరించాడు. ఈ ధ్వనులన్నింటినీ ముంచేట్టుగా దూదేకుల సాయెబు "ఖయ్ ఖయ్" మని బాకా వూదాడు. ఇలా పరమ బీభత్సమైన వాద్యఘోషతో వూరేగింపు బయలు దేరింది.

ఈ వాద్యఘోష కోటలో ఉన్న పెద్దొరగారి చెవిన పడింది. దొరగారు గుమాస్తాని

పిలిచి "రుంజలూ, కొమ్ముబూరాలు, తప్పెట్లు విన్పిస్తున్నాయి. ముత్యాలమ్మ జాతర జరుగుతోందా?" అనడిగారు.

గుమస్తా గతుక్కుమని సమాధానం చెప్పకపోతే దొరగారు కళ్ళెత్తి చూశారు. అంటే 'సమాధానం చెప్పరేం?' అని. అప్పుడు గుమాస్తా "అయ్యా! అది మన గుళ్ళో మేళవేఁనండి" అన్నాడు. దొరగారి ముఖం గంభీరమైంది. ముఖం పక్కకి తిప్పుకుని ఆలోచనలు పురమాయింపులవైపు సాగించారు.

మూడడుగుల చదరం పీటలు రెండొందలు, వంద వడ్డన పళ్ళాలు, యాభై గరిటెలు, నలభై గంగాళాలు, ముప్పయి పట్టెమంచాలు, వాటి మీదికి అరవై పరుపులు, నూరు బాలీసులు తన జమీందారీ బంధువర్గమంతా ఒకనాడు అమరావతి వస్తారని, అప్పుడు అవసరమైన సామాగ్రికి వెతుక్కోనక్కరలేకుండా సర్వసంబారాలు తయారుచేయించి ఆరు గదులనిండా పేర్పించిన తర్వాత తమ పూర్వుల చిత్రపటాలన్నీ మూడేసి కాపీలు తీయించి మరో గదిలో నింపి కోటలోనే మిషనుపెట్టి పాతిక సిల్కు లాల్చీలు కుడ్తున్న దర్జీ సంజీవరావుని చూస్తున్న దొరగారికి ఆ మిషనుమోత మరీ మరీ వింటుంటే ఇందాక విన్పించిన గందరగోళం మళ్ళీ జ్ఞాపకం వచ్చింది.

"ఇందాక మన గుళ్ళో మేళవే అన్నారు?" అని అడిగాడు దొరగారు గుమాస్తాని. అంటే దాని వివరం చెప్పమని. అప్పుడు గుమాస్తా "అయ్యా తమ పూర్వీకులు అందరికీ మాన్యాలిచ్చారు గదా! సన్నాయి వాయించేవాళ్ళకి పన్నెండెకరాలు. డోలుకి పన్నెండెకరాలు, శంఖానికి పన్నెండెకరాలు, తాళానికి పన్నెండెకరాలు, బాకాకి పన్నెండెకరాలు ఇలా వచ్చిన భూముల్ని వాళ్ళంతా అనుభవిస్తూ కూర్చున్నారేగాని సంగీతం నేర్చుకోలేదండయ్యా!'

'అన్నన్నా!' అనుకున్నారో ఏమో తెలియదు. పెద్దొరగారు నాల్గు రోజులు తర్వాత సన్నాయి వాద్యగాళ్ళ కుటుంబంలోంచి 'వీరాస్వామి' అనేవాణ్ణి ఎన్నిక చేసి తంజావూరు పంపించారు 'సంగీతం నేర్చుకో' అని. అలా ఐదు సంవత్సరాల పాటు వీరాస్వామి సంగీత విద్యకోసం పదివేల రూపాయలు ఖర్చుపెట్టారు.

శివరాత్రి వచ్చింది. తంజావూరు నుంచి వీరాస్వామి తిరిగొచ్చాడు. పెద్దొరగారు గుమాస్తాని పిలిచి "రథోత్సవానికి ముందు వీరాస్వామి చేత కచేరీ పెట్టించండి" అన్నారు. శివరాత్రి జనం కిక్కిరిసి ఉన్నారు. రథం ముందు వీరాస్వామి సన్నాయి కచేరీకోసం రంగం సిద్ధం చేయబడివుంది. మామూలుగా అయితే ఒక్కసారి వచ్చి నమస్కారం పెట్టి వెళ్ళిపోయే పెద్దొరగారు ఆ రోజు కోట గుమ్మంలో కుర్చీ వేయించుక్కూర్చున్నారు వీరాస్వామి కచేరి వినటానికి.

వీరాస్వామి తోడుగా ఇంకో సన్నాయి వాద్యగాణ్ణి తెచ్చుకున్నాడు. కచేరీ మొదలయింది. పక్క సన్నాయి వాడు అందుకున్నాడు. వీరాస్వామి సన్నాయి పీక నోట్లో పెట్టుకుని 'పీ!పీ' అంటున్నాడు.

దొరగారు "మన వీరాస్వామి వాయించడేం?" అన్నారు.

గుమాస్తా మాట్లాడలేదు.

వీరాస్వామి పీక నోట్లో పెట్టుకొని 'పీ!పీ!' అంటున్నాడు. పక్కవాడు ఆలాపన పూర్తిచేశాడు.

వీరస్వామి 'పీ!పీ!' అంటున్నాడు. పక్కవాడు కీర్తన అందుకున్నాడు.

వీరాస్వామి 'పీ!పీ'. పక్కవాడు స్వరం వేస్తున్నాడు.

వీరాస్వామి 'పీ!పీ!'. "మన వీరాస్వామి వాయించడేం," అన్నారు దొరగారు.

పక్కవాడు కీర్తన పూర్తిచేసి రెండో కీర్తన అందుకున్నాడు.

వీరాస్వామి 'పీ!పీ!'

పక్కవాడు మూడో కీర్తనందుకుంటే, వీరాస్వామి ఇంకా 'పీ!పీ!' అని సన్నాయి పీక సవరిస్తుంటే దొరగారు మళ్ళీ అడిగారు "తంజావూరులో ఐదేళ్ళు నేర్చుకొచ్చాడు. మన వీరాస్వామి వాయించడే!"

అప్పుడు గుమాస్తా చెప్పాడు "అయ్యా! ఈ ఐదేళ్ళు పదివేల ఖర్చుతో వీరాస్వామి 'పీ!పీ!' వరకే నేర్చుకున్నాడండి."

దొరగారు కుర్చీలోంచి చెంగున లేచి కోటలోకి వెళ్ళిపోయారు. ✸

పచ్చగడ్డి భగ్గుమంది

సంజె వేళ.

పర్లపంజా వెనకాల ఖాళీ స్థలంలో పచ్చగడ్డి మూటలు ఒక్కొక్కటే వస్తున్నాయి. ఆడవాళ్ళు పొద్దుననగా పొలాలకు పోయి గట్లమీదా, బీళ్ళ పక్కా పచ్చగడ్డి కోసుకుని అమ్మకానికి తీసుకొస్తున్నారు. వస్తూ వస్తూ దోవలో ఇళ్ళదగ్గర మూట దింపుకుని ఇంత మొహం కడుక్కుని, ఇంత బొట్టు పెట్టుకొని ఆ ఖాళీ స్థలానికి చేరుకుంటున్నారు.

95

వలయంగా పచ్చగడ్డి కుప్పలు. ఆ కుప్పల వెనకాల రంగు రంగుల చీరలు కట్టుకుని "రండి! రండి!" అని పిలిచే కొమ్మలు. కొందరు పచ్చగడ్డి కొనటానికి వస్తారు, కొందరు ఆ పిలుపులందుకోటానికి వస్తారు.

"ఓ అయ్య ఇటు."

"ఈ గడ్డి చూడయ్యా!"

"లేత గడ్డయ్యా! గొడ్లకింక తవుడెయ్యక్కర్లా!" ఇలా కేకలు.

లచ్మి ఆలస్యంగా వచ్చింది. గడ్డి కుప్పబోసి నుంచుందంతే. అందరిలా కేకలెయ్యదు. ఏదో ధరకి ఎవరో ఒకళ్ళు కొంటే మూటెత్తుకెళ్ళి వాళ్ళ దొడ్లో వేస్తుంది. లచ్మి రాకపోతే ఆ చోటుకి కళ లేదు. చిలకాకు పచ్చచీర కట్టుకుని నుదుట పెద్ద కుంకం బొట్టుతో వస్తూనే నవ్వుతూ అందర్నీ పలకరిస్తుంది. "ఓ లప్పా బుల్లిగాడు బడికెళ్తున్నాడంటే?" "ఓ నూకాలు పిన్నీ! అయ్యకి సులువుగా ఉందా!" "ఓ లబ్బో! సీతాలప్పుడే పవిటలేస్తందే...." ఇలా అందరిలో కలిసిపోయేది.

వయసులో ఉన్న లచ్మి మిలమిల్లాడే కళ్ళతో గలగల నవ్వుతూ అందర్నీ పలకరిస్తుంటే మొగాళ్ళ కళ్ళన్నీ లచ్మి మీదే. కాని లచ్మితో సరసమాడాలంటే భయం. ఒకసారి పోలాయి లచ్మి దగ్గర కొచ్చి ...

"గడ్డి బావుందే" అన్నాడు.

"తీసుకో బాబూ" అంది లచ్మి.

"ఎంత ధర?"

"మామూలే గద బాబూ! ఓ రూపా యిప్పించండి."

"రూపాయేనంటే నీ ధర! ఐదు రూపాయిలిస్తా తీస్కో."

"బాబూ గడ్డి గొడ్లకా? మీకా?" అంది లచ్మి.

ఆ మాటతో పోలాయి బిల్లబీటుగా పడిపోయి మొహం మాడ్చుకుని వెళ్ళి పోయాడు. అప్పట్నుంచి లచ్మితో ఎవరూ ఎకసక్కాలాడరు.

అప్పుడే కొన్ని మూటలు బేరం కుదిరి వెళ్ళిపోతున్నాయి. లచ్చిమి మూటకు బేరం రాలేదు. గడ్డి పైపైకి కుప్పగా పోస్తూ నుంచుంది. ఈ రూపాయితో అర్ధరూపాయి నూకలు కొని అర్ధరూపాయి తండ్రి తాగుడికివ్వాలి. లచ్చిమి తండ్రికి పెళ్ళాం పోయింతర్వాత కూతురే ఆధారం. కూతురి కంటే తాగుడు మరింత ముఖ్యం.

సంవత్సరం క్రితం లచ్చిమి ఇంతసేపు నుంచునే పనిలేదు. ఆ మూట ఇంకోళ్ళు కొనే పనిలేదు. అది రాములు మూటే. లచ్చిమి ఆలోచనలు రాములు మావమీద కెళ్ళాయి. అప్పట్లో రాములు మావ పున్నయ్యగారింట్లో పాలేరుగా ఉండేవాడు. తను గడ్డి కోసుకోటానికి పొలాలకెళ్తే అతగాడు గొడ్లని తోలుకుని పొలాలవైపు కొచ్చేవాడు. గొడ్లని బీట్లో వదిలేసి తన్ని వెతుక్కుంటూ వచ్చి తనతోపాటు గడ్డి కోసిపెట్టేవాడు. పొద్దు నడినెత్తికొచ్చాక తను తెచ్చుకున్న బువ్వ మూట్ని లచ్చిమికి పంచేవాడు. కుంటలో ఇద్దరూ నీళ్ళు తాగి మర్రిచెట్టుకింద వూసులాడుకునే వాళ్ళు. సాయంత్రం లచ్చిమి గడ్డిమూట కట్టి తలకెత్తమంటే తమాషా చేసేవాడు. బరువు బరువని సగం ఎత్తి మూట వదిలేసేవాడు. లచ్చిమి ఒకటే నవ్వు. అలా ఐదారుసార్లు వొదిలేసి మూట లచ్చిమి తలకెత్తి దగ్గరిగా జరిగేవాడు. వొంటికి వొళ్ళంటుకునే వేళ లచ్చిమి మూతి బిగించి "పో! మావా!" అని గడ్డిమూటతోనే అవతలకి తోసేది. రాములు నవ్వుకుంటూ లచ్చిమి జడలాగేవాడు. రోజూ ఇదే వరస! డొంకలో నడుస్తూ కబుర్లాడుకుంటూ వూళ్ళోకొచ్చేవారు. లచ్చిమి సరాసరి పీర్లపంజా దగ్గరకొస్తే రాములు కొట్టంలో గొడ్లని కట్టేసి గడ్డి మూటల దగ్గర కొచ్చేవాడు. యజమానిచేత ఓ పావలా ఎక్కువిప్పించి లచ్చిమి మూటనే కొనేవాడు.

"మావా! ఇందులో సగం గడ్డి నువ్వు కోసిందే కదా! నీ కట్టం నాకిస్తున్నావా?" అని లచ్చిమి అంటే "నా బతుకే నీకు దారపోస్తున్నాను గదే" అనేవాడు రాములు.

రాములు తన బతుకు లచ్చిమికి ధారపొయ్యలేదు. పెద్దల్ని కాదనలేక కట్నం డబ్బు అని భ్రమిసి సీతాలు మెళ్ళో తాళి కట్టాడు. ఆనాటినుంచి ఈనాటిదాకా రాములు లచ్చిమి మొహం చూడలేదు. పాలేరుతనం మానేసి గేదెని కొనుక్కొని

పొలమ్ముకుంటున్నాడు. లచ్మి నాకింతే ప్రాప్తం అనుకుంది. మనసు కుదర్చుకుని నవ్వుతూ బతుకుతోంది.

లచ్మి తండ్రి కూతురికి సంబంధాలు వెతక్కపోగా లంచం తిని అరవై యేళ్ళ ముసలోడికి మూడో పెళ్ళాంగా మనువు కుదిర్చాడు. రేపో మాపో లగ్గానికి బయల్దేరి పోవాలి. లచ్మి కళ్ళల్లో నీళ్ళు తిరిగాయి.

"ఏం లచ్మీ! మూటమ్మలేదా?" అనడిగాడు వెంకాయి.

"లేదయ్యా" అంది.

"నాకేసెయ్ రూపాయిపావలా ఇస్తాను" అన్నాడు.

మూటెత్తుకుని లచ్మి నడుస్తుంటే వెంకాయి తనింటికి కాక రాములింటికి దోవ తీశాడు. లచ్మే రాములు గుమ్మంముందు ఆగి "నీక్కాని వస్తువు నువ్వెందుకు కొనుక్కున్నావయ్యా?" అంది. వెంకాయికి తెలిసిందో లేదో తెలియదు. గడ్డి దొడ్లో వేయించి రెండు రూపాయలు చేతిలో పెట్టాడు. అంతలో రాములు పెళ్ళాం సీతాలు వాకిట్లో కొచ్చి లచ్మికి బొట్టుపెట్టి "నీకు పెళ్ళంటగా" అంటూ రవికిల గుడ్డ, పసుపు, కుంకం చేతికిచ్చింది. లచ్మికి కళ్ళు నీళ్ళయిపోయినాయి.

"రాములు మావున్నాడా! దణ్ణంపెట్టి ఎడతాను" అంది. 'ఆ' అని సీతాలు లోపలికెళ్ళిందిగాని అప్పటికే రాములు దొడ్లోంచి బయటకెళ్ళిపోయాడు. లచ్మి దిగులుగా ఇంటికొచ్చేసింది.

లచ్మి తండ్రి తాగుడికి లచ్మి సంపాదన ఎంతవసర మనుకున్నాడో భగవంతుడు లచ్మిని ఆర్నెలల్లో పుట్టింటికి రప్పించేశాడు. మళ్ళీ గడ్డి మూటతో సాయంత్రం పీర్ల పంజా వెనకాల స్థలంలో వచ్చి నుంచుంది లచ్మి.

ఇప్పుడా లచ్మి ముఖంలో నవ్వు లేదయ్యా!

ఇపుడా లచ్మి ముఖంలో బొట్టు లేదయ్యా! ✸

లేగదూడ-చదువు

తెలతెల వారుతుండగా
ఇళ్ళల్లో చల్ల చిలికే వేళ. తల్లులు పిల్లల్ని 'లేవండ్రా' అంటుంటే వాళ్ళు దుప్పట్లు ఇంకా బిగదీసుకు పడుకుంటున్నారు. 'మా బాబు కదూ! మా తల్లి కదూ' అంటూ తల్లులచేత మేలుకొలుపు పాడించుకుని చెంగున మంచాల మీంచి గెంతి దొడ్లలోకి పరుగెత్తుతున్నారు. ఇంత కచ్చికతో పళ్ళు తోముకుని తాటాకుతో నాలిగ్గీసుకుని మొహంమీద చెంబెడు నీళ్ళు కొట్టుకుని తుడుచుకోకుండానే చద్దన్నాలకి వంటింట్లో చేరుతున్నారు.

నాలుగేళ్ళు నిండని చిట్టి దొడ్లో పాలుతాగి చెంగనాలు పెడ్తున్న లేగదూడతో ఆడుకుంటోంది. దాంతోపాటే పరుగులు తీస్తూ దానిచేత వొళ్ళు నాకించు కుంటూ కిలకిల నవ్వుతోంది. "ఒసే చిట్టీ! అన్నం తినవా? బడికెళ్ళవా?" అని తల్లి కేకేస్తే "అన్నం వొద్దు .... బడికెల్తా" అంటూ పరుగెత్తుకొచ్చింది చిట్టి. చిట్టినింకా బళ్ళో వెయ్యలేదు. అయినా అన్నయ్య సోముతోను, అక్క బాలతోను రోజూ బడికెళ్తుంది. 'చద్దన్నం తింటే కడుపు చల్లబడుద్ది. కూర్చో' అంటూ చిట్టిని కూర్చోబెట్టింది తల్లి. బాల అప్పటికే అన్నం ముగించి పుస్తకాలు సర్దుకుంటోంది. సోముకి చదువుకంటే తిండిధ్యాసే ఎక్కువ. అన్నం ముందు నించి ఎంతసేపటికీ లేవటంలేదు. బాల విస్కుంటూ "తింటూ కూర్చో. ఒక్కో క్లాసు రెండేళ్ళు చదువుదుగాని" అంది. సోము కిందటేడు తప్పాడు.

గడ్డపెరుగు రెండోసారి కలుపుతూ సోము అన్నాడు "అక్కా! కడుపు నిండా తింటేగాని చదువు వొంటబట్ట దన్నారే పంతులుగారు. అయినా ఆడదానికి నీకెందుకే చదువు." ఆడపిల్లకి చదువక్కర్లేదు సరే. తనకి చదువెందుకొద్దో చెప్పడు సోము.

'బండవెధవ' తిట్టింది బాల.

పక్కింట్లో గోపీ, వెన్నముద్ద వేస్తేనేగాని తిననని మారాం చేస్తున్నాడు. అవతలింట్లో రాము ఆవకాయ ముక్కకోసం అల్లరి చేస్తున్నాడు. ఆపై ఇంట్లో వెంకు, వాళ్ళమ్మ చూడకుండా నేతిగిన్నె సొంతం కంచంలో బోర్లించుకుంటున్నాడు. ఆ చివరింట్లో శేషు, పెరుగొద్దు నాకు పులిమజ్జిగే కావాలని పట్టుబడ్తోంది. ఇలా అందరిళ్ళలో చద్దన్నాల రంగం ముగిశాక చక్రకడ్డీలు, జీళ్ళు కొనుక్కోటానికి తల్లుల దగ్గర డబ్బులు తీసుకొని వీధిలో కొచ్చారు. "ఒరే వెంకూ, సీతా, రమా, పాట్టీ!" ఇంటింటికీ వెళ్ళి నేస్తాల్ని పిలుచుకొని పాతిక మందికి పైగా పిల్లలు బడికి బయలుదేరారు. జారిపోతున్న బొందు లాగులు పైకి లాక్కుంటూ పుస్తకాల సంచులు ఒక బుజంమించి ఒక బుజం మీదికి మార్చుకుంటూ ముందుకు నడుస్తున్నారు.

సోము 'అక్కరకురాని చుట్టము ..... అక్కరకు .....' పద్యం మననం చేసుకుంటున్నాడు. పద్యం అప్పజెప్పకబోతే పంతులు గోడకుర్చీ వేయిస్తాడు. "అక్కరకు రాని ...." గింజుకుంటున్నాడు. "ఒరేయ్ కిట్టి" అక్కరకురాని చుట్టము ..... తర్వాత చెప్పరా" అని బతిమిలాడాడు. కిట్టిగాడు "అమ్మ ఆశ! నిన్న జీళ్ళు కొనుక్కుని నాకు పెట్టావేం! నేనేం చెప్పను" అన్నాడు.

"ఇవ్వాళ పెడ్తాగా" అన్నాడు సోము.

"ఒట్టు."

"ఒట్టు" చేతిలో చెయ్యివేసి గిచ్చాడు సోము.

వీధి చివర సాలె రంగమ్మ నూలు ఆరేసింది. ఈ పిల్లమూక రావటం చూసి కర్ర జళిపిస్తూ "ఒహోయ్" అంటూ వచ్చింది. పిల్లలకి ఆ నూలు తాకుతూ పోవటం ఓ సరదా. రంగమ్మ 'ఒహోయ్' అనగానే పిల్లలంతా 'ఒహోయ్' అని అరుస్తూ ముందుకు పరిగెత్తారు. ఆ పరుగెత్తుతున్న పిల్లల వెనక చిట్టి. చిట్టిని బళ్ళో వెయ్యకపోయినా సంచిమాత్రం మహాబరువు. అందులో వాళ్ళన్నయ్య చదివేసిన పుస్తకాలు, విరిగిన పలకలు, బెచ్చాలు, లక్కపిడతలు, సుద్ద ముక్కలు, అచ్చనగాయలు, చిన్న బొట్టుపెట్టె అందులో కొయ్యబొమ్మలు, వాటి చీరలు అన్నీ వున్నాయి. ఆ సంచీ బరువు మోయలేక ఒక పక్కకు వాలిపోయి మాటిమాటికీ బుజం మార్చుకుంటూ ఆయాసంగా పరుగెత్తుతోంది అందరితోటీ.

మొదటి ప్రాకారం గేటు దగ్గర పిల్లలంతా ఆగారు. ఆ గేటు తలుపు ద్వారంలో గుర్రపు స్వారీలా కొందరు కూర్చోటం, మిగతావాళ్ళు గేటుని అటూ ఇటూ తిప్పటం. ఆ ఆట కొంతసేపు ఆడి గాలిగోపురం దగ్గర కొచ్చారు. మంటపంలో గంగన్నతాత బడికెళ్ళే పిల్లలకోసమే ఎదురుచూస్తున్నాడు. పొద్దున్నే స్నానంచేసి విభూతి పెట్టుకుని తంబూరా మీటుకుంటూ ఈ చిన్నారి దేవుళ్ళని పలకరించి

గాని గుళ్ళోకి వెళ్ళడు. ఒక్కొక్కరే గంగన్నతాతతో "బడికెల్తన్నాం తాతా" అని చెప్తుంటే 'మా నాయనే', 'మా తండ్రే' అంటూ అందరికీ విభూతి పెడ్తున్నాడు. అందరి కంటె ఆఖర్న చిట్టి 'నేనూ బలికెల్తన్నా' అంటూ గంగన్నతాత దగ్గర కొచ్చింది. 'మా తల్లే' అంటూ చిట్టిని దగ్గరికి తీసుకుని ముద్దుపెట్టుకున్నాడు. వెండి తీగల్లాంటి గంగన్న మీసం పాలబుగ్గల చిట్టికి గిలిగింతలు పెట్టగా విడిపించుకుని పరుగు పరుగున వెళ్ళి మిగతా వాళ్ళని కలిసింది.

బళ్ళో సిరిచుక్క పెట్టించుకుని ఎవరి క్లాసుల్లో వాళ్ళు కూర్చున్నారు. పంతులు చూడకుండా ఇంటినుంచి తెచ్చుకున్న మరమరాలు పాఠం మధ్య నములు తున్నారు.

పది గంటలయింది. పశువులు బీళ్ళకి లంకలకి మేతకెడుతున్నాయి. పెద్ద బజారునిండా పశువులు. చిట్టి బజారువైపే చూస్తోంది. మళ్ళీ మళ్ళీ చూస్తోంది. ఆ! వచ్చింది లేగదూడ! లేగదూడ సరాసరి వచ్చి బడిముందు నుంచుంది. పాలేరు అదిలించినా ముందకు సాగదు. లేగదూడని చూడగానే చిట్టి చేతనున్న పలకతో బజార్లోకి పరుగెత్తుకొచ్చింది.

లేగదూడ చిట్టి చేతులూ, వొళ్ళూ నాకుతుంటే చిట్టి తన పలకమీద పిచ్చి గీతలు చూపిస్తూ లేగదూడకి చెప్తోంది "ఇది అ .... అ...... ఇవి వొంట్లు.... ఒకటి .... రెండు. ఇది నీ బొమ్మ.... అది నా బొమ్మ. ఇది అమ్మ బొమ్మ.... ....సాయంత్రం తొరగా రా" అంటూ చిట్టి ఏదో చెప్తుంటే లేగదూడ చూసి చూసి సర్‌సర్ మని పలక్కి ఇటుపక్కా అటుపక్కా నాకేసి చెంగున తల్లిని కలుసుకోటానికి పరుగుపెట్టింది.

బళ్ళో వెయ్యని పసిపాపకంటె, నోరులేని లేగదూడకంటె చాలా చదువుకొన్నాం మనం. కాని ..... ✸

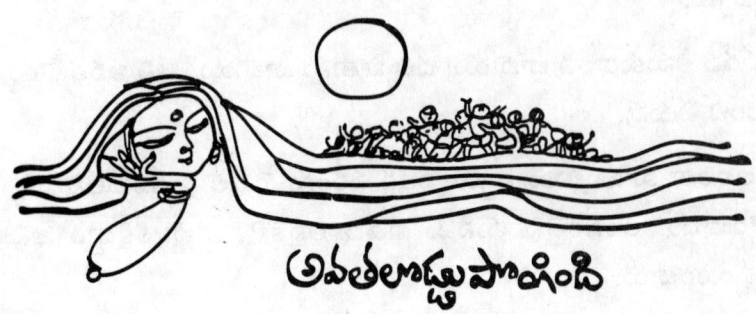

అవతలొడ్డు పొంగింది

చవితి వెన్నెల!

రాత్రి ఏడున్నర, ఎనిమిది గంటలవేళ ఆడవాళ్ళు వీధరుగుల మీద కబుర్లు చెప్పుకుంటుంటే, కొందరు ఇళ్ళలో రాత్రి వేపడాల్లో మునిగివుంటే, పూజారి వీధి పిల్లలంతా కృష్ణ వొడ్డున చట్టుమీద కబుర్లాడుకుంటూ, వాదులాడు కుంటూ తిరుగుతున్నారు.

ఆ సమయాన అవతలొడ్డు ఇసకపర్ర మీంచి దూరంగా పెద్దకేక "ఎవరా మడిసీ? పడవ దాటిపోయింది రచ్చించండో!" అంటూ మొదట్లో పిల్లలు పట్టించుకోలేదుగాని. ఆ తర్వాత జాగ్రత్తగా వింటే ఆ కేకలు మరీ ఎక్కు వయినాయి.

పిల్లలు సరదాకొద్దీ విని విని "ఓహోయ్ నీకేం భయంలేదు, మేఁవున్నా మొహోయ్" అని అరిచారు చట్టుమీంచి.

దాంతో అవతలొడ్డు మనిషి "బాబోయ్! చచ్చి మీకడుపున పుడతాను బాబోయ్! పిల్లలు గలోణ్ణి బాబోయ్! సచ్చిపోతాను బాబోయ్" అని ఏడుపులూ.
"ఏడవబాకురా ఎదవా! నీకేం భయం లేదురా కుంకా!" పిల్లలు సరదా కొద్దీ తిట్లు.

"చచ్చి మీ కడుపున పుడతాను బాబో! మీరే దిక్కు తండ్రో" ఇసక పర్రమీంచి శోకాలు.

అందులో ఓ కుర్రాడు కోసురాయి మీదకెక్కి పెద్దగా "నీకేం కావాల్రా?" అని అన్నాడు.

"పడవ తీసుకురాండి బాబోయ్! చచ్చిపోతాను బాబోయ్" అని అవతలొడ్డు నుంచి ఏడుపు.

పిల్లలంతా కూడబలుక్కున్నారు. పడవ సరంగు, రేవులో పడవొదిలేసి వెళ్ళిపోయాడు. లంగరెత్తేసి మనమే పడవ తీసికెళ్ళి వాణ్ణి రక్షిద్దాం అని నిశ్చయించారు.

వాడి ఏడుపులు చూసి నవ్వుకున్న పిల్లలు పడవ తీసికెళ్ళటానికి నిశ్చయించుకున్నారు గాని పడవ నడపడం ఎవరికీ రాదే? అందరూ పది పన్నెండేళ్ళవాళ్ళే! మరి పెద్దవాళ్ళ కెవరికన్నా చెప్దామా? అనుకున్నారు. చెప్తే మజా లేదు. మనవే పడవ తీసికెళ్ళి ఆ చవటని రక్షిద్దాం అనుకొని అందరూ ఇళ్ళదగ్గర కొచ్చి గడవెయ్యటం చాతయిన పాలేరు రంగడికి రహస్యంగా ఈ విషయం చెప్పి మెల్లిగా కృష్ణవొడ్డుకు చేరుకున్నారు. ఈ వార్త పెద్దలకు తెలియకుండా జాగ్రత్త పడ్డారు గాని పిల్లలకి తెలియక పోతుంది! వీధి వీధి పిల్లలంతా, కాస్త కునుకులో ఉన్న వాళ్ళతో సహా అంతా కృష్ణవొడ్డుకు చేరారు.

"రచ్చించండి దేవుడో...." అవతలొడ్డు నుంచి కేక.

"భయంలేదు వస్తున్నావో" అని యాభైమంది పిల్లల కేక ఇతలొడ్డు నుంచి.

లంగరెత్తేసి పిల్లలంతా పడవలో చేరారు. గడ వేసేది ఒక్క పాలేరు రంగడే. పిల్లలు ఓ పక్క కూర్చోరే! అటూ ఇటూ తిరగడాలు. కేరింతలు, పడవొరిగి పోతుంది- వాళ్ళలో వాళ్ళు కీచులాటలు. రంగడు అదమాయించి వాళ్ళనోరు మూయించి కదలకుండా కూర్చోపెట్టాడు. పడవ కృష్ణ మధ్యకొచ్చింది. అక్కడ గొప్ప వడి.... పిల్లల్లో పెద్దవాడు కిట్టి "నేను గడేస్తాను" అన్నాడు. వొద్దు దేవుడా

అన్నా వినకపోతే "నువ్వు తెడ్లు వెయ్యి దొరా" అని బతిమాలి కూర్చోపెట్టాడు రంగడు. పడవ మెల్లిగా అవతలొడ్డుకు చేరుకుంటోంది. పిల్లలంతా పెద్దగా పాటలు పద్యాలు లంకించుకున్నారు. చప్పట్లతో తాళాలతో కృష్ణంతా మోగిపోతోంది. ఆ సమయాన కిట్టిగాడు తెడ్డు వొదిలేసి రంగడి దగ్గరకొచ్చి "ఒరే ఒరే నేనొక్కసారి గడేస్తానురా..." అని బతిమిలాడాడు.

అవతలొడ్డు కొచ్చాం గదా అని గడ చేతికిచ్చాడు రంగడు.

కిట్టి గడలో నాలుగోవంతు లేడు. ఎక్కడాలేని ఉత్సాహంతో గడ అందుకుని సయ్యిని నీళ్ళలో వేశాడు. పడవ ముందుకు సాగటంతో గడ చెయ్యి జారింది. కిట్టి నీళ్ళలో పడబోతుంటే రంగడు టక్కున పట్టుకున్నాడు. గడ క్రిష్ణలో కొట్టుకుపోయింది. పడవ వొడ్డు చేరింది. పిల్లలంతా 'హో' అంటూ ఇసకలో కొచ్చారు.

"మీరు రాకపోతే ఈ రాత్రేళ ఈ ఇసకలో గుండె పగిలి సచ్చేవాణ్ణి బాబోయ్!" అని కళ్ళనీళ్ళతో పరుగుపరుగన పడవలో కొచ్చాడు ఇసకపఱ్ఱ మనిషి.

రంగడికి గొప్ప దిగులైంది. గడ కృష్ణలో కొట్టుకుపోయింది. పడవ నడవదని చెప్పాడు. పిల్లల గుండెలు గుభిల్లుమన్నాయి. బిక్కమొహాలు వేశారు. అప్పటిదాకా ఉన్న ఉత్సాహం దుఃఖంగా మారిపోయింది. ఒకడెవరో బావురు మన్నాడు. దాంతో యాభైమంది పిల్లలు బావురుమన్నారు.

"అమ్మా! రచ్చించండే...."

"అయ్యా! నాకు బయమేస్తోందే"

"పిన్నీ నా కాకలేస్తోందే...."

"అవ్వా! నాకు దెయ్యాల బయమే."

"వో...." అని అవతలొడ్డునుంచి యాభైమంది పిల్లల ఏడుపులు. వాళ్ళతో కలిసి "చచ్చి మీ కడుపున పుడతానో...." అని పరదేశి ఏడుపు.

వీధిలో పిల్లలెవరూ లేకపోవటం, కృష్ణ అవతలొడ్డు నుంచి గుండెలు చీల్చుకు పోయేట్లు పిల్లల ఏడుపులు విన్పించటంతో తల్లులు, తండ్రులు బెంబే

లయిపోయి కృష్ణ ఇవతలొడ్డుకు చేరారు. అవతల్నించి పిల్లలు ఆపకుండా ఏడుపులు, ఇవతలొడ్డు నుంచి తల్లులు "మా తండ్రే.... మాచిట్టే.... మా బుల్లే.... మా కన్నే ..... నేను చచ్చిపోనో" అంతకంటె పెద్దగా ఏడుపులు!

ఎవరికీ ఏం చేయటానికి తోచించిగాదు. పడవేమో అవతలుంది. పున్నయ్య, సదయ్య ఆడవాళ్ళకి ధైర్యం చెప్పి పుట్టగోచీలు బిగించి రెండు తెప్ప కొయ్యలు వేసుకుని "సయ్ సయ్" మని ఈదుకొంటూ అవతలొడ్డుకు చేరుకున్నారు. వాళ్ళని కావిలించుకొని పిల్లలు మళ్ళీ ఏడుపులు. ఆకలేస్తోందో అని గోల, పడవలో ఎక్కించుకుని వీళ్ళని తీసుకెళ్ళామంటే గడలేదు. సదయ్య ధైర్యం కోసం అక్కడే వుండి పున్నయ్యని వెనక్కి పంపించాడు.

పున్నయ్య వెనక్కొచ్చి మరో పడవకోసం వాకబుచేస్తే ఎక్కడా పడవలేదు. ధరణికోట రేవు పడవకి తారెయ్యటానికి వొడ్డెక్కించారు. గడకోసం మనిషిని అడితికి పంపించారు. ఈలోపున అవతలొడ్డునుంచి పిల్లలు ఆకలేస్తుందో అని అరుపులు.

ఇంతలో పల్లపీధి నుంచి మరో నాలుగు తెప్పకొయ్యిలు తెప్పించి మరో నలుగురు మనుషులు అన్నం మూటలు, పెరుగు మూటలు కట్టుకుని రెండు లాంతర్లతో ఆవలొడ్డుకు చేరారు. పిల్లలు ఆ అన్నాలు తిని కృష్ణనీళ్ళు తాగటంతో కొంత శాంతించారు.

ఎట్టకేలకు అడ్తీనుంచి గడ వొచ్చింది. ఆ గడని రయ్యిని తెప్పకొయ్యమీద అవతలొడ్డుకి తీసికెళ్ళి పడవకి లంగరెత్తేసి, "మా తండ్రుల్లారా! మా తల్లుల్లారా ఎక్కండర్రా పడవ" అని పెద్దగా పెద్దలు అరిస్తే పిల్లలు ఒక్కళ్ళూ వచ్చి పడవెక్కరే!

వాళ్ళు చవితి వెన్నెట్లో చద్ది భోంచేసి, ఇసక తిన్నెలో గీతలు గీసుకుని చర్‌పట్టి, కుందులు ఆడుకుంటూ, పడవ గురించీ, గడ గురించీ, అమ్మా అయ్యా గురించీ ఎప్పుడో మర్చిపోయారు. పిల్లల ఆటపాటల్తో మోగిపోతున్న అవతలొడ్డుకి అంత రాత్రివేళ ఎవరో కితకితలు పెట్టినట్టుంది. ✷

మే!మే! మేకపిల్ల

ముత్తాలమ్మ జాతర జోరుగా వుంది. మూడు రోజుల ముందు నుంచి వూళ్ళో చల్లకుండ తిరుగుతోంది. ఆ రోజు బలులు. ముత్తాలమ్మ విగ్రహం హూంకరిస్తోంది. చేతిలో కత్తి. ఆ కత్తికి గుచ్చిన నిమ్మపండు.

గుడిముందు పందిళ్ళు వేశారు. ఆ పందిళ్ళనిండా జనం తొక్కిసలాడుతున్నారు. ఓ పక్క తాటాకుల మంట వేసి తప్పెట్లు కాస్తున్నారు. మేకలకి, కోళ్ళకి బొట్లు పెట్టి గుడిచుట్టూ ప్రదక్షిణం చేయించి బలికి తీసుకొస్తున్నారు. తప్పెట్లు పెఠీలు

పెరీల్మని మోగుతున్నాయి. రుంజలు, కొమ్ముబూరాలు హోరున మోగు తున్నాయి. పంబలోళ్ళు, బైనీడివోళ్ళు వీరంగం తొక్కుతున్నారు. మాతంగి చిందు తొక్కుతోంది. మాతంగి చిందేస్తుంటే ఆమె మెళ్ళో గవ్వల పేర్లు ఎగిరెగిరి పడ్తున్నాయి. మాతంగి ముఖంనిండా కుంకం మెత్తుకుంది. జుట్టు విరబోసుకుంది. ఒక చేతిలో వొంకులొంకుల దండం. ఆ దండం లయగా వూపుతూ అడుగేస్తుంటే జనమంతా మాతంగి చుట్టూ చేరారు. అప్పటికప్పుడే మూడు నాలుగు కోళ్ళు అమ్మవారికి బలి యిచ్చారు. సిద్ధయ్య తన కొడుకు పదేళ్ళ పోలయ్యతో మొక్కుబడి తీర్చుకోటానికి గుళ్ళ దగ్గర కొచ్చాడు. పోలయ్యకు ఆరేళ్ళవయసులో పెద్ద జబ్బు చేస్తే సిద్ధయ్య ముత్తాలమ్మకు మొక్కుకున్నాడు. ప్రదక్షిణం పూర్తిచేసి అమ్మవారి కుంకుం నుదుట పెట్టుకుని రావిచెట్టు దగ్గర కొచ్చారు తండ్రీ, కొడుకులు. సిద్ధయ్య చాకలిని పిలిచి 'మా మొక్కుబడి మేక ఏదిరా?' అనడిగాడు. రావిచెట్టుకు కట్టివున్న అనేకానేక మేకల్లో ఒక మేకని చూపించాడు చాకలి. పోలయ్య అన్ని మేకల్ని చూశాడు. ఆ పసివాడి చూపు ఒక చోట ఆగిపోయింది. అక్కడ తను రోజూ ఆడుకునే మేకపిల్ల ఉంది. దానిక్కూడా బొట్టు పెట్టి మెళ్ళో వేపాకులు కట్టారు. దాన్ని కూడా బలిస్తారేమో అనిపించేసరికి పోలయ్యకి భయం వేసింది. తను రోజూ ఆడుకునే మేకపిల్ల! తన మెడమీద కాళ్ళు వేసి తన మూతి నాకే మేకపిల్ల! దాని మెడ కోసి చంపుతారు! పోలయ్య కళ్ళలో నీళ్ళు తిరిగాయి.

బలికి సిద్ధం చేసిన మేకలు రావిచెట్టుకు కట్టి వున్నాయి. అవి అందీ అందని రావి ఆకులకోసం ఎగుర్తూ "మే! మే!" అని అరుస్తున్నాయి.

ఆ ఆకులందవు. ఇంక కొద్ది క్షణాల్లో తమకు ఎగిరే పని ఉండదు అని వాటికి తెలియదు. ఎదురుగా ఓ గొర్రెపోతుని బలిచ్చినప్పుడు మేకలు చూశాయేమో, అక్కణ్ణించి "మే! మే!" అని అరుపులు ఎక్కువయినాయి! తాళ్ళు గింజుకుంటూ, జాలిచూపులు చూస్తూ దీనంగా "మే! మే!" అని అరుస్తున్నాయి.

పోలయ్య మేకపిల్ల మరీ అరుస్తోంది. ఇంతలో గణాచారికి శివమెత్తుకొచ్చింది. ద ద ద .... అంటూ రయ్యిన అమ్మవారి దగ్గరికి పరుగెత్తాడు. రయ్యిన పోతుబండ దగ్గర కొచ్చాడు. వేపాకులు కస కస నమిలేస్తున్నాడు. నిమ్మకాయలు కొరికి విసిరేస్తున్నాడు. తప్పెట్ల మోతలో వూగిపోతూ అరుస్తున్నాడు. "ఒరేయ్! నేను ముత్తాలమ్మనురా! నాకు కోపం తెప్పిస్తార్రా! మిమ్మల్ని ఏం చేస్తానో చూసుకోండ్రా! నమిలి మింగేస్తాన్రా! ఈ ఊళ్ళో పసిపిల్ల బాలాదిని పట్టుకుంటాన్రా! ఈ ఊరు నేలమట్టం చేస్తాన్రా!"

జనమంతా వణికిపోతూ గణాచారి దగ్గరకు చేరారు. పెద్దరైతు కోటయ్య చేతులు జోడించి ఊరందరి తరపున వేడుకున్నాడు. "మా తప్పులు కాయమ్మా! మమ్మల్ని రచ్చించడమ్మా! మేవేం చేయాలో శలవీయమ్మా!"

గణాచారి మళ్ళీ అందుకున్నాడు. "హూ! మీ తప్పు మీకు తెలియలేదంట్రా! ఔన్రా! మీకు కళ్ళు కనిపిస్తాయంట్రా! మన్నూ మిన్నూ కానొస్తాయంట్రా! మీ పంటలు పండించింది నేను గాదంట్రా! మీకు గొడ్డూ గోదా ఇచ్చింది నేను గాదంట్రా! మీకు పిల్లా పాపా ఇచ్చింది నేను గాదంట్రా! అట్టాంటి నాకు లోపం చేసి మీరు కులుకుతున్నారంట్రా!...."

"చెప్పుతల్లీ! మా తప్పు చెప్పు ! సర్దుకుంటాం" అన్నాడు కోటయ్య.

"ఇంకా చెప్పాలంట్రా! నా నాలికెండి పోతందిరా! నాకు దాహం సరిపోయిందంట్రా! నా కాకలేస్తందిరా! నాకు తిండి సరిపోయిందంట్రా! ఏటేటా ఆరు కల్లు బానలు తెప్పించేవోరు. ఈ ఏడు నాలుగే తెప్పించారు. ఎనుబోతుని బలియ్యకుండా కోళ్ళని, మేకల్ని బలేస్తున్నారు. నేను చల్లగ మిమ్మల్ని చూడాలంటే మరారు కల్లు బానలు తెప్పియ్యండి! దున్నపోతుని బలియ్యండి. లేకపోతే ఊరంతా తినేస్తాను, కిష్టంతా తాగేస్తాను...." మళ్ళీ కసకస వేపాకులు నమిలి చిందులు తొక్కాడు గణాచారి.

"అట్టాగే తల్లీ.... ఇప్పుడే కల్లు తెప్పిస్తాం. ఇప్పుడే దున్నపోతుని బలిస్తాం.... అని కోటయ్య చెప్పగా "శాంతించు తల్లీ!" అని జనమంతా దణ్ణాలు పెట్టారు. ధూపం వేసి వేపాకు మండల్తో విసుర్తుంటే గణాచారి శాంతిస్తున్నాడు. కల్లుబానలకోసం కబురు వెళ్ళింది. దున్నపోతు కోసం మనిషి వెళ్ళాడు.

అరగంటలో ఆరు కల్లుబానలు వచ్చాయి. మరి కాస్సేపటిలో దున్నపోతూ వచ్చింది. పోతుకి అలంకారం చేసి నుంచో పెట్టారు. కల్లుబానలు చూడగానే గణాచారికి సంబరమైంది. తప్పెట్లు, రుంజలు ఒక్కుమ్మడిగా మోగాయి. ముంతతో కల్లు ముంచి గటగట తాగాడు గణాచారి. ముంతపై ముంత, ముంతపై ముంత ఆరుముంతలు ఆపకుండా గొంతులో పోశాడు. వచ్చిన జనమంతా తలా ఒక ముంత తాగారు. మాతంగి పొంగిపోయింది. గణాచారి మళ్ళీ వేపమండలు వూపుతూ "సంబరమైందిరా! శాంతించానురా! చల్లంగ చూస్తానురా!" అంటూ "వెయ్యండ్రా వీరంగం! వాయించండ్రా నాయాళ్ళూ" అని పెద్దగా అరిచాడు.

వాద్యాలన్నీ ఒక్కసారి మోగాయి. గణాచారి, మాతంగి అంతా చిందులు తొక్కుతున్నారు. వాళ్ళతోపాటు జనమంతా అడుగేస్తున్నారు. ఎక్కడలేని సంబరంతో అడుగేస్తున్నారు. కొందరు బలిదున్న చుట్టూ తిరుగుతున్నారు. కొందరు మాతంగి చుట్టూ తిరుగుతున్నారు. కొందరు వాళ్ళ చుట్టూ వాళ్ళే తిరుగుతున్నారు. వాద్యాలు, చిందు తప్ప జనమంతకి వేరే లోకం లేదు.

ఆ సమయాన పదేళ్ళ పోలయ్యమెల్లిగా రావిచెట్టు దగ్గరకొచ్చి మేకల్ని కట్టేసిన తాడు విప్పేశాడు. దాంతో మేకలన్నీ ఒక్క గెంతు గెంతి మే! మే! అంటూ పొలాల మీదకి పరుగులు తీశాయి. పోలయ్య నేస్తం మేకపిల్ల చెంగున పోలయ్య మీంచే గెంతి పారిపోయింది. కల్లుతాగి వాద్యాల హోరులో చిందు తొక్కుతున్న జనం ఇది చూశారో లేదో తెలియదు. కాని పోలయ్య మాత్రం ఆనందంతో చప్పట్లు చరుచుకుంటూ ఇంటివైపు పరుగెత్తాడు. ✸

కాకితో కబురు

ఆ వేపచెట్టు కింద తలెత్తకుండా అంట్లు తోముతోందే- ఆ పిల్లపేరు జువ్వి. 'మడిసల్లే ఎందుకు బతుకుతావే! మానల్లే పడుండు సుకపడతావు' అని ఆ తల్లి కూతురికి జువ్వి అని పేరెట్టిందేమో తెలియదు. కానీ జువ్వి మనిషిలా బతకాలని, నవ్వాలని, ఏడవాలని కలలు గంటోంది. జువ్వి దొడ్లోకి రావటం

ఆలస్యం చెట్టుమీది కాకులన్నీ వచ్చి చేరతాయి. ఉడతలు కొమ్మతొ(ర్రల్లోంచి పరుగెత్తుకొస్తాయి. రామచిలకలు చిటారు కొమ్మనించి కింద కొమ్మలమీదికి రివ్వున వచ్చి వాలతాయి. జువ్వి అంట్లు ఒక్కొక్కటే తెచ్చి పడేసుకుంటుంటే కాకులు గెంతుతూ ఇంకా దగ్గర కొస్తాయి. "ఉండండే! ఒకటే తొందర!" అని విసుక్కుంటుంది జువ్వి. కాకులు ముక్కులు రాసుకుంటూ రెక్కలు తప తప కొట్టుకుంటూ ఇంకా దగ్గరకొస్తాయి. గిన్నెల్లో అడుగు మెతుకులు తీసి రాయిమీద పెడ్తే వాట్ని కలేబడ్తూ తన్నుకుంటూ తింటుంటాయి కాకులు. "కొట్టుకు చావమోకండే కాస్త దానికి" అని మందలిస్తుంది జువ్వి. ఓ కూరముక్క తొ(ర్రలోంచి తొంగి చూస్తున్న ఉడతకోసం విసుర్తుంది. కొమ్మ మీదున్న రామచిలకని చూసి "నువ్వు రాణివాసం పిట్టవాయె! నువ్వు ఎంగిలి మెతుకుల కొస్తావా! ఇదో!" అని వస్తూ వస్తూ ఏరుకొచ్చిన చింతకాయలు ఎగరేస్తుంది. ఒక చింతకాయ రామచిలక ముక్కున పట్టుకుంటే కిందపడ్డ ఇంకో చింతకాయ కోసం ఉడత పరుగెత్తుతుంది.

ఏదో తినటం అయిపోయిందిగదా అని వెళ్ళిపోవు పక్షులు. జువ్వి అంట్లు తోముతుంటే చుట్టూ సభ చేసినట్టు చేరతాయి. ఓ కాకి రాయిమీద, ఇంకోటి గుట్టమీద, మరోటి బోర్లించిన గిన్నెమీద ఇలా చుట్టూ చేరి జువ్వి చెప్పే కబుర్లు ఆలకిస్తూ ఉంటాయి. అంట్లు తోముకుంటూ జువ్వి తన వూసంతా వీటికి వెళ్ళబోసుకుంటుంది.

"చింతాలు మావ ఏ రేవు నున్నాడో సూసిరాకూడదంటే! ఆడి పడవ అమరావతొడ్డు తాకి నెల్రోజు లయింది. నా మెళ్ళో తాళికడ్తే నేను సంక్కంగ వంట చేసి పెడ్డునా? ఆడు పడవల్లో సేరి ఆళ్ళకీ ఈళ్ళకీ వండి పెట్టే కర్మ ఏంది? అవున్లే ఆడిదేం తప్పు? మా అయ్యదే తప్పు. "సంపాదన లేనోడికి పిల్లనిస్తానా" అన్నాడు పడవల్లో వంటపుట్టి కింద చేరిపోయిండు. అమ్మ పోయినకాణ్ణించి అయ్యనిడిసిపెట్టలేక నేనున్నాను. నేం తెచ్చే అన్నం మెతుకుల

కోసం నన్నిడిసిపెట్టనంటడు అయ్య. పోస్లే నా అన్నం తింటే తిన్నాడు. ఆణ్ణీ, ఈణ్ణీ డబ్బులడుక్కుని ఆ తాగుడెందుకంట! ఏం జేస్తాం చెప్పు. తాగినా తన్నినా అయ్య అయ్యే కద. నేను మా మావెంట ఎల్లిపోతే ఆడికి దిక్కెవరు?

ఏవే! మావ పడవ దొండపాడు రేవుకాడుందన్నారే ఎట్టుండాడో చూసి రాకూడదంటే, ఆడు లాంచీల్లో చేర్తాడని ఎవరో సెప్పారు. ఒద్దని సెప్పవే! లాంచీల్లో చేర్తే కిట్ట ఇడిసిపెట్టి గోదార్లో కెల్తాడు. అసలే సూపందదు.

రోజూ ఇదే పాట ..... జువ్వి మళ్ళీ మళ్ళీ చెప్తూండడం కాకులు అంతా తెలిసిపోయినట్లు 'ఆలోచిస్తాం!' అన్నట్లు ముక్కులతో రెక్కలు గీరుకుంటూ అంటూండడం, ఇంతలో ఇంటావిడ 'జువ్వీ! ఎవరితోనే మాట్లాడుతున్నావు' అంటే 'ఏం లేదమ్మా! ఈ కాకులు ఒకటే రొద! హేయ్' అంటూ కాకుల్ని అదిలించి అంట్లు ఇంట్లో ఇచ్చెయ్యటం మామూలు.

ఆరోజు ఇంటావిడ జువ్వికి ఉప్పుడుపిండి పెట్టి 'తినవే' అంది. జువ్వికి ఏం పెట్టినా సరే ఆ ఆకు చేత్తో పట్టుకుని ఏడుస్తుంది. జువ్వి తల్లికూడా అంట్లు తోమేది. ఇంటివాళ్ళు ఏవన్నా పెట్టే జువ్వి తల్లి మొగుడికి తెలియకుండా ఐదేళ్ళ జువ్వికి తీసుకొచ్చి పెడ్తే కాని తినేది కాదు. 'తినవే' అని తల్లి అంటే 'అయ్యకో?' అని ఏడ్చేది. ఇప్పటికీ అంతే, ఆకుపట్టుకుని జువ్వి ఏడుస్తుంటే 'ఏడుపెందుకే పిచ్చిదానా!' అని ఇంటావిడ సముదాయిస్తే జువ్వి కళ్ళు తుడుచుకుని 'ఇంటికెళ్ళి తింటానమ్మా' అంది. 'ఓసి వెర్రి! మీ అయ్యకు నేను వేరే ఇస్తా. నువ్వు తిను' అని ఆవిడంటే అప్పుడు జువ్వి ముఖం విప్పారింది. నవ్వుకుంటూ ఆకు తీసుకు పరుగెత్తింది.

శ్రావణ మాసాన -

కృష్ణ నిండుగా వొడ్లు పొంగి పారుతున్న వేళ. పూజారి వీధి ఇళ్ళు అనుకుని కృష్ణ పారుతుంటే, కృష్ణ మధ్యనుంచి వడిలో పడవలు పోలేవు కనుక వొడ్డమ్మటే పడవలు లాక్కెళుతుంటే పడవలన్నీ దొడ్లలోంచి పోతున్నట్లుండేవి.

తెల్లవారగట్టే వచ్చింది జువ్వి పడవల కోసం. జువ్వితోపాటే కాకులూ, ఉడతలూ, రామచిలుకలూను. అంట్లు తోముతోందేకాని పడవలమీదే ధ్యాస. పరుగెత్తికెళ్ళి

ప్రతి పడవ చూస్తోంది. చింతాలు మావ పడవ రాలేదు. కాకులన్నీ కావు కావు మంటూ కృష్ణమీది కెళ్ళాయి. అంటే పడవొస్తోందన్నమాట. జువ్వి అంట్లగిన్నెతో పరుగెత్తుకెళ్ళింది. మాసికల తెరచాప పడవ దగ్గరకొస్తోంది. జువ్వి గుండె దబదబ కొట్టుకుంటోంది. అల్లడుగో! చింతాలు మావ! చుక్కాని దగ్గర వంట గిన్నెతో చెయ్యూపాడు. జువ్వి అంట్లగిన్నె వూపింది. పడవ దగ్గర కొస్తోంది. జువ్వి కళ్ళు పొంగాయి. వొళ్ళు పొంగింది. కళ్ళలో కృష్ణ ముంచుకొచ్చింది. జువ్వి దగ్గర కొచ్చింది పడవ. చింతాలు నవ్వుతూ కళ్ళన్నీ జువ్వి మీదే పెట్టి చూశాడు. జువ్వికి ఏదో అడుగుదామనిపించింది. మాట రాలేదు. చింతాలుకి ఏదో చెప్దామనిపించింది. గొంతు పెగల్లేదు. పడవ జువ్విని దాటిపోతోంది. చింతాలు లంకల్లో కోసుకొచ్చిన జామకాయ వొడ్డుమీదికి విసిరాడు. జువ్వి చెంగున ఎగిరి అందుకుంది. మాసికల తెరచాప దూరమయింది. చింతాలు మావ వెళ్ళిపోయాడు. ఇంటావిడ ఇంట్లోంచి 'జువ్వీ' అని పిలవడంతో జువ్వి ఈ లోకంలోకి వచ్చింది. గెంతుకుంటూ దొడ్లో కొచ్చి ఎక్కడలేని సంబరంతో ఒకచేత అంట్లు తోముతూ ఇంకోచేత ప్రియంగా జామకాయ కొరుక్కు తింటోంది. తనింత కొరుక్కుని ఇంత ముక్క కాకులకి పెట్టింది. మరింత ముక్క ఉడత కిచ్చింది. మిగిలిన ముక్క రామచిలకల కెగరేసింది.

ఆ తర్వాత ఇంటావిడ చల్లపిండి పెడ్తే ఆకు పట్టుకు ఏడ్చింది జువ్వి. "మీ అయ్యకి నేరు వేరే పెడ్తాలేవే" అన్నా జువ్వికి ఏడుపు ఆగలేదు. జువ్వి మళ్ళీ ఏడ్చింది అయ్యకోసం గాదు చింతాలు మావకోసం.

కళ్ళు తుడుచుకొని ఇవతలకొచ్చి చుట్టూ చేరిన కాకులతో, ఉడతలతో, చిలకలతో అంది.

"మా మావ పడవ ధరణికోట రేవు కాడుంటది. మీరెళ్ళి నేను మావకోసం ఏడవలేదని చెప్పండే! నవ్వానని చెప్పండేం!" అంటూ గలగలా నవ్వింది. ✸

తులసి తాంబూలం

వర్షం విడవకుండా కురుస్తోంది.

ఆకాశంలోని మేఘాలన్నీ అమరావతిని చుట్టుముట్టాయి. జోరున, భోరున కురుస్తున్న ఆ వర్షంలో మూడో ప్రాకారం మంటపంలోంచి వామనాచార్లు తదేకంగా పెద్దబజారు వైపు చూస్తున్నాడు. కళ్ళు విచ్చుకుగాలిస్తున్నాడు మనిషి కోసం. పెద్దబజారంతా జలమయంగా ఉంది తప్ప జన సంచారం లేదు.

అప్పుడే పదకొండు గంటలు దాటింది. ఇంతవరకూ ఒక్క యాత్రికుడూ రాలేదు.. ఎవరో యాత్రికుడు రావాలి. అతగాడు అర్చన చేయించుకోవాలి. తనకో రూపాయి ఇవ్వాలి. ఆ రూపాయితో బియ్యం తెచ్చి వండితేనే స్వామికి నివేదనా, వామనయ్య దంపతులకు భోజనమున్నూ, వామనాచార్లు భార్య తాయారమ్మ కిందటి రాత్రే ఇన్ని అటుకులు, బెల్లం ఉడికించి విస్తట్లో వడ్డించి "ఈపూటతో అటుకులయిపోయాయి" అంది. బియ్యం నిండుకున్నాయి సరేసరి రేపటికి అటుకులు కూడా లేవని అర్థమయింది వామనాచార్లుకి.

అందుకే ఉదయం నుంచి యాత్రికుల కోసం ఎదురుచూస్తున్నాడు. వర్షం తగ్గేట్టు లేదు. "ఇంత తుఫానులో భక్తులెవరొస్తారు?" వామనాచార్లు ఆశగా పెద్ద బజారు వంకే చూస్తున్నాడు. దూరంగా రెండు గొడుగులు - ఆచార్లు కళ్ళల్లో ఆశ, "కూర లేకపోతే ఫర్వాలేదు పచ్చడేసుకు తినొచ్చు!" గొడుగులు స్పష్టంగా కన్పిస్తున్నాయి. "అమ్మ! ఒకళ్ళుకాదు ఇద్దరు! రెండు రూపాయిలు దొరికితే ఇవాళ్టికేకాదు. రేపటి గురించిన చింతకూడ ఉండదు". గొడుగులు ఇంకా ముందుకొచ్చి చటుక్కున ఇళ్ళల్లోకి దూరిపోయాయి. వాళ్ళు యాత్రికులు కాదు. వామనాచార్లు కుంగిపోయి చతికల పడ్డాడు.

పన్నెండు దాటుతోంది. వామనాచార్లుకి ఆశ సన్నగిల్లుతోంది. నీరసం వస్తోంది. "వేణుగోపాలా! నీకు ఇంత వర్షంలో గన్నేరుపూలు తీసుకొచ్చి పూజచేశానే! మందారమాల అల్లి మెళ్ళో వేశానే! దానికి ఫలం నాకు పస్తా?" అనుకొన్నాడు. అంతలో పెద్దబజారు చివర్న ఒక గొడుగు. వామనాచార్లు కళ్ళు ఆశగా చూశాయి. గొడుగు మరీ దగ్గరకొస్తోంది. చేతిలో సంచి. తప్పకుండా యాత్రికుడే! గొడుగు గాలిగోపురం దగ్గరకొచ్చింది. అంత వర్షాన్ని లెక్కచెయ్యకుండా వామనాచార్లు మెట్లు దిగి రయ్యిన పరుగెత్తుకొచ్చాడు. ఆ యాత్రికుడు కొబ్బరికాయలు కొంటుంటే "అయ్యగారి గుళ్ళో ఒకటి, అమ్మవారి గుళ్ళో ఒకటి క్షేత్రపాలకుడు వేణుగోపాలస్వామి క్కూడా ఇంకో కొబ్బరికాయ తీసుకోండయ్యా" అన్నాడు. ఆ యాత్రికుడు రెండు కొబ్బరికాయలు, పళ్ళూ తీసుకొని ముందుకు

నడుస్తుంటే అతని వెనకాలే "క్షేత్రపాలకుడు వేణుగోపాలస్వామిపై ప్రాకారంలో నండయ్యా" అంటున్నాడు వామనయ్య. ఆ యాత్రికుడు ప్రదక్షిణం చేస్తుంటే వెంట వెంటనే అంటిపెట్టుకు తిరుగుతూ "క్షేత్రపాలకుడు వేణుగోపాలస్వామి గుడి ఇదేనండయ్యా" అన్నాడు. "పెద్ద గుళ్ళోకి వెళ్ళి రానివ్వండి" అని ఆ యాత్రికుడు అమరేశ్వరుడి దగ్గరకు వెళ్ళినా వామనయ్య అతన్ని వదల్లేదు. అయ్యవారి గుళ్ళో పూజయ్యే దాకా పక్కనే ఉన్నాడు.

రెండు కొబ్బరికాయలు అక్కడే కొట్టేశాడు అయ్యవారి గుళ్ళో అర్చకుడు. మిగిలిన రెండు పళ్ళూ అమ్మవారి గుళ్ళో ఇచ్చాడు యాత్రికుడు. నివేదనకు లేకపోతే లేకపోయింది "క్షేత్రపాలకుడు వేణుగోపాలస్వామికి కొంచెం కర్పూరం ఉంచండయ్యా" అని వామనయ్య వేడుకోగా కొంచెం కర్పూరం మిగిల్చాడు యాత్రికుడు. అక్కడ పూజ కాగానే "క్షేత్రపాలకుడు వేణుగోపాలస్వామి గుడి ఇటు రండయ్యా" అని దోవ చూపిస్తూ వేణుగోపాలస్వామి గుళ్ళోకి తీసు కొచ్చాడు యాత్రికుణ్ణి.

'అర్చన చేస్తా'నన్నాడు వామనయ్య.

'వొద్ద'న్నాడు యాత్రికుడు.

'పోనీ మంత్రపుష్పం ....' అన్నాడు వామనయ్య.

"అక్కర్లేదు హారతివ్వండి" అన్నాడు యాత్రికుడు.

అయినా సరే గోత్రనామాలతో అర్చన చేసి మహాభక్తితో హారతిచ్చాడు వామనయ్య. ఆ యాత్రికుడు సంతోషించి అర్ధరూపాయి పాదుకల పళ్ళెంలో వేశాడు. "పోన్లే! ఒకపూట ముద్ద పెట్టాడు స్వామి" అని తృప్తి పడ్తున్న వామనయ్యకి పెద్ద గుళ్ళో గంట మోగటం విన్పించింది. ఇంకో యాత్రికుడేమో నని ఆశపడ్డాడు వామనయ్య. ఇంతలో "వానయ్యేది వరదయ్యేది దేవుణ్ణి చూడకుండా భోంచెయ్యనుగా!" అన్న చిల్లర కొట్టు సుబ్బయ్య గొంతు విన్పించింది.

వేణుగోపాలస్వామి గుళ్ళో కొస్తూనే "స్వామీ" అని గంట మోగించి చేతులు జోడించి నిలబడ్డాడు సుబ్బయ్య. వామనయ్య పాదుకల పళ్ళెం తీసుకొచ్చి పాదుకలు సుబ్బయ్య తలమీద పెట్టడంతో పళ్ళెంలో అర్థరూపాయి తళుక్కున మెరిసింది. తులసిదళం కోసం చేయి జాపవలసిన సుబ్బయ్య చటుక్కున ఆ అర్థరూపాయి లాక్కుని బొడ్లో దోపుకుని బాకీలో జమేసుకుంటానని వెనక్కి చూడకుండా వెళ్ళిపోయాడు. వామనయ్య వూరందరిలాగే ఉప్పూ, పప్పూ సుబ్బయ్య దగ్గర అప్పు తెచ్చుకుంటాడు.

వామనయ్య తెల్లబోయాడు. దిమ్మరపోయి తూలి పడబోయి ద్వారపాలకుడి పక్కనే చతికిల పడ్డాడు. కొంతసేపటికి పెద్ద గుళ్ళో నైవేద్యాలు జరుగుతున్న గంటలు విన్పిస్తే, అందులో ఓ అర్చకుణ్ణి పిల్చి "ఇవాళ మా ఇంట్లో ఇబ్బందయింది. వేణుగోపాలస్వామి గుళ్ళో కూడా నివేదన పెట్టమ"ని అడిగాడు. అతగాడు నివేదన పూర్తి చేసి వెళ్ళినా వామనయ్య అక్కణ్ణించి కదల్లేదు.

కొంతసేపటికి ఆగని ఆ వర్షంలోనే తడుస్తూ, నీరసంగా ఇంటికొచ్చాడు. తాయారమ్మ తులసిపూజ చేసుకుని ఇంట్లో కొస్తోంది. భర్త చేతిలోనూ ఏమీ లేదు. పీట వాల్చుక్కూర్చోవలసినాయన మంచం వాల్చుకోవటంతో అర్థ మయిందామెకు. వామనయ్య దగ్గరకొచ్చి తీర్థం ఇచ్చి నాలుగు తులసిదళాలు వామనయ్య చేతిలో పెట్టింది. చెవుల్లో పెట్టుకోవలసిన తులసిదళాలు వామనయ్య నోట్లో వేసుకుని నమలటం మొదలెట్టాడు. ఎదురుగా స్తంభాని కానుక్కూర్చుని తాయారమ్మ కూడా తులసిదళాలు నములుతోంది. వాళ్ళు దళాలు ఎలా నములుతున్నారంటే సుష్టుగా పిండివంటలతో భోంచేసి తృప్తిగా తాంబూలం నమిలినట్టు నములుతున్నారు.

అలా నములుతూ ఒకళ్ళని చూసి ఒకళ్ళు నవ్వుకున్నారు, వామనయ్య 'గోపాల' అంటే తాయారమ్మ 'వేణుగోపాలా' అంది తులసిదళాలు నమలగా నమలగా వాళ్ళ నోళ్ళు పండాయి. ✸

భోజన చక్రవర్తి

చెరువులో స్నానం చేయటానికి భయపడే జనానికి గజ ఈతగాడి కథెందుకు అని తమరడగొచ్చు. కాని అత్తెసరు గిన్నెడు అన్నం ఆరుగురికి సరిపోతున్న ఈ రోజుల్లో అప్పంభొట్టు ఆహార విశేషాలు నమ్మినా నమ్మకపోయినా తెలుసుకోవటం అవసరం.

అప్పంభొట్లు పదహేనేళ్ళ వయసులో ఆమడ దూరాన ఉన్న ఓ పల్లెటూరికి పురిటి కబురు మోసుకెళ్ళాడు. చూపానని సూరమ్మ మునిమనవడు పుట్టాడన్న వార్తవిని పొంగిపోయి ఆ సందెచీకట్లో కందిపచ్చడి నూరి అప్పంభొట్లుని భోజనానికి లెమ్మంది. వడ్డించిన మొదట వాయకే నూరిన కందిపచ్చడి సొంతం అయిపోగా సూరమ్మ అటకమీంచి ఆవకాయ దించింది. నేతిగిన్నె కందిపచ్చడికే ఖాళీ అయిపోతే ఆవకాయలోకి నూనె వడ్డించింది. మూడో

119

కలుపుకి ఆవకాయ జాడీ అడుగంటగా, గోంగూర బాన ముందు పెట్టింది. బానలో గోంగూర అయితే కొంత మిగిలింది కాని వండిన అన్నం పూర్తవటంతో, మళ్ళీ వండే వోపికలేని సూరమ్మ, మొహమాటం విడిచి ఇహ మజ్జిగ కలుపుకో అనేసింది.

వండిన వంటంతా అప్పంభొట్లుకే వడ్డించిన సూరమ్మ మజ్జిగ తాగి పడుకుంటే నిద్రపట్టలేదు. అర్థరాత్రివేళ ఇంట్లో ఏదో చప్పుడవుతుంటే దొంగలేమోనని దీపం పెద్దదిచేసి "ఎవడ్రా అక్కడ" అని కర్ర తీసికెళితే అక్కడ అప్పంభొట్లు గిన్నెల్లో ఏవన్నా మిగిలిపోయిందేమోనని వెతుక్కుంటూ కన్పించాడు.

సూరమ్మ "నువ్వట్రా పిచ్చి సన్నాసీ! ఆకలేస్తోందిట్రా!" అని అప్పటికప్పుడు పొయ్యి రాజేసి పిండి కలిపి రొట్టె ముక్కలు పోసిస్తే అవి తిన్న తర్వాత గురకపెట్టి నిద్రపోయాడు అప్పంభొట్లు.

మర్నాడు ఉదయం అప్పంభొట్లు ఆకలెరిగిన సూరమ్మ సోలెడు నెయ్యి పోయించుకుని, గొల్లని పిలిచి ఐదుసేర్లు పెరుగు తెప్పించి మానెడు కందిపప్పు వండి, అటకమీద వూరగాయలన్నీ దింపి వేడివేడిగా అన్నం వడ్డించింది. ఆవకాయ నిన్ననే పూర్తయింది కనుక మాగాయ, మెంతికాయ ముక్కల పచ్చడి పప్పులో ఒకదాని తర్వాతొకటి కలుపుతూ ఖాళీ చేశాడు అప్పంభొట్లు. ఆ తర్వాత చింతకాయ పచ్చడి మీదికి లంఘించి చింతగింజలు మాత్రం మిగిల్చాడు. ఆ పైన ఐదుసేర్ల పెరుగు కలిపి అందులో నంజటానికి కారం పచ్చడి లేకపోతే, ఉట్టినున్న ఉసిరికాయ కుండ దింపించి చప్పగా ఉన్నా దాంతోనే సరిపెట్టుకుని భోజనం ముగించాడు. సంవత్సరానికి సరిపడ్డ వూరగాయలు ఒక్కరోజులో తుడిచిపెట్టుకుపోతే పోయాయిగాని 'పిల్లాడు కడుపునిండా భోంచేశాడు' అని తృప్తి పడింది సూరమ్మ.

అప్పంభొట్లు భుక్తాయాసం తీర్చుకుని నాలుగ్గంటలవేళ బయలుదేరి తిరిగి అమరావతికొస్తుంటే వూరుకు ముందు డొంకలో సుబ్బయ్యగారు కంగారు

పడ్తూ కన్పించారు. "'ఏవిటా కంగారు' అని అప్పంభొట్లు అడగ్గా "ఐదు బస్తాల జొన్నలున్నాయి. బండిమీదేసుకెళ్ళాల ఎడ్లని తోలుకురారా అంటే పాలేరు ఇంకా రాలేదు వర్షమొచ్చేట్లుంది" అన్నారాయన. 'ఓస్! ఇంతేనా!" అని అప్పంభొట్లు ఉత్తరీయం నడుంకి బిగించి సరాసరి బండిదగ్గరకెళ్ళి కాడెత్తి భుజం మీదేసుకుని సర్‌సర్‌న వూళ్ళోకి లాక్కొచ్చి ఆ ఐదు బస్తాల జొన్నలు అలవోకగా సుబ్బయ్యగారి వరండాలో పడేసి చేతులు దులుపుకు ఇంటికి పోయాడు.

కొంతకాలం తర్వాత సుబ్బయ్యగారు అప్పంభొట్లు తరపున పందెం కట్టాడు. రెండొందల ఆవడలు తింటాడు అని పందెం. గుళ్ళో మంటపంలో ఏర్పాటు చేశారు. జనం అబ్బురంగా రాసాగారు. పొద్దుట్నుంచి గారెలు వండి పెరుగులో వేస్తున్నారు. నాలుగు బానల పెరుగు తెప్పించారు. ఆవడంటే ఇప్పటి కాలం ఆవడా? ఒక్కొక్క ఆవడ దోసెడు వెడల్పు, రెండు అరచేతల మందం. ఆ నాలుగ్గంటలవేళ అప్పంభొట్లు స్నానం చేసి మంటపం దగ్గర కొచ్చేసరికి జనమంతా గుమిగూడి వున్నారు. మంటపం మధ్యన బాసీపట్టు వేసుకుని పక్కకు చూస్తే నాలుగు గంగాళాల్లో మెంతిపెరుగులో తేలుతున్న ఆవడలు కన్పించాయి. వాటి మీద తిరగమోత మిరపకాయలు, కరివేపాకు కొత్తిమెర నోట నీళ్ళూరిస్తుంటే 'ఇంకెందుకు ఆలస్యం?' అన్నాడు అప్పంభొట్లు. కడిగిన విస్తరి పరిచి వరసగా వడ్డించడమేమిటి, పదేసి ఆవడ వడ్డిస్తుంటే నాలుగు నిమిషాల్లో విస్తరి ఖాళీ అవుతోంది. విస్తళ్ళు కడిగి ఇచ్చేవాళ్ళు, వడ్డించే వాళ్ళదే ఆలస్యమా అనిపిస్తోంది. మధ్య మధ్యన గొంతుజారటానికి మంచితీర్థం పుచ్చుకుంటూ చూసేంతలోనే నాలుగు గంగాళాల్లో ఉన్న రెండొందల ఆవడ మెంతిపెరుగుతో సహా అవలీలగా ఖాళీ చేశాడు. జనం ఆశ్చర్యపోయారు. అంతటితో అవలేదు. ఖాళీ విస్తరి చూపిస్తూ 'ఇంకా ఉన్నాయా?' అనడిగాడు. వంటమనిషి వచ్చిన జనానికి తలో ముక్కా ఇవ్వొచ్చని ఓ యాభై ఆవడవేసి వేరే గంగాళంలో పెట్టాడు. అది కూడా తెప్పించి పూర్తిచేసి బ్రేవ్‌మని

తేన్చుకుంటూ లేచి వెళ్ళిపోయాడు అప్పంభొట్లు. జనం ముక్కున వేలేసుకుని 'వీడు హరించుకోలేడు చస్తాడు" అనుకున్నారు. అప్పంభొట్లు పార తీసుకుని సరాసరి కృష్ణకెళ్ళి అవతలొడ్డుకు ఈదుకుంటూ పోయి పారతో ఇసక తవ్వటం మొదలెట్టాడు. అలా రెండుగంటలు ఇసక తవ్వీ తవ్వీ స్నానం చేసి ఇంటికొచ్చి రాత్రికి శుభ్రంగా భోంచేసి పడుకున్నాడు.

పెళ్ళి భోజనాల్లో తలుపు వారగా కూర్చునేవాడు అప్పంభొట్లు. స్వయంగా వెళ్ళి మూడు విస్తళ్ళు కలిపి కుట్టుకుని తెచ్చి వేసుకునేవాడు. గోకర్ణంతో పప్పు తెచ్చి గరిటెతో వడ్డించబోతే "వెధవ గరిటలు తీసెయ్!" అని గోకర్ణం వొంపించేవాడు. నేతి ఝారీతో నెయ్యి వడ్డిస్తుంటే వేళ్ళ సందున ఎన్ని లోయలుండేవో తెలియదు. చేతిలో నెయ్యి కన్పించేది కాదు. ఝారీ ఖాళీ అవవలసిందే. కూరల పళ్ళాలు, పప్పుగిన్నెలు, పులిహోర పళ్ళాలు, పులుసుబకెట్లు అన్నీ అప్పంభొట్లు దాకా వచ్చి ఖాళీ అయి వెనక్కు వెళ్ళవలసిందే. ఆఖర్న లడ్డూల బుట్ట వస్తే గాలికోసం "ఉస్" అన్నట్లు ఎంగిలి చెయ్యి జాడించి ఆ చెయ్యి బుట్టకు తగలగా 'అంటయింది ఇంకెందుకు. పనికొస్తాయి' అని బుట్టెడు లడ్లు విస్తట్లో వొంపించుకునేవాడు.

అలా సాగిపోయిన అప్పంభొట్లు ఆఖరిదశలో కరువొచ్చింది. పెద్దవాడైనా జఠరాగ్ని తగ్గినా జిహ్వ చావలేదు. "మూడు వీశెల వంకాయ కొని ముచ్చాం కాయ కూర చేయించి అరసోలెడు నెయ్యి వడ్డించగా నేను భోంచేస్తుంటే చూసి వినోదించేవారు శోభనాద్రిగారు. ఇప్పుడా సదుపాయం ఏదీ?" అని విచారించేవాడు. పోతూ పోతూ అప్పంభొట్లు కొడుకుని పిలిచి చెప్పాడు. "పేరయ్యా నా తద్దినానికి మంచి తిండిపుష్టి ఉన్నవాణ్ణి భోజనానికి పిలవరా!" అప్పంభొట్లు పోయింతర్వాత పేరయ్యకి తండ్రిలాంటి తిండిపుష్టి ఉన్నవాడు కన్పించలేదు. ఉన్నా అలా పెట్టగల తాహతూ కుదరలేదు. అతని మనవలకీ మునిమనవలకీ అప్పంభొట్లు ఆహారలీలలు చెప్పుకోవటమే మిగిలింది. ✸

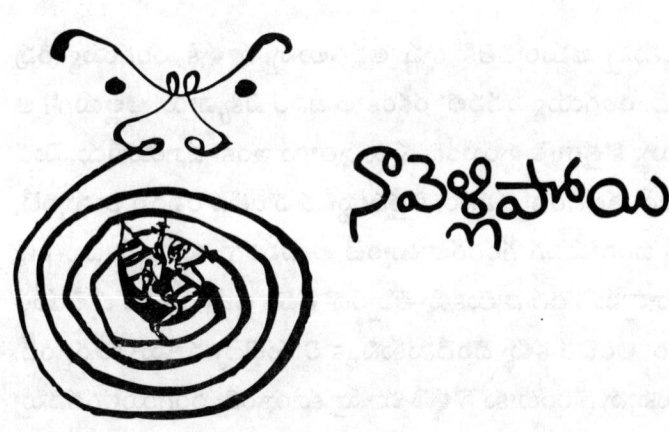

నావెళ్ళిపోయింది

రంగయ్య తెల్లవారకముందే స్నానం చేసి ఉతికిన నీర్కావిపంచ కట్టుకుని, పంగనామాలు దిద్దుకుని రేవు పడవ దగ్గరకొచ్చేవాడు. తాతలు, తండ్రులు రంగయ్యకి తరతరాల ఆస్తిగా ఆ రేవు పడవనిచ్చారు. రంగయ్య ఆ పడవనే

నమ్ముకుని, ఆపడవే లచ్మిగా, ఆ పడవే కులదేవతగా భావించి కిష్ట ఈ వొడ్డునుంచి ఆ వొడ్డుకి జనాన్ని చేరేస్తూ జీవనం సాగిస్తున్నాడు.

రేవులో కొస్తూనే లంగరెత్తి పడవలో వేసి పడవ తల్లికి మొక్కి, కిష్ట తల్లికి మొక్కి ఆపైన నాలుగు దోసెళ్ళ నీళ్ళెత్తి పడవమీద చిలకరించి, తలెత్తి పైకి చూస్తే తూరుపు కొండల వెనక బద్ధకంగా నిద్రలేస్తున్న సూరీడుకి మొక్కి పక్కకి తిరిగి అమరేశ్వరాలయం శిఖరాన్ని చూస్తూ "శంభో" అని, ఆత్మ ప్రదక్షిణం చేసేవాడు. రంగయ్య పెట్టేది పంగనామమైనా చేసేది శివస్మరణే. ఆ పూజలూ దణ్ణాలూ అయ్యేదాకా జనం ఒడ్డునే కూర్చునేవారు. రంగయ్య "ముత్తయిదులు ముందెక్కండమ్మా" అనగానే ఆడవాళ్ళు లేచి వచ్చి పడవకి పసుపురాసి కుంకం పెట్టి కొబ్బరికాయ తెస్తే కొట్టి క్రిష్ణ లో వొదిలేవారు. లేకపోతే పళ్ళూ తాంబూలం కృష్ణమ్మకి అర్పించుకుని కుడికాలు ముందుపెట్టి పడవలో కొచ్చేవారు. వాళ్ళవెంట చెప్పులు చేతబట్టుకొని మగవాళ్ళు ఎక్కేవారు. ఆపైన పడవ సాగేది.

ఇవతలొడ్డునున్న అమరావతికి కృష్ణ అవతలున్న వూళ్ళకి రంగయ్య రేవు పడవే వారధి. రంగయ్య పడవలో రకరకాల జనం ఎక్కేవారు. అల్లదుగో! ఆ పిల్ల బుల్లెమ్మ, కొత్తగా పెళ్ళయింది. పసుపుతాడు ఇంకా మాయలేదు. మెడ నిండా గంధం, తలనిండా దవనం, కొత్తపట్టుచీర వొంటిన రెపరెప లాడ్తూంటే, మెళ్ళో కొత్త బంగారునగ గరగరలాడ్తూంటే ఆ చివరగా కూర్చున్న మొగుణ్ణి ఒక్కసారి చూద్దామని తన వాలుకళ్ళు తిప్పిందో లేదో- అబ్బ మధ్యన బోలెడంత మంది జనం! అంచేత కళ్ళు దించేసుకుని, కాలి మట్టెల్నే చూస్తూ కూర్చుంది. కాళ్ళకి మెరుస్తున్న గోరింటాకు గోళ్ళనే చూస్తూ కూర్చుంది. రంగయ్య గడవేస్తూ "ఏం బుల్లమ్మా! మమ్మల్ని మరిచి పోబోకేవ్! పుట్టింటి పేరు నిలుపు" అన్నాడు. ఆ మాటకి బుల్లెమ్మ గువ్వపిట్టల్లే ముడుచుకుపోయింది.

పడవ సాగుతూంటే అంచుమీద గడవేస్తూ తిరుగుతూ రంగయ్య అందర్నీ పలకరిస్తున్నాడు. "సుబ్బయ్యగారూ కందులు బాగా గిట్టుబాటయినాయా?"

"గింజ బాగానే దిగింది కాని ధర లేదయ్యా". అని సుబ్బయ్యంటే "నీ సొమ్మేం పోయిందయ్యా నీదంతా మారుబేరమేగా" అని చురకంటించి అటు గడేసుకుంటూ వెళ్ళేవాడు రంగయ్య.

అల్ల ఆమూల రంగమ్మ మూణ్ణెల్ల పసిపాపణ్ణి వొళ్ళో పెట్టుకుని మురిపెంగా చూసుకుంటూ కూర్చుంది. రంగమ్మకి కాపరానికొచ్చిన పదిసంవత్సరాలకి కాన్పొచ్చింది. ఇంతకాలం అత్తగారూ, ఆడబడుచులూ అనే మాటలు గుండెకోత పెట్టగా, తనతోపాటు కాపరానికొచ్చిన ఆడపిల్లలు ముగ్గురు నలుగురు పిల్లల్నెత్తుకుని తిరుగుతోంటే రంగమ్మకి దుఃఖం పొర్లేది. పాలిండ్లు పొంగేవి. ఇంతకాలానికి రంగమ్మ కడుపు పండింది. కళ్ళన్నీ కన్నవాడిమీద పెట్టుకు చూస్తూ "ఇందుకోసం బతికానయ్యా!" అన్నట్లు కరిగిపోతోంది రంగమ్మ. రంగయ్య గడేస్తూ అటొచ్చి "చెల్లెమ్మా! కొడుకు పేరేంబెట్టావ్?" అంటే "ఇంకెవరి పేరు దేవుడి పేరేకదన్నా" అని బదులు చెప్పింది. "పుట్టినోడు దేవుడే! అందుకే ఆలస్సెంగా పుట్టాడు" అంటూ అవతల పక్కకెళ్ళిపోయాడు రంగయ్య.

ఇంకోపక్క మొగుడు మీద కోపమొచ్చి అలిగి పుట్టింటికి పోతున్నది సూరమ్మ. కళ్ళొత్తుకుంటూ, ముక్కు పిండుకుంటూ, తనలో తను గొణుక్కుంటూ "ఆడి జిమ్మడ" అంటూ మెటికలిరుస్తుంటే రంగయ్య దగ్గరకొచ్చి మెల్లిగా "ఓస్ సూరమ్మా! సల్లబడవే, కట్టాలు కాస్సేపే ఉంటయ్యే! కాని కాపరం కలకాలం ఉండేదే! ఎల్లెల్లు పుట్టింటికెల్లే! మీయమ్మ నిన్ను సల్లబరిచి మంచిమాట చెప్పదా? నువ్వు తిరిగి రావా! సందేళ పడవకి నిన్ను మళ్ళీ మీ ఆయనకాడికి చేర్చనా?" అన్నాడు.

ఇలా పడవలోని జనం నవ్వులూ, కన్నీళ్ళూ పంచుకుంటూ, వాళ్ళకి ధైర్యం చెబుతూ, వాళ్ళ సంబరాలకి తనూ పొంగిపోతూ జనాన్ని అవతల వొడ్డుకి చేరవేస్తూ వాళ్ళ జీవితాల్లో కలిసిపోయి బతికేవాడు రంగయ్య. వాళ్ళు తలా

కానీ ఇస్తే సాయంత్రానికి అవన్నీ కూడగట్టుకుని తండ్రి చేసిన బాకీకింద జమగా, వసూల్లో మూడొంతులు సుబ్బయ్యకి కట్టి, మిగతా దాంతో నూకలు కొనుక్కునేవాడు.

ఓ అర్థరాత్రివేళ సుబ్బయ్య గుమాస్తా వచ్చి రంగయ్యని లేపి పడవెయ్యా లన్నాడు. ఏం కష్టమొచ్చిందో అనుకుని అంతరాత్రివేళ రంగయ్య రేవులోకొస్తే సుబ్బయ్య అవతలొడ్డునున్నాడన్నారు. అవతలొడ్డుకి పడవ తీసికెళ్తే అక్కడ సుబ్బయ్య కొందరు మనుషులు, బస్తాలు, ఏవో సరుకులు ఉన్నాయి. జనం సరుకు పడవలో కెత్తుతుంటే "ఇదేమిటి?" అన్నాడు రంగయ్య. జొన్నలన్నాడు సుబ్బయ్య. కాదని అనుమానంగా చూశాడు రంగయ్య. "నోరుమూసుకు పడవెయ్యరా! లేకపోతే పీక పిసికేస్తాం" అన్నారు జనం. బిక్కచచ్చిపోయి కిక్కురుమనకుండా సరుకు చేరేశాడు రంగయ్య.

పొద్దున మళ్ళీ రేవులోకి రంగయ్యొచ్చాడు. కాని దిగాలుగా ఉన్నాడు. ఇంతలో ఓ వార్త గప్పుమంది. "సుబ్బయ్య ఇంట్లో దొంగసరుకు పట్టుకున్నారు" అని చిలవలు పలవలుగా చెప్పుకుంటున్నారు. రంగయ్య కుమిలిపోతున్నాడు. అందులో "నా పాపమూ ఉంది" అని చెప్పబోయి నోరు నొక్కుకున్నాడు.

నాలుగు రోజుల తర్వాత సుబ్బయ్య వూళ్ళోకొచ్చి ఈ దొంగరవాణా సమాచారం రంగయ్య వల్లే తెలిసిందని అనుమానించి రంగయ్య తండ్రి బాకీకింద రేవు పడవ జప్తు చేశాడు. రంగయ్య గొల్లుమన్నాడు. భోరుభోరున ఏడ్చాడు. "అయ్యా నా పడవతల్లి లేకుండా నేనుండలేనయ్యా! కిష్టలో గడెయ్యకుండా నేను బ్రతకలేనయ్యా! డబ్బులన్నీ మీరే తీసుకోండయ్యా! నేను మీకు వూడిగం చేస్తానయ్యా! నాపడవ నాకొదిలేయండయ్యా!" అని కాళ్ళా వేళ్ళా పడ్డాడు. సుబ్బయ్య వినలేదు. కిరాయి మనిషిచేత లంగరెత్తించి "పోనీరా పడవ" అని ఆజ్ఞపించగా పడవ కిష్టలో సాగిపోతుంటే వొడ్డున రంగయ్య ఏడుస్తూ అన్నాడు. "ఇంతకాలం అందర్నీ అవతలొడ్డుకు చేర్చాను. బగమంతుడు నన్నీ వొడ్డునే వొదిలేశాడా!" అంటూ కూలిపోయాడు. ✸

నీరు నిలవదు

ఉదయం తొమ్మిది గంటల వేళ.

కృష్ణరేవులోకి ఆడవాళ్ళు ఒక్కొక్కరే చేరుకుంటున్నారు. పిల్లలికి చద్దన్నాలు పెట్టి బళ్ళోకి పంపి, మొగవాళ్ళు ఎవరి పనులమీద వాళ్ళు పొలాలకి, వీధిలోకి వెళ్ళగా ఇల్లాళ్ళు ఇళ్ళు కడుక్కుని పొయ్యిలు అలుక్కుని, బిందెలనిండా ఉతకవలసిన బట్టలు నింపుకుని, రేవులో కొస్తున్నారు.

ఓ పక్క మల్లయ్య రేవులో పడవ బయలుదేరబోతోంది. ఆంజనేయస్వామి రేవులో మొగవాళ్ళు ఇంకా కావిళ్ళు ముంచుతూ వున్నారు. చింతలచెట్టు

రేవులో పిల్లలు కోసురాయి మీంచి నీళ్ళలో దూకుతూ మునకలేస్తున్నారు. అల్లాంటి సమయాన అమరావతిలోని అన్ని వర్గాల అడంగులూ రేవులో కొస్తున్నారు. బిందెలు నడుంమీద పెట్టుకుని, అవి జారిపోతుంటే ఇవతలి నడుంమీదికి మార్చురకుంటూ, గలగల నవ్వుకుంటూ నడుస్తున్నారు. కృష్ణకి వెళ్ళే దోవంతా కాలిమట్టెల మోతలు. పాతకాలపు సింగారమ్మ నడుస్తుంటే కాలి కడియాలు టంగు టంగున మోగుతున్నాయి. కొత్తగా కాపరానికొచ్చిన వయస్సు పిల్లలు ముసిముసి నవ్వులు నవ్వుకొంటూ వెళ్తుంటే వాళ్ళ కాలిగజ్జెల పట్టీలు ఘల్లుఘల్లుమంటున్నాయి. వొకళ్ళ వెనకాల వొకళ్ళు అందరూ రేవులో కొచ్చారు. కృష్ణవొడ్డున వారగా ఆడవాళ్ళబారులు. ఈ చివర్నించి ఆ చివరికి రంగురంగుల స్త్రీలు. కృష్ణమ్మ నల్లటి చీరకు పువ్వుల పువ్వుల అంచులా వొడ్డునిండా ఆడవాళ్ళ వరస.

రేవులో కొస్తూనే పలకరింపులు, వేళాకోళాలు, చర్చలు.

“బుల్లెమ్మగారింట్లో అప్పడాలొత్తినట్టున్నారు” రంగమ్మ బట్టలు తడుపుతూ పుల్లమ్మ నడిగింది.

“ఆ ఒత్తారు కాని పిండిలో కారం చాల్లా” అంది పుల్లమ్మ.

“నీ కెట్టా తెలుసు? నువ్వూ వెళ్ళావా వొత్తటానికి?” నిలదీసింది రంగమ్మ. రంగమ్మకి, బుల్లెమ్మకి పడదు.

“అబ్బే! నన్ను పిలిస్తేనా? మా పిల్లాడు అటెళ్తే వాడి చేతిలో ఇంత అప్పడాల పిండి పెట్టారులా వుంది. వాడి చేతిలోది కొంచెం నా చేతిలోకి తీసుకుని నాలిక్కి రాసుకున్నా” సర్దిచెప్పింది పుల్లమ్మ.

మరికొంచెం పైగా పెళ్ళిళ్ళ మీద కబుర్లు సాగుతున్నాయి. “సుబ్బయ్యగారి కొడుకు పెళ్ళిలో నెయ్యి బదులు డాల్డా వడ్డించారుటగా?” అంది పోలమ్మ. “సరేలే! అదైనా వడ్డించారు కరువు కాలంలో.... ఇది విన్నావా? రంగమ్మకి

ఏం పొయ్యేకాలం! కోడలు నిన్నగాక మొన్న కాపరాని కొచ్చింది గాదా! చిన్నపిల్ల. దానిచేత కవ్వం కట్టించి మజ్జిగ చేయమంటుంది?" అని మాట మార్చింది చిట్టెమ్మ.

"సరేలే! నీకు ఇప్పుడు తెలిసిందా రంగమ్మ సంగతి! అది మావకి మంచి నీళ్ళిచ్చిందా? అత్తకు అన్నం పెట్టిందా? అయినవాళ్ళనీ కానివాళ్ళనీ విరుచుకు తింటమే దానిపని" అంటూ పోలమ్మ పడాపడా చీర ఉతుకుతోంది.

ఇంకా కొంచెం పైగా సూరమ్మ అంటోంది. "రాత్రి సీతారత్తాన్ని మొగుడు కొట్టాట్టగా?"

"సర్లే! కొట్టకపోతే చెప్పుకోవాలి గాని, కొట్టే చెప్పుకోవటం ఎందుకూ? రోజూ వున్న పాటేగా" అంది పేరమ్మ.

"మరయితే రోజూ ఎందుకు కొడ్తాడే?"

"నిజం ఆ దేవుడికే తెలియాలి. సీతారత్తానికిన్నీ ఆ పాలేరుకిన్నీ ...."

"అమ్మ నంగనాచో...."

సగం చీర కట్టుకుని మిగతా చీర ఉతుకుతున్న సరోజ పక్కనున్న గిరిజతో 'ఒసేవ్! ఆ బుగ్గన గాటేవిటే' అంటూ ఉతకటం ఆపి ముక్కున వేలేసుకుంది. గిరిజ సమాధానం చెప్పకుండా పిండిన చీరతో సరోజని ఒక్క బాదు బాదింది. గలగల నవ్వుతూ మళ్ళీ ఉతుకులు.

ఒకచోట పట్టుచీరల ధరల మీద! ఇంకొకచోట ఆవకాయ పాళాలు! మరోచోట ఇత్తడి గిన్నెల మార్పిళ్ళు! ఇలా మాటలు సాగుతుంటే మహాలక్ష్మి శ్రీదేవితో అంది "రాజమ్మ కూతురు పెద్దమనిషైందిట. తెలుసా." అని.

శ్రీదేవి కళ్ళింతవి చేసుకుని 'ఇహ కార్యం లగ్నమే ఆలస్యం అంటూ పక్కనున్న ఆవిడకి చెప్పింది 'రాజమ్మ కూతురు పెద్దమనిషైంది. కార్యం లగ్నం పెట్టారు' అని.

ఆవిడ ఇంకో ఆవిడతో, ఆవిడ మరో ఆవిడతో ఇలా సర్‌సర్‌ని వార్త పాకిపోతోంది.

"రాజమ్మ కూతురు పెద్దమనిషైంది. కార్యం"

"రాజమ్మ కూతురికి కార్యమైంది."

"రాజమ్మ కూతురు కార్యమైపోయింది."

"రాజమ్మ కూతురికి కడుపైంది."

"అమ్మ సోద్యం! రాజమ్మ కూతురికి కడుపైంది"

"కార్యం కాకుండానే రాజమ్మ కూతురికి కడుపైంది."

"అల్లుడింట్లోనే ఉన్నాడు. కడుపైంది. తప్పా!"

ఇలా వొడ్డుచివర కెళ్ళేప్పటికి వార్త మారిపోయింది. కొంతసేపటికి ఆ చివరకే రాజమ్మ బిందె తీసుకొచ్చింది. ఆడవాళ్ళు మొహాలు మొహాలు చూసుకొని రాజమ్మ మొహం చూశారు. ఏం తెలియని రాజమ్మ అమాయకంగా చెప్పింది.

"పిల్లపెద్దదైంది. సాయంత్రం. పేరంటం. పిలవడానికొస్తాను."

"అంతేనా...." అని తమాయించుకొని రాజమ్మ పిల్ల పెద్దదైంది అంతే, అన్న వార్త ఆ చివర్నించి ఈ చివరకి తిరిగి ప్రసారం చేశారు.

బట్టలుతకటం అయిపోయాక ఓ చేత్తో బిందె పుచ్చుకుని గొంతులోతు నీళ్ళలో స్నానాలు. బిందె నీళ్ళలో తేల్తుంటే వాలుకు కొట్టుకుపోకుండా పట్టుకుంటూ నాలుగు మునకలేసి సూర్యుడికి మొక్కి బిందెనిండా నీళ్ళు ముంచుకుని ఉతికిన బట్టలను భుజాలమీద వేసుకొని ఒక్కొక్కరే ఇంటి ముఖం పడ్తున్నారు.

పది గంటలకల్లా రేవు ఖాళీ అయిపోయింది. అంతా నిశ్శబ్దం. మురికి బట్టలు ఉతికినట్లుగానే, నిన్న ఊళ్ళో జరిగిన మంచీ చెడూ, చిన్న విషయం, పెద్ద విషయం సర్వమూ కిష్టవొడ్డున ఉతికేసి గిలక్కొట్టి వెళ్ళిపోయారు ఆడంగులు.

క్రిష్ణమ్మ ఆ కబుర్లన్నీ వింది. ఆ నీళ్ళు ముందుకు వెళ్ళిపోతున్నాయి. రేపు కొత్త నీళ్ళొస్తాయి. మళ్ళీ అవి కథలు విని వెళ్ళిపోతాయి. ఏ కబురూ, ఏ కథా నిలవ వుండదు. రుచే మిగులుతుంది. ✸

ఎంగిలా?

రామశాస్త్రి, తండ్రి పేరిశాస్త్రిలా సోమయాజి కాకపోయినా కర్మిష్ఠి. పదిహేనేళ్ళ వయసుకే వేదం ఎనభై రెండు పన్నాలు ఆపోశన పట్టాడు. ఆపైన తర్కం అభ్యసిస్తూ అంతో యింతో వేదార్థం కూడా గ్రహించాడు. వటువుగా త్రికాలములందు అగ్నిహోత్రాన్ని ఆరాధిస్తూ గాయత్రి మంత్రోపాసన ఉచ్ఛ్వాస నిశ్వాసాలుగా కాలం గడుపుతున్నాడు. సభల్లో ఎందరు పెద్దలున్నా పిన్నవాడైన రామశాస్త్రికి పెద్ద పీట వేసేవారు.

పేరిశాస్త్రి కొడుక్కి వయసొచ్చింది గదా, వివాహం చేద్దామని సంకల్పించాడు. కాని రామశాస్త్రి మనస్సు వివాహం వద్దన్నది. 'సంసారం తుచ్ఛమైంది' అని

మనస్సు పదే పదే చెప్తున్నా తండ్రి ఆన కాదనడం ధర్మ సమ్మతం కాదని పెళ్ళికి ఒప్పుకున్నాడు. అప్పటిదాకా బ్రహ్మచారిగా ఉన్న రామశాస్త్రికి ధోవతి కట్టుకోటం చేతకాకపోతే పెళ్ళి పీటలమీద పురోహితుడే కుచ్చిళ్ళు పోసి రామశాస్త్రికి ధోవతి కట్టవలసి వచ్చింది. తల్లిదండ్రుల కోరిక తీర్చటం కోసం పిల్ల మెళ్ళో తాళి కట్టాడే కాని, పెళ్ళయింతర్వాత మళ్ళీ తన జపమేమో! తన అనుష్టానమేమో!

పేరిశాస్త్రి దంపతులు కొడుకు పెళ్ళి చూడ్డానికే నోచుకున్నారుగాని, కోడల్ని గడపలోకి తెచ్చుకొనే సంబరం చూడకుండానే వెళ్ళిపోయారు. అత్తా మామలేని యింట శ్రీదేవమ్మ కోడలుగా అడుగుపెట్టింది. రామశాస్త్రికి దీటైన ఇల్లాలు శ్రీదేవమ్మ. రామశాస్త్రి జపాలకీ, తపాలకీ రోజుకి ఆరు గంటలు పడ్తే శ్రీదేవమ్మ పూజలకీ, పురస్కారాలకీ రోజుకి పది గంటలు పట్టేది. శ్రీదేవమ్మ అత్తింటికొస్తూ కామాక్షి విగ్రహాన్ని తనతోనే తెచ్చుకుంది. ఆమె సేవే అనునిత్యం. ఇక రామశాస్త్రి అనుక్షణ ఈశ్వరార్చకుడు. రామశాస్త్రి భార్యతో 'నాకిది కావాలి' అనడగడు. ఆమె ఏంచేసి పెడ్తే అది తింటాడు. శ్రీదేవమ్మ కామాక్షి విగ్రహాన్ని 'అమ్మా! నీ నివేదనకి ఏం చేయమంటావ్?' అనడిగి తోచింది చేస్తుంది. రామశాస్త్రి జపమైపోయినా శ్రీదేవమ్మ పూజకాక, భోజనానికి పిలవకపోతే రామశాస్త్రి 'తండ్రీ! నా జపం చాలలేదా!' అనుకుని తిరిగి పంచాక్షరి మొదలెట్టేవాడు. వూరందరికీ వాళ్ళు భార్యాభర్తలేకాని, వాళ్ళెప్పుడూ అలా అనుకోలేదు. ఎవరి జపం వారిది. రామశాస్త్రికి ఈశ్వరధ్యానం. శ్రీదేవమ్మకి కామాక్షి స్తవం. కాని ఈశ్వరుడూ కామాక్షీ ఆదిదంపతులని వాళ్ళకెన్నడూ తట్టలేదు.
ఒకరోజున రామశాస్త్రి పొలం వెళ్ళవలసిన పని రావటంచేత కృష్ణస్నానానికి మధ్యాహ్నం పదకొండు గంటలవేళ వచ్చాడు. అప్పటికి కృష్ణ రేవంతా నిర్మానుష్యంగా ఉంది. రామశాస్త్రి రాగిచెంబు తోముకుని ఒడ్డున బోర్లించి, అంగోస్త్రం నడుంకి చుట్టి ఒక మునక వేసి పక్కకి చూస్తే ఓ బండమీద ఓ ఉప్పరపిల్ల స్నానం చేస్తూ కన్పించింది. ఆ నల్లపిల్ల మంచి వయసులో ఉంది. ఉతికిన గుడ్డలు పక్కన పడేసి నామమాత్రంగా ఓ చిన్నగుడ్డ మొలకి

చుట్టుకుని హాయిగా, స్వేచ్ఛగా వెచ్చటి ఎండలో కృష్ణలో మునకవేస్తోంది. చాలీచాలని గుడ్డ పొంగుతున్న వక్షాల్ని దాచలేకపోతోంది. పక్కనో మగమనిషి ఉన్నాడన్న ధ్యాసే లేకుండా వొళ్ళంతా రుద్దుకుంటూ చెంగున నీళ్ళలోకి దూకి ఈదుకుంటూ మళ్ళీ బండమీది కొస్తోంది.

రామశాస్త్రి ఆ నల్లపిల్లని ఆ రీతిలో చూడగానే లోపలేదో కలుక్కుమంది. మనసు బిగించుకుని మరో మునకేసి సూర్యుడికి అర్ఘ్యమిచ్చాడు. నోట మంత్రం నడుస్తోందే కాని మనసు ఆ నల్లపిల్లవైపే పరుగు తీస్తోంది.

ఫెళ్ళుమనే వయసు ఆ నల్లపిల్లది.

కృష్ణలో సుళ్ళులా వొంటి వొంపులు!

తరుముకొస్తున్న కెరటంలా నవ్వులు!

బారలు బారలుగా ఈదుతోంది నల్లపిల్ల.

నల్లటి కృష్ణలో నల్లచేపలా దూసుకుపోతోంది.

రామశాస్త్రికి గాయత్రి సాగటం లేదు. మళ్ళీ మళ్ళీ పక్కకి తిరిగి చూస్తున్నాడు. ఇంకెవరో చూస్తున్నారన్న ధ్యాసే లేకుండా స్వేచ్ఛగా, ఆనందంగా కృష్ణలో కలిసిపోతోంది ఆ పిల్ల. 'కృష్ణ అంత అందంగా ఉంది ఆ కన్నె!' అనిపించింది రామశాస్త్రికి. కకావికలైన మనస్సుతో వొడ్డుకొచ్చాడు రామశాస్త్రి.

శ్రీదేవమ్మ అన్నం వడ్డిస్తుంటే భార్యని తదేకంగా చూశాడు. పచ్చటి ముఖంమీద పెద్ద కుంకంబొట్టు. కామాక్షీదేవికి పూజచేసిన గన్నేరుపువ్వు ఆమె కొప్పులో ఎత్తుగా విచ్చుకుని ఉంది. 'నల్లపిల్లే కాదు శ్రీదేవి కూడా అందంగా ఉంటుంది!' అనిపించి కళ్ళు విచ్చుకు చూస్తున్నాడు రామశాస్త్రి. అన్నం కలిపి ఓ ముద్ద నోట్లో పెట్టుకుని రెండో ముద్ద పక్కనే కూర్చుని విసనకర్రతో విసురుతున్న భార్య నోటికి అందించాడు. శ్రీదేవమ్మ అబ్బురపడి 'ఎంగిలి కాదో?' అంది.

'ప్రసాదమనుకోరాదో?' అన్నాడు రామశాస్త్రి.

'అయితే అనుగ్రహించండి' అని నోరందించడానికి బదులు దోసెడు పట్టింది. రామశాస్త్రి ముద్ద దోసిట్లో ఉంచితే కళ్ళకద్దుకుని నోట్లో వేసుకుంది ఆమె.

రామశాస్త్రి సాయంత్రం దైవదర్శనానికి వెళ్తున్నాడు గాని లోపల అనేక సందేహాలు. గుడినిండా స్త్రీలు. వాళ్ళ జడల్లోని పూలచెండ్ల వాసన మండపం నిండా పరుచుకుంది. ధ్వజస్తంభం దగ్గర ఆరుబయల్లో కూర్చున్నా పూలవాసనే.

గాలి పూల వాసన.

వెన్నెల పూల వాసన.

వస్తూ వస్తూ అప్పయ దీక్షితులవారు అరుగుమీద కూర్చుంటే నుంచునే ప్రశ్నించాడు రామశాస్త్రి "తాతా! సంసారం విషవృక్షం కాదా?"

అప్పయ్య దీక్షితులు గడ్డం చాటున నవ్వుకుని "విషవృక్షమే! ఆ విషవృక్షానికి అమృతఫలాలు కాస్తాయి" అన్నాడు.

మరికొంతసేపటికి రామశాస్త్రి "తెలిసి తెలిసి చేదు తింటామా?" అనడిగాడు. "చేదు తెలిసిననోటికే తీపి రుచి బాగా తెలుస్తుందిరా" అన్నాడు.

రామశాస్త్రి ఇంటికొచ్చాడు. భోంచేసి తుంగచాప మీద పడుకుంటే భార్య కాసేపు కాళ్ళొత్తి, దణ్ణం పెట్టి, మంగళసూత్రాలు కళ్ళకద్దుకొని మామూలుగా వెళ్ళబోతుంటే అన్నాడు.

"పార్వతీదేవి భర్త సేవ చేసి వేరే వెళ్ళిపోయేదా?"

"ఆ సంగతి కామాక్షీదేవి నడగాలి" అంది శ్రీదేవమ్మ.

"అడగనక్కరలేదు. నాకు ఈశ్వరుడు చెప్పాడులే" అంటూ భార్యని దగ్గరకు తీసుకున్నాడు.

ఆనాటినుంచీ శ్రీదేవమ్మకి వేరే చాపతో పనిలేకపోయింది. మరి రెండు సంవత్సరాల్లో ఆ ఇంట అమరేశ్వరుడు, బాలచాముండేశ్వరీ పుట్టారు. ✸

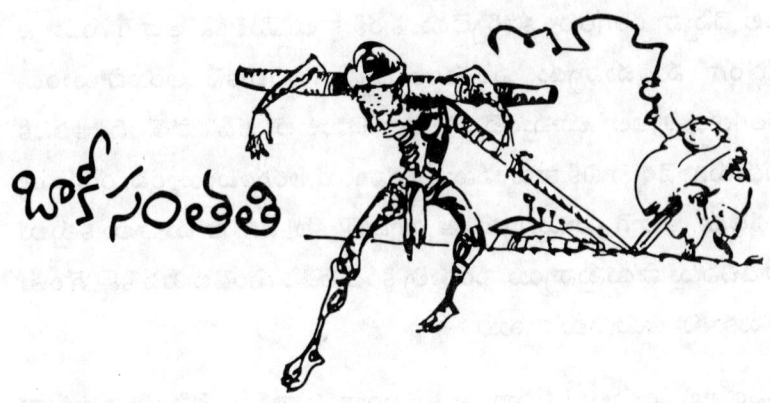

బాకీ సంతతి

రంగయ్య నుంచుని ఉన్నాడు.

గడ్డం కింద చేతికర్ర మోపుచేసి, కర్రకి కాలు మెలికేసి వీధిలో గుమ్మానికడ్డంగా నుంచుని ఉన్నాడు.

నిలబడ్డ రంగయ్య, తోకమీద నుంచున్న పాములా ఉన్నాడు.

"పంతులుగారో!" అని కేకేశాడు రంగయ్య.

అది ఉరుములాంటి కేక.

పగబట్టిన పాము బుసలాంటి కేక.

ఇంట్లోంచి సమాధానం రాలేదు.

కర్ర మీదకి వంగి నుంచున్న రంగయ్య కళ్ళు ఇంట్లోకి చీల్చుకుంటూ చూశాయి. మనిషి అలికిడి లేదు.

'పంతులుగారో' మళ్ళీ పిడుగులాంటి కేక.

135

అంబోతు రంకెలాంటి కేక.

లోపలున్న పంతులు ఉలిక్కిపడ్డాడు. కిటికీలోంచి చూశాడు. వాకిట్లో పది తలల నాగుపాము బుసలు కొడ్తున్నట్లు రంగయ్య. రంగయ్య కళ్ళు కణకణ లాడుతున్నాయి. పంతులుకి గుండె దడదడ కొట్టుకుంది. పిల్లని పంపించి, "స్నానం చేస్తున్నారు. అరుగు మీద కూర్చో మనవే" అని చెప్పాడు.

పిల్ల చెప్పినా రంగయ్య కూర్చోలేదు. కర్రకి కాలు మెలికేసి అలాగే గుమ్మాని కడ్డంగా నుంచున్నాడు. పంతులు స్నానం ఇందాకనే అయిపోయింది. రంగయ్యని అలా చూస్తుంటే వొళ్ళంతా చెమటల్తో తడిసిపోతోంది. అతనికి ఎదురుగా వెళ్ళటానికి కాళ్ళు వణుకుతున్నాయి అరగంటయ్యింది. రంగయ్య కదల్లేదు. అలాగే చూస్తున్నాడు. ఆ చూపుల్లో కసి! పగ, ఆ చూపులు కత్తులు పొడిచినట్లు పొడుస్తున్నాయి. పంతుల్ని కింద పడేసి గుండెలమీద కెక్కి గొంతు పిసుకుతూ అడుగుతున్నాయి.

ఏవయ్యా పంతులూ! నన్నూ నా కుటుంబాన్నీ నాశనం చేసింది చాలక నా చేతు లిరగ్గొడతావా? నేనేం తప్పు చేశానయ్యా! నేల నమ్ముకున్న వోణ్ణి! అప్పు కింద నా ఎద్దుల్ని జప్తుచేసి నా చేతులు నరుకుతావంటయ్యా!

అయినా పంతులూ, ఎప్పటి బాకీ అయ్యా అది. మా అయ్య చేసిన బాకీ కాదూ! అయ్యకిచ్చిన మాటకోసం ప్రతిఏడూ నీ బాకీకి జమేస్తున్నానే! పండిన పంటలో మూడొంతులు కళ్ళం నుంచే నీ ఇంటికి తోల్తున్నానే! మిగిలిన గింజలు తిండికి చాలకపోతే పిల్లా పాపా గంజి తాగి గడుపుకుంటూ వచ్చామే? నువ్వెన్నడూ అయ్యో అనలేదే? నీ జమ ఆపలేదే!

నీ బాకీ శాపమై నా బతుకు బూడిద చేసింది గదా! నిన్నెప్పుడన్నా పల్లెత్తు మాటన్నానా? ఇంటిదానికి, నగల మాట దేవుడెరుగు కాస్తంత మంచి చీర కొనెరుగుదునా? నా ఇల్లాలి మెళ్ళో కంటె ఎప్పుడు నీ కంటబడిందో మరుసటేడే నీకు జమ అయిపోయిందిగదా! అప్పటికీ ఆ బాకీ తీరలేదా? అల్లుడొచ్చిన్నాడు

కూడా అడ్డెడు గింజలు ఇంట్లో లేకుండా నీ ఇంటికి చేరేశానే! అయినా నీ బాకీ తీరలేదా? నా కర్మని, దేవుణ్ణి అనుకొన్నానే కాని నిన్ను తప్పు పట్టానా? ఇయ్యాళ బాకీ మొత్తం కట్టమని నా ఎద్దుల్ని జప్తుచేసి నా కాళ్ళూ, చేతులు నరుకుతావా? పొలం దున్నకుండా నే బతగ్గలనా? ఇయ్యాళ నా ఎద్దుల్ని లాక్కుని రేపు నా పొలం లాక్కుందా మనుకుంటున్నావు కదూ! నా నేల నాది. నా పొలం నా వూపిరి. నే నొదల్ను! నీ గుండెలు చీలుస్తా! రా! బయటకు రా!

'పంతులుగారో!' బయటనుంచి ఆకాశం ఫెళ ఫెళ మన్నట్టు పెద్దగా కేక. పంతులికి తెలిసిపోయింది. రంగయ్య ఇవ్వాళ తన్ని మింగేస్తాడు. చీల్చి నెత్తురు తాగుతాడు. ఇంకో మార్గం లేదు. రంగయ్యకి లొంగిపోవలసిందే. పంతులు బయటకొచ్చాడు. గుమ్మాని కడ్డంగా నుంచున్న రంగయ్య మాట్లాడలేదు. ఇదేమని అడగలేదు. పెదవి విప్పలేదు. ఉచ్ఛ్వాసనిశ్వాసాలు బుసలు కొడ్తుంటే పంతులు కళ్ళలోకి చూశాడు. పంతులు రంగయ్యవైపు చూడకుండా అన్నాడు "రంగయ్యా! నువ్వింత కష్టపడతావంటే నీ ఎద్దుల్ని తోలుకొస్తానా! మీ నాన్న చేసిన బాకీ కదా! పూర్తిచేస్తే చచ్చిన ఆయన ఆత్మ శాంతిస్తుందని.... సరే.... ఇచ్చినంతే చాలు .... ఇవ్వని వాళ్ళని పీడిస్తానా .... ఇదుగో నోటు. బాకీ చెల్లినట్లే అనుకో.... నీ ఎద్దుల్ని నువ్వు తోలుకెళ్ళు...."

రంగయ్య కర్ర వొదిలేసి చతికిల పడ్డాడు. తాచుపాములాంటి రంగయ్య పసిపిల్లవాడై పోయాడు. కరిగి నీళ్ళయిపోయాడు. ఆవు అంత అమాయికమై పోయాడు. కుక్కపిల్లయిపోయాడు. ఈగైపోయాడు. దోమైపోయాడు.

కళ్ళనీళ్ళు ధారలవుతుంటే చేతులు జోడించి అన్నాడు. "అయ్యా! ధర్మ పెబువులు. నా ఎద్దులు నా కిప్పించారు చాలు. ఎప్పటికిమల్లే బాకీ జమేసుకోండయ్యా! మా అయ్య బాకీ తీర్చకుండా ఉంటానా? నేను పోతే నా కొడుకు చేత బాకీ తీర్చేట్టు వొట్టేయించుకొని పోతానయ్యా! కాస్త కనిపెట్టి ఉండండయ్యా! చాలు" అంటూ వంగి వంగి దణ్ణాలు పెడుతూ ఎద్దుల్ని తోలుకు వెళ్ళిపోయాడు. ✸

మాయ

ఊరి మధ్య మాలక్ష్మమ్మవారి చెట్టు కెదురుగుండా సుబ్బయ్య చిల్లర కొట్టు. ఆ చిల్లర కొట్లో ముందుగా కన్పించేది గల్లాపెట్టె. ఆ గల్లాపెట్టె కెదురుగా సుబ్బయ్య నిండైన విగ్రహం. తుమ్మ బెరడులాంటి శరీరంతో నుదుట తిరుమణి తిరుచూర్ణాలు నిలువుగా దిద్దుకుని కూర్చున్నాడు సుబ్బయ్య. సుబ్బయ్య కెదురుగా త్రాసు. అది విచిత్రమైన త్రాసు. దాళా చూపించమని ఎవరూ అడగరు. సిబ్బెలకు అడుగున మైనపు ముద్దలు అతికి ఉన్నాయి. గొలుసులకి ఏవో పసుపు కొమ్ములు గుండ్రాళ్ళు వేలాడగట్టి ఉన్నాయి. దాళా సమంగా ఉన్నట్టు చూపించడానికి ఈ అలంకారాలు అన్నీ, ఇక రాళ్ళ సంగతి సరేసరి, కొన్ని తూనికరాళ్ళు, కొన్ని గుండ్రాళ్ళు. అవేమిటని ఎవరూ అడగరు. రాళ్ళసంగతి అలా ఉండగా గిన్నెలు, డబ్బాలు పడికట్టు కట్టడం సుబ్బయ్యకి

మాత్రమే తెలిసిన విచిత్రమైన కళ. మొగ్గు ఎప్పుడూ గిన్నె వైపే. "ఏమిటి? పెద్దమ్మాయి పురిటికొచ్చినట్టుందే! ఏవిటో నీరసంగా కన్పిస్తున్నారు" అంటూ మాటల్లో పెట్టి పడికట్టు కట్టి ఇవతల పక్క చెంగున తూనికరాయి పెట్టేసేవాడు. వస్తువుల తూకం విషయంలో ఒక్క నూనెబొట్టు కూడా ఎక్కువ జారనిచ్చేవాడు కాదు.

సరుకుల కొచ్చిన జనం ఎక్కువవుతున్నకొద్దీ అష్టావధానం చేసేవాడు సుబ్బయ్య. సరుకులందించే ఇద్దరు కొడుకుల్నీ వూపిరాడనిచ్చేవాడు కాదు. "ఓరే బెల్లం అందుకో! నీ దుంపతెగ, ఆవాలు తీసుకురావటం ఇంతసేపా? శనగ నూనడిగితే నువ్వులనూనె తెచ్చావేంట్రా చవటా" ఇలా శాపనార్థాలతో తరిమేవాడు. పది చేతుల్తో సరుకులు కట్టి ఇరవైనోళ్ళ వచ్చిన వాళ్ళని పలకరించేవాడు. గల్లాపెట్టె నిండుతున్న కొద్దీ సుబ్బయ్యకి ఆవేశం పెరిగేది. కాశీతువ్వాలుతో చమట తుడుచుకుంటూ ముందు అర లాగి చిల్లరంతా తాకేవాడు. హాయిగా వొళ్ళు చల్లగా ఉన్నట్టనిపించేది. రెండో అర లాగి నోట్లు ముట్టుకునేవాడు. శరీరం గాలిలో తేలిపోతున్నట్లనిపించేది. పక్కనే ఉన్న పద్దు పుస్తకం పట్టుకుంటే ప్రాణం చేతిలోకి వచ్చినట్లుండేది.

మనుషుల ముఖాలు చూడగానే అరువు బేరమో, కాదో తెలిసిపోయేది సుబ్బయ్యకి. అప్పు ముఖాల్ని వెంటనే పట్టించుకునేవాడు కాదు. ఓ వెంకయ్య వచ్చాడనుకోండి.

"సుబ్బయ్యగారూ"

ఆ పిలుపు సుబ్బయ్యకి విన్పించదు.

"వెధవ సచ్చినోడా! ఎన్నిసార్లు చెప్పాలా కుంకుడుకాయల సోల తీసెయ్యరా అని"

"సుబ్బయ్యగారూ..."

"పుల్లమ్మా .... నీ బేరం కాలేదమ్మా. కొనేది పావలా? మళ్ళీ బెల్లం కొసరు"

...."సుబ్బయ్యగారూ...."

"పోలీ! ఆ ఉప్పులో చెయ్యి తియ్యి, వచ్చేది లేదు. చచ్చేది లేదు. చస్తున్నాం ఈ చిన్న బేరాల్తోటి?"

"సుబ్బయ్యగారూ...."

అప్పటికి చెవికి సోకుతుంది ఆ పిలుపు. విసుగంతా ముఖానికి పులుముకుని "ఏంటి వెంకయ్యా! చూస్తున్నావుగా! నా కేవన్నా పది చేతులా? చెవులో ఒకటే రొద, ఆ ..... ఏం కావాలో చెప్పు?"

అప్పటికే సగం చచ్చిపోయిన వెంకయ్య "బియ్యం..." మాట తుంచేసి "పద్దయితే నా వల్ల కాదయ్యా...." అని ముఖం తిప్పేసుకుని ఇంకెవరికో సరుకులు కడుతున్నాడు సుబ్బయ్య.

మరికొంత సేపటికి "సుబ్బయ్యగారూ" అన్న పిలుపు.

పద్దుపుస్తకం టాప్పున కొట్టి "నేనెక్కడ చస్తానయ్యా! అప్పులిచ్చి కూర్చుంటే నా కిచ్చేవాడివ్వొద్దూ?" అని గదమాయిస్తాడు.

"ఎక్కడికి పోతానండీ! మా నాయన మీదగ్గరే పద్దు. నేను మీదగ్గరే...... వూరిడిచిపెట్టి పోతామా?" అని వెంకయ్యంటే "మీరెక్కడికీ పోరండీ! ఇట్లా అప్పులిస్తే నేనే చెంగేసుకుపోవాలి? చెప్పండి ఏం కావాలో" అని ఉద్ధరిస్తున్నట్లు సరుకులు తూస్తాడు. అప్పు కాబట్టి తక్కువ తూచినా పద్దులెక్కువ రాసుకున్నా వెంకయ్య అడగలేడు. అలా మధ్యాహ్నానికి గల్లాపెట్టె బరువు పెరగ్గా, తాళం వేసుకుని కొడుకుని కొట్లో ఉంచి భోజనానికి లేస్తాడు సుబ్బయ్య.

అరవై ఏళ్ళు దగ్గరపడుతున్నా, కూరా పప్పూతో అన్నం తిని ఎరగడు సుబ్బయ్య. వారానికోసారి పప్పు వండించుకుంటే అది జీర్ణమవడానికి వారమంతా పట్టేది. బతకటానికి పచ్చడి మెతుకులు చాలు అని చిన్నప్పుడు అనుకున్నట్లే ఇప్పుడూ అనుకుంటున్నాడు. ఇంటికొచ్చినా గల్లా పెట్టెమీదే ధ్యాస. కుర్రసన్యాసి తూకం

సరిగ్గా తూస్తాడోలేదో అని గొంతులో మెతుకులు సమంగా దిగకుండానే పరుగుపరుగున కొట్టుకెళ్ళేవాడు.

రాత్రి ఇంటికొచ్చి డబ్బుసంచీ ఇనప్పెట్టెలో పెట్టి తాకట్టు నగలు తాకి చూసుకుని, ప్రాంసరీ నోట్లని పరామర్శించి, వేసినతాళం ముమ్మారు లాగి అక్కడే పడుకునేవాడు. రాత్రిళ్ళు అన్నం తినటం మాని పదేళ్ళయింది. చిన్నప్పుడు మరమరాలమ్ముకునే తను ఇంతవాడయాడు. పదెకరాల పొలం, రెండిళ్ళు, నలభైవేల రొక్కం, అన్నీ చిల్లరకొట్టు మీదే సంపాదించాడు. పెళ్ళాన్ని కాదుగదా! కొడుకుల్ని కూడా నమ్మకుండా కడుపు కట్టుకు సంపాదించిన సుబ్బయ్యకి ఆఖరి రోజుల్లో ఏం తిన్నా లోపల ఇమిడేది కాదు. ఇంగ్లీషు డాక్టరు ఖరీదని, అరసోలెడు కందిపప్పు ఇచ్చి ఆయుర్వేదం మందు తిన్నాడు. అయినా కుదరలేదు.

ఉపోషాలు చేస్తున్నా, రోగంతో నీరసించిపోతున్నా కొట్టుకు వెళ్ళటం మానలేదు. కొడుకుల్ని నమ్మలేదు. ఓ రాత్రివేళ సుబ్బయ్యకి ఉన్నట్టుండి ఆకలేసింది. పిలిస్తే ఎవరూ పలకలేదు. తనే వంటింట్లో కెళ్ళి గిన్నెలుచూస్తే అక్కడ రెండు కూరలు! పప్పు! వాటిని చూసి సుబ్బయ్యకి వెన్నెముకలో చలి వొచ్చింది. పెళ్ళాం, పిల్లలు ఇవి వండుకు తింటున్నారన్నమాట! కోపంతో ఒణికిపోయాడు. పచ్చడి, చింతపండుచారు తప్ప తెలియని సుబ్బయ్య ఆ కూరలెట్లా ఉంటాయో చూద్దామనుకొన్నాడు. కానీ 'ఛీ' అనిపించింది.

"పెళ్ళాం పిల్లలు! ఛీ ఛీ!" అనుకుంటూ రొప్పుకుంటూ గదిలోకొచ్చి పడ్డాడు. "పెళ్ళాం పిల్లలు మాయ!" అని శాస్త్రుర్లుగారు చెప్పింది జ్ఞాపకం వచ్చింది. సుబ్బయ్య గిజగిజ లాడిపోతున్నాడు. "పెళ్ళాం పిల్లలు మాయ! మాయ! మాయ!" అని గొణుక్కుంటూ డబ్బు సంచులూ, ప్రాంసరీ నోట్లూ గుండెలకి హత్తుకుని ప్రాణాలు విడిచాడు. ✸

నివేదన

మహాశివరాత్రి నాడు వేలకొద్దీ యాత్రికులు తొక్కుకుంటూ తోసుకుంటూ దేవాలయానికి వెళ్తున్న వేళ కోటిలింగం ఆరావఁడ నుంచి కాలినడకన మొక్కు తీర్చుకునేందుకు వచ్చాడు. ఎప్పటి మొక్కు? భార్యకి పెద్ద జబ్బుచేసి మందులూ మాకులూ పనిచెయ్యకపోతే కోటిలింగం 'దాన్ని బతికించు తండ్రీ, పండుగనాడు నిన్ను కళ్ళారా జూసుకుని సాగిలపడ్తాను' అని మొక్కుకున్నాడు.

కాని ఆ ప్రార్థన కూడా పనిచెయ్యలేదు. కాలం తీరి ఆమె వెళ్ళిపోయింది. కోటిలింగం పిచ్చివాడైపోయాడు. ఇంటి దీపం ఆరిపోయాక, గుమ్మానికి పసుపు రాసే వాళ్ళు లేక, తులసెమ్మకి నీళ్ళు పోసేవాళ్ళు లేక, ఎదురుగా పచ్చటి ముఖంతో పలకరించేవాళ్ళు లేక ఇల్లు బీడై, అడవై భయంకరంగా ఉంటే, కోటిలింగం ఇల్లు వదలి, వూరువదలి, గుట్టలూ పుట్టలూ పట్టి తిరిగాడు. అన్నం, నీళ్ళూ మాని ఆరుబయల్లో పడుకునేవాడు. చీకట్లో కీచురాళ్ళ మోతలూ, వెన్నెల్లో పాలపిట్ట కూతలూ రెండూ ఒకేలా ఉండేవి. ఎండా వానా ఏవీ బాధించేవి గావు. లోపలా బయటా అంతా శూన్యంగా ఉండేది. అలాంటి స్థితిలో వూరవతల చెట్టుకింద కూర్చున్న కోటిలింగం అర్ధరాత్రివేళ చీకట్లో మెరుస్తున్న మిణుగురుల్ని చూస్తుంటే ఎందుకో గుండె కలక్కుమంది. "ఒరేయ్! పండగనాడు నన్నుచూసి సాగిలపడ్తానన్నావు. నన్ను చూట్టానికి రావురా?" అని అమరేశ్వరుడు పిలుస్తున్నట్లనిపించింది. "రారా! రారా" అని మళ్ళీ పిలుపు. కోటిలింగం చెంగున లేచి నుంచున్నాడు. మిణుగురులు మరీ మరీ మెరుస్తున్నాయి. 'వస్తాను సామి! శివరాత్రికి నిన్ను జూసుకుని మొక్కు లిచ్చుకుంటా' అని చేతులు జోడించాడు.

మొక్కు తీర్చుకుంటానని ఆయమ్మని, ఆ అయ్యని డబ్బులడుక్కుని కాలి నడకన వచ్చాడు కోటిలింగం. కిందటి సాయంత్రం జనంలో తిరుగుతుంటే ఆ డబ్బు సంచీ కాస్తా ఎవరో కొట్టేశారు. ఆ రాత్రి మంటపంలో పడుకుని కోటిలింగం 'సామీ! డబ్బులుంటే ఎంగిలిపడ్తాడు. ఉపవాసం చెయ్యడని ఆ డబ్బు లాగేసుకున్నావా నాయనా! రొండిన పావలా ఉంచావు. అది నీ కొబ్బరి కాయకు సరిపోతుందిలే సామీ" అనుకుని శివనామ స్మరణలో మునిగి పోయాడు.

తెలతెల్లవారుతుండగా కృష్ణలో స్నానంచేసి, కొనుక్కున్న కొబ్బరికాయని తడిపి, పసుపురాసుకుని స్నానాలు చేస్తున్న ముత్తయిదువుల్నడిగి పసుపు కుంకుమ తీసుకుని కొబ్బరికాయకి బొట్లుపెట్టి నీళ్ళోడుతున్న బట్టలతో కోటిలింగం గుళ్ళో కొచ్చాడు. అప్పటికే వందలాది జనం 'హర హర మహాదేవ' కేకలు. రద్దీ విపరీతంగా ఉంది. తడి బట్టల్తో యాత్రికులు తోసుకుంటూ ముందు

కెళ్తున్నారు. కోటిలింగం వొళ్ళు పొంగిపోతోంది. ఎటుచూసినా శివనామస్మరణ; అందరి ముఖాల్లో కాంతి- అందరి కళ్ళలో వెలుగు; అంతా శివమయంగా ఉంది.

"సాంబా! సాంబా!" అనుకుంటూ తన్మయంతో వొళ్ళంతా తేలికై పోతుండగా కోటిలింగం కూడా ద్వారం దగ్గర కెళ్ళాడు. అక్కడ జవాను ఆపేశాడు. గుళ్ళో కెళ్ళాలంటే పావలా ఇచ్చి చీటి తీసుకోవాలన్నాడు. కొందరు అతనితో వాదిస్తున్నారు.

"దేవుణ్ణి చూడ్డానికి చీటీ ఏమిటండీ?"

"మామూలు రోజుల్లో లేదు కదండీ!"

"ఇదేం సినిమాటండీ టిక్కెట్టు తీసుకోడానికి?"

"డబ్బులున్న వోళ్ళకే దేవుడు కనపడతాడటండీ?"

జవాను అందరికీ సమాధానం చెప్పాడు. "నాకు తెలియదు శివరాత్రి నాడింతే." "రామనవమినాడు భద్రాద్రిలో కూడా ఇంతేనండి" జనంలోంచి ఎవరో సమర్థించారు. అందరూ సమాధానపడి టిక్కట్టు తీసుకుని గుళ్ళో కెళ్తున్నారు. కోటిలింగం దిగాలు పడిపోయాడు. జవాన్ని ప్రార్థించాడు. "బాబూ! నాదగ్గర డబ్బుల్లేవు. నాకు సామిని చూపించవూ?" జవాను విన్పించుకోలేదు. "ఎళ్ళెళ్ళు ఇది రూల్సు" అని తోసేశాడు. జనం తోసేశారు. కోటిలింగం ఇవతలకొచ్చి పడ్డాడు. కోటిలింగానికి కళ్ళనీళ్ళు కారిపోతున్నాయి. మళ్ళీ జనాన్ని తోసుకుంటూ జవాను దగ్గరకొచ్చి అతని పాదాలమీద పడ్డాడు "బాబూ, నీ కాళ్ళు పట్టుకుంటాను. నాకు సామిని చూపించు. కావాలంటే ఈ కొబ్బరికాయ నువ్వు తీసుకో...' జవాను కాళ్ళు విదిలించుకుని "ఫో ఫో! కొబ్బరికాయ కూడా ఉందా? కాయకి మరో చీటి తీసుకోవాలి" అని తోసేశాడు. జనం మళ్ళీ తోసేశారు. కోటిలింగం ద్వారానికి దూరమైపోయాడు. మంత్రపుష్పాలకి, అభిషేకాలకి చీట్లు కొనుక్కుని గుళ్ళోకి వెళ్తున్న వేలాది యాత్రికుల్ని దిగులుగా చూస్తున్నాడు. "పండగనాడు నా సామిని నేను చూసుకోలేనా? నాదేవుడికి నేను మొక్కుకోలేనా?" అని కుమిలిపోతున్నాడు. కారుతున్న కన్నీళ్ళు, చేతనున్న

కొబ్బరికాయమీద పడ్తుంటే కాయకున్న పసుపు కుంకుమలు కరిగిపోతున్నాయి. కోటిలింగం పిచ్చెత్తి పోతున్నాడు. స్వామి దర్శనం కోసం అన్ని ద్వారాల వైపు పరుగెత్తుతున్నాడు.

తూర్పుద్వారం దగ్గర కొచ్చాడు. జనం-జనం తలలు. ఆపై నెక్కడో నంది. ఆ నందీశ్వరుడి కొమ్ములకి పైగా లింగాకారము! అల్లదే అమరేశ్వరుడు! గంటల మోతలు .... ఈశ్వరుడి ఫాలభాగం.... మళ్ళీ తలలు.... జనం.... దేవుడు సాంతం కన్పించటంలేదు.... వెర్రెత్తి పోతున్నాడు కోటిలింగం.

"నా సామి! నా సామి!" అంటూ ప్రాకారమంతా పరుగులు తీస్తున్నాడు. "నాసామిని కళ్ళారా చూడలేనా?" అంటూ పిచ్చి చూపులు చూస్తున్నాడు. అన్ని ప్రాకారాలు తిరుగుతున్నాడు. మారేడు చెట్టుని, గన్నేరు చెట్టుని "నాకు సామిని చూపించవా?" అని అడుగుతున్నాడు. చుట్టు గుళ్ళలోని వినాయకుణ్ణి, కుమారస్వామిని "మీ అయ్యని నాకొక్కసారి చూపించరా?" అని ఏడుస్తూ అడుగుతున్నాడు. చుట్టు గుళ్ళ-గడపల మీద తలబాదుకుంటున్నాడు.

మధ్యాహ్నమయింది. యాత్రికుల రద్దీ తగ్గలేదు. కోటిలింగం ఉన్మాదంగా తిరుగుతూనే ఉన్నాడు. రాత్రయింది. జనం తగ్గలేదు. కోటిలింగం 'సాంబా కన్పించవా?' అంటూ ధ్వజస్తంభానికి తల మోదుకుంటున్నాడు. కోటిలింగానికి నీరసం వచ్చేసింది. ధ్వజస్తంభానికి ఆనుకుని కన్పించని స్వామి కెదురుగా కూర్చున్నాడు. గుళ్ళో మహారుద్రాభిషేకం జరుగుతోంది. జనం రొదలో కొబ్బరికాయ వళ్ళో పెట్టుకుని 'సాంబా! సాంబా' అనే కోటిలింగం మూలుగు ఎవరికీ విన్పించలేదు.

గర్భగుళ్ళో మహారుద్రాభిషేకం ఆఖర్ని గంటలు గణగణ మోగుతుంటే లింగోద్భవ కాలాన్ని ప్రాకారాలు 'హర హరా' అని మార్మోగుతుంటే కోటిలింగం చేతుల్లోని కొబ్బరికాయ టప్‌మని పగిలి రెండుగా విడిపోయింది. 'సాంబా' అనే మూలుగు ఆగిపోయింది. ✸

ధర్మ పాలకుడు

అది బ్రిటిష్ హయాం.

మున్సబు హనుమయ్య పేరు చెబితే వూరంతా వొణికిపోయి చేతులు కట్టుకు నుంచునేవారు. ధ్వజస్తంభంలా ఏడడుగుల మనిషి. నల్లటి నలుపు. విచ్చుకున్న పత్తికాయల్లా తెల్లటి కళ్ళు. అందులో ఎర్రజీరలు. పొంగిన బుగ్గలమీద ఇరుప్రక్కలా వింజామరల్లా పరుచుకున్న బుంగమీసాలు. హనుమయ్య ఒక చేత్తో మీసం సవరించుకుంటుంటే చెంపంతా నిమురు కుంటున్నట్టుండేది. ఆజానుబాహువైన హనుమయ్య ఒక చేత్తో పంచెకొంగు పట్టుకుని మరో చేత్తో పొన్ను కర్ర వేసుకుంటూ పెద్దబజార్న నడచి వస్తుంటే బజారంతా గప్‌చుప్

అయిపోయేది. వేపచెట్టుకింద పేకాటగాళ్ళు పారిపోయేవాళ్ళు. అలుపు తీర్చుకోవటం కోసం బండి ఆపిన ముఠాకూలీలు గబగబా లేచి బండి తోసుకు పోయేవారు. చిల్లరకొట్లలో తూకాలు దగా లేకుండా తూచేవారు. కొసరడిగితే విసుక్కోకుండా బెల్లంముక్క పెట్టేవారు. జనం పక్కలకి తప్పుకుని గొంతులు తగ్గించి మాట్లాడుకునేవారు. ముందు వెట్టివాళ్ళు నడుస్తుండగా హనుమయ్య అలా బజార్లోంచి వెళ్తుంటే వూరంతా నిశ్శబ్దమైపోయినట్లుండేది. సర్కారువారి దృష్టిలో హనుమయ్యకు గొప్ప పలుకుబడి. ఆ పరగణాలో ఎక్కడన్నా శిస్తు బకాయి ఉంటుందేమో కాని హనుమయ్య హయాంలో బకాయి ఉండేది కాదు.

హనుమయ్య శిస్తు వసూలు చిత్రంగా ఉండేది. చదువుకున్నవాళ్ళు, పెద్దవాళ్ళ దగ్గర వసూలు కొచ్చాడనుకోండి, వచ్చి సరాసరి వరండాలో కూర్చునేవాడు "ఏమండీ! పున్నయ్యగారూ! నన్నీవూళ్ళో వుండమంటారా వెళ్ళిపొమ్మంటారా? చెప్పండి మీరే చెప్పండి? అప్పా కాసిని మజ్జిగియ్యమ్మా దాహంగా ఉంది" అని ఇంట్లోకి కేకేసి "పైవాడు నాకు వుచ్చులు బిగిస్తుంటే నేను చచ్చిపోతున్నాను. మీరేమో శిస్తు కట్టరు. ఈపూట కట్టకపోతే నా భోజనం ఇక్కడే" అని మఠం వేసేవాడు. దాంతో పున్నయ్యగారు నవ్వుకుని శిస్తుకట్టి భోజనానికి ఉండమంటే హనుమయ్య నవ్వుతూ లేచి "సరేలే, ఇంకా వసూళ్ళు లేవూ?" అంటూ వెళ్ళి పోయేవాడు. ఇక మామూలు రైతుదగ్గర కొచ్చి "సన్నాసి ముండా కొడకల్లారా! సర్కారు శిస్తు మానేస్తార్రా? కడుపుకు తింటున్నాం మనకు నీతి లేదంట్రా?" అని సిగ్గు పడేట్లు చీవాట్లు పెట్టి శిస్తు వసూలు చేసేవాడు. తను బతికుండగా తన వూళ్ళో న్యాయం తప్పటానికి వీల్లేదనేవాడు. ఒకసారి చలమయ్య తన గేదెల్ని కావాలని రామయ్య బీట్లోకి మేతకి తోలాడు. రామయ్య వచ్చి

హనుమయ్యకి చెప్తే వెంటనే ఆ గేదెలని బందెలదొడ్లో పెట్టించాడు. సాయంత్రమైంది. చలమయ్య వచ్చి గొల్లున గోల. "తప్పయింది బాబూ! నా బర్రెల్నిడిపించండి బాబూ! పాల వేళయింది. పాలు తీసి అమ్ముకుంటే గాని రేపటికి నూకలుండవు బాబూ!" అని హనుమయ్య కాళ్ళావేళ్ళా పడ్డాడు. "తప్పుడు పని చేసేప్పుడు ఈ బుద్ధి ఏమయిందిరా?" అని హుంకరించి వెట్టివాళ్ళని పిలిచి "ఆ గేదెల పాలు తీసి మనింట్లో ఇవ్వండ్రా" అన్నాడు హనుమయ్య.

చలమయ్యకి ఆ మర్నాడు గేదెల్ని అప్పగిస్తూ 'నీతిగా బతకరా దొంగెదవా. ఇదుగో నిన్నటి పాల డబ్బులు' అని రొక్కమొచ్చి పంపించాడు.

ఒకసారి ముత్తాలమ్మ కొలువులో దొంగతనం జరిగింది. బలిచ్చిన వేటల్ని సమానంగా వాటాలు పంచుకున్నారు. తీరా తీసుకెళ్ళేటప్పుడు చూస్తే ఒక వాటా తక్కువయింది. ఎవరో దొంగతనం చేశారు. వెతకండన్నారు. పందిళ్ళన్నీ గాలించారు. మూట చంకన పెట్టుకుని పారిపోతున్న దొంగని పట్టుకున్నారు. వాడు పొరుగూరి పోలయ్య, పోలయ్యని పెడ రెక్కలిరగదీసి హనుమయ్య దగ్గరికి తీసుకొచ్చారు.

"ఎందుకు చేశావురా దొంగతనం?" ఉరిమినట్లు అడిగాడు హనుమయ్య.

"తప్పయిందయ్యా! మాంసం వండుకొందామనుకున్నానయ్యా" అన్నాడు తలొంచుకుని పోలయ్య!

"అయితే దొంగతనం చేస్తావంట్రా. నీతి తక్కువ కొడకా! వాణ్ని చెట్టుక్కట్టి పొద్దునే వొదిలేయండ్రా" అని తీర్పు చెప్పాడు.

హనుమయ్యకి రాత్రంతా నిద్ర పట్టలేదు. పొద్దునే పోలయ్యని విడిపించి "స్నానం చేసి రారా" అని చెప్పి తనింట్లో మాంసంతో భోజనం పెట్టించి

"ఒరేయ్! తిండిమీద కోరికుంటే దొంగతనం కాదురా చెయ్యాల్సింది. పనిచేసి సంపాదించుకు తినరా! ఫో" అని పంపేశాడు.

కొంతకాలానికి కరువొచ్చింది. పంటలు పండలేదు. పచ్చటి పొలాలు నెర్రెలు విచ్చిపోయాయి. రైతులు కొందరు వలసపోయారు. తినటానికి గింజలు లేవు. పశువులకి గడ్డిలేదు. వరన్నం తినేవాళ్ళు జొన్న రొట్టెలు తింటున్నారు. కాని సర్కారు వారు శిస్తు వసూలు సక్రమంగా జరగవలసిందే అని పట్టుబట్టారు. హనుమయ్య దొడ్డ చిక్కులో పడిపోయాడు. నయానా భయానా ఎట్లా వసూలు చేసినా శిస్తు చాలా బకాయి ఉండిపోయింది. పై అధికారులకు కోపం వచ్చింది. కట్టనివాళ్ళ ఆస్తులు జప్తు చెయ్యమన్నారు. హనుమయ్య కళ్ళ నీళ్ళతో ఆస్తులు జప్తు చేశాడు. చెంబూ తప్పాలా వీధిలో వేయించాడు. వేలం పాడించాడు. కాని కొనేవాడేడి? శిస్తు బకాయి పూడలేదు. పై వాళ్ళకి మరీ కోపం వచ్చింది. బకాయి ఉన్న రైతుల్ని చెట్లకు కట్టేసి పాతిక దెబ్బలు కొట్టమని హుకుం వచ్చింది. ఈ సంగతి తెలిసి కొందరు పారిపోయారు. పొద్దున్నే రెవెన్యూ ఇన్‌స్పెక్టరు వచ్చాడు. రైతుల్ని ఓ ఇరవై మందిని చింతల తోపులోకి తీసుకొచ్చారు. అందర్నీ చెట్లకి కట్టేస్తున్నారు. హనుమయ్య దగ్గరుండి కట్టిస్తున్నాడు. అందరూ అయిపోయారు. తను ఇంకో చెట్టకానుకు నుంచుని "నన్ను కట్టెయ్యరా" అన్నాడు. "బాబూ" అంటూ వెట్టివాడు కాళ్ళమీద పడ్డాడు. "కట్టెయ్యరా" అని ఆజ్ఞాపించాడు హనుమయ్య.

తన్నికూడా కట్టింపించుకున్న హనుమయ్య ఎలుగెత్తి అధికారికి చెప్పుకున్నాడు. "కొట్టండయ్యా! నన్నుకూడా కొట్టండయ్యా! నన్ను కూడా కొట్టండయ్యా! ఒంటిపూట గంజితో బతుకుతున్న ఆ రైతుల్తో నేనూ సమానమేనయ్యా! అయ్యా! మాదగ్గర డబ్బుల్లేవు. కాని, దెబ్బలకు సిద్ధమేనయ్యా!"

అధికారి దిగ్గున లేచి ఈ సంవత్సరానికి శిస్తు మాఫీ చేయిస్తానని వెళ్ళిపోయాడు. ✸

నాన్న–నది

సీతయ్య నాన్న పోయాడు.

సీతయ్య పసివాడేం కాదు. ముప్ఫయైదేళ్ళ వయసులో నలుగురు పిల్లల్ని కన్న సీతయ్యకి నాన్న పోగానే దుఃఖం ముంచుకొచ్చింది. చంటి పిల్లవాడిలా భళ్ళు భళ్ళున ఏడ్చాడు. మంచీ, చెడూ చెప్పుకోవటానికి నాన్న లేడనే భావం వచ్చేసరికి ప్రపంచంలో తను ఒంటరివాడై పోయినట్టనిపించి గుండెల్లో పెద్ద వెలితి, బతుకులో పెద్ద ఖాళీ.

నాన్న లేడు.

నిన్న ఉన్న నాన్న ఇవ్వాళ లేడు. పొద్దున్నే స్నానం చేసి ఉతికిన ధోవతి కట్టుకుని వరండాలో స్తంభానికానుకుని నిత్యమూ పారాయణ చేసుకునే నాన్న లేడు. తను బయటికెళ్తూ 'బజారుకెళ్ళొస్తా నాన్నా' అని చెప్పటానికి నాన్న లేడు. వరండాలో స్తంభం బోసిపోయి దిగాలుగా ఉంది.

ఎప్పటి నాన్న?

చిన్నప్పుడు మూడేళ్ళ వయసులో నాన్న వెల్లకితలా పడుకుని తన్ని గుండెలమీద నుంచో పెట్టుకుని తన చిట్టిచేతులు అంది పుచ్చుకుని 'తారంగం తారంగం

తాండవకృష్ణా తారంగం' అని తన చేత అనిపిస్తూ తను నాన్న గుండెల మీద చిందులు తొక్కుతుంటే సంబరం పడిపోయి మళ్ళీ మళ్ళీ గుండెలమీద తొక్కించుకుంటూ ఆనందంతో కావిలించుకు ముద్దులు పెట్టిన నాన్న మరి లేడు. కొంచెం పెద్దయ్యాక తనతో కృష్ణకి స్నానానికి తీసుకొచ్చి వొడ్డునే కూర్చోపెట్టి వొళ్ళు రుద్ది నీళ్ళు పోసిన నాన్నలేడు. తను ఈత కొడ్తానని పట్టుబడితే నీళ్ళలోకి దింపి నడుముకున్న మొలతాడు చేతపట్టుకుని తాను తప తప చేతుల్తో నీళ్ళలో బాదుతుంటే ఈతలు నేర్పించిన నాన్న లేడు. ఆపైన తెప్పకొయ్యమీద నాన్న ఈదుతుంటే ఆ కొయ్య మీద తనూ పడుకుని కృష్ణ మధ్యలోకి వెళ్ళేవాడు. సుడిగుండంలో సుళ్ళలో ఎలా తిరగాలో, జారులో ఎలా బారలు వెయ్యాలో వడిని ఎలా తప్పుకోవాలో, కృష్ణలో వెల్లకితలా పడుకుని చేతుల్తో ఎలా ఈదాలో దగ్గరుండి నేర్పినవాడు నాన్న.

తన్ని బళ్ళో వేసినప్పుడు కొత్తచొక్కా, కొత్తలాగూ కుట్టించి తోటిపిల్లలకి పప్పు బెల్లాలు పెట్టించి, దగ్గరుండి పంతులుకి అప్పచెప్పి, మధ్యాహ్నామయ్యేసరికి భోజనం కూడా చెయ్యకుండా "పసివాడు ఇంకా రాలేదని" తనకి ఎదురొచ్చి "కాళ్ళు కాల్తాయని" భుజం ఎక్కించుకుని ఇంటికి తీసుకొచ్చివాడు నాన్న. రాత్రిళ్ళు పక్కలో పడుకోబెట్టుకుని బళ్ళో ఏవేం చెప్పారో తన చేత చెప్పించుకుని, పద్యాలు మళ్ళీ మళ్ళీ పాడించుకుని చిచ్చికొట్టి నిద్రపుచ్చేవాడు. తను ఎదిగాక పొలాలు చూపించి దుక్కిదున్నటం నేర్పి, నాట్లు వేయించి, వ్యవసాయం అప్పగించి 'ఏం ఫర్వాలేదు అన్నీ మావాడు చూసుకుంటాడోయ్' అని గర్వంగా వూరంతా తిరిగి చెప్పుకునేవాడు. పెత్తనం అంతా కొడుక్కి అప్పగించినా సీతయ్య నాన్నముందు పసివాడే. 'ఇవ్వాళ పొలంలో కలుపు తీస్తాం నాన్నా!' 'ఇవ్వాళ కొబ్బరి పచ్చట్లో కారం ఎక్కువయిందికదూ నాన్నా!' అంటూ ప్రతి చిన్నవిషయం నాన్నకి చెప్తూ, 'చాకలి నీలిమందు ఎక్కువ పెడ్తున్నాడు నాన్నా' అంటూ నాన్న పంచె సవరించి పాదాలొత్తుతూ మెల్లిగా వేళ్ళు లాగుతూ, ఆప్యాయంగా వొళ్ళంతా నిమురుతూ పసిపిల్లవాడిలా నాన్నని

అంటుకుపోయేవాడు సీతయ్య. నాన్న అన్నీ వినేవాడు. నవ్వుతూ ఊఁ కొట్టేవాడు. అలా ఊఁ కొడ్తుంటే గుండెకు హత్తుకుని ఆశీర్వదిస్తున్నట్లుండేది.

ఇప్పుడెవరు ఊఁ కొడ్తారు?

ఇప్పుడెవరు తల నిమురుతారు?

చుట్టాలెవరో అంటున్నారు 'ఆయన కేవండి? దేవుడు. లక్ష్మీదేవిలాటి కోడల్ని తెచ్చుకున్నాడు. ముగ్గురు మనవల్ని చూశాడు. మనవరాల్ని ఎత్తుకున్నాడు. శ్రీరాముడిలాంటి కొడుక్కి పెత్తనం అప్పగించి నిశ్చింతగా వెళ్ళిపోయాడు. మహారాజు!'

ఈ మాటలు సీతయ్యని ఓదార్చలేక పోతున్నాయి. తను నాన్నలేని వాడయాడు. నాన్న కావాలి! సీతయ్య తల్లి దొడ్లో ఏడ్చి ఏడ్చి పడిపోయింది. తెలివితెచ్చుకుని తులసెమ్మ దగ్గరకెళ్ళి 'అమ్మా! రోజు నీకు పచ్చగా పసుపురాసి, నిండుగా కుంకం పెట్టి మొక్కుకునేదాన్నే! నా పసుపు కుంకాలు లాగేసుకున్నావా అమ్మా' పుట్టినప్పటినించీ నాముఖం మీద బొట్టు ఉండేదే? ఇలా మోడై పోయిన నా బొట్టులేని ముఖాన్ని నేనే అద్దంలో చూసుకోలేనే? ఇంక నలుగురికి ఎలా చూపిస్తాను?' అంటూ తులసెమ్మ గట్టుమీద పడిపోయింది. సీతయ్య పిచ్చి చూపులు చూస్తున్నాడు. నాన్నకోసం ఇల్లంతా వెతుక్కుంటూ వున్నాడు. సీతయ్య నలుగురు పిల్లల్ని ఎవరో సముదాయిస్తున్నారు. సీతయ్యకి నాన్న లేకపోతే ఉన్నట్టుండి వయసొచ్చి పెద్దవాడై ముసలితనం వచ్చిన ట్లయింది. చుట్టాలెవరో "పోయినవాళ్ళు అదృష్టవంతులు. కానివ్వండి, పనులున్నాయి" అని తొందరపెట్టారు.

నాన్న అంత్యక్రియలు పూర్తిచేసి కృష్ణకి స్నానాని కొచ్చాడు సీతయ్య. అదే కృష్ణ! నాన్న-స్నానాలు చేయించిన కృష్ణ! నాన్న ఈతలు కొట్టించిన కృష్ణ. నాన్న మునకలు వేయించిన కృష్ణ "జన్మంతా నీ నీళ్ళు తాగిన నాన్న వెళ్ళి పోయాడమ్మా" 'నేను నీ నీళ్ళే తాగి బతుకుతున్నానమ్మా" నాకు నాన్న కావాలమ్మా అని భోరుమన్నాడు సీతయ్య. సీతయ్య శరీరం కృష్ణ, సీతయ్య

ఊపిరి కృష్ణ. సీతయ్య రక్తం కృష్ణ, సీతయ్య ప్రాణం కృష్ణ, సీతయ్య కన్నీరు కృష్ణ, కృష్ణ కృష్ణలో కలిసిపోతోంది. కృష్ణ కృష్ణని అడుగుతోంది నాన్న కావాలని.

కృష్ణ నిండుగా ప్రవహిస్తోంది. సీతయ్య మాటలు వింటూ నిబ్బరంగా సాగిపోతోంది. ఓదార్పుగా సాగిపోతోంది. నిట్టూర్పుగా సాగిపోతోంది. బుజ్జగింపుగా సాగిపోతోంది. కాలం ఆగదన్నట్లు గబగబా వెళ్ళిపోతోంది.

మహా ప్రవాహం సాగి సాగి వెళ్ళిపోతోంది.

నా....నా.... అంటూ సర సర వెళ్ళిపోతోంది.

సీతయ్య "నాన్నా! నాన్నా" అంటున్నాడు.

కృష్ణ వింటూనే నా.... నా.... అంటూ పరుగెత్తి పోతోంది.

కొత్తనీళ్ళు "నా ....నా....' అంటూ వస్తున్నాయి.

"నా....నా...." అంటూ కిందకి వెళ్ళిపోతున్నాయి.

మళ్ళీ కొత్త నీళ్ళు "నా.... .... నా.... ...." మళ్ళీ మళ్ళీ కొత్త నీళ్ళు "నా.... నా..."

వచ్చి వెళ్ళిపోతున్న నీళ్ళు సీతయ్య కేదో చెప్తున్నాయి.

"నాన్నా! నాన్నా" అని విన్పించింది. అది సీతయ్య పిలుపు కాదు. సీతయ్య గొంతుకాదు- ఎవరిగొంతు? ఎవరి పిలుపు?

సీతయ్య రిక్కించి విన్నాడు. ఆ పిలుపు సీతయ్య కొడుకులది.

"నా....నా...." అంటూ పరుగెత్తుకొచ్చి అంత పొడుగునా కిందికి వెళ్ళిపోతున్న కృష్ణ చెప్పింది. "పిచ్చి నాన్న నిన్న వెళ్ళిపోయాడు. సహజమే! వెళ్ళిపోయిన నాన్న గురించి బెంబేలు పడుతున్నావు. నువ్వు నీ పిల్లలకి నాన్నవని గుర్తు చేసుకో." కృష్ణ 'నా...నా" అంటూ రయ్యిమని వచ్చి రయ్యిమని కిందికి వెళ్ళిపోతోంది. ✸

కీలుగుర్రం

శివరాత్రి వెళ్ళిన రెండోరోజు.

ఆ రోజు కీలుగుర్రం ఉత్సవం. నిన్న స్వామి సపరివారంగా పెద్ద రథం మీద ఊరేగటం చూసిన చాలామంది జనం ఇవ్వాళ కీలుగుర్రం ఉత్సవం చూడ్డానికి ఉండిపోయారు. కీలుగుర్రానికి రంగులు వేశారు. మూడడుగుల ఎత్తున బల్ల. ఆ బల్లమీద ఆరడుగులెత్తున గుర్రం. తెల్లగా దేవతాశ్వంలా మెరిసిపోతోంది.

నల్లటి జూలు. ఠీవిగా మోరెత్తుకుని మునుగాళ్ళు ఎత్తి పరుగుతీస్తున్నట్లుంది కీలుగుర్రం. మెళ్ళో చిరుమువ్వలు గాలికి మోగుతున్నాయి. జీనుకు కట్టిన రంగురంగుల గుడ్డలు గాలిలో రెపరెపలాడుతుంటే స్వామిని మూపున ఎక్కించుకుని మేఘాల్లో తేలిపోవటానికి సిద్ధంగా ఉంది కీలుగుర్రం.

అయ్యగారి విగ్రహానికి ఉదయం నుంచి అర్చకులు అలంకారాలు చేస్తున్నారు. ఐదడుగుల ఎత్తున్న కంచు విగ్రహం అయ్యవారి విగ్రహం. బంగారు రంగులో మెరిసిపోతున్నాడు స్వామి. పట్టు అంగరఖా బిగింపుగా స్వామి విగ్రహాన్ని అంటి పెట్టుకుని ఉంది. జలతారు ఉత్తరీయం బంగారు పాదాలకు ఆభరణాలు, విశాలమైన వక్షస్థలంపైన కదలాడుతున్న ముత్యాలపేరులు, ఆ ముత్యాల పేరుల మధ్య మెరుస్తున్న చింతాకు పతకం. స్వామి నుదుట కస్తూరితిలకం దిద్దారు. శిరస్సున కిరీటం ధగధగ లాడుతోంది. ఆ కిరీటానికి కలికితురాయి. చేత ఝుళిపిస్తున్న చెమ్కీ కర్ర.

నిన్నగాక మొన్ననేగదా స్వామి కళ్యాణం జరిగింది. నుదుట బాసికపు అర ఇంకా అలాగే ఉంది. ముంజేతి పసుపుకంకణం పచ్చగా ఉంది. స్వామి ముఖంమీద చిరు నవ్వు పెదవుల కొసదాకా పాకుతోంది. ముఖమంతా నవ్వు కమ్ముకుంటోంది.

ఆ నవ్వుతో మంటపమంతా వెలిగిపోతోంది. అర్చకులు స్వామి విగ్రహాన్ని మళ్ళీ మళ్ళీ అలంకరించి చూసుకుంటున్నారు. ఉచ్చైశ్రవం మీద విశ్వవిహారం చేయడానికి అలా సన్నద్ధుడయ్యాడు స్వామి.

కీలుగుర్రం ఉత్సవం పూర్తయి అయ్యవారి విగ్రహం తిరిగి గుళ్ళోకి చేరేదాకా అర్చకులు బిక్కుబిక్కుమంటూ ఉంటారు. అన్ని సేవలూ ఒక ఎత్తు. కీలుగుర్రం సేవ ఒకెత్తు. ఐదడుగుల కంచువిగ్రహం అయ్యవారి విగ్రహం. మామూలుగా విగ్రహాన్ని వాహనందాకా తీసికెళ్ళటానికి విగ్రహం బుజాల

వెనక ఒక చేవకఱ్ఱ కట్టి బిగిస్తారు. ఇద్దరు బలమైన వాళ్ళు ఆ కఱ్ఱ సాయంతో విగ్రహాన్ని బుజాలకెత్తుకుని పీఠాన్ని చేతుల్తో పట్టుకుని, వాహనం దగ్గరకు తీసుకొస్తారు. మూడు ప్రాకారాలు వూరేగించి తీసుకురావాలి కాబట్టి, ఆ ఇద్దరూ మధ్యలో అలిసిపోతే ఇంకో ఇద్దరు పక్కనే ఉంటూ విగ్రహాన్ని ఎత్తుకుంటారు. అయితే కీలుగుఱ్ఱం సేవ నలుగురితో అయ్యేది కాదు. అయిదడుగుల అయ్యవారి విగ్రహం ఆరడుగుల గుఱ్ఱం మీది కెక్కించాలి. అంచేత విగ్రహానికి పైన కాకుండా పీఠం దగ్గర కూడా మరో చేవకఱ్ఱ బిగించి కట్టారు.

సాయంత్రం అయింది. కీలుగుఱ్ఱం సేవకు సన్నాహాలు పూర్తయ్యాయి. మషాలీలు కాగడాలు వెలిగించారు. వందిమాగధులు "హరహర మహాదేవ" అన్నారు. మంగళవాయిద్యాలతో స్వామి వూరేగింపుగా వస్తున్నాడు. స్వామి విగ్రహాన్ని ఏటవాలుగా వాల్చి పైన ఇద్దరు, కింద ఇద్దరు కఱ్ఱల సాయంతో మోస్తున్నారు. ఈ నలుగురు ఒకే వేగంతో అడుగులు వేస్తున్నారు లేకపోతే అడుగు తడబడితే నడక సాగదు. విగ్రహం ముందుకు వెళ్ళదు. అడుగు క్రమం లేకపోతే పదునైన విగ్రహపీఠం కొసలు విగ్రహం మోసేవాళ్ళ కాళ్ళు కోసేస్తాయి. ఈ పట్టుకున్న నలుగురూ అలిసిపోయినప్పుడు ఆదుకోటానికి మరో నలుగురు విగ్రహం వెంట సిద్ధంగా నడుస్తున్నారు. ఈ నలుగురూ విగ్రహాన్ని తీసుకొస్తున్నా విగ్రహానికి ముందు ఒక మనిషి చిన్న బల్లతో వెనక్కి వెనక్కి నడుస్తూ విగ్రహాన్ని గమనిస్తూ వస్తున్నాడు. విగ్రహం మోస్తున్నవాళ్ళు 'బల్ల వెయ్యి' అనగానే అతను బల్లవేస్తే విగ్రహాన్ని ఆ బల్లమీద నుంచోపెట్టి వాళ్ళు ఓ క్షణం అలుపు తీర్చుకొని, తిరిగి నడుముకున్న ఉత్తరీయాలు బిగించుకుని వూరేగింపు కొనసాగిస్తున్నారు.

ఇలా అర్చకుల గుండెలు గుబ గుబ లాడ్తుండగా అయ్యవారి విగ్రహాన్ని కీలుగుఱ్ఱం దగ్గరకు తీసుకొచ్చారు. ముందు బల్లమీద వేంచేపు చేశారు. ఆపైన

గుర్రం మీదికి ఇద్దరు ఎక్కి, గుర్రాన్ని వెనక్కువంచి వీపుమీద బల్లవేసి విగ్రహాన్ని కిందనుంచి నలుగురు ఎత్తగా స్వామిని గుర్రం వీపుమీదికి చేర్చారు. అక్కడ నుంచి విగ్రహాన్ని గుర్రం మూపు మీదికి చేర్చి స్వామి అలంకారాలు సరిదిద్ది అర్చకులు 'అమ్మయ్య' అనుకున్నారు. కీలుగుర్రం మీద ఆనవాయితీగా ఎక్కే అర్చకుడు సూరయ్యగారు స్వామికి హారతిచ్చి "ఇంకేవిటి ఆలస్యం?" అన్నారు. కాని విగ్రహం మోసేవాళ్ళు అందరూ రాలేదు. మనిషి మీద మనిషి వెళ్ళాడు, కొందరొచ్చారు, కొందరు రాలేదు. అందులో కొందరు తాగి వచ్చారు. వచ్చిన వాళ్ళు పాత తగాదాలతో తిట్టుకోడం మొదలెట్టారు. "వోరి మీ దుంపలెత్తగా! ముందు వూరేగింపు లేవతీయండ్రా" అన్నారు పెద్దలు.

పట్టండంటే పట్టండన్నారు. కీలుగుర్రం లేవలేదు. వెనకవాళ్ళు ముందుకి ముందువాళ్ళు వెనక్కి మారారు. నీది తప్పంటే నీది తప్పనుకున్నారు. అమ్మలక్కలు తిట్టుకున్నారు. పోటీ కర్రల్తో ఎగబడ్డారు. జనం అడ్డుకుని ఆపి కేకలేసి 'ఊరేగింపు సాగాల'న్నారు.

పట్టు! పట్టు!

కీలుగుర్రం లేవలేదు.

మోస్తున్న వాళ్ళలో ఎవడో అన్నాడు. "వాహనం మీద ఎక్కిన అర్చకుడు సూరయ్యగారే గదా! ఆయన వేరుశనక్కాయల ఫ్యాక్టరీలో పనిచేస్తాడు గదా! అక్కడ బూబుతో మైలపడొచ్చుంటాడు. అందుకే వాహనం లేవటం లేదు.

ఆపైన "హర హర మహాదేవ" జనం కేకలు - కీలుగుర్రం వాహనం ముందుకు సాగిపోయింది. ✸

అచ్చోసిన ఆంబోతులు

ఆంబోతు పెద్దబజార్లో మధ్యగా నుంచుంది. పొడవైన, నిడివైన పెద్ద బజార్లో బుసలుకొడ్తూ నందికేశ్వరుడిలా నుంచుంది. ఆంబోతు తెల్లగా ఎత్తుగా మంచుకొండలా ఉంది. ఆంబోతుకి అంతకోపం రావటం ఎవ్వరూ చూడలేదు.

పెద్దలు కొందరు "నాయనా! నందీశ్వరా! శాంతించు తండ్రీ!" అంటూ మొక్కుతున్నారు. ఆంబోతు శాంతిచినట్టులేదు. బుసలు ఆగలేదు. మట్టి చిమ్మటం మానలేదు. పెద్ద ముత్తయిదువులు కొందరు గంగడోలు దువ్వి "నందికేశ్వరా కోపమెందుకయ్యా!" అని అంటుంటే తోక విసరటం తగ్గింది కాని విసవిస తొక్కుళ్ళు తగ్గలేదు. కూరలమ్మేవాళ్ళు తోటకూర నోటికందిస్తే విదిలించి కొట్టింది. కృష్ణనుండి నీళ్ళు తెచ్చేవాళ్ళు కావిడినీళ్ళు ముందుపెట్టి "తాగవయ్యా" అంటే తాగినన్ని తాగి కడవలు తన్నేసింది.

వూరు వూరంతా కంగారుగా పెద్దబజార్లో కొచ్చి భయంభయంగా నుంచున్న సమయాన రంగయ్య తన చిల్లరకొట్టు కెళ్ళటానికి వీధిలోకొచ్చాడు. వీధిలోని జనాన్ని చూసి మరికొంచెం ముందుకొచ్చాడు రంగయ్య. రంగయ్యని చూసిన ఆంబోతు చెంగున అంతెత్తు ఎగిరింది. కాలసర్పంలా గాలిలో తోక ఆడించింది.

చెవులు దద్దరిల్లేటట్లు రంకె వేసింది. పాతాళం బద్దలయ్యేటట్లు నేల తొక్కింది.

పరమ భయంకరంగా తనవైపు పరుగెత్తుకొస్తున్న అంబోతుని చూసిన రంగయ్యకు లారెత్తింది. గోచీ వూడిపోతున్నా లెక్కచేయక పరుగులంకించు కున్నాడు.

ఇంటిదాకా తరిమింది. వాకిటిముందు నుంచుని గిట్టల్తో నేలరాస్తూ హుంకరించటం మొదలెట్టింది. రంగయ్య సాగిలపడ్డాడు. అంబోతు రంకెలాపలేదు. మొత్తుకున్నాడు. లబోదిబోమన్నాడు. అంబోతు ఆగలేదు. కరివేపాకు, కొత్తిమీర పెట్టబోయాడు. వాటిని చూస్తూనే విసిరికొట్టింది అంబోతు. రంగయ్యకు తెలుసు అంబోతు ఎందుకొచ్చిందో! ఇంట్లోకెళ్ళి తట్టల్తో తట్టెడు కందులు పోసుకొచ్చి భయంభయంగా ఆబోతు ముందు పెట్టాడు. ఆ కందులు చూసి అంబోతు ఆగింది. ఆ కందులన్నీ తిని తట్ట శుభ్రంగా నాకి పరమసాధువులా నడిచి వెళ్ళిపోయింది.

ఆ అడ్డెడు కందులు!

ఉదయం సుబ్బమ్మ తీసుకొచ్చినవి. సుబ్బమ్మ యింట్లో నూకలు లేవు. దానికి తోడు అల్లుడొచ్చాడు. ఇంకో గతిలేక ఇంట్లో ఉన్న అడ్డెడు కందులు రంగయ్యకి అమ్మజూసింది. నాలుగురూపాయల కందులకి రూపాయి మించి ఇవ్వ నన్నాడు. ఇదేం అన్యాయం అంటే కేకలు. వూళ్ళో అల్లుడున్నాడు. సిగ్గు పడి పోయిన సుబ్బమ్మ అల్లుడికి అన్నం కూరా వండి తను పస్తుండాలి అనుకొని మారుమాటాడకుండా ఆ ఒక్క రూపాయి తీసుకెళ్ళింది. అంబోతు వెళ్ళిపోయింతర్వాత రంగయ్య తాపీగా ఊపిరిపీల్చుకుని పొద్దున్న లాభం గూబలోకొచ్చిందే అని బాధపడ్తూ కొట్టుకెళ్ళాడు. కొట్టుదగ్గర కూర్చుని గల్లాపెట్టెకు దణ్ణం పెట్టుకుని కళ్ళు తెరిచాడో లేదో ఎదురుగా రౌడీ వీరడు నుంచొని ఉన్నాడు.

రౌడీ వీరడంటే రక్తం తాగుతాడని పేరు. వాడు నెత్తురు తాగాడో లేదో కానీ వాడ్ని చూస్తే కాలయముణ్ణి చూసినట్టుంటుంది. నల్లతాచులా సన్నగా బారెడు

మనిషి. చింతనిప్పుల్లాంటి కళ్ళు. ఎప్పుడూ మనిషి వూగుతుంటాడు. తాగి వూగుతున్నాడో, ఆ మనిషి తీరే అంతో తెలియదుగాని ఆ ఊపుచూసి జనానికి గుండె చిక్కబట్టుకు పోతోంది. ఆ ఊపులాగా మాట కూడా సాగదీస్తాడు.

"ఏం రంగయ్యబాబు పదిరూపాయలుంటే ఇస్తావేంటి?" అన్నాడు వీరడు.

"బావుందయ్యోవ్, నిన్ననేగా ఐదు రూపాయలు తీసికెళ్ళావ్" అన్నాడు కంగారుపడ్తూ రంగయ్య.

"నిన్నటికీ ఇవ్వాళ్టికీ నువేం బేరాలు చెయ్యలేదా? ఏ రోజు అవసరం ఆరోజే"

"ఇప్పుడేం లేదు పో! బోణీ కాలేదు." - "పోనా.... పోనా" సూటిగా చూస్తూ అన్నాడు వీరడు.

"రంగయ్యా! ఆ పెసలు పలపీధి పెసలు..." అంటే, రంగయ్య పడిపోయాడు.

"ఓరి నీ అమ్మకడుపు బంగారంగాను, ఎందుకురా గోల ఇదుగో పది తీసుకో" అని రొండినుంచి పది తీసియిచ్చాడు. వీరడు ఆ పది రూపాయల్తో గాలిగోపురం లోకి వచ్చి అక్కడున్న బిచ్చగాళ్ళకు తలో రూపాయిచ్చి ఇంటికెళ్ళిపోయాడు. వీరడి బెడద ఒక్క రంగయ్యకే కాదు. వూళ్ళో చాలామందికి ఉంది. కాల్లో దిగిన తుమ్మముల్లులాంటివాడు వీరడు. తుమ్మముల్లు తీస్తున్నకొద్దీ విరుగుతుంది.

ఒకసారి బంగారం తాకట్టుపెట్టుకుని అప్పులిచ్చే భూషయ్య దగ్గరకెళ్ళాడు వీరడు.

"భూషయ్యగారూ అర్జంటుగా అవసరం వచ్చింది. ఓ వందరూపాయలు కావాలి" అని అల్లుడడిగినట్లు అడిగాడు.

"అహఁ, అలాగా - వంద చాలా, ఎవడి తాత సొమ్ము ఇమ్మంటావ్?" అన్నాడు భూషయ్య.

"తాతలు సంపాదిస్తే మేమంతా మీదగ్గరకెందుకొస్తామండీ? నిన్న రాత్రి సీతాలు నాన్తాడు, బుచ్చెమ్మ చెవిపోగులు ఎంత ఖరీదుచేశారు" అన్నాడు వీరడు. భూషయ్య నీళ్ళు కారిపోయి "ఒరేయ్! వంద కావల్సిందేనా?" అని దీనంగా అడిగాడు.

భూషయ్య దగ్గర వంద తీసుకుని సీతాలు కూతురికీ, బుచ్చెమ్మ కూతురికీ పెళ్ళిళ్ళు జరుగుతుంటే చెరో యాభై పసుపుకుంకుమ కింద చదివించి ఇంటికెళ్ళిపోయాడు.

ఇహ లాభంలేదని భూషయ్య, రంగయ్య తీర్మానించుకొని రహస్యంగా పథకం వేశారు. జగ్గడనే రౌడీని పిలిపించారు. వీరణ్ణి చంపి, కిష్టలో పారేస్తే ఐదొంద లిస్తామన్నారు. సరేనన్నాడు జగ్గడు. డబ్బు తీసుకున్నాడు. తెల్లారేసరికి వీరడి శవం నీళ్ళలో తేలాలన్నారు. "ఓ" అని వెళ్ళిపోయాడు జగ్గడు.

తెల్లారింది. పీడ విరగడైపోయిందనుకున్నారు ఇద్దరూ.

"భూషయ్యగారో" వాకిట్లోంచి కేక. అది వీరడి గొంతు, వీరడి దయ్యం కాదు గదా!

భూషయ్య అదిరిపడ్డాడు.

"భూషయ్యగారూ!"

వణికిపోతూ వీధిలోకొచ్చాడు భూషయ్య.

వీరడు నవ్వుతూ "ఐదొందలు కావాలండీ" అన్నాడు.

"ఐదొందలా...." అన్నాడు భూషయ్య.

"మరి జగ్గణ్ణి చంపి కిష్టలో తోసెయ్యొద్దండీ...."

మారుమాటాడకుండా ఐదొందలిచ్చాడు భూషయ్య.

రంగయ్య ఇంటిముందు ఆంబోతు హుంకరిస్తోంది. గిట్టల్తో నేలతవ్వి చిందరవందర చేస్తోంది.

రంగయ్య నిశ్శబ్దంగా అరబస్తా పెసలు ఆంబోతు ముందు పెట్టాడు. ✸

వయసొచ్చింది

దర్జీ జోగారావు కొట్టుముందు ఓ పదేనేళ్ళ కుర్రాడు అలా స్తంభానికి వేలబడి నుంచున్నాడు. జోగారావు కుట్టుపని హడావిడిలో ఉన్నాడు.

ఆ కుర్రాడు అలా వీధిలోకి చూస్తూ వచ్చేపోయే జనాన్ని, దూరంగా ఉన్న జాంపళ్ళబుట్టని, ఆపైన కన్పించే మిఠాయి కొట్టుని పరిశీలనగా చూస్తున్నాడు. జోగారావు మిషను కుడుతూ వాణ్ణి గమనిస్తూనే ఉన్నాడు. కాని పని తొందరలో వాడెవడో పట్టించుకోలేదు.

జోగారావుకి అన్నం వచ్చింది. పని వాళ్ళని భోజనానికి పంపించి తను అన్నం గిన్నె విప్పుతూ చూస్తే ఆ నల్లటి కుర్రాడు ఇంకా అక్కడే భయంగా చూస్తూ కన్పించాడు.

"ఏరా?" అని పిల్చాడు జోగారావు.

"బాబూ" అని ఇటు తిరిగాడు కుర్రాడు.

ఆ కుర్రాడి కళ్ళలో ఆకలి... కరకరలాడే ఆకలి! కడుపు చుమ్మలు చుడ్తుంటే ముఖంమీద కన్నీళ్ళుగా కరిగిపోయే ఆకలి!

జోగారావుకి జాలేసింది. 'ఆకలేస్తంది గదరా!' అన్నాడు.

'హాఁయ్య, ముద్దజూసి ముణ్ణాళ్ళయిందయ్యా..." అన్నాడు స్తంభం కిందికి జారిపోయిన కుర్రాడు.

"ఏడవబోకురా ఎదవా, నాకు పోను అన్నం మిగులుద్ది, అది నువ్వు తిని గిన్నెలు కిష్టకెళ్ళి కడుక్కు తీసుకురా" అన్నాడు జోగారావు.

కుర్రాడి కళ్ళు తళతళమన్నాయి. మిగిలిన అన్నం కిష్ట దగ్గర తిని, కడుపునిండా కిష్టనీళ్ళు తాగి, గిన్నెల్ని రేగడ మట్టితో మెరిసిపోయేట్టు తోమి కొట్టు దగ్గరికి తీసుకొచ్చాడు కుర్రాడు. గిన్నెలు శుభ్రంగా తుడిచి కొట్లో పెడ్తుంటే జోగారా వడిగాడు "నీ పేరేంట్రా?"

"బాబిగాడయ్యా!" అన్నాడు కుర్రాడు.

"ఇహ పో!" అన్నాడు జోగారావు.

బాబిగాడు పోలేదు. పొద్దున్నంతా స్తంభానికానుకుని బజారంతా చూస్తున్నవాడు ఇప్పుడు స్తంభాని కానుకుని కొట్టువంకే చూస్తూ నుంచున్నాడు. సాయంత్ర మైంది. జోగారావు కుట్టిన గుడ్డలు వూళ్ళోవాళ్ళ కివ్వడానికి వెళ్తూ మళ్ళీ బాబిగాణ్ణి చూశాడు. "ఏరా! నువ్వు పోలా?" నవ్వుతూ అన్నాడు.

"హాఁయ్య..." అన్నాడు బాబిగాడు. వాడి ముఖం "ఆదుకో దేవుడా!" అంటోంది. వాడి కళ్ళు వేడుకుంటున్నాయి.

జోగారావు కేవనిపించిందో "ఒరేయ్! ఈ బట్టలు తీసుకు నా వెనకాలే రా వూళ్ళో ఇచ్చొద్దాం" అన్నాడు.

బాబిగాడు చెంగున ఎగిరి బట్టలు నెత్తిన పెట్టుకుని జోగారావు వెనకాలే నడిచాడు.

ఆ రోజునుంచి బాబిగాడు పొద్దున్నే కొట్టు తియ్యక ముందే దర్జీ దుకాణం దగ్గర ఉండేవాడు. కొలతలు తీసుకుంటున్నప్పుడు టేపు అందివ్వడం, రాసుకోటానికి పుస్తకం, కత్తిరింపుకు కత్తెర్లు అందించడం, మిషనుకి ఆయిల్‌వేయటం మధ్య మధ్యలో టీలు, బీడీలు తెచ్చి పెట్టడం, మధ్యాహ్నం జోగారావుకి అన్నం తెచ్చి పెట్టి మిగిలింది తిని గిన్నెలు కడిగివ్వటం, ఊళ్ళోకి జోగారావు బట్టలకి కొలతలకి వెళ్ళినా కుట్టిన బట్టలివ్వటానికి వెళ్ళినా వెనకాతలే వెళ్ళటం, కొట్టు మూశాక కిష్టవొడ్డుకొచ్చి కడుపునిండా నీళ్ళు తాగి రాత్రి మంటపంలో పడుకోవటం - ఇదీ బాబిగాడి నిత్యకృత్యం.

జోగారావుకి బాబిగాడు నచ్చాడు. ఆర్నెల్లు గడిచాయి. వచ్చిన గుడ్డల్లో మిగిలిన బట్టతో బాబిగాడికి ఓ చొక్కా నిక్కరు కుట్టించి యిచ్చాడు. గుండీలకి కాజాలు తీయటం కూడా నేర్పుతున్నాడు.

బాబిగాడు ఓ రోజు కిష్ట దగ్గరికి ఆలస్యంగా వచ్చి దోసెడు నీళ్ళు తాగి 'బేవ్' మని తేన్చి పక్కకి చూస్తూ ఓ పధ్నాలుగేళ్ళ పిల్ల తనవైపు వింతగా చూస్తుండటం కన్పించింది. ఆ పిల్లే పలకరించింది "ఇయ్యాల్టికి నీళ్లే అన్నవా?"

"ఆర్నెల్ల నించే ఇంతే"

"ఇయ్యాళ ముద్ద తిందువురా"

"మరి నీకో?"

"నాకు సరిపోద్దిలే!"

బాబిగాడు ఆ పిల్ల దగ్గరకెళ్ళాడు. చింతచిగురు పప్పు కలిపి ముద్ద బాబిగాడి చేతిలో పెట్టింది.

"నీ పేరేందో?" అడిగాడు బాబిగాడు.

"పోలి, నువ్వో?" అంది పోలి.

"బాబిగాడ్ని, జోగారావయ్య దర్జీ కొట్లో పని."

"ఏవూరు?"

"ఇప్పటి కీవూరే. అయ్యా అమ్మా లేరు."

"నాకూ లేరు. ఓ ముసలి తాతున్నాడు. అంట్లు తోమి, పాసిపని జేస్తే మా పొట్టెళ్ళిపోద్ది."

అదేం చిత్రమో బాబిగాడు, పోలి ఎంతో కాలంనుంచీ ఒకళ్ళకొకళ్ళు తెలుసున్నట్లు కష్టసుఖాలు మాట్లాడుకున్నారు. నల్లటి ముఖంలో చేపపిల్లలా మెరుస్తున్న పోలికళ్ళు చూసి బాబిగాడు సంబరపడిపోతున్నాడు. ఉన్న అన్నమంతా బాబిగాడికే పెడ్తూ తను తిన్నట్లే ఆనందపడిపోతోంది పోలి.

రోజూ కిష్టవొడ్డున కలుసుకునేవాళ్ళిద్దరూ. పదిరోజులు పోయాక బాబిగా డన్నాడు.

'పోలీ, నన్ను మావా అని పిలవరాదంటే?'

పోలి వొళ్ళు జల్లుమంది. "సంబడవో! నువ్వట్టా పిలవమనందే..." అంది కళ్ళు దించేసుకుని.

"పిలవ్వే" ఆశగా అన్నాడు బాబిగాడు.

కిష్ట నీళ్ళలో తలదించుకుని తనలో తను అనుకున్నట్టు "మావా" అంది. బాబి గుండె పొంగిపోయింది. సంబరంలో పోలి జడ లాగాడు. పోలి జడలో పున్నాగపూలు కిష్టలో జలజలా రాలి ప్రవాహంలో కొట్టుకొని పోతున్నాయి. పోలి, బాబి ఒకళ్ళనొకళ్ళు నవ్వుతూ చూసుకుని ప్రవాహంలో పరుగెత్తుతున్న పున్నాగపూలు చూసుకుని కిష్టమ్మ తల్లికి దణ్ణం పెట్టుకున్నారు.

వొడ్డుకొచ్చాక బాబిగాడు జేబులోంచి టేపుతీసి పోలి చేతులు, నడుం, ఛాతి, మెడ కొలతలు తీసుకుంటుంటే "ఏంటిది?" అంది పోలి. "మనకి దర్జీ కొట్లో పనే" అంటూ గర్వంగా వెళ్ళిపోయాడు బాబిగాడు.

పోలికి కొత్త జాకెట్టు కుట్టివ్వాలి. ఎలా? బాబి మిగిలిన బట్టముక్కల్ని ఒకే రంగుగలవి దాచటం మొదలెట్టాడు. ఓ నెల రోజులకి బట్ట కుదిరింది. మరి కుట్టటం? తన్ని మిషనెక్క నివ్వరు. ఎవ్వరూ లేని సమయంలో మిషన్ ఎక్కి కుట్టటం మొదలెట్టాడు. ఈ సంగతి జోగారావుకి తెలిస్తే ఉద్యోగం తీసేస్తాడు. నెల రోజులకి చేతులు కుట్టాడు. ఇంకో నెలకి నడుం... ఇలా సమయం దొరికినప్పుడల్లా రహస్యంగా కుట్టుకుంటూ ఆర్నెల్లకి జాకెట్టు పూర్తి చేశాడు. కిష్టవొడ్డుకి పరుగెత్తుకొచ్చాడు బాబిగాడు.

"కొత్త జాకెట్టు" పసిపిల్లలా ఆనందంతో గెంతింది పోలి.

"తొడుక్కురాయే" అన్నాడు వీరుడులాగా బాబిగాడు. చింతచెట్టు చాటుకెళ్ళి జాకెట్టు తొడుక్కుని ఇవతలికొచ్చింది పోలి.

జాకెట్టు చాల్లేదు! గుండీలు కాజాలు కలవటం లేదు. ఆర్నెల్లలో పోలి ఛాతి పెరిగిపోయింది.

బిక్కమొహం వేసుకున్న బాబిగాడ్ని చూసి పోలి అంది "పోన్లే మావా! మా దొరసాని, ఓసే! పోలీ! నువ్వింకా పవిట్లేసుకోవాల. మా పిల్ల పాతవోణి యిస్తాను. రేపట్నించేసుకో అంది! పవిటేసుకుంటే పిన్నీసెట్టుకుంటాను. సరిపోద్దిలే."

బాబిగాడి కళ్ళలో కోరికల దీపాలు! ✸

లంకల్లపుట్టింది లచ్చితల్లి

ఉదయం తొమ్మిది గంటలవేళ లంకకు పోవడానికి పశువుల్ని విప్పుతున్నారు జీతగాళ్ళు. పలుపులు విప్పీ విప్పడం తోటే రంకెలు వేసుకుంటూ అంబారవాలు చేసుకుంటూ వీధుల్లో కొస్తున్న ఆవులు, గేదెల వెనకాలే చెంగున ఎగురుతూ దూడలు ఉరకలేస్తున్నాయి. వాకిళ్ళలోని సంక్రాంతి గొబ్బెమ్మల్ని తొక్కు కుంటూ వీధిలోని మిగతా పశువుల్ని పలకరించుకుంటూ ఆంజనేయస్వామి రేవు వైపు దారితీశాయి. పశువులు వెళ్ళిపోవటంతోటే కన్నె ముత్తయిదువులు ఆ గొబ్బెమ్మల్ని తీసికెళ్ళి గోడలకి కొట్టున్నారు. రథసప్తమికి ఆ పిడకలతో పాలు పొంగించాలి.

ఆంజనేయస్వామి రేవులో వందలాది పశువులు, పడవలరేవు పక్కగా ఒక్కొక్క తండా గుభిల్లున కృష్ణలో దూకుతున్నాయి. మోరలు నీళ్ళలో ముంచి గభీమని పైకి తేలుతున్నాయి. ఆ తాకిడికి పెద్ద పెద్ద అలలు విసురుగా వచ్చి వొడ్డుకి కొట్టుకొని విరిగిపోతున్నాయి. పశువులు మోరలు నీళ్ళల్లో ముంచి మళ్ళీ పైకి తేల్తూ బుసలుపెడ్తున్నాయి. తోకలతో వొళ్ళు బాదుకుంటున్నాయి. వాటికి రేవు చూడగానే నీళ్ళలో దిగగానే ఎక్కడలేని ఆవేశం.

ఒడ్డున పాలేళ్ళు పుట్టగోచీలు పెట్టుకుంటున్నారు. బువ్వ మూటలు తలమీద పెట్టుకొని ధోవతులు తలపాగగా చుట్టుకుంటున్నారు. 'ఒరేయ్ పోలాయ్!' 'ఓరేయ్ వీరాయ్!' అంటూ అన్ని వీధుల పాలేళ్ళని పలకరించుకుంటున్నారు. ఆపైన తెప్ప కొయ్యల్ని నీళ్ళలో వేశారు. తెప్ప కొయ్యల బొరియల్లో పురుగూ

పుట్రా వుంటే కొట్టుకు పోవటానికి నీళ్ళలో రెండుమూడుసార్లు ముంచి పైకి తేల్చారు. "'ఏరా పోదామా! అంటే పోదామా!' అనుకున్నారు. మంద నంతనీ ప్రవాహంలోకి తోలారు. ఒక్కో తెప్పకొయ్యమీద ఇద్దరేసి పడుకొని ఈదు తున్నారు. కొందరు ఆవు తోకలు పట్టుకుని ఈదుతున్నారు. గేదె తోకలు పట్టారు. మందలో అటూ ఇటూ బెదిరిపోతున్న పశువుల వైపు 'రయ్ రయ్' మని ఈదుకుంటూ వెళ్ళి తిరిగి మందలో కలుపుతున్నారు. అలా వందలాది పశువులు ప్రవాహంలో ఈదుకుపోతుంటే పశువుల తెప్ప కృష్ణలో కదలి పోతున్నట్లుంది. ఆ తెప్ప వెనక ధారల్లా తెప్ప కొయ్యలమీద పాలేళ్ళు మధ్యలో ఇసక తిన్నె. ఆ ఇసకతిన్నె దాటితే మరో పాయ. ఆ పాయ దాటితే లంకలు. ఆ ఇసుక తిన్నె మీద పశువులన్నీ ఎక్కుతున్నాయి. మెత్తటి ఇసక మీద వందలాది పశుపాదాలు. ఆ వెనకాల మనుష్యుల అడుగులు. పాలేళ్ళ తడి అరికాళ్ళకి మెత్తటి ఇసుక తగుల్తుంటే గిలిగింతలు పెడ్తోంది. ఆ ఇసకపర్ర మీద ఎట్లా వచ్చిందో నల్లరేగడినేల. దాంట్లో జామతోటలు కాపలా కాసే మస్తాను గోగునారు చల్లాడు. ఆ ఎదుగుతున్న గోగుమొక్కల్ని ఎక్కడ తొక్కేస్తాయోనని జామతోటలోంచి 'ఓ హోహోయ్' అని మస్తాన్ కేక. పాలేళ్ళు ఆ గోగు మొక్కలవైపు పోకుండా గొడ్లని మళ్ళించారు. రెండోపాయదాటి గొడ్లు లంకల్లో హాయిగా మేతకు పడ్డాయి. పాలేళ్ళు బువ్వ మూటలు పక్కకు పెట్టి చర్‌పట్టీ ఆడుకున్నారు. గాలిలో ఎగురుతున్న రెల్లుపూలలా ఎగిరెగిరి గంతులు పెట్టారు. ఎండ ఎక్కువయితే జామచెట్లకింద చేరి పులిజూదం ఆడారు. మధ్యాహ్నం వేళ బువ్వ మూటలు విప్పుకుని పచ్చళ్ళు పంచుకొంటూ హాయిగా భోంచేసి ఎవరో కొమ్మెక్కి పిల్లనగ్రోవి వూదుతుంటే వింటూ విశ్రాంతి తీసుకున్నారు. నాలుగ్గంటలవేళ మస్తాన్నడిగి మొక్కజొన్న చేలోంచి పది కండెలు విరుచుకొచ్చి పంచుకుతిన్నారు. గొడ్లన్నిటినీ మళ్ళేసుకుని ఇళ్ళకు బయల్దేరేవేళ పున్నయ్యగారి కర్రావు రాకుండా మొరాయించి గింగిరాలు తిరగటం మొదలెట్టింది. పాలేరు రాములు మిగిలిన వాళ్ళకి గొడ్డనప్పగించి నేను వస్తాలే మీరు పదండన్నాడు. వాళ్ళు ముందుకు వెళ్ళిపోయారు.

కర్రావు ఈనమోసింది. తనచుట్టూ తనే గుండ్రంగా తిరుగుతూ కదం తొక్కుతోంది. "వారంరోజుల తర్వాత ఈనవలసిన ఆవు ఇప్పుడే ఈనదుకదా!" అని కంగారుపడ్డాడు రాములు. అలా తిరిగి తిరిగి కర్రావు ఈనమోపింది. వెనక్కాళ్ళు కిందకు వంచి కూర్చుంది. తన చిన్నారి అంత ఎత్తునుంచి కింద పడ్తుందేమోనని దాని భయం. వెనక రాములు పట్టుకునే ఉన్నాడు. దూడ నేలమీద పడ్డది. పడీ పడటంతోటే కళ్ళు తెరవని చిన్నారిని కర్రావు గబగబా, నాకేస్తోంది. ఎక్కడలేని తమకం! తొందర! చకచక నాకేస్తోంది.

రాములికి ఏం తోచింది కాదు. రాత్రంతా అవునిక్కడే ఉంచితే వాతం కమ్ముతుందేమో! అవతలొడ్డుకు చేర్చటం ఎలా?

ఇవతలొడ్డున పున్నయ్యగారు కంగారు పడిపోతున్నాడు. కర్రావుని కన్న కూతుర్లా పెంచుకున్నాడు. పున్నయ్యకి ఆవు లంకలో ఈనిందని గట్టి నమ్మకం. వేణ్ణీళ్ళు పెట్టించాడు. మడ్డికూడు వండించాడు. కాని ఆవు ఇవతలొడ్డుకి ఎలా వస్తుంది?

కర్రావు మాయ వేసింది. అదృష్టవశాత్తు కునికినపాడు నుంచి అవతలొడ్డుకు వెళ్తున్న పడవ అటుగా వచ్చింది. సరంగును బతిమిలాడి ఆవుని దూడని అందులో కెక్కించాడు రాములు. ఆవు దూడని నాకుతూనే ఉంది. ఇవతలొడ్డు కొచ్చేసరికి వొడ్డున పున్నయ్య, మరో నలుగురు లాంతర్లతో ఎదురుచూస్తున్నారు. ఒడ్డుకి రాగానే 'మా అమ్మే! మా అమ్మే!' అంటూ లేగదూడ నెత్తుకున్నాడు పున్నయ్య. కర్రావు దూడని, పున్నయ్యని మార్చి మార్చి నాకింది. సంబరంతో రంకెలు పెట్టింది.

కొట్టంలోకి తీసుకెళ్ళి పున్నయ్య వేణ్ణీళ్ళతో ఆవుని, దూడని స్వయంగా కడుగుతుంటే మున్సబొచ్చి చెప్పాడు "పున్నయ్యా! వ్యాజ్యంలో పల్లపీధి పొలం నీకే దక్కిందయ్యా!"

పున్నయ్య భార్య ఆనందంతో అంది. "గొడ్డొచ్చినవేళ...."

పున్నయ్య గుండె పొంగిపోయి లేగదూడని గట్టిగా ముద్దెట్టుకున్నాడు. ✸

ఇద్దరు మిత్రులు

వరద వచ్చినపుడు చింతలరేవులో రేగడి పేరుకుంటుంది. ఆ రేగడిమట్టి ఇటుకల తయారీకి శ్రేష్ఠం. ఆ మట్టితో ఎవరో ఇటుకలు తయారుచేస్తుంటే వూరిపెద్ద భూషయ్య వచ్చి "ఎవడబ్బ సొమ్మనిరా అడగా పెట్టకుండా ఇటుకలు చేస్తున్నారు." అని నిలదీశాడు.

"అదేమిటి బాబూ? కిష్ట వచ్చినపుడు కొట్టుకొచ్చిన మట్టిగదా" అన్నారు వాళ్ళు.

"సరె సర్లె ఈ స్థలం నాది. ఇందులోఉన్న రేగడిమట్టి కూడా నాదే" అన్నాడు భూషయ్య.

వాళ్ళు తెల్లబోయి "అయితే ఇప్పుడేం చెయ్యమంటారు" అన్నారు.

"ఆ మట్టికి రెండొందలివ్వండి" అన్నాడు.

"బాబోయ్? చాల ఎక్కువ బాబోయ్" అని కాళ్ళ వేళ్ళా పడ్డారు.

చివరికి వందన్నరకి బేరం కుదిరింది.

రేవులో పక్కనున్న ఖాళీస్థలం చూపించి "అయ్యా ఈ స్థలంలో ఇటిక ఆవేసి కాల్చుకుంటా, అది కూడా తవరిదేనా?" అన్నారు.

"అదీ నాదే! నిరభ్యంతరంగా వాడుకోండి. వందకి పది ఇటుకలు నాకివ్వండి" అన్నాడు భూషయ్య.

"అలాగే" అని వొప్పుకున్నారు.

రేవులో రేగడిమట్టి నాదంటే కాదనేదెవరు. నాది అని ఇంకొకళ్ళు వస్తే గదా? అలా ప్రతి సంవత్సరం ఆ మట్టి అమ్ముకుని, ఇటుకలు అమ్ముకుని బోలెడు గడించాడు భూషయ్య.

భూషయ్య స్నేహితుడు రామయ్య. ఒకసారి పనుండి గుంటూరు వెళ్ళి పేరయ్య దగ్గర అప్పు తీసుకున్నాడు. పేరయ్య ఏదన్నా హామీ ఉంటే గాని అప్పు ఇవ్వనన్నాడు.

"దానికేవి నా స్థలం తాకట్టు పెడ్తాను," అన్నాడు రామయ్య.

అలా పత్రం రాయమన్నాడు. రాసేశాడు.

"తూర్పున సుబ్బరామయ్యగారి చేను, దక్షిణాన వెంకట్రామయ్యగారి పొలం, పడమట సీతారామయ్యగారి చేను, ఉత్తరాన కృష్ణ వొడ్డు.... ఫలానా ఫలానా సర్వే నంబర్లుగల నా స్థలం తాకట్టుగా పెట్టడమైనది."

సంవత్సరమైంది. రెండేళ్ళయింది. రామయ్య బాకీ తీర్చడే!

స్వామిని చూసుకున్నట్లూ ఉంటుంది స్థలాన్నీ చూసుకోవచ్చునని ఓ తొలి ఏకాదశినాడు పేరయ్య తనే అమరావతి వచ్చాడు. గుళ్ళో అభిషేకం చేసుకుని, అమ్మవారికి పూజ చేసుకుని, ఎవర్నో వెంటబెట్టుకుని ఆ హద్దులు గల స్థలానికి వచ్చాడు.

ఆ స్థలం స్మశానం!

ఒక పక్క ఓ శవం కాలుతుంటే, ఇంకోపక్క ఎవరో అస్థికలు ఏరుకుంటున్నారు.

పేరయ్య దివాలా అయిపోయినట్టు బాధపడి రామయ్య ఇంటికి పరుగు పరుగున వెళ్ళాడు. రామయ్య వూళ్ళో లేడని తెలిసింది. ఈ విషయం తెలిసిన వాళ్ళు పేరయ్యకి చెప్పారు. రామయ్య స్మశానం నీకొక్కడికే కాదు చాలా మందికి తాకట్టు పెట్టి అప్పులు తెచ్చాడని.

రామయ్య, భూషయ్య ఆంజనేయస్వామి రేవులో స్నానం చేస్తూ "ఓరేయ్ కిష్టలో కొట్టుకొచ్చిన రేగడిమట్టి అమ్మేశావ్రా" అని ఒకరంటే "నేను స్మశానం మళ్ళీ తాకట్టు పెట్టావ్రా!" అని ఇంకొకరన్నారు. ఇద్దరూ నవ్వుకొన్నార. "సరే! మరి పంచాయతీబోర్డు ప్రెసిడెంట్‌కి నేను నుంచోవా లనుకొంటున్నాను" అన్నాడు భూషయ్య.

"అయ్యో! నాకు ముందు చెప్పలేదేం! నేను నుంచుంటున్నానని అందరికీ చెప్పేశానే" అన్నాడు రామయ్య.

"అయితే మనిద్దరికి పోటీ అన్నమాట" అని కొరకొర చూశాడు భూషయ్య.

"ఏం చేస్తాం. అమరేశ్వరుడు అలా రాసిపెట్టాడు" అన్నాడు రామయ్య.

ఇద్దరూ వొళ్ళు తుడుచుకొని ఇళ్ళకు వెళ్ళిపోయారు.

రామయ్య సరాసరి సీతయ్య ఇంటికెళ్ళి తనే చాపవేసుక్కూర్చుని "బావా! భూషయ్య పంచాయితీబోర్డు ప్రెసిడెంటవుతే మనం బతగ్గలమా?" అన్నాడు.

"చీఛీ! మీసాలు గొరిగించుకోవలసిందే" అన్నాడు సీతయ్య బుంగమీసం మెలితిప్పుతూ.

"మరయితే నువ్వే పోటీ చెయ్యరాదా!" అన్నాడు రామయ్య.

"మనం గెలుస్తామంటావా?" అని సందేహించాడు సీతయ్య.

"ఇలా వెయ్యి కొట్టు. భూషయ్య వ్యవహారం తేల్చుస్తాను" అన్నాడు రామయ్య.

"సరే" అన్నాడు సీతయ్య.

భూషయ్య సరాసరి వెంకయ్య ఇంటికెళ్ళి "అల్లుడా! మనం ఈ పూర్ణించి మకాం ఎత్తెయ్యొచ్చు." అన్నాడు.

"అంత కష్టమేమొచ్చింది?" అన్నాడు వెంకయ్య.

"ఇంతకంటె ఇంకేం రావాలి? ఆ రామయ్యగాడు పంచాయితీ ప్రెసిడెంటుకి నుంచుంటున్నాడు" అన్నాడు భూషయ్య.

"ఆ స్మశానం వెధవ!"

"ఆ స్మశానం వెధవే!"

"మన బతుకులెందుకు?"

"మన జన్మెందుకు? అని అనుకోడం కాదల్లుడా! నువ్వు ఎదురుగా పోటీ చేసి వాణ్ణి చిత్తుగా వోడించి స్మశానానికి పంపించాలి" అన్నాడు భూషయ్య.

"సై"

"సై"

రెండువేలు పట్టాడు భూషయ్య.

చివరికి రంగంలో వెంకయ్య, సీతయ్య మిగిలారు. వాళ్ళిద్దరూ చెరొక ఐదువేలు తగలేసుకుని రాజీపడి ఒకళ్ళు ప్రెసిడెంటు, ఇంకొకళ్ళు వైస్ ప్రెసిడెంటు అయ్యారు.

ఆంజనేయస్వామి రేవులో స్నానానికి వచ్చినప్పుడు మళ్ళీ భూషయ్య, రామయ్య కలిశారు.

"ఏరా! బావున్నావా? అంటే బావున్నావా?" అని పలకరించుకున్నారు.

"ఒరేయ్ ఈ తడవ దేనికైనా పోటీ చేసేప్పుడు నాకు చెప్పి చెయ్యి" అన్నాడు భూషయ్య.

"నువ్వూ అదే చెయ్యవోయ్" అన్నాడు రామయ్య.

"ఒరేయ్! మనిద్దరం కలిసి పనిచేస్తే ఎలా ఉంటుందంటావ్?" అన్నాడు భూషయ్య.

"దివ్యంగా ఉంటుంది" అన్నాడు రామయ్య. ఇద్దరూ నవ్వుకున్నారు. వీపులు చరుచుకున్నారు.

ఆలోచించి ఆలోచించి రైతాంగానికి అప్పులిచే సంస్థ పెట్టి భూషయ్య అధ్యక్షుడిగా, రామయ్య కార్యదర్శిగా దొంగవేలిముద్రలు, ఫోర్జరీ సంతకాలతో ఊర్ని చల్లగా పాలించారు. ✸

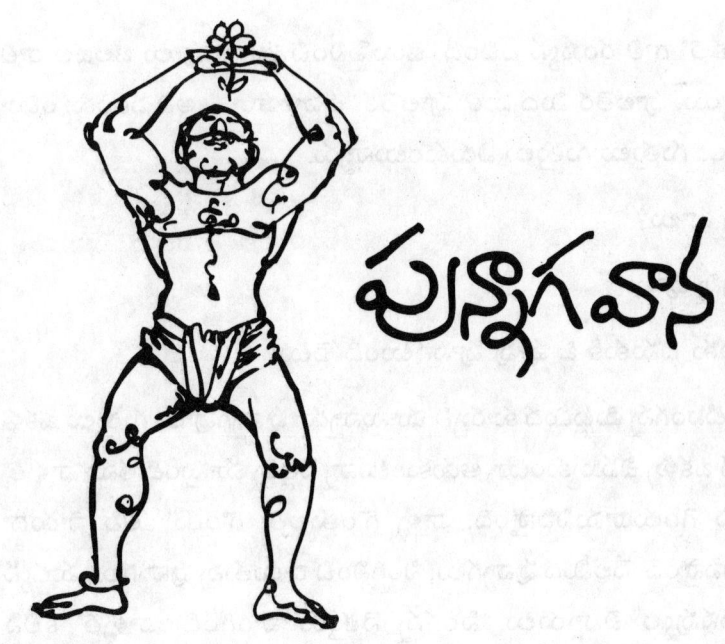

పున్నాగవాన

రాత్రంతా వర్షం కురిసింది.

తెలతెలవారుతున్నా ఇంకా సన్నసన్న జల్లులు పడుతూనే ఉన్నాయి. ఆ చినుకుల్ని, చలిని లెక్కచేయకుండా పది పదిహేనుమంది పిల్లలు బిలబిలమంటూ మొదటి ప్రాకారంలోకి పరుగెత్తుకొచ్చారు.

అక్కడ పెద్ద పున్నాగచెట్టు.

ఆ చెట్టు చుట్టూతా వొత్తుగా పున్నాగ పూలు రాలి ఉన్నాయి. కొన్ని లక్షల కోట్ల పున్నాగపూలు నేలంతా పరచుకుని ఉన్నాయి. ప్రాకారంలో తెల్లటి పట్టు కంబళి పరిచినట్టుంది. పిల్లలు గలగల నవ్వుతూ పున్నాగపూలమీద పరుగెత్తుతూ పువ్వులేరుకుంటూన్నారు. ఒకళ్ళ నొకళ్ళు తోసుకుంటూ పున్నాగ పూల పరుపుమీద పడిపోతున్నారు. గిలిగింతలు పెట్టుకుంటూ కేరింతలు కొడ్తున్నారు. ఆ పసి పాదాలకింద పున్నాగ పూలు నలిగిపోతున్నాయి. పిల్లలు పూలమీద నడుస్తుంటే పున్నాగపూల కాడలు 'చిటుక్కు చిటుక్కు'మని చిట్లుతున్నాయి. పూల అడుగున నత్తగుల్లలు పాదాలకింద పడకుండా తప్పుకు పాకిపోతున్నాయి.

173

ఇంతలో గాలి రయ్యిన వీచింది. చెట్టుపైనించి పున్నాగపూలు జలజల రాలి పడ్డాయి. పూలతెర మీద మరో పూలతెర. ఉహూహూ.... అని వణుక్కుంటూ పిల్లలు గుత్తులు గుత్తులు ఏరుకుంటున్నారు.

ఎన్ని పూలు?

ఎన్నెన్ని పూలు!

చినుకు చినుకుకీ ఓ పూవు పూసినట్టుంది చెట్టు!

కుంటిసింగన్న మెట్లమీద కూర్చుని చూస్తున్నాడు. పున్నాగపూలు గుత్తులు ఒకళ్ళ మీద ఒకళ్ళు చిమ్ముకుంటూ ఆడుకుంటున్నా పిల్లల్ని చూస్తుంటే తనూ వాళ్ళతో కలిసి గెంతుదామనిపిస్తోంది. వాళ్ళ గొంతులతో గొంతు కలిపి పాడుదా మనిపిస్తోంది. నేలమీద పున్నాగలు, నింగినించి రాలుతున్న పున్నాగలు. మధ్యన చిరునవ్వుల చిన్నారులు, సింగన్న నెత్తురు పొంగింది. వాళ్ళతో కలిసి ఆడుకోటానికి తను కుంటివాడాయె! కళ్ళ నీళ్ళొచ్చాయి.

సింగన్న వయసులో ఉండగా గొప్ప బలశాలి. రాళ్ళెత్తే విద్యలో ఆ పరగణాలో తన్ని కొట్టేవాడు లేడు. పందెం కట్టి మాలక్ష్మమ్మ వారి చెట్టు దగ్గర వూరు వూరంతా చూస్తుండగా పదిమంది పట్టలేని రాయిని తానొక్కడే పైకెత్తి గిర గిర తిప్పి కింద కొదిలేసేవాడు. ఆ కండలు తిరిగిన వొళ్ళు, ఇనపకమ్ముల్లాంటి చేతులు, ఆ బలమైన శరీరం చూసి లచ్చి మనస్సు పులక్కుమంది. విశాలమైన వీపుమీద చెమటలు అలలు అలలుగా కారుతుంటే పరుగున వెళ్ళి "కొంగుతో తుడుద్దునా!" అని మనసు ఆత్రుత పడేది. తండ్రితో చెప్పింది సింగన్నని తప్ప మరొకరిని మనువాడనని. అన్న ప్రకారం లచ్చి పెళ్ళి సింగన్నతో గుళ్ళో జరిగింది. వూరందరికి ఆ జంటని చూస్తే ముచ్చటేసేది. ఒక్కక్షణం ఒకళ్ళని విడిచి ఒకళ్ళు ఉండేవాళ్ళు కాదు. కృష్ణలో కలిసి జలకాలాడేవారు. సింగన్న కండలు తీరిన శరీరాన్ని లచ్చి గంటలు గంటలు రుద్దేది. సూర్యాస్తమయం దాకా స్నానంచేసి గుళ్ళోకొచ్చి సామికి, అమ్మకి మొక్కుకుని ఇళ్ళకెళ్ళేవారు.

పిల్లలు కుప్పలు కుప్పలుగా పున్నాగపూలు బండలమీదికి తీసికెళ్ళి పోస్తున్నారు. కొందరు మాలలల్లుతున్నారు. కొందరు దేవుడికి గజమాల తయారు చేస్తున్నారు. కొందరు పున్నాగపూల రేకులు తుంచి, ఒక్కొక్క రేకును రెండు వేళ్ళ మధ్య కొంచెం నలిపితే రేకుకున్న రెండు పొరలు సళ్ళుకుంటున్నాయి. అప్పుడు అందులోకి గాలి ఊదితే బుడగలా తయారవుతోంది. ఆ బుడగని ఎదటివాళ్ళ నుదుటిమీద కొడ్తే 'టప్' మని పేలే ఆట ఆడుకుంటున్నారు. మళ్ళీ పున్నాగ చెట్టు దగ్గరకొచ్చి దోసెళ్ళనిండా పూలు తీసుకెళ్ళి బండలమీద పోస్తున్నారు

సింగన్న నెత్తురు జివ్వుమని లాగుతోంది. వర్షం కురిసిన ఉదయాన ఒక రోజు తనూ, లచ్చీ అక్కడ కొచ్చారు. లచ్చి పున్నాగపూలు ఏరుకుంటోంది. తను గబ గబ పున్నాగచెట్టు ఎక్కాడు. లచ్చి నుంచున్న చోట సరిగ్గా పై కొమ్మ మీదికొచ్చాడు. కొమ్మలు ఒక్క పట్టున వూపాడు. గలగల పున్నాగపూలు లచ్చి నెత్తిన రాలాయి. మళ్ళీ వూపాడు. కుప్పలు కుప్పలుగా గుత్తులు గుత్తులుగా లచ్చి నెత్తిన పున్నాగ వర్షం. అప్సరస నెత్తిన ఆకాశం నుంచి నక్షత్రాలు కురుస్తున్నట్లుంది. ఆ పూలవానలో తడిసిపోతూ, ఆ గాలికి పడే చినుకుల చలికి ముకుళించుకుపోతూ కిల కిల నవ్వింది. గుండె పులక లెత్తేటట్లు నవ్వింది.

పిల్లల గజమాల పూర్తవుతోంది. పూల చెండ్లతో ఆడుకుంటున్నారు. సింగన్న కుంటుకుంటూ పున్నాగ చెట్టు దగ్గర కొచ్చాడు. పిల్లలతో పాటు తనూ "వొప్పులకుప్పా! వయారిభామా!" అని గొణుక్కున్నాడు. తనూ, లచ్చీ అంత సంబరంతో ఆడుకునేవారు.

ఆరోజు కునికినపాడు వస్తాదు తనతో పందెం కట్టాడు. చుట్టు పక్కల వూళ్ళ నుంచి జనం పందెం చూడ్డానికి వచ్చారు. లచ్చి తప్పకుండా గెలుస్తావని హుషారిచ్చింది. ఇరవైమంది పట్టలేని రాయి పైకెత్తాడు సింగన్న. రొమ్ములదాకా ఎత్తాడు. చేతులపైకి ఎత్తాడు. వందలాది జనం ఆనందంతో చప్పట్లు చరిచి ఈలలు కొట్టారు. ఆ వూపులో ఆ సంబరంలో అవతలికి విసిరేయవలసిన రాయి మీద పడేసుకున్నాడు. జనం గొల్లుమన్నారు. లచ్చి మూర్ఛపోయింది.

సింగన్న బతికాడు కాని పోయింది కాలే!

సింహంలా తిరిగిన సింగన్న పిల్లి అయిపోయాడు. ఈ కళ్ళు ఈ దుఃఖాన్ని చూడలేవు అన్నట్లుగా అది జరిగిన మూణ్ణెళ్ళకే లచ్చి కన్నుమూసింది. సింగన్న కుంటివాడై ఒంటరివాడైనాడు.

పిల్లలు కొప్పులో పున్నాగపూలు తురుముకున్నారు. మెళ్ళలో పున్నాగదండలు వేసుకున్నారు. గుండ్రంగా తిరుగుతూ పాటలు పాడుతున్నారు. ఇంతలో తల్లిదండ్రులు వచ్చి "ఇంక చద్దన్నాలు తినరా? పదండి పదండి" అని కేక లేసేసరికి హో హో అని అరుచుకుంటూ వెళ్ళిపోయారు.

వాళ్ళు వెళ్ళిపోయినా సింగన్నకి వాళ్ళపాటలు విన్పిస్తూనే ఉన్నాయి. వాళ్ళ ఆటలు కన్పిస్తూనే ఉన్నాయి. కుంటుకుంటూ చెట్టుకిందకొచ్చి నుంచున్నాడు. అదే చోటు! ఆనాడు లచ్చి నుంచున్న చోటు. లచ్చి తలమీద, ఒంటినిండా పున్నాగవర్షం కురిసిన చోటు. సంతోషంగా ఎగిరి గంతెయ్యబోయాడు. కింద పడ్డాడు. దెబ్బతలిగినా బాధనిపించలేదు. పున్నాగపూలు మెత్తగా ఒత్తు కున్నాయి. కళ్ళవెంట ధారలుగా కన్నీరు. ఆ పున్నాగ పూలమీద దొర్లాడు. ఒళ్ళంతా పున్నాగపూలు పోసుకున్నాడు. ఏడుస్తూ నవ్వుతూ పున్నాగపూలలో పొర్లాడు. శరీరమంతా పున్నాగపూలు, ఒంటినిండా పున్నాగ పరాగం.

ఇంతలో గాలి రివ్వున వీచింది. చెట్టుపైనుంచి గుత్తులు గుత్తులుగా పూలు రాలాయి. కొన్నింటిని దోసిట్లో పట్టుకున్నాడు సింగన్న.

ఎవరికిస్తాడు ఆ పూలు.

ఎదురుగా చిన్న గుళ్ళో కుమారస్వామి విగ్రహం.

నడిచి వెళ్ళలేడు గదా! ముందుకు కూర్చుని దోసిట్లోని పున్నాగల్ని కుమార స్వామి మీదకి విసిరాడు. నల్లటి కుమారస్వామి విగ్రహంపైన తెల్లటి నక్షత్రాల మెరుపులు. ✸

ఖాళీ కుర్చీ

పిచ్చోడు!

అతన్ని కొందరు "పిచ్చిమారాజు" అంటారు. మరి కొందరు "పిచ్చి దేవుడు" అంటారు. అతను ఎవ్వరితోనూ ఏమీ అనడు. విలాసంగా నవ్వుకుంటూ వీధి వెంట వెళ్ళిపోతుంటాడు. చిరిగిపోయిన చొక్కా మోకాళ్ళ కిందకి వేలాడుతుంటే, ఓ కందిపుల్లకి పురికొస చర్నాకోలలా కట్టి ఆ చర్నాకోల గాలిలో జళిపించుకుంటూ నడిచివెళ్తాడు. పిల్లలు కనిపిస్తే పకపక నవ్వుతాడు. గాలిగోపురంలోని పావురాళ్ళు రెక్కలు టపటప లాడించుకొంటూ ఒక్కుమ్మడిగా ఆకాశంలో కెగిరితే తనూ చప్పట్లు కొట్టి పొర్లి, పొర్లి నవ్వుతాడు.

అతని దేవూరో తెలియదు!

పేరేవిటో అంతకంటె తెలియదు.

ఓరోజు ఉన్నట్టుండి ఊళ్ళోకొచ్చి పడ్డాడు. పొద్దున్నే శేషమ్మ పునుగులేస్తుంటే వెళ్ళి గడపలో కూర్చుని చెయ్యి జాపాడు పెట్టమని.

"బోణీ కాకుండా అడుక్కునే వాళ్ళ గొడవేమిటి ఫో" అంది శేషమ్మ. మళ్ళీ చెయ్యి జాపాడు పిచ్చోడు.

"ఛీ ఫో" అని గంటె ఎత్తింది.

పిచ్చోడు లేచి వెళ్ళిపోయాడు. మరుక్షణంలో సుడిగాలి రేగింది. దుమ్మూ దూగరా ఉవ్వెత్తున లేచి వచ్చి పునుగుల నిండా భగోణిలో నూనె నిండా పడి ఇంత దుమ్ము శేషమ్మ కళ్ళలో కొట్టి మరీ వెళ్ళింది.

ఆ తర్వాత పిచ్చోడు సుబ్బయ్య మిఠాయి కొట్టు దగ్గరకెళ్ళి చేయి జాపాడు. సుబ్బయ్య ఏ కళనున్నాడో పూస మిఠాయి ముక్క తుంచి పిచ్చోడిచేతులో వేశాడు. గంట తిరిగిందో లేదో చుట్టుపక్కల ఊళ్ళనుంచి భజన సమాజాలు బళ్ళు కట్టుకుని దిగాయి. కొట్లో వున్న మిఠాయంతా అమ్మకమైపోయింది. అంత లాభం ఈ మధ్యకాలంలో సుబ్బయ్య కళ్ళ జూడలేదు.

ఊరందరికీ తెలిసిపోయింది. పిచ్చోడి చెయ్యి గొప్పది. అతడు అడుగుపెడ్తే చాలు శుభం అని. ఆ రోజు నుంచి పిచ్చోడు చక్రవర్తి. ఏది కావాలన్నా ఎగిరి గంతేసి ఇస్తారు. కాని అతను అందరి దగ్గరా తీసుకోడు. ఎవరి దగ్గరైనా తీసుకొంటే వాడికి అదృష్టం కలిసివచ్చినట్లే. జూదగాళ్ళు అతని చెయ్యి తాకి పేకాటకు వెళ్ళాలని ఆత్రపడ్డారు కాని, అతను అందర్నీ అంటుకోనివ్వడే!

పెళ్ళి జరిగినా, పేరంటం జరిగినా, సభ జరిగినా, సమావేశం జరిగినా అందరూ పిచ్చోడి కోసం ఎదురుచూస్తారు. అతను వచ్చి నాలుగు మూలలూ తిరిగి ఏ పండో ఫలమో తీసుకుని వెళ్ళిపోతే ఆ కార్యం నిర్విఘ్నంగా జరుగుతుంది. ఓసారి సీతారామయ్యగారింట్లో పెళ్ళి. పెద్ద పెద్ద పందిళ్ళు వేసి మేళతాళాలతో

ఘనంగా ఏర్పాటు చేశారు. మూడు రోజుల్నించి పిచ్చోడికోసం వెతుకుతున్నారు. ఎక్కడా కన్పించలేదు. మనుషుల్ని పంపించారు. దొరకలేదు. "అతను వచ్చి పెళ్ళి పందిట్లో నడిచి వెళ్ళలేదే!" అని అందరి గుండెల్లో భయం. ముహూర్తం మరో గంట ఉందనగా ఆకాశం ఉరిమింది. మబ్బులు పెళపెళ లాడాయి. కుండపోతగా జోరున వర్షం. పిచ్చోడు రాలేదు. వర్షం ఆగలేదు. పెద్దలంతా ఈ పెళ్ళి జరుగుతుందా అని భయపడి కాళ్ళూ చేతులు ఆడక బెంబేలు పడుతున్నారు. అల్లాంటి సమయాన వర్షంలో తడిసి వణుక్కుంటూ పందిట్లోకి వచ్చి పడ్డాడు పిచ్చోడు. "హమ్మయ్య!" అనుకున్నారందరూ. కుర్చీ వేసి కూర్చో పెట్టారు. నీళ్ళు కారుతున్న జుట్టు తుడుచుకోడు, పొడి బట్టలిస్తే వేసుకోడు. తోరణాల్ని బాజాభజంత్రీల్ని చూసి నవ్వుతాడు. అలా అతను నవ్వుతుంటే గొప్ప ధైర్యంగా ఉంది అందరికీ. పాలూ ఫలహారాలిస్తే వద్దన్నాడు. వర్షం తగ్గుముఖం పట్టింది. పందిరి అంతా తిరిగాడు. కాస్సేపు డోలు వాయించి పెద్దగా నవ్వాడు. పెళ్ళికూతుర్ని చూపించమన్నాడు. సిగ్గుపడుతూ నుంచున్న పెళ్ళికూతుర్ని చూసి మళ్ళీ నవ్వాడు. పెళ్ళికూతురి చేతినుంచి తాంబూలం తీసుకుని నములుతూ చెర్నాకోల వూపుకుంటూ వెళ్ళిపోయాడు. అంతే వాన తగ్గి, ఫెళ్ళున ఎండ వచ్చి పెళ్ళి నిర్విఘ్నంగా జరిగిపోయింది.

ఓసారి దొరగారు కోటలో ఎవరితోనో మాట్లాడుతున్నారు. సరాసరి కోటలోకి వెళ్ళి దొరగారికి ఎదురుగా వున్న కుర్చీలో కూర్చున్నాడు పిచ్చోడు. ఏమి ఠీవిగా కూర్చున్నాడు. జమీందారుగార్ని మించిన దర్జాతో కూర్చున్నాడు. "ఏవన్నా కావాలా" అని దొరగారడిగితే ఏ వక్కర్లేదని చెయ్యి ఊపాడు. కొంతసేపటికి దొరగారికి తాంబూలం తీసుకొచ్చారు. హుందాగా వేలు చూపించాడు తనకూ కావాలని, రాచఠీవితో తాంబూలం నముల్తూ చెర్నాకోల వూపుకుంటూ లేచి వచ్చేశాడు.

అలా దొరలకి దొరగా చలామణీ అయ్యే పిచ్చోడు తిరిగి తిరిగి ఎంత రాత్రయినా గాలిగోపురంలోకి వచ్చి పడుకునేవాడు. ఒక రాత్రివేళ హృదయవిదారకమైన ఏడుపు వినిపించింది పిచ్చోడికి. చెంగున లేచాడు. గుండె చిల్లులు పడేట్టు ఏడుస్తోంది సుబ్బమ్మ. ఒక్కగానొక్క కూతురు పెళ్ళికెదిగిన కూతురు జబ్బున

పడింది. అందరూ ఆశలు వొదులుకున్నారు. తల్లి ఆపుకోలేక గొల్లుమంటుంటే చీకటి చెదిరిపోతోంది. పిచ్చోడు చెర్నాకోల తీసుకుని పరుగు పరుగున సుబ్బమ్మ ఇంటికొచ్చాడు. సుబ్బమ్మ పిచ్చోణ్ణి చూసి "నా అయ్య వచ్చావా! నా దేవుడు వచ్చావా! నీ చేత్తో నా బిడ్డని తాకయ్యా! నా బిడ్డని బతికించయ్యా" అని పిచ్చోడి కాళ్ళు పట్టుకుంది.

పిచ్చోడు మంచం మీద కూర్చున్నాడు. ఎప్పుడూ నవ్వుతూ ఉండే పిచ్చోడు ఆ రోజు ఏడ్చాడు. కన్నీళ్ళు ధారలు ధారలుగా పిల్లమీద పడ్డాయి. నుదురు నిమిరాడు. వొళ్ళు నిమిరాడు. ఏడ్చి ఏడ్చి చర్నాకోల అక్కడే వొదిలేసి గోపురంలో కొచ్చి పడుకున్నాడు. అందరూ ఆశలొదులుకున్న సుబ్బమ్మ కూతురు కళ్ళు విప్పి చూసింది.

మర్నాడు ఊరంతా వనసమారాధన ఏర్పాటు చేసుకున్నారు. సామాన్లన్నీ సర్ది తోపులోకి వెళ్ళాలి. పిచ్చోడు కన్పించలేదు. అతను ఎదురొచ్చి కన్పిస్తే తప్ప బయలుదేరడానికి వీల్లేదాయె! మనుషుల్ని పంపించారు వెదకమని, ఎక్కాడా కన్పించలేదు. ఎవరో గాలిగోపురం లోంచి పెద్దగా కేకేశారు. "పిచ్చోడు చచ్చిపోయా"డని.

ఊరు ఊరంతా గొల్లుమంది. ఆడవాళ్ళు పిల్లలతో సహా గోపురం దగ్గరకు పరుగెత్తుకొచ్చారు. భోరుభోరున ఏడ్చారు. ఊరంతా కన్నీళ్ళు. పిల్లలేడ్చారు. పావురాళ్ళేడ్చాయి. పెద్దలంతా చేరి పిచ్చోడికి అంతిమయాత్ర ఏర్పాటు చేశారు. అన్నివర్గాలవారు దేవుడి వాహనాన్ని మోసినట్టు మోశారు కృష్ణ వొడ్డున పిచ్చోణ్ణి బూడిద చేశారు. వనసమారాధనకి తెచ్చుకున్న సంబారాలతో కృష్ణ వొడ్డున వంటచేసి బీదలకు అన్నదానాలు చేశారు.

ముందు వినాయకుణ్ణి ప్రార్థించినట్టు ఏ పని తలపెట్టినా పిచ్చోడి సమాధికి మొక్కి ఆ తర్వాత వెళ్ళారు ఊరి జనం. పెళ్ళయినా, పేరంటమయినా, సభైనా, సమావేశమయినా పందిట్లో ఓ ఖాళీ కుర్చీ వేసి అక్కడ తాంబూలం పెట్టారు. అది పిచ్చోడి కుర్చీ! ✸

రాజహంస రెక్కలు విప్పింది.....

అవన్నీ పాలరాయి ముక్కలు.

పాల వెన్నెల రాతిలో ప్రాణాలు పోసుకున్న శిల్పాలు.

వెన్న ముద్దలాంటి శిలల్లో వేణుగానం చేసే కళాఖండాలు.

కొన్ని వేల సంవత్సరాల క్రితం....

అంటే "మన తాత ముత్తాతలకి ముందునాటి మాట" అంటూ కథ మొదలు పెడ్తే అంత బాగుండదు అని కొందరికి అనిపించవచ్చు. వర్తమానం గొప్పదనీ, భవిష్యత్తులోకి దృష్టి సారించడం ఎంత అవసరమో, మనపూర్వుల కళా ప్రాభవాల్ని మననం చేసుకోడం అంత అవసరమున్నూ.

గతం గాలిలో కలిసిపోదు.

గతం నుంచి నేటిదాకా గాలి వీస్తూనే ఉంది. కృష్ణ పారుతూనే ఉంది. గతాన్ని గురించి కృష్ణ పాడుతుంటే గతకాలపు శిల్పాలు ఆనాటి కథలు చెప్తున్నాయి.

అదుగో! ఆమె యక్షిణి!

ఇంతలేసి కళ్ళతో మనవైపే చూస్తోంది. ఎత్తయిన జుట్టుముడి; పొడవాటి కేశపాశాన్ని పాయలు పాయలుగా చీల్చి మెలికలు మెలికలుగా చుట్టి మల్లె పొదలా నిండుగా ముడివేసింది. ఆ జుట్టుముడిలో దీపాల్లా పువ్వులు, ముడి నంతనీ చుట్టి వేస్తూ మరో పూలదండ.

మెడ వొత్తుగా ఉంది. మెడనిండా ఆభరణాలు వేళ్ళాడుతున్నాయి. నక్షత్రమాలిక ఎత్తయిన వక్షోజాలమీంచి కటిప్రదేశందాకా సాగింది. ముత్యాల పేర్లు గుండె నిండా పరుచుకున్నాయి. రత్నాల హారం కంఠాన్ని కౌగిలించుకొని విడవడం లేదు. కుచభారానికి నడుం సన్నగిల్లింది. పక్కకి వయ్యారంగా వొరిగిపోయింది. ఆ వొంగిన వయ్యారపు నడుం మీదగా, యక్షిణీ వామహస్తం. ఆ చేతిలో పూలసజ్జ. కరకంకణాలు మోచేయిదాకా వెలుగుతూంటే, ఆ సజ్జనిండా రకరకాల పువ్వులు!

ఇంతలేసి కళ్ళతో మనవైపే చూస్తోంది. ఓరయ్యా! వయసుకాడా! నన్ను అబ్బురంతో చూస్తున్న చిన్నవాడా! నేనెవరో తెలుసా? కాగితాలకి, తారీఖులకి అందని సౌందర్యాన్ని, కళ్ళకి కాంతి తెలిసినట్టే, మనసుకు మాత్రమే అనుభవ

మయ్యే అందాన్ని. ఓ లాగు, చొక్కా వేసుకొన్న నాగరికుడా! నువ్వు రోజూ చూసే స్త్రీ లాంటి దాన్ని కాదే నేను! నన్ను చూసి పొంగిపోతున్నావేల?

నన్ను చూసి అవాక్కయిపోతున్నావేల.... నేను చరిత్రలోని దీపాన్ని. నన్ను మలచిన వాడు, నాకు రూపమిచ్చి ప్రాణం పోసినవాడు, ఓ భిక్షువు. కాషాయం ధరించి, సర్వసంగ పరిత్యాగం చేసి, బౌద్ధ ధర్మాన్ని మనసా వాచా స్మరించుకునే ఓ సన్యాసి నన్ను ఈ రాతిమీద చెక్కాడయ్యా! ఈ పువ్వులతో వెళ్ళి బుద్ధుడి పాదాలు మెత్తగా అద్దమని, ఈ తనువుతో మోకరిల్లమని నన్నంపుతున్నాడయ్యా! బుద్ధుడి సేవలో నన్ను నియమిస్తున్నాడు కనుక నన్నింత అపురూప సౌందర్యవతిగా తీర్చాడయ్యా! అంతటి స్వామికి అర్పించుకుంటుంటే అపూర్వంగా ఉండాలని భావించాడయ్యా! ఈనాటి కళ్ళతో ఆనాటి సత్యాల్ని చూడవయ్యా!

అటు చూశావా! ఆ బొమ్మ!

బుద్ధుడు యశోధర అంతఃపురం నుంచి అర్ధరాత్రివేళ తరలి వెళ్తున్నాడు. కట్టుకున్న భార్యని కాదన్నాడు. కన్నబిడ్డని వొదిలేసుకున్నాడు. జగత్తే తన సంసారమనుకుని, ఈ లోకంలో దుఃఖం నివారించడానికి, శాంతి పూయించటానికి వొంటిగా బయలుదేరాడు బుద్ధుడు. అది మహాభినిష్క్రమణం. జగత్కళ్యాణానికి నాంది. ఆ సుముహూర్తాన అదృశ్యంగా యక్షులు, కిన్నరులు బుద్ధుణ్ణి స్తుతిస్తున్నారు.

రథం బయలుదేరింది. ముందు ముందుకు సాగిపోతోంది. రథాన్ని లాగుతున్న గుర్రాల గిట్టల కింద సిద్ధులు అరచేతులు పెడ్తున్నారు, ఎందుకు? సవ్వడి కాకూడదు కనుక. గుర్రపు గిట్టల చప్పుడయితే అంతఃపురం మేల్కొనవచ్చు. యశోధర మేల్కొనవచ్చు. రాహులుడు లేచి "నాన్నా" అని పిలవచ్చు. సిద్ధార్థునిక మోహపాశం బంధించివేయవచ్చు. అంచేత ఆ లోకకళ్యాణ యాత్ర

నిశ్శబ్దంగా చీకటికి కూడా తెలియకుండా జరిగిపోవాలి. అందుకే గుఱ్ఱపు గిట్టల కింద నలిగిపోయే సిద్ధుల అరచేతులు. త్రేతాయుగంలో జరిగిన రామ కళ్యాణం గురించి కూడా ఇలాంటి కథే ఉంది. సీతారాముల వివాహానికి ముహూర్తం పెట్టిందెవరు? అటు వసిష్ఠుడు! ఇటు శతానందుడు! అంతటి మహాఋషులు నిర్ణయించిన ముహూర్తానికి సీతారాముల కళ్యాణం జరిగితే వాళ్ళిద్దరూ పట్టుమని పదేళ్ళపాటు కలసి కాపురం చేశారా? లేదు. నిజానికి ఆ ముహూర్తానికి ఆ వివాహం జరిగితే వాళ్ళకు వియోగం లేదు వియోగం లేకపోతే రాక్షస సంహారం జరగదు. అవతార ప్రయోజనం సమకూరదు.

స్వర్గంలో దేవతలు కలతపడ్డారు. ఏంచేయాలో తోచింది కాదు. ఓ అప్సరసని కళ్యాణ మంటపానికి పంపారు. ఆ అప్సరస నృత్యం చేస్తోంది. జనం మైమరచి నృత్యం తిలకిస్తున్నారు. ఆ మైమరపాటులో ముహూర్తం గడియ తప్పింది. వసిష్ఠుడు, శతానందుడు ముఖాలు ముఖాలు చూసుకున్నారు. చేసేది లేక దైవ నిర్ణయం అనుకుని తప్పిపోయిన ముహూర్తానికే కళ్యాణం జరిపించారు.

ఆనాడు ఆ ముహూర్తం తప్పిపోవటం ఎంత అవసరమో, ఈనాడు సిద్ధార్థుడి యాత్ర నిశ్శబ్దంగా జరగటం అంత అవసరం.

రథం సాగిపోతోంది. పరమ రహస్యంగా, పరమ నిశ్శబ్దంగా సాగిపోతోంది. గుఱ్ఱాలు సిద్ధుల అరచేతులమీద పరుగెత్తుతున్నాయి. అప్పుడు నేలతల్లి సిద్ధులతో అందిట - "నాయనలారా! నా స్వామి లోక కళ్యాణయాత్రకు వెళ్తున్నాడు. నా స్వామిని మోసే గుఱ్ఱాల పాదాల్నయినా నన్నంటనివ్వరేమీ" అని.

అప్పుడు సిద్ధులు అన్నారుట "తల్లీ! ఈ యాత్ర ఇలాగే వెళ్ళాలి. ఆ తర్వాత సిద్ధార్థుడు బుద్ధుడవుతాడు గదా! అప్పుడు స్వామి గుఱ్ఱాలకేమి? స్వామి పాదచారియై ఉంటాడు గదా! అప్పుడు సేవించుకొందువుగాని" అని. ✸

ఎవరా పోయేదీ!

“ఎవరా పోయేదీ....?” మొదటి ప్రాకారంలో గాలిగోపురం పక్కనుంచి ఓ ముసలి గొంతు విన్పించేది.

“నేనే నండయ్యా” తోటకూర అమ్మకోడానికొచ్చిన అబ్బాయి సమాధానం చెప్పేవాడు.

“ఇటురా! నాయనా!” అని సూరయ్య స్వాములవారు పిలచి “బుట్ట దింపుకో” అనేవారు. బుట్ట దింపుకున్న తర్వాత “మీది కునికినపాడేనా?” అని పరామర్శించగా “మరేనండీ! ఇప్పుడే రేవుదాటి వచ్చానండి” అని అతను బదులు చెప్పగా సూరయ్యస్వాములవారు అతన్ని సూటిగా చూస్తూ “స్వామి వారికి ఇవ్వాళ తోటకూర తినాలనుంది. నాలుగు కట్టలిచ్చుకో” అనేవారు.

అతను ఇక తప్పదన్నట్టు నాలుగు కట్ట లిస్తుంటే “మరో రెండు కట్టలిచ్చుకో... బేరం బావుంటుంది” అనేవారు. మరో రెండు కట్టలిచ్చుకుని అతను నీరసంగా బుట్ట తలకెత్తుకు వెళ్తుంటే “నారాయణ! నారాయణ!” అని ఆశీర్వదించేవారు.

గుళ్ళోకి వెళ్ళేవాళ్ళు వచ్చేవాళ్ళు మొదటి ప్రాకారంలోంచి పోవలసిందే. అలా వచ్చిపోయేవాళ్లెవరూ సూరయ్యస్వాములవారి పిలుపు తప్పించుకోలేరు. చిల్లరకొట్టు సుబ్బయ్య గుళ్ళోనించి తిరిగి వెళ్తున్నాడు.

“ఎవరా పోయేది...?” స్వాములవారి పిలుపు.

సుబ్బయ్య గుండె గతుక్కుమంది. ఇక తప్పదని వెళ్ళి నమస్కారం చేసి కూర్చున్నాడు.

"వ్యాపారం బాగా సాగుతోందా? పిల్లలు బావున్నారా?" అంటూ కుశలప్రశ్నలు వేసి స్వాములవారు అసలు సంగతి బయటపెట్టారు. "స్వామి వారికి ఇవాళ గారెలు తినాలని ఉందోయ్."

సుబ్బయ్య గుండెల్లో రాయిపడింది. "ద....ద.... దానికేముంది" అన్నాడు.

సూరయ్య స్వాములవారు ఆనందపడిపోయి "నాకు తెలుసు.... సర్వసంగ పరిత్యాగులం, మాకోరిక తీర్చటానికి నువ్వు వెనకా ముందూ ఆడ్తావా? ఓ మానెడు మినప్పప్పు, వీశెడు నూనె, మిగిలిన సంబారాలు ఇంటికి పంపించు... ఆ.... అల్లం, పచ్చిమిర్చి, కొత్తిమెర కూడా పంపు.... ఆ కాస్త పుణ్యం మళ్ళీ ఇంకొకళ్ళకెందుకు దక్కాలి...." అన్నారు.

సుబ్బయ్య గొంతులో తడి ఆరిపోయింది. కూర్చుంటే ఇంకా ఏమి మీదపడ్తాయోనని లేచి నంగి నంగిగా అన్నాడు.

"అయ్యా.... తమరు ఒక్కరే గదా! గారెలకు మానెడు పప్పు...."

సూరయ్య స్వాములవారు నవ్వుతూ ఠక్కున సమాధానం చెప్పాడు. "పిచ్చివాడా... అంతా నా ఒక్కడికేనా? స్వామివారి ప్రసాదం నలుగురూ నాలుగు ముక్కలు తింటే నీకు మరింత పుణ్యం కదుటయ్యా." సుబ్బయ్య మారు మాట్లాడకుండా లేచి వెళ్ళిపోయాడు.

సూరయ్యగారు సన్యాసాశ్రమం స్వీకరించిన ఉదంతం, దానిక్కారణాలు చాలా కొద్దిమందికి తెలుసు. దావాల్లో ఉన్న పొలం కాస్తా పోయింది. ఎదిగొచ్చిన కొడుకు జులాయిగా తిరగటం తప్ప సంపాదన లేదు. పైగా వాడికి పెళ్ళికూడా చేశాడు. దాని ఫలితంగా ముగ్గురు పిల్లలు; ఇంట్లో పక్కవాటా అద్దెకిస్తే వచ్చే అద్దె డబ్బు పిల్లల చద్దన్నాలకి సరిపోవటంలేదు. ఎక్కడా కాణీ అప్పు పుట్టటం లేదు. సూరయ్య కన్పిస్తే అప్పు అడుగుతాడేమోనని జనం తప్పుకు తిరుగు

తున్నారు. మూడు రోజులయింది పొయ్యిలో పిల్లి లేచి. వూరు తిరిగాడు. వాడ తిరిగాడు. ఎక్కడా డబ్బు పుట్టలేదు. పిల్లలు ఆకలికి గొల్లుమంటున్నారు. పెళ్ళాం కోడళ్ళు తోటకూర కాడల్లా వాలి చెంగులు పరుచుకు పడుకున్నారు. సంసారాన్ని చూశాడు. విరక్తి కలిగింది. ఛీ అనుకున్నాడు. ఠక్కున వెళ్ళి సన్యాసాశ్రమం స్వీకరించాడు. కాషాయం కట్టి కమండలం ధరించగానే వూరు వూరంతా వచ్చి ప్రాణాచారం పడ్డారు. పాదోదకం నెత్తిన చల్లుకున్నారు. గాలిగోపురం పక్కగది ఖాళీ చేయించి స్వాములవారి కిచ్చారు. ఆనాటి నుంచీ సూరయ్యగారికిగాని, సూరయ్యగారి కుటుంబానికిగానీ చీకూ చింతా లేదు. దివ్యంగా కాలం గడచిపోతోంది.

సూరయ్యగారు భిక్షకు పిలిపించుకునే విధం చాలా హుందాగా ఉండేది. సుబ్బరామయ్య కన్పించాడనుకోండి. ఇలా జరిగేది సంభాషణ.

"ఎవరా పోయేదీ? సుబ్బరామయ్యేనా?"

"నేనే స్వామీ, పిల్చారా?"

"కూర్చో. పంటలు బాగా పండుతున్నాయా? పెద్దమ్మాయి కాపరానికెళ్ళిందా?"

"మీ దయవల్ల అంతా సక్రమంగానే జరిగిపోతోంది...."

"నారాయణ! నారాయణ! సుబ్బరామయ్యా! స్వామివార్ని భిక్షకు పిలిచి మూణ్ణెల్లు దాటినట్టుందే?"

"తమ సెలవయితే...."

"ఆహ్వానించకుండా స్వామివారు భిక్షకొచ్చి అనుగ్రహిస్తారటయ్యా!"

"తమరి దయ అయితే ఈ రోజే భిక్షకు దయచేయండి."

"అలా అన్నావు బావుంది. పెద్దగా ఏర్పాట్లు ఏమీ చెయ్యకు. రెండు కూరలు రెండు పచ్చళ్ళు చాలు. నేతి తిరగమోతలు మర్చిపోబోకు. గారెలు ఎలాగూ వండిస్తావు; తీపి పిండివంటల విషయంలో పాలపూరీలు చేయించు. దంతసిరి తగ్గిపోయింది."

"అలాగే".

"పన్నెండో గంటకల్లా వచ్చేయి. ఆలస్యమయితే ఉండలేను. రాత్రి ఫలహారం సంగతి అనక చెప్తా."

ఇలాగే నిత్యమూ తనకి భిక్ష ఏర్పాట్లు చేసుకుంటూ కన్పించిన వాళ్ళందరిచేతా ఇంటి ఏర్పాట్లు చేయించేవారు సూరయ్యస్వాములవారు.

ఒకరోజు సీతారామయ్యగారింట్లో భిక్ష కుదిరింది. పన్నెండయి నెత్తి మాడుతున్నా సీతారామయ్య పిలుపుకు రాలేదు. కడుపులో ఆకలి మెలి తిరిగిపోతోంది. ఒంటిగంటవేళ సీతారామయ్య వచ్చి చెప్పాడు. "స్వామీ మా ఇంట్లో అశుచి వచ్చింది. ఇవ్వాల్టికి భిక్ష కుదరదు" అని. స్వాముల వారి నెత్తిన పిడుగు పడ్డట్టయింది. ఆ మించిపోయిన వేళ ఎవరింటికి వెళ్తాడు?

నీరసంగా పావుకోళ్ళు వేసుకుని సరాసరి ఇంటికొచ్చాడు. ఇంట్లో అంతా భోజనాలు చేసి తాంబూలాలు నములుతూ పడుకుని ఉన్నారు. "భిక్ష ఎక్కడా కుదరలేదు ఇంట్లోనే" అన్నాడు సూరయ్య స్వాములవారు.

"సరి సరి! గిన్నెలు కడిగేసుకుని మేం పడుకుంటే ఇప్పుడేం భిక్ష" అంది కోడలు.

కొడుకు విని కూడా అటు తిరిగి పడుకున్నాడు.

భార్య వినీ విననట్లు పడుకుని పీటమీంచి తలెత్తలేదు. స్వాములవారికి కడుపులో మంటలు. గుండెల్లో మంటలు; సిగ్గువిడిచి భార్యతో చెప్పాడు

"ఇవ్వాళ భిక్ష దొరకలేదే! ఓ ముద్ద పెట్టవే?"

భార్యలేచి కూర్చుని అంది "నాకసలే నడుంనొప్పి. నేనెక్కడ వంట చేస్తాను. ఏవే! ఓ గ్లాసు మజ్జిగ వుంటే ఇవ్వు. ఈ పూటకి సరిపెట్టుకుంటారు" అని కోడలికి చెప్పింది.

సూరయ్యగారి కింద భూమి కదలిపోయింది. ఇదా సంసారం? ఛీ. అనుకుంటూ కాషాయ వస్త్రాలు పరపరా చించేశాడు. కమండలం 'ఢాం' అని బద్దలు కొట్టాడు. దండం విరిచేశాడు. నిజమైన విరక్తితో సరాసరి కాశీ వెళ్ళి అసలైన సన్యాసం స్వీకరించాడు.

ఆరోజునుండి మొదటి ప్రాకారంలో "ఎవరా పోయేదీ?" అన్న గొంతు విన్పించకపోతే ఏవిటో బోసిగా ఉండేది కొన్నాళ్ళు. ✸

ముద్దులల్లుడు

'గుంట్రు, గుంట్రు గుంట్రు గుంటూర్' బొగ్గు బస్సుకి బ్లోయరు కొడ్తూ అరుస్తున్నాడు క్లీనర్.

అది ఆరుగంటలకి అమరావతి నుంచి గుంటూరు వెళ్ళవలసిన ఫస్టు బస్సు.

పాసింజర్లు ఆ క్లీనరు కేక అందుకుని "వచ్చె....వచ్చె" అంటూ ఉత్తరీయాలు వూపుకుంటూ బస్సువైపు పరుగెత్తుతున్నారు.

ఇంజన్ వేడెక్కింది. క్లీనరు బ్లోయర్ కొట్టడం ఆపేశాడు కాని "గుంట్రు గుంట్రు గుంట్రు గుంట్రు గుంటూర్" అని అరవటం ఆపలేదు. కండక్టరు ఇడ్లీ, కాఫీ ముగించుకుని కిళ్ళీ నములుతూ బస్సు దగ్గరకొచ్చాడు.

బస్సులోకెక్కిన జనంవైపు తక్కువ జాతి వాళ్ళను చూస్తున్నట్లు ఒక చిత్రమైన చూపు విసిరాడు. కిళ్ళీ ఆ బుగ్గనుంచి ఈ బుగ్గకి మార్చి "ఎవరివయ్యా ఈ

బస్తాలు? ఇది బస్సా, ఎడ్లబండా?" అని హుంకరించాడు. జనం బిక్కు బిక్కు మన్నారు.

సుబ్బయ్య, "నావేనండీ ఆ బస్తాలు" అని జాలిగా అన్నాడు.

"రూపాయిన్నరవుద్ది లగేజి"

"మొన్న ముప్పావలాయే తీసుకున్నారు గదండీ."

కండక్టర్‌కి వాదనంటే గొప్ప చిరాకు. "ఒరేయ్ కిట్టిగా" అని క్లీనర్‌ని పిలిచి "ఈ బస్తాల్నీ, సుబ్బయ్యగారినీ కిందకు లాగెయ్యరా" అన్నారు. సుబ్బయ్య డీలా పడిపోయి "అట్లాగే కానివ్వండి కండక్టర్‌గారూ" అన్నాడు.

"ఎవరా ఫ్రంటు సీట్లో? ఫస్టు ట్రిప్పు ఓనరుగారొస్తారని తెలీదూ?" అనేసరికి ఫ్రంటు సీట్లో సరదాపడి కూర్చున్న కుర్రాడు పరుగు పరుగున బాక్ సీట్లోకి వెళ్ళిపోయాడు.

"గుంటూరెందరో చేతులెత్తండి" అని కండక్టరు హుకుం జారీ చేసేసరికి గుంటూరు ప్యాసింజర్లందరూ చేతులెత్తారు.

"సరిగ్గా చేతులెత్తండయ్యా అన్నం తిని రాలా?" అని దబాయిస్తూ అన్ని ఊళ్ళకి ప్యాసింజర్లని లెక్కవేసుకుని డబ్బు వసూలు చేశాడు కండక్టరు. బస్సు కిటకిట లాడింది.

ఊపిరాడటంలేదు. డ్రైవరు ఇంకా రాలేదు. జనం ఉక్కతో మగ్గిపోతున్నారు. ఎట్టకేలకు బీడీ కాల్చుకుంటూ తాపీగా వచ్చి నీళ్ళు పెట్టలేదనీ, అద్దం తుడవలేదనీ క్లీనరుగాడిని బూతులు తిట్టి బస్సు స్టార్ట్ చేశాడు.

బస్సు గుంటూరు రోడ్డెక్కటానికి బదులు బస్సు ఓనర్ రామకృష్ణయ్య ఇంటి వైపుకు బయల్దేరింది. రామకృష్ణయ్య ఇంటిముందు బస్సు ఆపి డ్రైవరూ, కండక్టరూ, క్లీనరూ ఓనరుగారింట్లోకి వెళ్ళారు. ఎంతసేపటికీ ఓనరు ఊడిపడ్డే? ఓనరు భార్య కండక్టర్‌ని పొట్లకాయలు తెమ్మని పంపించింది. డ్రైవరుకీ, క్లీనర్‌కీ అటకమీంచి కట్టెపుల్లలు తీసేపని అప్పగించింది.

రామకృష్ణయ్య ఇంకా స్నానం చేస్తూనే ఉన్నాడు.

బస్సులో జనం కుతకుత ఉడికిపోతున్నారు. సుబ్బయ్యకి పెసల బేరం అర్జెంటు. సిద్ధాంతికి ఆలస్యమైతే ముహూర్తం మించిపోతుంది. పేరయ్య కోర్టు వేళకి చేరుకోవాలి. ఎందరికి ఎన్ని అర్జంటు పనులున్నా బస్సు ఓనర్‌గారి వీలును బట్టి బయల్దేరుతుంది.

ఓ అరగంట అయ్యాక రామకృష్ణయ్య బట్టలేసుకుని బస్సు దగ్గరికి వచ్చాడు. వెనకనే బస్సు పరివారమున్నా, బస్సులోకి ఎక్కబోతూ తిరిగి ఇంట్లోకెళ్ళి భార్యతో ఏదో మాట్లాడాడు. ఈ మారు బస్సెక్కబోతుంటే భార్యే కబురు పెట్టింది.

మరో పదినిమిషాలు ఆలస్యం. ఎట్టకేలకు ఓనరుగారు సీట్లో కూచోగా కండక్టర్ 'రైట్' అన్నకేక జనానికి గొప్ప హాయిగా ఉంది. పది గజాలు నడిచిందో లేదో ఫ్రంటు సీట్లో ఉన్న ఓనర్ 'వోల్డాన్' అన్నాడు. బస్సు ఆగిపోయింది.

"ఇవాళ దావా ఉంది, కరణంగారిని ఎక్కించుకురావాలని తెలీదుట్రా, తప్పుడు ముండాకొడకల్లారా?" అని డ్రైవరువైపు చూస్తూ అన్నాడు. డ్రైవరు సరాసరి బస్సును కరణంగారింటివైపుకు పోనిచ్చాడు. అప్పటికి కరణంగారు ఇంకా సంధ్యావందనం ముగించుకోలేదు. అక్కడ మరో అరగంట ఆలస్యం. జనం బస్సులో కూర్చోలేక పోతున్నారు. దిగితే మళ్ళీ ఎక్కనివ్వరేమోనని భయం. వెనక కూర్చున్న సీతమ్మకి కళ్ళు తిరుగుతున్నాయి. సీతమ్మ నిండు చూలాలు, ఆడబిడ్డ నోము నోచుకుంటానంటే తప్పక బయల్దేరింది. పక్కనున్న ముసలమ్మ సీతమ్మ అవస్థ చూసి మరచెంబు విప్పి మంచినీళ్ళిచ్చింది. మరో అరగంటకి బస్సు బయల్దేరింది.

ఆలస్యం అయినకొద్దీ అర్జంటు పనులున్న అందరు ప్రయాణీకులూ కంగారుపడి పోతున్నారు. బస్సు నరుకుళ్ళపాడు దాటింది. ఎండ్రాయి దాటింది. బస్సు కుదుపుకి సీతమ్మ తట్టుకోలేకపోతోంది. లేమల్లె అల్లంత దూరాన ఉందనగా సీతమ్మకి విపరీతమైన నొప్పులొచ్చాయి. ఆపుకోలేక పెద్దగా అరిచింది. గ్రహించిన అమ్మలక్కలు బస్సు ఆపించారు. జనమంతా బస్సు

దిగారు. చుట్టుపక్కల ఊరులేదు. ఆడకూతురుకి అర్థాంతరంగా నొప్పు లొచ్చినాయి. ఏం జేతుమంటే ఏంజేతుమని కంగారుపడ్డారు. ఇంతలో ఎవరో చెరువు గట్టున చెట్టువారగా తెరకట్టండయ్యా" అన్నారు. పెట్టెలు తీసి చీరలు పంచెలతో చెరువు గట్టున అడ్డం కట్టారు. ఎండ పడకుండా ఓ దుప్పటి పైన బిగించారు.

కొందరు మగాళ్ళు పరుగు పరుగున పొలాల్లోకి వెళ్ళి మెత్తటి చొప్పకట్టల్ని తీసుకువచ్చి పక్కలా పేర్చారు. ఆడవాళ్ళు సీతమ్మను మెల్లిగా చొప్ప కట్టలమీద పడుకోపెట్టారు.

సీతమ్మకు నొప్పులు మరీ ఎక్కువైనాయి. హృదయవిదారకంగా ఏడుస్తోంది. దూరానున్న మగవాళ్ళకి గుండెలవిసిపోతున్నాయి. ఇప్పుడు వాళ్ళ మనసులో పెసలబేరం, ముహూర్తం, అందుకోవలసిన రైలు, కోర్టుదావా అవేమీ లేవు. ఒకేఒక్క దిగులు ఈ ఆడకూతురి కష్టం ఎట్లా గట్టెక్కుతుందా అని. అందరి గుండెలూ భారంగా ఉన్నాయి. సీతమ్మ ఏడుపులూ, కేకలూ ఎవ్వర్నీ నుంచో నివ్వడంలేదు. కూర్చోనివ్వడంలేదు. ఇంతలో చెరువు గట్టువైపు నుంచి కెవ్వు మని పసిపిల్లాడి ఏడుపు వినిపించింది. అందరి ముఖాలూ విచ్చుకున్నాయి. కొందరు ఎగిరి గంతేశారు. ఇంతలో ఓ ముసలమ్మ తెరల్లోంచి బయటకు వచ్చి "మొగపిల్లవాడు" అని కేకపెట్టింది. కొందరు పరుగు పరుగున పొలాల్లో కాపలా కాస్తున్న వాళ్ళ దగ్గరకెళ్ళి, బాన తీసుకొచ్చి రాళ్ళతో పొయ్యి చేసి నీళ్ళు కాచారు. ఓనరు రామకృష్ణయ్య బొడ్డుకోయటానికి తన మొలనున్న చాకు స్వయంగా తీసికెళ్ళి ఇచ్చాడు. సిద్ధాంతి అప్పటికప్పుడే జాతకచక్రం వేశాడు.

పిల్లాడికి స్నానం చేయించిన తర్వాత బస్సులోని జనమంతా వాణ్ణి ముద్దాడారు, "సెరువు గట్టున పుట్టాడు సెంద్రిగాడు" అన్నారు. వాడికి ఆ పేరే ఖాయమైంది. సెంద్రిగాడు అయ్య ఇంటా పుట్టలేదు. అమ్మ ఇంటా పుట్టలేదు. కాని ఊరంతా వాడికి మావలే. మళ్ళీ బస్సు బయలుదేరింది. అయితే ఇప్పుడు ఊరిపేరు చెప్పగానే చెయ్యెత్తలేని మరో ప్రయాణీకుడున్నాడు. ✸

ముద్దేలనయ్యా-మనసు నీదైయుండ

మొగులూరు నుంచి కనకాంగి తల్లితో శివరాత్రికి అమరావతి వచ్చింది. పినతల్లికి సుస్తీ చేయటంతో రథోత్సవం వెళ్ళిపోయినా అమరావతిలోనే ఉండి పోయారు. పండుగ సందడిలో ఊరిజనం కనకాంగిని అంతగా పట్టించుకోలేదు గాని ఓరోజు కృష్ణలో స్నానం చేసి బింందెత్తుకుని ఇంటికి వస్తుంటే వూరు వూరంతా తిరణాలయిపోయింది.

కనకాంగి ఐదున్నరడుగుల మనిషి పద్దెనిమిదేళ్ళ పడుచుదనం. పేరుకు తగ్గట్లు మెరిసిపోయే శరీరం. వాల్జడ వీపుమీద అల్లల్లాడుతుంటే కాలి పట్టీలు ఘల్లు ఘల్లున మ్రోగుతుంటే కనకాంగి నడక ఓ సొగసు. అడుగు అడుగుకీ తాళం వేసినట్లు, మెత్త, మెత్తగా పాదాలు నేలకి ముద్దిడినట్లు, కాలు తీసి కాలు వేయటంలో లయ తొణికినట్లు, చిక్కుపడ్డ చీర అంచుల్ని సవరించుకోటానికి వంగినప్పుడు పాటలో జాగా వచ్చినట్లు సంగీతమయంగా ఉండేది.

వరద పొంగులాంటి యౌవనం ఒంటినిండా తుళ్ళి తుళ్ళి పడుతుండగా గలగల నవ్వేది కనకాంగి. ఆ నవ్వుకి అందరి గుండెలూ ఉలిక్కిపడేవి. పశువులూ, పక్షులూ గిరుక్కున అటు పక్కకి తిరిగి చెవులు రిక్కించేవి. కనకాంగి నవ్వితే ముఖమంతా బుక్కాయి కమ్మినట్లు వెలిగిపోయేది. ఒత్తయిన కింది పెదవి విల్లులా వంగేది. ముత్యాలపళ్ళు మెరిసిపోయేవి. కళ్ళ కాటుక సంబరాన కరిగిపోయేది. చెక్కిళ్ళు పొంగి జేగురులయ్యేవి. బుగ్గలు విచ్చుకున్న కల్వ పూరేకులయ్యేవి.

అమ్మలక్కలతో ఆమాటా ఈమాటా చెప్పుకుంటూ ఎత్తయిన వక్షాల్ని కప్పటానికి చాలని పవిట కొంగుని మళ్ళీ మళ్ళీ ముందుకు లాక్కుంటూ, బిందెని ఆ నడుం మీంచి ఈ నడుం మీదికి మార్చుకుంటూ కృష్ణకెడుతున్న కనకాంగిని చూటానికి ఇళ్ళల్లోని జనం వీధిలో కొచ్చారు. ఆకాశం నుంచి నక్షత్రం తెగిపడ్డట్టనిపించింది.

అప్పుడే ఏమైంది? కృష్ణలో స్నానం చేసి తడి చీరతో బిందెత్తుకు వస్తుంటే అందరి కళ్ళూ కనకాంగి మీదే! ఒంటి కంటుకున్న తడి చీర నడక సాగనివ్వటం లేదు. అందరూ గుచ్చి గుచ్చి చూస్తుంటే బిందెలోని నీళ్ళలా గుండె అల్లల్లాడుతోంది. నుదుట చమట పడ్తోంది. ఒక్క ఉదుటన ఇంట్లోకొచ్చిపడి బిందె పక్కన పారేసి 'హమ్మయ్య' అని కూలబడిపోయింది.

ఆ సాయంత్రం గుళ్ళోకి వెళ్తుంటే ముందు జనం. వెనక జనం. కనకాంగి నందిని ముట్టినచోటే తామూ నందిని తాకేవారు. కనకాంగి వినేట్టు పెద్దగా మాట్లాడేవారు. కనకాంగి తమ వైపు చూస్తే చాలు సార్థకత అనుకునేవారు. వాళ్ళను చూసి కనకాంగి సిగ్గుపడలేదు. తను ఎంత అందమైందో ఇన్నాళ్ళకి తెలిసొచ్చింది కనకాంగికి. వాళ్ళని క్రీగంట చూస్తూ ఆడవాళ్ళతో కావాలని కబుర్లు చెప్పింది. కిలకిల నవ్వింది. పకపక నవ్వింది. తెరతెరలుగా నవ్వింది. జమ్మి ఆకులు జల్లుమని రాలేటట్లు నవ్వింది. తానో మహారాణిలా

అనిపించింది. ఆ ఠీవితో, ఆ హుందాతో విసవిస నడిచింది. తల విదిలించింది. ఆ విసురులో జడ పక్కనున్న రాయుడికి తగిలింది.

రాయుడికి వొళ్ళు పులకరించింది. చకితుడైనాడు. రాత్రికి రాత్రి కనకాంగి తల్లికి కబురుపెట్టాడు. కనకాంగి తల్లి అన్నీ విచారించి ముహూర్తం నిశ్చయించింది.

కనకాంగిని గదిలో చూసి రాయుడు ఆశ్చర్యపోయాడు. రెండు కళ్ళు పట్టని అందం. రాయుడూ అందగాడే! కనకాంగి చిరునవ్వు నవ్వింది. అగరొత్తుల గంధం మత్తుగా ఉంది. కనకాంగి రాయుణ్ణి కళ్ళతో పిలిచింది. రాయుడు నగలు కుమ్మరించాడు. పట్టుచీరలు పాదాల మీద పోశాడు. ఓ మహా సౌందర్యానికి దాసుడైపోయాడు. ఆ దేవత భక్తుణ్ణి తరింపజేసింది.

రోజులు గడుస్తున్నాయి. కనకాంగి కాలమంతా పట్టుచీరలు, నగలు, పువ్వులు, తినుబండారాలు, మంచి గంధాలతో నిండిపోయింది. ఒక్కోసారి రాయుడు జులుం చెలాయించేవాడు. అధికారం ప్రయోగించేవాడు. అప్పుడు కనకాంగి మనస్సు చివుక్కుమనేది. కళ్ళలో నీళ్ళు గిర్రున తిరగ్గా ముఖం తిప్పుకునేది. రాయుడు కరిగిపోయేవాడు కోరినవన్నీ తెస్తానని బతిమాలుకునేవాడు. కనకాంగి మళ్ళీ మామూలుగా అయిపోయేది.

అర్నెల్లు గడిచిపోయాయి. కనకాంగికి ఏ లోటూ లేదు. అంతేకాదు. ఎవరికీ పట్టనంత ఐశ్వర్యం! కనకాంగి రాయుడు తాలూకు మనిషని వూరంతకీ తెలిసినా కనకాంగిని ఒక్కసారి చూద్దామన్న కోరికతో ఇంకా జనం ఆ వీధి వెంట తిరుగుతూనే ఉన్నారు. కిటికీ వైపు కళ్ళు పెట్టుకు చూస్తూనే ఉన్నారు.

కనకాంగిని గడప దాటి బయటకు రానిచ్చేవాడు కాదు రాయుడు. కొంత కాలానికి కనకాంగికి పట్టుచీరలన్నా, నగలన్నా, మల్లెపూలన్నా ఇష్టం తప్పి పోయింది. ఓ రోజు ఉదయం వాళ్ళమ్మ 'చాకలికి బట్టలు వేయవే!' అంటే దొడ్డి వసారాలో కూర్చుని చాకలి సంగడికి బట్టలు వేస్తోంది. సంగడు బట్టలు సమంగా మడుచుకోవడం లేదు. కనకాంగి వైపే చూస్తున్నాడు. కనకాంగి

సాదాచీర కట్టుకుని ఉంది. స్నానం చెయ్యలేదు. జడ వేసుకోలేదు. సంగడు దొంగచాటుగా తన్ని అలా చూస్తుంటే కనకాంగికి ముచ్చటేసింది. సంగడితో కావాలని ఎక్కువసేపు మాట్లాడి పంపేసింది. సాయంత్రం ఉతికిన బట్టలు మళ్ళీ తీసుకొస్తే సంగడికి ఎదురుగా కూర్చుని లెక్క వేసుకుంది. చొక్కాలేని సంగడి నల్లటి శరీరాన్ని తదేకంగా చూసింది. బట్టలు సరిచూశాక సంగడేవో కబుర్లు చెప్తే శ్రద్ధగా వింది. ఇంతలో తల్లి పిలిస్తే ఇంట్లోకి వెళ్ళిపోయింది.

రాత్రిళ్ళు నగలూ, పట్టుచీరలూ, పూలూ, అత్తర్లూ ఇచ్చే సుఖం కంటే, ఉదయం సాయంత్రం నీరెండ మీద పడ్తుంటే, సాదాచీర కట్టుకొని సంగడితో ఐదు నిమిషాలు గడపడం గొప్ప హాయిగా ఉండేది కనకాంగికి. ఆ ఐదు నిమిషాల కోసమే రోజల్లా ఎదురుచూసేది కనకాంగి. ఆ ఐదు నిమిషాల కోసమే బతుకుతున్నట్టుండేవాడు సంగడు.

ఓ రోజు సాయంత్రం బట్టలు లెక్క చూసుకొన్నాక వూరు సంగతులు చెప్తున్నాడు సంగడు. బలమైన చేతులు అటు ఇటు వూపుతూ కథ చెప్తున్నాడు. కనకాంగి కళ్ళు మెరిశాయి. అతని వొంటివైపు ఆశగా చూసింది. కథ మధ్యలో ఆపి “ఈ జరీ అంచు ఎంత ఉతికినా సాఫీగా రావడంలేదు సంగా!” అంది.

“ఏది చూణ్ణివ్వండి” అన్నాడు సంగడు.

పవిట సగం విప్పి చీర అంచు చేతికిచ్చింది. సంగడు జరీ సరిచేశాడు. సంగడు ముఖం కనకాంగికి చేరువలో ఉంది. కళ్ళలో కళ్ళు పెట్టి చూసుకున్నారిద్దరూ. సంగడు కనకాంగిని దగ్గరకు తీసుకుంటే ఏమయ్యేదో తెలియదు.

సంగడు ముద్దు పెట్టుకోలేదు.

కనకాంగి ముద్దివ్వలేదు.

ఇద్దరి కళ్ళల్లో నీళ్ళు. ✸

వంశాంకురం

సుబ్బులు, వెంకడు వెన్నెట్లో చల్లగాలికి కృష్ణ వొడ్డున కూర్చున్నారు. ఈ నాటి మాటా! పదేళ్ళ క్రితం పెళ్ళయినప్పటి నుంచి ప్రవాహంలో అలల్లా, ముత్తయిదు నుదుటి మీద కుంకం బొట్టులా ఒకర్నొకరు విడవకుండా, వానలో, ఎండలో, బీళ్ళలో, చాళ్ళలో, లంకల్లో, పుంతల్లో కలిసి మెలిసి తిరిగారు. అవేమి కతలో! అవేమి వూసులో! ఆ కలిసి అంబలి జుర్రుకోటం, ఆ కలిసి నక్షత్రాలు లెక్కపెట్టటం వాళ్ళకే చెల్లింది. గాలిలా స్వేచ్ఛగా, గడ్డిపువ్వుల్లా అమాయకంగా ఉన్నదే చాలనుకుని తృప్తితో కాలం గడుపు తున్నారు.

సుబ్బులు పెద్దయ్యగారింట్లో పనిచేస్తుంది. వెంకడు పెద్దయ్యగారి పొలం పనులు చూస్తాడు. పెద్దయ్యగారు భవంతి వెనకాల పాకేసి ఇచ్చాడు వీళ్ళిద్దరికీ. ఆ పూరి పాకనే ఇంద్రభవనం చేసుకుని ప్రతి క్షణం కలిసి అనుభవిస్తుంటే తెలియకుండానే పదేళ్ళు వెళ్ళిపోయాయి.

ఇవ్వాళ సుబ్బులెందుకో దిగులుగా ఉంది. సుబ్బులు అలా ఉంటే వెంకడికి కళ్ళనీళ్ళు తిరిగిపోతాయి. గిలగిల్లాడిపోయి అడిగాడు. "ఏందే అట్టుండవు?" సుబ్బులు కన్నీళ్ళు తుడుచుకుంటూ అంది. "ఏం లేదు మావా! మనం మనువాడి పదేళ్ళయిపోయింది. మనింట సంటోడు కెవ్వుమనలేదే, ఓ బుడ్డోడు నేల పాకులాడలేదే అని.

వెంకడు కాస్సేపు మాట్లాడలేదు. ఆ తర్వాత తేరుకుని నవ్వుతూ అన్నాడు "పోన్లేయే! మనకు తింటానికే సాలటం లేదే! మరింకో డెందుకులేయే?"

"ఆడదాని మనసు నీకు తెలవదు మావా? సంటోడు లేని ఇల్లు ఇల్లు కాదయ్యా! పెపంచకం మనతోనే ఆగిపోదు గదా! మనవొంశం నిలవాలంటే, మనకిన్ని నీళ్ళు వొదలాలంటే బుడ్డోడు కావాలయ్యా."

"అయితే వోర్నయినా పెంచుకుందా మంటావే?" అన్నాడు సూటిగా చూస్తూ వెంకడు.

"పెంపుడు బిడ్డ మన బిడ్డవుతాడా?" అంది సుబ్బులు.

"అయితే ఏం చెయ్యమంటావ్?" అన్నాడు వెంకడు.

"నేను గొడ్రాలినని నాకు సింతలేదు. నువ్వు మగాడివి.... పదిమంది బిడ్డల్ని కంటావు. నామాటిని, నువ్వు మారు మనువు సేసుకుని నాకు కొడుకును కనయ్యా" అంది సుబ్బులు.

వెంకడు అదిరిపడ్డాడు. దుఃఖం పొంగుకొచ్చింది. "అంత నీచప్పని నేం చేస్తానంటే? నిన్నొదొలుకుని ఇంకొకత్తెని కట్టుకుని నీకు ద్రోహం చేస్తానంటే" అంటూ ఆవేశపడ్డాడు.

సుబ్బులు వెంకణ్ణి నెమ్మదిపరుస్తూ గుండె నిమురుతూ "సల్లబడయ్యా! నిమ్మళంగాలోచించు. నువ్వెల్లప్పుడూ నా వోడివే! నాకు ద్రోహం తలపెట్టవు. మేమిద్దరం అప్పసెల్లెళ్ళలా ఉంటాం. వొంశం కోసం మనువాడు మావా!"

'తప్పదేంటే?' అన్నాడు వెంకడు.

"నాకోసం మావా!" అంది సుబ్బులు.

కన్నీళ్ళతో సరేనని తలూపి గట్టుమీంచి లేచాడు వెంకడు.

మర్నాడే సుబ్బులు అంగాపురం వెళ్ళి పింతల్లి కూతురు లచ్చి సంబంధం ఖాయం చేసుకొచ్చింది. దగ్గరుండి పెళ్ళి జరిపించింది. పాకలో తడిక అడ్డం గట్టించి శోభనం నిశ్చయించింది. వెంకడు పెళ్ళయితే చేసుకున్నాడు. కాని, రెండో పెళ్ళాన్ని పెళ్ళాంలా చూడలేకపోతున్నాడు. ఏ అసూయా లేకుండా సుబ్బులు లచ్చికి జడవేసి అన్ని అలంకారాలు చేస్తుంటే వెంకడికి గుండె పీకినట్లయ్యేది. పూలుతెచ్చినా, మిఠాయి తెచ్చినా సుబ్బులుకి ఇచ్చేవాడు కాని లచ్చికి ఇచ్చేవాడు కాదు.

శోభనం నాటి రాత్రి తడిక అవతల చడీ చప్పుడు లేకపోతే గొప్ప నిరాశ పడింది సుబ్బులు. పదిరోజులు గడిచాయి. వెంకడు లచ్చితో మాట మాత్రం మాట్లాడలేదు.

ఒకరోజు సుబ్బులు లచ్చికి పూలు తురుముతుంటే లచ్చి అంది "ఎందుకక్కా నాకు పూలు? మావ నాతో పలకడు. ఉలకడు" అని. అప్పుడు సుబ్బులు చెప్పింది. "పిచ్చిదానా! మొగాడి మనసెరిగి మసులుకోవాలే! ఆడి కేదిష్టమో తెలుసుకుని ముందుగా చేస్తే సంబరపడ్తాడు."

"అయితే మావకిష్టమయినట్టుంటాను. ఏం చెయ్యాలో చెప్పు!" అంది లచ్చి ఆశగా.

సుబ్బులికి జాలేసింది. మావకి అంబలి ఇస్తావు గదా! నువ్వు ముందు ఎంగిలి చెయ్యి? "అయ్యో! ఎంగిలయిందే" అను. ఎందుకు చేశావంటాడు. "ఉప్పు, కారం సాలిందో లేదో.... నా మావకి రుసులు సమంగాలేని అంబలిస్తానా?"

అను. రాత్రి పడుకునేప్పుడు పక్కమీద తెల్లదుప్పటే పరు. మావ తలక్రింద మెత్తటి దిండు పెట్టు. పడుకోబోయేప్పుడు నీ తల్లోని పూలసెండు మావ తలదిక్కుగా పెట్టు" అంటూ చాలా చెప్పింది.

లచ్చి కళ్ళు మిల మిల మెరిశాయి. సరిగ్గా సుబ్బులు చెప్పినట్లే చేసింది లచ్చి. వెంకడు అబ్బురపోయాడు. కళ్ళెత్తి చూశాడు. దోసపండులాంటి లచ్చి. "నీ అక్క కూడా సరిగ్గా నీలాగేనే!" అన్నాడు లచ్చి కళ్ళలోకి చూస్తూ. లచ్చి పొంగిపోయి అంబలి తనకి ఉంచుకోకుండా మొత్తమంతా మావచేత తాగించింది.

తడిక పక్క నవ్వులు గుసగుసలు విన్పిస్తుంటే సుబ్బులు మనస్సు తేరుకుంది. మూడు నెలలకే లచ్చి నీళ్ళోసుకుంది.

అక్కడి నుంచి వెంకడు, సుబ్బులు పోటీపడి లచ్చికి కావాలసినవన్నీ ఏర్పాటు చేసేవారు. లచ్చిని బరువు పనులేవీ చెయ్యనివ్వటంలేదు సుబ్బులు. వెంకడు లచ్చి నలిగిపోతోందేమో అన్నట్టు చూస్తున్నాడు. తొమ్మిది నెలలు నిండిన ఓ రోజున అపాకలో ఓ చంటాడు "కెవ్వు"మని ఏడిస్తే సుబ్బులుకి గుండె జలదరించి జలజల కన్నీళ్ళు కారాయి. ఆ క్షణం కోసం ఎన్ని సంవత్సరాలు కాచుకుంది?

ఎన్ని దేవుళ్ళకు మొక్కుకుంది!

చంటాణ్ణి గుండెలకి హత్తుకుని ధారలు ధారలుగా ఏడ్చింది.

నెలలు గడుస్తున్నాయి. చంటాడు తల్లిదగ్గర పాలు తాగటం తప్ప పెంపక మంతా సుబ్బులే. వాడితో నవ్వుతుంది. కథలు చెప్తుంది. పాటలు పాడుతుంది. ఏడుస్తుంది. చిచ్చికొడ్తూ తన పక్కలోనే పడుకోబెట్టుకుంటుంది.

కాని వెంకడు లచ్చి కితకితల్లో మునిగిపోయాడు. సుబ్బులుతో రోజుకి ఓసారి మాట్లాడతాడో లేదో! సుబ్బులు చంటాడ్ని వొళ్ళో పడుకోబెట్టుకొని ఎప్పుడన్నా అనుకునేది 'నాకు నాదేవుడు దూరమైపోయాడా? లేదు...లేదు... నా దేవుడిడుగో! నాదగ్గరే వున్నాడు" అంటూ చంటాణ్ని వొళ్ళంతా ముద్దులు పెట్టుకుంటుంది. ✸

బలి

నట్టనడి ఎండాకాలం.

పడమటి శాంబరం ఆ చెవిలోంచి ఈ చెవిలోకి దూసుకుపోతోంది. వొళ్ళంతా ఉడికి పోతోంది. నేలంతా ఉడికిపోతోంది. చెట్లమీద పక్షులు నీడ దొరక్క సెగలు పొగలయిపోతున్నాయి.

ఎండ అట్లా మండిపోతుంటే వూరు వూరంతా కొలిమిలా తయారయింది. వూరు రెండు భాగాలుగా చీలిపోయింది. పల్లపీధి తెలగాలు, మిట్టవీధి గొల్లలు, సాలెపేట, చాకలిపేట, కోమట్లు, బ్రాహ్మణ్యం అంతా రెండు వర్గాలుగా విడిపోయి పళ్ళు కొరుకుతున్నారు. హుంకరించి పిడికిళ్ళు బిగిస్తున్నారు. మధ్యస్థంగా ఉన్నవాళ్ళు ఎటూ చెప్పలేక నలిగిపోతున్నారు. ఈరెండు వర్గాలకి ఒకపక్క సూరయ్య నాయకుడైతే మరోపక్క శేషయ్య అధిపతి.

సూరయ్య ఆరడుగుల మనిషి వందెకరాల పొలం, పదిమంది పాలేళ్ళు, నాలుగు రకాల వ్యవసాయం. దేవిడీ అంత ఇల్లు, మందీ మార్బలమున్నూ. శేషయ్య కూడా అంత ఆస్తిపరుడే. అంత మందీ మార్బలం కలవాడే. కనుకనే రెండు ఏనుగులు ఢీకొన్నాయి.

అంకమ్మ జాతర జోరుగా సాగుతోంది. ఆరోజు బోనాలు, వీరణాలు, కొమ్ముబూరాలు, పంబజోళ్ళు, మాతంగి అడుగులకి అనువుగా మోగుతున్నాయి. పెద్దగొల్ల "ఖళేజోగా!" అని అరవగానే డప్పులు దిక్కులు పగిలేట్టు మోగుతున్నాయి.

సూరయ్య తెల్లటి ధోవతి కట్టుకున్నాడు. వలబనీనుపైన గ్లాస్కో లాల్చి వేశాడు. అత్తాకోడలంచు ఉత్తరీయం మెడ కిరుపక్కలా వేలాడదీశాడు. పాలేళ్ళు, స్నేహితులు, బంధువులతో మీసం మెలేస్తూ బలిమేకతో ఠీవిగా పందిళ్ళవైపు నడిచాడు. మొత్తమంతా యాభైమంది పరివారంతో సూరయ్య గుడి దగ్గర కొచ్చాడు. అటు చూస్తే ఆశ్చర్యం వేసింది. అటుపక్క శేషయ్య వందమంది జనంతో సిద్ధంగా ఉన్నాడు. హుందాగా నుంచుని మీసం మెలేస్తున్నాడు శేషయ్య. అతనూ తెల్లటి ధోవతి కట్టి అత్తాకోడలంచు ఉత్తరీయం వేశాడు. సూరయ్య, శేషయ్య ఒకళ్ళ నొకళ్ళు కొరకొర చూసుకున్నారు. పళ్ళు పటపట కొరుక్కున్నారు. జనం ఇద్దరు పెద్దల్ని, వాళ్ళ ముఠాల్ని చూసి ఏం గొడవ జరుగుతుందో అని బిక్కు బిక్కుమంటూ చూస్తున్నారు.

సూరయ్య పంబలవాణ్ణి పిలిచి "ఏందిరా అలీసెం. మొదలెట్టండి బోనాలు. మన మేక అదుగో" అన్నాడు. పాలెగాడు బంతిపూల దండ వేసిన మేకను తీసుకొచ్చి పోతురాజు బండ దగ్గర నుంచోపెట్టాడు. పంబలవాడు కొంగాలకత్తి తీసుకుని భయం భయంగా వచ్చి నుంచున్నాడు.

"ఆగు" అని పెద్దగా అరిచాడు శేషయ్య.

అంతా నిశ్శబ్దమై పోయింది.

"ఈ ఏడు జాతరకి డబ్బిచ్చింది నేను. ముందు నా పోతు తెగింతర్వాతే మిగతా బోనాలు. ఏదిరా మనపోతు" అన్నాడు శేషయ్య.

శేషయ్యపోతుని ముందుకు తీసుకొచ్చారు. సూరయ్యకి నెత్తురు ఉడికిపోతోంది. తను వూరికి ఇంతకాలం పెద్దరైతుగా ఉన్నాడు. తన వేటతెగిం తర్వాతే మిగతా

బోనాలు. ఈనాడు తనకింత తలవంపులా! సూరయ్యకి నెత్తురు కళ్ళలోకి వచ్చింది. "ఒరేయ్ ఇన్నేళ్ళ బట్టి జాతర జరుగుతోంది. ఎన్నడన్నా మా వేట ముందు ఇంకోటి నరికారంట్రా! చూస్తావేరా నాయాల! ముందు నా మేకని నరుకు" అన్నాడు గర్జిస్తూ.

మేకపిల్ల జాలిగా 'మే' అని అరుస్తూ దిక్కులు చూస్తోంది.

శేషయ్య ముందుకొచ్చి "అమ్మోరికి జాతర లేకపోతే యాడకి పోయినార్రా యీ పెద్దలు? నేను డబ్బిచ్చి నడిపిస్తన్నాన్రా యీ జాతర. ఈ జాతర నాది. ముందు నా పోతు తెగాల్సిందే! లేకపోతే నెత్తురు కళ్ళ జూస్తా" నిప్పులు కురిపించాడు శేషయ్య.

పంబలవాడు ఏడుస్తూ "నేనేటి సేతును.... ఏటి సేతును..." అంటూ దణ్ణం పెట్టాడు.

"ముందు మాది" జనం కేకలు.

"ముందు మాదే" ఇటునుంచి అరుపులు.

కర్రలు పైకి లేచాయి. జనం విరగదొక్కుకుంటున్నారు. ఇంకోక్షణం ఆగితే తలకాయలు పేలిపోయేవే.

"ఆగండాగం" డంటూ ముసలి పెద్దలు రెండు ముఠాలమధ్యకి వచ్చారు.

"ఈ జాతర జరగాలంటారా వొద్దా?' అనడిగారు సూరయ్యని.

"జరగాల్సిందే" అన్నాడు సూరయ్య అదే ప్రశ్న శేషయ్యని వేస్తే "నేను డబ్బిచ్చాను గదా" అన్నాడు. ఇద్దరికీ ఓ పద్ధతిని రాజీ ఏర్పాటు చేశారు. ఇంకో పంబలవాణ్ణి పిలిపించారు. మరో కొంగాలకత్తి తెప్పించారు. రెండు పోతుల్ని పోతురాజు బండదగ్గర పక్కపక్కన నుంచోపెట్టారు. "ఒకటి....రెండు.....మూడు' అనేసరికి రెండు పోతుల్ని ఒకేసారి బలిచ్చారు.

జాతరైతే సాగిపోయిందిగాని సూరయ్యకి శేషయ్యకి ఇద్దరికీ తృప్తిలేదు. 'వాడు నాకు దీటా?' 'ఆ పుండాకోర్‌తో నేను సమమా?' అని కుతకుత ఉడికిపోయారు.

జాతరైన నాల్గోరోజున శేషయ్య పొలంలో కుప్పలు తగలబడ్డాయి. అది జరిగిన వారం రోజుల్లో సూరయ్య అరక, ఎద్దులు మాయమయ్యాయి. అది జరిగిన ఓ నెలరోజులకి సూరయ్య పాలెగాడి ఇల్లు తగలబడింది. ఆ తర్వాత శేషయ్య ముఠావాళ్ళ ఇంళ్ళలో దొంగలు పడ్డారు.

నిప్పురాజుకుంది. బాగా రాజుకుంది.

మంటలు లేచాయి.

సూరయ్య పొలంలో పనిచేసే కూలీలు శేషయ్య పొలంలో పని చేయరు. ఒకర్తో ఒకరు మాట్లాడుకోరు. అలాంటి సమయాన శేషయ్య జనం, డొంకలో సూరయ్య బండిని అడ్డగించి జొన్నల బస్తాలు దింపించారు. నిమిషాల్లో వార్త వూళ్ళోకి పాకింది. సూరయ్య జనం కర్రలూ, బరిసెలూ తీసుకుని డొంకలోకి పరుగు పరుగున వచ్చారు. ఇది తెలిసి శేషయ్య ముఠా కూడా డొంకలోకి పరుగెత్తిరు. దొమ్మీ జరిగింది. తలలు పగిలాయి. కాళ్ళు విరిగాయి. నెత్తురు చిందింది. అంతలో రెండు పక్కల్నించీ 'ఆపండి!' అని కేకలు. కొట్లాట ఆగి పోయింది. జరగవలసిన దురంతం జరిగిపోయింది. సూరయ్య అల్లుడి తల పగిలి పోయింది. శేషయ్య కొడుకు మెడ నరికివేయబడింది. శేషయ్య కొడుకు శరీరం మీద పడి భోరున ఏడుస్తున్నాడు. సూరయ్య అల్లుడి శరీరాన్ని కావిలించుకుని కన్నకూతురు దుస్థితిని తలుచుకొని కుళ్ళి కుళ్ళి ఏడుస్తున్నాడు. రెండు శవాలు ఒకేసారి స్మశానానికి ఆ తర్వాత తీసుకొచ్చారు. ఒకేసారి దహనం చేశారు. సూరయ్య శేషయ్య మల్లయ్య రేవులో స్నానాలు చేసి వొడ్డుకి వచ్చి ఒకళ్ళనొకళ్ళు చూసుకున్నారు. ఆ చూపుల్లో కసి లేదు. పగ లేదు పగ పట్టటానికి, సాధించడానికి వాళ్ళకిక శక్తిలేదు. బతుకులో బహు విలువైంది ఇద్దరూ పోగొట్టుకున్నారు. ఇద్దరూ మల్లయ్య గుళ్ళోకి నడిచారు. ఎవరూ గంట కొట్టలేదు. దేవుడికి దణ్ణం పెట్టుకొని సూరయ్య శేషయ్యవైపు తిరిగి ఏరా! అంకమ్మ తల్లికి బలి సరిపోయిందా! అన్నాడు.

శేషయ్య పొంగి వస్తున్న దుఃఖంతో సమాధానం చెప్పలేక సూరయ్యని కౌగలించుకొని భోరుమన్నాడు. ✸

అటునించి కొట్టుకురండి

చింతపల్లి అడవులన్నా చిమ్మచీకటన్నా చెప్పలేని భయం ఏర్పడ్డది. ఆ అడవుల్లో చిరతపులులు, బెబ్బులులు, నెత్తురుతాగే సింహాలు, సింహాల్ని పులుల్ని మించిన చెంచులు. పట్టపగలే దోపిడీలు! అడవంతా నెత్తురు మడుగులు. అడవిదాటి అడంగు చేరిన మనిషి ఈ మధ్య కన్పించలేదు.

అందరి గుండెల్లో చెంచుభయం! బుర్ర మీసాల్తో, నెత్తుటి కళ్ళతో మానుల్లాంటి చెంచులు గండ్రగొడ్డళ్ళతో స్వైరవిహారం చేస్తున్నారు. రాజ్యమంతా అల్లకల్లోలంగా వుంది.

హజారంలో మూడు గంటలుకొట్టినా కోటలో వేంకటాద్రి నాయుడుకి నిద్ర పట్టలేదు. "తన పాలనలో తన అధికారాన్ని ధిక్కరించినవారు లేరే! ఈ అడవిజాతి వాళ్ళని అణచలేకపోతున్నానేమి?" అని కలవరపడ్డాడు నాయుడు. నూరుమంది సైన్యాన్ని ఆయుధాలతో పంపితే, పుట్టచాటునుంచీ, చెట్టుచాటు నుంచీ చెంచులు వాళ్ళమీదికి దొంగచాటుగా దూకారు. బాణాలు గుండెల్లో నాటుకోగా బల్లాలకు తలలు గుచ్చారు. అయినవాళ్ళు పోయారు. ఆయుధాలు పోయాయి. బతికి బైటపడ్డ ఒక్కడూ కబురు చెప్పి నాయుడి కాళ్ళముందు కన్నుమూశాడు.

నాయుడు ఉడికిపోయాడు. కళ్ళు నిప్పులయ్యాయి. ఇది జరిగిన మర్నాడే పసుపు కుంకుమల్తో పచ్చ తోరణాలతో, మంగళ వాద్యాలతో మరిడయ్య కుటుంబం పెళ్ళికి తరలి వెళ్ళింది. దోవ మధ్యలో చెంచులు విరుచుకు పడ్డారు. తోరణాలు తెగిపోయాయి. కుంకుమలు రాలిపోయాయి. నెత్తురు వరదలైంది. పెళ్ళి వల్లకాడైంది. పదిమంది పెళ్ళి పెద్దల శవాలు ఒకేసారి స్మశానానికి తీసుకెళ్తుంటే వూరు వూరంతా గొల్లుమంది. పసుపు కుంకుమలు పోగొట్టుకున్న ఇల్లాళ్ళని చూసిన ఆడకూతుళ్ళ గుండెలు చెరువయ్యాయి. 'నాయుడి పాలనలో ఇంత అరాచకమా?' అని కుమిలిపోయింది ప్రజ.

నాయుడు నిలవలేకపోయాడు. వీరుల్లా స్వేచ్ఛగా తిరగవలసిన ప్రజ బితుకు బితుకుమంటూ బతుకుతుంటే సహించలేకపోయాడు. తెలతెల వారుతూనే సభ పెట్టించాడు. పాపయారాధ్యులవారు అనుష్ఠానం హడావిడిగా పూర్తి చేసుకొని వచ్చారు. శాకమూరి సేనాధిపతినే కాక వీరసింగు, రామసింగు మొదలయిన హరిజనుల్ని, కోటోజీ, రామోజీ మొదలయిన మరాఠా సర్దారుల్ని రప్పించాడు.

సభ నిశ్శబ్దంగా వుంది.

అందరూ నాయుడు ముఖమే చూస్తున్నారు. నాయుడు చూపులు ఎక్కడో వున్నాయి. ఆలోచనలు తెగడంలేదు. ముఖం ఎర్రబారింది. పౌరుషం కళ్ళలోకి తన్నింది. సర్దారుల్ని, సేనాపతుల్ని చూస్తూ అన్నాడు నాయుడు "మనని నమ్ముకున్న వాళ్ళ మాన, ప్రాణాలకు భద్రత లేకపోతే మనమెందుకు?" సర్దారులు ముఖాలు ముఖాలు చూసుకున్నారు. మళ్ళీ అన్నాడు నాయుడు "చెంచుల్ని అణచగల మొనగాడే లేడా మనలో?" అని.

సభనుంచి సమాధానం లేదు.

"చెప్పండి" గద్దించాడు నాయుడు.

కోటోజీ ముందుకొచ్చి వినయంగా తలఒంచి పలికాడు. "అడవిలో చెంచుల్ని జయించడం కష్టం ప్రభూ."

"అయితే మార్గం" అన్నాడు నాయుడు.

పాపయారాధ్యుడు కలిగించుకుని "మొసలిని ఒడ్డుకు లాగాలి" అన్నాడు. నాయుడికి అర్థమైంది. సభను ముగించి నర్సోజీతో ఏకాంతమందిరానికి నడిచి వెళ్ళాడు. మంత్రాంగం సిద్ధపరచి భుజంగరావును చెంచుల దగ్గరికి రాయబారిగా పంపించాడు.

మర్నాడు-

పురప్రముఖులందరూ వుండగా సభ ఏర్పాటయింది. చెంచునాయకుడు జెల్లా కృష్ణా నాయకుడు సభలో ప్రవేశిస్తుంటే కాలయముడు నేలమీద అడుగు పెట్టినట్లుంది. చెంచుదొర సరాసరి నాయుడు దగ్గిరకొచ్చి వందనం చేసి "దొరా! మీ సేవకుడ్నన్నాడు." నాయుడు కళ్ళలో కోపం పొంగింది. "నా సేవకులు నా బిడ్డల్ని దోచుకుంటార్రా? నేను పగవారి తలలు తెగకొట్టాను కాని, తన వారిని చంపుకోలేదే! నా పాలనలో అరాచకమా?" అన్నాడు.

"బుడతలు తెలియక చేసిన తప్పుని కాసుకోండయ్యా! ప్రభువులు మా మీద కత్తెత్తకండయ్యా" అంటూ ప్రాధేయపడ్డాడు చెంచు నాయకుడు. నాయుడు ఆలోచించి అన్నాడు "క్షమించాం. మీ దోపిడీలు మానేస్తారా?" "మానేస్తాం దొరా! మాకు కూడు దొరికే దోవ చూపించు దొరా" అని వేడుకున్నాడు చెంచు నాయకుడు.

నాయుడు మరికొంత ఆలోచించి "నా సైన్యంలో చేరం డన్నాడు" ముసలి చెంచు పొంగిపోయాడు. సరేనని ఒప్పుకున్నాడు.

సభ ముగిసింది.

ఆ మర్నాడే చెంచులు నాయుడి సైన్యంలో భాగమయ్యారు. గుట్టలనున్న జనం పట్నాల కొచ్చారు. కొలువు చేసుకుంటూ కడుపునిండా తింటూ హాయి మరిగారు. ఆ హాయి కొద్ది కాలానికే విసుగనిపించింది వారికి. చెట్లు పాకి, ఏరు ఈది, బల్లాల యుద్ధంచేసి, బాణాల తెగపొడిచి పరుగు పరుగున తిరిగే జాతికి పరుపుమీద పడుకోవడం మహాబాధగా తోచింది. కొంత మంది చెంచు కుర్రలు చిన్నచిన్న దొంగతనాలు మొదలుపెట్టారు. మరి కొందరు వీలున్నప్పుడు అడవికెళ్ళి మళ్ళీ దోపిడీలు మొదలుపెట్టారు. నాయుడు సేనాపతులద్వారా చెప్పించి చూశాడు. ప్రయోజనం కనిపించలేదు. రోజురోజుకీ దారుణాలు పెరిగిపోతున్నాయి. అడవిలో వున్న ఆపదని అంతఃపురంలో పెట్టు కున్నట్టయింది నాయుడికి.

సేనానులతో మంతనాలు జరిపాడు. చెంచుల చేతుల్లో ఆయుధాలు వుండగా వాళ్ళు లొంగడం కష్టం అన్నారు. ఇంటి శత్రువుకి మరణమే తగిన శిక్ష అన్నారు. మాయోపాయంతో మట్టుపెట్టాలని నిర్ణయించారు. ఆ మూడవ రోజు నాయుడు చెంచుల్నందర్నీ విందుకు పిలిచాడు. ఆయుధాలు దూరంగా పెట్టి ఆనందంగా భోజనాలు చేశారు. అదే ఆఖరి భోజనమని వాళ్ళకు తెలీదు. విందునుంచి లేచేంతలో సైన్యం విరుచుకుపడి చెంచుల్ని బంధించింది. మోకుల్తో కట్టి తోపులోకి తీసుకెళ్ళి వరుసగా నిలుచోబెట్టారు చెంచుల్ని. అందరి

తలలూ ఏకకాలంలో నరకబోతున్నారన్న వార్త ఊరంతా గుప్పుమంది. వరుసలో ముందు చెంచునాయకుడు జెల్లా కృష్ణ తలొంచుకుని నిలుచున్నాడు. తోపులో మూగినజనాన్ని, ఎదురుగా వున్న నాయుడ్ని చూసి అన్నాడు "దొరా! కన్న బిడ్డల కుత్తుకలు కోస్తావా?"

"మీరు తల్లి రొమ్ముగుద్దిన వాళ్ళురా- ఈ గడ్డన తమ్ముళ్ల నెత్తురు పారించిన వాళ్ళురా"

"ఈ తప్పు కాసి మా బతుక నిలపలేవా దొరా".

"నూటొక్క తప్పు కాశానురా? తల్లికి ద్రోహం చేసినవాడి తల తెగిపోవలసిందే. నరకండి" అని ఆజ్ఞాపించాడు నాయుడు.

వరుసగా వున్న చెంచుల తలలు నరకడానికి గండ్రగొడ్డళ్ళు పైకి లేచాయి.

మొదట నిలుచున్న చెంచు నాయకుడి దగ్గరికి తలారు లొచ్చారు. చెంచు నాయకుడు "ఒక్క కోరిక దొరా! అటునుంచి కొట్టుకురా దొరా" అన్నాడు.

అటునుంచి నరుక్కుంటూ వస్తే కొంతమంది మరణించిన తరువాతనైనా నాయుడికి జాలి కలిగి వధ ఆపేస్తాడేమో ప్రాణం దక్కుతుందని అతని ఊహ.

నాయుడు సరేనన్నాడు.

అటునుంచే కొట్టమన్నాడు.

అటునుంచి కొట్టుకొచ్చినా, ఇటునుంచి కొట్టుకెళ్ళినా అధికారం నిర్ణయించిన ధర్మం ప్రకారం అందరి తలలు నేలకొరిగాయి.

ఐతే చెంచు నాయకుడు తనవారు తన కళ్ళముందే నేలకొరగడం చూడవలసిన దురదృష్టానికి నోచుకున్నాడు.

('అటునుంచి కొట్టుకురమ్మన్నారు' అన్న సామెత వేంకటాద్రినాయ్కుడు కాలంనుంచే ప్రచారంలోకి వచ్చింది)

(చూడుడు : చాటు పద్యమణిమంజరి.) ✸

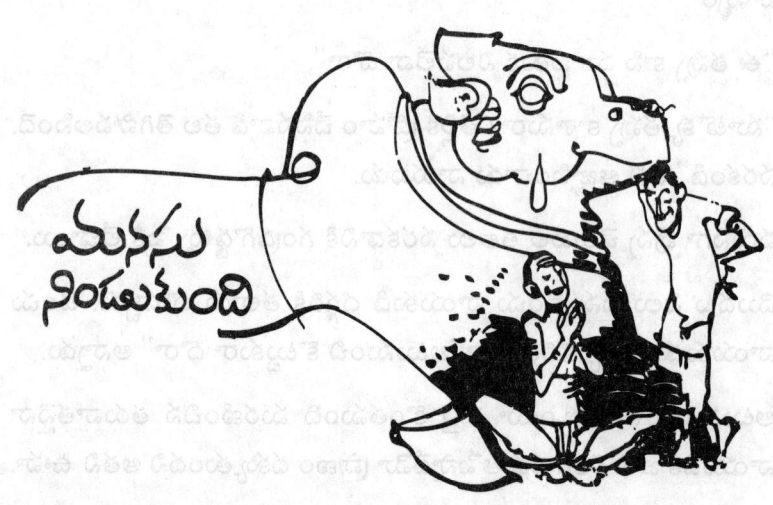

బ్రాహ్మీ ముహూర్తం.

వెలుగురేకలు వైకుంఠపురం కొండమీంచి విచ్చుకోకముందు ఊరి జనమంతా కృష్ణ వొడ్డుకొచ్చారు. సంచారం చేస్తూ వచ్చిన శంకరాచార్యులవారు కృష్ణ స్నానానికి సమయం నిర్ణయించారు. అన్ని వర్గాలవారు, ఆడవాళ్ళు, మొగవాళ్ళు, పిల్లలతో సహా ఆచార్యులవారితో కలిసి కృష్ణలో స్నానం చేద్దామని తరలివచ్చారు.

కృష్ణమ్మ నిండుగా పారుతోంది.

అలలు అలలుగా తుళ్ళి తుళ్ళి పడుతోంది. శంకరాచార్యులవారు దండ కమండలధారియై కృష్ణ ఒడ్డుకు వచ్చారు. వస్తూనే కృష్ణాజలం వొకింత తలమీద

చల్లుకుని నదిలోకి దిగారు. ఆచార్యులతో పాటు జనమంతా నదిలోకి దిగారు. శంకరాచార్యులవారు మూడుసార్లు మునకలు వేశారు.

జనమంతా 'హరా' అంటూ తల మునకలుగా స్నానాలు చేశారు. కృష్ణమ్మ జలదరించింది. పొంగి పొంగి పారింది. జనం గుండెలు పొంగాయి. అందరి దృష్టి ఆచార్యుల వారిమేదే. ఆచార్యులవారి దృష్టి అల్లంతదూరాన తూర్పు కొండలవైపు ఉంది.

సీతాపతికి ఒళ్ళు పులకలెత్తింది. తనెన్నిసార్లు ఈ కృష్ణలో స్నానం చేశాడు కాదు. ఎన్నడూ తన శరీరం ఇంత పరవశించలేదే! ఆచార్యులవారి స్పర్శతో, వందనంతో కృష్ణానది కరుణించి పావిత్ర్యం వర్షిస్తున్నట్టుంది. ప్రవాహపు స్పర్శ నరనరాల్లోకి పాకి కదిలించి వేస్తోంది. ఇంత మహత్తర దృశ్యం నేనూ చూడాలని తొందరపడుతున్నట్లు సూర్యుడు చరచర కొండవెనకనుంచి లేచి వచ్చాడు. అప్పటికే శంకరాచార్యులవారు స్నానం ముగించి పురాణబ్బండ మీద కూర్చున్నారు. ఎదురు వస్తున్న సూర్యుడికి అర్ఘ్యమిచ్చి వందనం చేస్తున్నారు. ఉదయ సూర్యకిరణాల కాంతిలో కాషాయదండం మెరిసి పోతోంది. ఆచార్యులవారు అనుష్ఠానంలో మునిగిపోయారు. ఈ దృశ్యం చూస్తున్న జనానికి గుండె పొంగిపోయింది. సీతాపతికి వేయి శివరాత్రులు కలిసి వచ్చినట్లనిపించింది. ఈ మహత్తరస్నానం కోసమే బతికి ఉన్నానా అనిపించింది.

మరోపక్క రామలింగం కూడా స్నానం చేస్తున్నాడు. అతనికేమీ అనిపించడం లేదు. ఏ పులకింతా లేదు. అందరితోపాటు తనూ స్నానానికి వచ్చాడు. ఎవరికీ చేయెత్తి మొక్కలేదు. నోరారా "హరా!" అనలేదు. తనికి వీటియందు విశ్వాసం లేదు. అంతమాత్రాన ఏహ్యమూలేదు. చిత్రం! ఆస్తికుడైన సీతాపతి, నాస్తికుడైన రామలింగం ప్రాణస్నేహితులు. రామలింగం సీతాపతిని చూసి ఆశ్చర్య పోతున్నాడు. అతనిలో విచిత్రమైన మార్పు వస్తోంది. కళ్ళు వెలిగిపోతున్నాయి. శరీరం వూగిపోతోంది. పసిపిల్లవాడు తల్లి వొడిలో వొదిగిపోయినట్లు కృష్ణమ్మని

మనసా కౌగిలించుకుంటున్నాడు. పదేపదే మునకలేస్తున్నాడు. రామలింగం చుట్టూ కలయజూశాడు. అందరూ తన్మయావస్థలో వున్నారు. కాని తనకేమీ అనిపించడంలేదు.

శంకరాచార్యులవారు స్నానం జపం ముగించుకుని వొడ్డుకొచ్చారు. నీళ్లోడుతున్న తలలతో జనమంతా వారిననుసరించారు. కృష్ణమ్మకి, పైపైకి వస్తున్న సూర్యభగవానుడికి వందనాలు చేసి అమరేశ్వరాలయం వైపు దోవతీశారు శంకరాచార్యులు. అమరావతి అమరావతంతా ఆలయానికి తరలి వస్తున్నట్లుంది. వేదమంత్రాలు మోగుతున్నాయి. అందరి ముఖాల్లో భక్తి. ముకుళించిన చేతులు, మూసుకుపోతున్న కళ్ళు, ఉలికులికి పడుతున్న గుండెలు. వేదం వీధులనిండా మార్మోగింది. గాలినిండా వేదనాదం. ఆ నాదానికి తోడుగా ధ్వజస్తంభం చిరుగంటల మోతలు. అందరితో కలిసిగుళ్ళో కొచ్చారు సీతాపతి, రామలింగం.

ప్రాకారాల నిండా వేదనాదం. పావుకోళ్ళు టక టక లాడించుకుంటూ శంకరాచార్యులవారు కాషాయదండంతో రెండో ప్రాకారంలోకొచ్చి నాలుగు మారేడుదళాలు, నాలుగు జమ్మిరెమ్మలుకోసి కమండలంలో వేసుకున్నారు. మారేడుచెట్లు సంబరంతో ఊగాయి. గాలిగోపురంలో పావురాళ్ళు రెక్కలు తపతప కొట్టుకుంటూ ఆకాశంలోకి ఎగిరాయి. మెట్లెక్కి దేవాలయంలో కొచ్చారు. అమరావతంతా ఆలయంలోకి వచ్చింది. శంకరాచార్యులు గర్భగుడిలోకి ప్రవేశించారు. గంటలు మోగాయి. "హర హర మహాదేవ!" కేకలతో గుడి నిండిపోయింది. మహాన్యాసంతో స్వామికి అభిషేకం చేస్తున్నారు శంకరాచార్యులవారు. అమరేశ్వరుడి పాలరాతి విగ్రహం మెరిసిపోతోంది. చల్లగా మెల్లగా నవ్వుతున్నాడు శివుడు. శంకరాచార్యులవారు స్వామికి కర్పూర హారతి ఇస్తూంటే అందరి కళ్ళలో హారతులు వెలిగాయి. ఎదురుగా ఉన్న నందీశ్వరుడి కళ్ళు వెలిగాయి.

ఆ తర్వాత శంకరాచార్యులు బాలచాముండేశ్వరి దగ్గరికొచ్చారు. ఆయమ్మ ఆదిశంకరుల ప్రతిష్ఠ. శ్రీసూక్త విధానంగా అమ్మకు అర్చన చేయించారు.

తల్లి నవ్వుతోంది. మనసా ఆశీర్వదిస్తోంది. అందరూ కుంకుమ ముఖాలకు పెట్టుకున్నారు. అదే స్వామి! అదే అమ్మ! ఆనాడు సరికొత్తగా దివ్యదర్శనం ఇస్తున్నట్లనిపించింది అందరికీ.

శంకరాచార్యులవారు అర్చనలు ముగించుకుని గుడినుంచి వెళ్ళిపోయారు. వారితోపాటే జనమంతా వెళ్ళిపోయారు. గుడి ఖాళీగా ఉంది. నిశ్శబ్దంగా ఉంది. ఇద్దరే ఉన్నారు గుళ్ళో. ఒకరు సీతాపతి, రెండోవాడు అతని స్నేహితుడు రామలింగం. సీతాపతికి గుడినుంచి వెళ్ళబుద్ధి కావటంలేదు. అతనికి ఆ పారవశ్యం, పులకింత ఇంకా తగ్గలేదు. అలా నంది పాదాలచెంత స్వామి కెదురుగా కళ్ళు మూసుకు కూర్చున్నాడు. కొంతసేపటికి కళ్ళు తెరిచిచూస్తే పక్కన రామలింగం కన్పించాడు.

"ఇక్కడే ఉన్నావా?" అన్నాడు సీతాపతి.

"మరేం' అన్నాడు రామలింగం.

"నువ్వు నాస్తికుడివి. జరిగిందంతా చూశావుకదా! నీకేమనిపించింది" అడిగాడు సీతాపతి.

"నాకేమీ అనిపించలేదు. నా మనసు ఖాళీగా ఉంది." అన్నాడు రామలింగం.

సీతాపతి ముఖంలో చిరునవ్వు - "నా మనసూ ఖాళీగానే ఉందయ్యా" అన్నాడు.

"అయితే అందులో ఏం నింపుకోవాలి?" అడిగాడు రామలింగం.

"అందులో మనసునే నింపుకోవాలి" సమాధానం చెప్పాడు సీతాపతి. ఇద్దరూ ఒకర్ని తీసేస్తే బాగుంటుందేమో చూసి ఒకరు నవ్వుకున్నారు.

నిజం! ఉన్నప్పుడు లేనిదానికోసం పరుగు! లేనప్పుడు ఉన్నదాని కోసం తపన! అనుభూతి పునరావృతం కావటంకోసం అహరహం ఆరాటం!

అర్చకుడు ఇద్దరికీ తీర్థం ఇచ్చాడు. రామలింగం దాహానికి గొంతు తడుపుకున్నాడు. సీతాపతి గంగోదకంగా భావించి కళ్ళకద్దుకుని స్వీకరించాడు. ✱

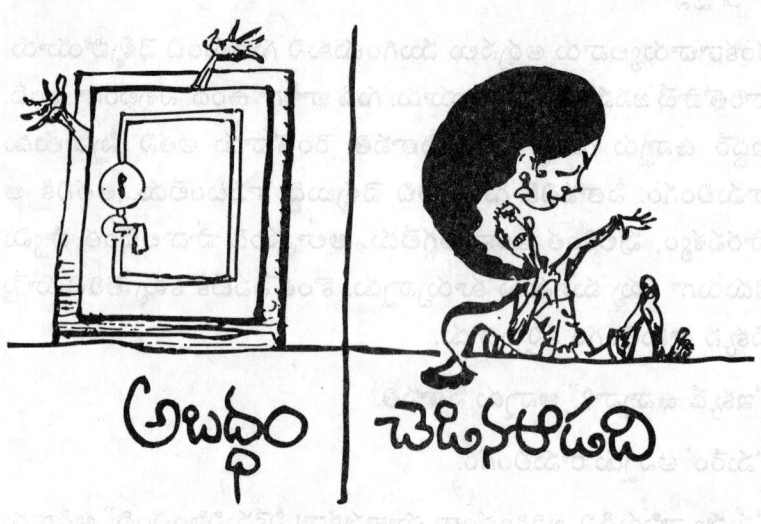

అబద్ధం | చెడినఆడది

రూపాయికి రూపాయిని పుట్టించడమనే విద్య గురవయ్య వంశంలో పెట్టిన విద్య. తండ్రి పోతూపోతూ కొన్ని పాఠాలు చెప్పాడు. "నాయనా, డబ్బు మన కులదేవత. అనుక్షణమూ భక్తితో కొలుచుకో. రూపాయిని రూపాయితో పూజించు. రూపాయిని ఖర్చు పెట్టావంటే మన కులదేవతని అవమాన పరచినట్టు లెఖ్ఖ. నేను మూడంతస్తుల మేడ కట్టాను. ఆ పై అంతస్తుల్లో జనం ఎవరూ కాపురం చెయ్యకపోయినా, పావురాళ్ళు, గబ్బిలాలు తిరుగుతున్నా ఆ మేడలో మన కులదేవత ఉంది. తింటే జీర్ణమైపోతుంది. నిలవదు కదా! అంచేత రుచిగా తినాలనే కోరికలు చంపుకో. పైగా రూపాయి అరగదు, కరగదు. అంతకు అంత పెరుగుతుంది."

గురవయ్య ఆ పాఠాల్ని సొంతం వంటపట్టించుకున్నాడు. వ్యాపారంలో తండ్రిని మించినవాడయ్యాడు. పచ్చడి మెతుకులే తినేవాడు. కటిక నేలమీదే పడుకునేవాడు. కట్టుకున్న పెళ్ళానికి కూడా కాసంత బంగారం పెట్టలేదు.

వడ్డీలమీద వడ్డీలు పెంచి అంచెలంచెలుగా సంపద పెంచాడు. పై అంతస్తులో పిచ్చిక గూళ్ళు పెరుగుతున్నకొద్దీ ధనలక్ష్మి కరుణిస్తోందని సంబరపడ్డాడు.

ఇంతలో గురవయ్యకి కూతురు పుట్టింది. కూతురు పుట్టినందుకు సంబరం లేకపోగా దిగులు పడ్డాడు. పెరిగిపెద్దయితే కట్న కానుకలిచ్చి పిల్లని ఓ అయ్య చేతిలో పెట్టాలే అని ఇప్పట్నించి ఆలోచనల్లో పడ్డాడు. ముందు ముందు ఖర్చులున్నాయని పట్టుదలగా అప్పులిచ్చి, వడ్డీలు పెంచి సంపాదించాడు. పిల్ల పెరిగి పెద్దదైంది. పెళ్ళి చెయ్యాలి. కట్నం ఇవ్వటం ఇష్టం లేదు. పండగలకి, పబ్బాలకి సారెలూ, చీరెలూ పెట్టటం అంతకన్నా ఇష్టంలేదు. మెరుపులాంటి ఆలోచన వచ్చింది గురవయ్యకి. నూతలపాడులో అనాథగా ఉంటున్న దూరపు బంధువుల పిల్లాడు శంకర్రావు అని ఒకడున్నాడు. రెండో కంటివాడికి తెలియకుండా పిల్లని శంకర్రావు కిచ్చి గుళ్ళో పెళ్ళిచేసి ఇల్లరికపు టల్లుడిగా తెచ్చుకున్నాడు. గురవయ్య మనస్సు స్తిమితపడింది. లెక్కా డొక్కా చూడటానికి, వసూళ్ళకి, మనిషొకడు దొరికాడు.

గురవయ్యకి బాగానేఉంది కాని శంకరయ్య ఇరుకులో పడ్డాడు. పచ్చడి మెతుకులూ, ఎండలో పడి తిరగటాలూ అతగాడికి నచ్చలేదు. కళ్ళముందు కాసులు కనబడుతూంటే హీనంగా బతకటం అతనికి రోత అనిపించింది. మావ తన్ని పనివాడికంటె హీనంగా, బానిసగా చూస్తుండటంతో మరీ కుంగి పోయాడు. ఈ సంకెళ్ళు తెంపుకోటం ఎలాగో తెలియక గిలగిల్లాడిపోయాడు.

ఒకరోజు గురవయ్య "ముత్తాయిపాలెం వెళ్ళి జానయ్య ఐదువేల రూపాయలు బాకీకింద జమకడ్తానన్నాడు. వసూలు చేసుకురా" అని శంకర్రావుని పంపించాడు. శంకర్రావు సరేనని వెళ్ళిపోయాడు.

పొద్దున వెళ్ళినవాడు సాయంత్రమైనా తిరిగి రాలేదు. రాత్రి పదిగంటలవేళ శంకర్రావు వొగుర్చుకుంటూ వచ్చి "జానయ్య బాకీలేదు! గీకీలేదు! పొపొమ్మన్నాడు. మీరు పత్రం గిత్రం లేకుండా అంత డబ్బు నోటి మాటమీద అప్పిస్తారా?" అని ఎగిరిపడ్డాడు.

గురవయ్య ఉన్నవాడు ఉన్నట్టు కుప్పకూలిపోయాడు. నోటమాట రాలేదు. 'ఇంతమోసమా.... వేలు...వేలు....'' అని గొణుక్కుంటూ పిచ్చిచూపులు చూశాడు. వైద్యుడికోసం పరుగెత్తారు. పిచ్చి ముదిరి సంధిలోకి వచ్చింది. అర్ధరాత్రివేళ దూలాలకున్న పిచ్చికగూళ్ళు చూస్తూ ప్రాణాలు విడిచాడు గురవయ్య.

శంకర్రావుకి తంతే గారెల బుట్టలో పడ్డట్టయింది. అబద్ధం ఆడి ఐదువేలు దక్కించుకుందామనుకున్నవాడికి ఆస్తంతా చేజిక్కింది! హాయిగా అనుభవించ వచ్చునుకున్నాడు. కాని అదేం చిత్రమో! పచ్చడి మెతుకులకు అలవాటుపడ్డ నోరు పరమాన్నం అసహ్యించుకుంది. నెలతిరిగేప్పటికి జానయ్యవచ్చి ఇంటిమీద పడ్డాడు. "నేను బాకీ ఎగ్గొట్టానా? నన్నీ పరగణాలో అప్రతిష్ఠపాలు చేస్తావా?'' అంటూ.

శంకర్రావు తమాయించుకుని జానయ్యని అరుగుమీద కూర్చోపెట్టుకుని సవివరంగా చెప్పాడు. "గురవయ్య మామకి పెద్దతనం వచ్చి కాపీనం పెరిగి పోయింది. డబ్బు తీసుకొచ్చి చేతులో పోసినా, పత్రం, చెల్లు లేవు. కాబట్టి నలుగుర్నీ పిలిచి నీ మీద అభాండం వేశాడు. ఆ పాపం ఆ రాత్రే తిప్పి కొట్టింది కదా, ఇంకెందుకు వెళ్ళిపొండి'' అని.

ఓ అబద్ధం కప్పుకుందుకు మరో అబద్ధమే కాక మళ్ళీ మళ్ళీ అబద్ధాలాడాల్సి వచ్చింది. ఎన్నో అబద్ధాలాడి నెట్టుకొస్తున్నా ఎంచేతనో శంకర్రావు నోటికి పచ్చడి మెతుకులు తప్ప పరమాన్నం రుచించటం లేదు. చలవ బట్టలు వొంటిమీద తెలతెలబోతూ గరగరలాడుతూ బాధపెడ్తున్నాయి. నీరుకావి బట్టలే సుఖంగా వున్నాయి. ఈ కథ ఇలా ఉండగా...

సర్వేశ్వరరావు కొంతకాలం క్రితం మీనాక్షి అనే అమ్మాయిని పాలఘాట్ నుంచి తీసుకొచ్చి ఇంట్లో పెట్టుకొన్నాడు. వాళ్ళిద్దరూ పెళ్ళి చేసుకున్నారని కొందరు, లేదు అతగాడి ఉంపుడుగత్తె అనీ ఇంతకుముందే రెండు చేతులు మారిందనీ అనుకొనేవారు. ఎవరేమనుకుంటేనేం సర్వేశ్వరరావు ముచ్చట ఎంతోకాలం

216 అమరావతి కథలు

నిలవలేదు. ముప్పయి అయిదేళ్ళ మీనాక్షిని వూరికి వొదిలేసి కాలం చేశాడు. సర్వేశ్వరరావు అతను పోవడంతో అందరినోళ్ళూ ఊరాయి. మీనాక్షిని తమదాన్ని చేసుకోవటానికి అందరూ తలో రకంగా ప్రయత్నాలు చేయసాగారు. పైగా ఉంచుకోవటం అంటే ఓ హుందా గదా!

మీనాక్షి ఓ నెలపాటు ఇంట్లోంచి బయటకు రాలేదు. ఆ తర్వాత తప్పలేదు. క్రిష్టకి నీళ్ళకెళ్ళేది. సాయంత్రాలు గుళ్ళో కెళ్ళేది. బజారుకెళ్ళి తన సరుకులు తనే తెచ్చుకునేది. ఇలా పట్టపగలే ఎక్కడపడితే అక్కడ మెరిసేది మీనాక్షి. దానితో జనం విరగబడ్డారు. నీళ్ళకావిళ్ళు మోసేవాళ్ళు దగ్గర్నించి వ్యాపారస్తులూ, రైతులూ అందరి కళ్ళూ ఆశగా చూసేవి.

మీనాక్షి తన్ని కోరుకుంటున్న వాళ్ళందరి గురించి ఆలోచించి 'నగలూ నాణ్యాలూ ఓ పూట పెడ్తారు. రెండోపూట లాక్కొంటారు. కావలసింది అన్నం కదా, గుట్టు చప్పుడుగా ఉంటుంది' అని వంట బ్రాహ్మడైన సుందరయ్యని వరించింది. సుందరయ్య కొండెక్కిపోయాడు. వంటకి పిలిస్తే సగం పిండివంటలు మీనాక్షి ఇంటికి తరలించేవాడు. మీనాక్షికి భోనం సుష్ఠుగా కుదిరాక చీరల మీదికి పోయింది కోరిక, చీరలమిరాక నగలమీదికి పోయింది మనసు. దాంతో సుందరయ్య పెళ్ళాం, నలుగురు పిల్లలు సంసారం యావత్తూ నలిగి నత్తలైపోయారు. ఇల్లు దోపిడీ అయింది. సంవత్సరం తిరిగేప్పటికి సుందరయ్య గుల్లయిపోయాడు. మనిషి పుల్లలా అయిపోయాడు.

చింతలరేవులో శంకర్రావు, సుందరయ్య స్నానాలు చేస్తున్నారు. గొంతు లోతు నీళ్ళలో నుంచున్నారు. సుందరయ్య శంకర్రావుని చూస్తూ అన్నాడు.

"అదృష్టవంతుడివయ్యా! మావపోవటంతో లక్షలు చేతికొచ్చాయి". శంకర్రా వన్నాడు "అదృష్టం నీదయ్యా! మగపురుషుడివి! నీసుఖం ఇంకొకరికేదీ?"

అబద్ధాలతో అందలమెక్కుదామనుకున్న వాడొకడు.

ఆడదాని పొందుకోసం అయినవాళ్ళ కన్యాయం చేసిన వాడింకొకడు.

ఇద్దరూ ఒకళ్ళనిచూసి ఇంకొకళ్ళు దిగులుగా నవ్వుకుని బుడుంగున మునిగారు. ✸

దొంగలో? దొరలో!

ఊరికి అల్లంత దూరాన రంగడు అమరయ్య పొలానికి గొర్రె పెంట పెడ్తున్నాడు. రాత్రి పదిగంటలు దాటింది. గొర్రెలు చేలో మిగిలిన గరికా బరికా తిన్నంతసేపు తిని తిరిగినంతసేపు తిరిగి నిద్రకు పడ్డాయి. చలిగాలి కొరికేస్తుంటే రంగడు గట్టుమీద కూర్చుని చుట్ట ముట్టించుకుందుకు చెకుముకి రాయి తీశాడు. ఎంత కొట్టినా వెలగదు. కప్పుకున్న గొంగళి సళ్ళిస్తే చలిగాలి లోపలికి దూసుకొచ్చి చర్మం కోసేస్తోంది. పైగా ఆ చలికి తనతోపాటు గొంగళిలో కూర్చున్న మేకపిల్ల 'మే' అని ఏడుస్తోంది. రాయికొట్టగా కొట్టగా ఎట్టకేలకు దూది అంటుకుంటే దాంతో చుట్ట ముట్టించుకొని గుప్పు గుప్పున పొగవదిలి లోపలికొచ్చే చలిని "పో పొమ్మని" బైటికి తోలాడు. మేకపిల్లని మరింత వొళ్ళో పొదువుకుని వీపు నిమురుతున్నాడు. వెచ్చగా ముడుచుకుని నిద్రకు పడ్డది మేకపిల్ల.

చిన్నప్పుడు పొలానికి గొర్రె పెంట పెట్టడానికి తనూ తండ్రితో వచ్చి తండ్రి వొళ్ళో అలాగే వెచ్చగా పడుకునేవాడు.

చీకటి గుయ్యారంగా ఉంది. మందలోంచి ఓ గొర్రె లేచి కదులుతున్నట్లు అనిపిస్తే రంగడు చెంగున లేచి 'ఓహోస్' అంటూ దాన్ని అదిలించి తిరిగి

మందలోకి తోలాడు. చీకట్లో ఓసారి గొర్రెలన్నింటినీ చూసుకున్నాడు. ఎంత చీకటయినా తన గొర్రెలు తనకి తెలవ్వా, "మచ్చలది, మారిది, తోలుకొమ్ముల్ది, చిన్నకాళ్ళది, చిరతపులివారది, తెల్లది, నల్లది, ఎత్తుకాళ్ళది, బోదది, కుంటిది, కులాసది, ఏడుపుగొట్టుది, ఎర్రమన్నుది... అన్నీ ఇరవై లెక్కే.... మళ్ళీ మేకపిల్లని చంకనేసుకుని గట్టుమీద కొచ్చి కూర్చున్నాడు. చుట్ట ఆరిపోయింది. వెలిగించుకోటానికి ఇష్టంలేక ఆరిన చుట్టని చెవులో పెట్టుకుని చీకట్లోకి కళ్ళు పెట్టుకు చూస్తున్నాడు. బీట్లో కీచురాళ్ళు 'గీ' మంటూ అరుస్తున్నాయి. చెరువులో కప్పలు ఉండుండి బెక బెకమంటున్నాయి. పెద్దింటమ్మ గుడిమీంచి గుడ్లగూబ భయంకరంగా అరుస్తూ ఎటో వెళ్ళిపోయింది. రంగడికి నిద్రమత్తు లాంటిది వచ్చింది. అంతలో డొంకలో మోతలకి టక్కున మెలకువ వచ్చింది.

చెవులు రిక్కించి విన్నాడు రంగడు.

మనుషులు నడుస్తున్న చప్పుడు. మామూలు మనుషుల అడుగులు కావవి, ఆ వేగం ఆ అడుగు వేరు గబా.... గబా.... గబా.... అడుగులు, నేలమీద ముల్లుగర్ర పోట్లు కావవి, గడ్డపారల పోట్లు. అది గజదొంగల నడక. బందిపోట్ల నడక. రంగడికి గుండెలవిసిపోయాయి. డొంకకి ఎకరన్నర ఇవతల ఉన్నా "టంగ్‌టంగ్‌టంగ్‌టంగ్" అని వినిపిస్తున్నాయి గడ్డపారల మోతలు. "టాక్ టాక్ టాక్ టాక్" పరుగులాంటి నడక. చీకట్లో డొంకకి దూరాన ఉన్నాడు కాబట్టి తనకి తన మందకి ఏం ఫర్వాలేదు అని స్తిమితపడ్డాడు. కాని మరుక్షణంలో వీళ్ళు ఊరు దోచేస్తే అని భయం వేసింది. ఏంచేయాలో తెలిసింది కాదు తెలిసి తన కళ్ళముందు ఇంత ఘోరం జరుగుతుంటే చేతులు ముడుచుకు కూర్చోబుద్ధి కాలేదు.

చెంగున లేచాడు. గొంగళి మేకపిల్లకి కప్పాడు. చలంతా ఏవైందో తెలియదు. తక్కుతూ తారుతూ పొలంలోంచి బయటకొచ్చి అడ్డదోవన కృష్ణ వొడ్డునుంచి పరుగులంకించుకొని రొప్పుకుంటూ అమరయ్య ఇంటికొచ్చిపడ్డాడు.

"అయ్యగారూ! దొంగలు.... డొంకలోంచి వస్తున్నారు...నే....నే జూశాను. ఆయాసంతో అన్నాడు. అమరయ్య తొణకలేదు. బెణకలేదు. మంచంమీద

లేచి కూర్చుని చుట్టకాల్చుకొని ఆయాసపడుతున్న రంగణ్ణి చూసి "మంచినీళ్ళు తాగు" అని చెంబు చూపించాడు. రంగడు చెంబు చెయ్యికి అడ్డం పెట్టుకుని నీళ్ళు తాగాడు. కాని దడ తగ్గలేదు. అమరయ్య రంగణ్ణి చూస్తూ అన్నాడు. "నాయాల దొంగలొస్తే మేం కాసుకోలేమంట్రా? మేం లేవా? మా పాలేళ్ళు లేరా? పొలాన గొర్రెల్నిడిచిపెట్టి వస్తావంట్రా? కాని పనులు నీకెందుకురా ఫో."

రంగడు బిత్తరపోయాడు.

"పో పో! నీ పని చేసుకో పో" గదిమాడు అమరయ్య.

వెనక్కి తిరిగాడు రంగడు. ఈ తడవ పరుగెత్తలేదు కాని కాళ్ళీడ్చుకుంటూ క్రిష్ణ వొడ్డున నడిచొస్తూ 'ఇది కాని పని ఎట్లాగయిందబ్బా!' అని తర్కించు కున్నాడు. ఏమీ తెలిసిందా కాదు.

తెలతెల వారుతుండగా కూలీలు పొలాలకొస్తూ చెప్పుకుంటున్నారు. రాత్రి సెట్టి ఇంటికి కన్నాలేసి దొంగలు జొరబడ్డారని, సెట్టి మెలకువతో ఉన్నాడు కాబట్టి సరిపోయిందని, అయినా సెట్టి పెళ్ళాం మెళ్ళో నాంతాడు తెంచుకు పోయారని. బారెడు పొద్దెక్కేసరికి రంగడికి కబురొచ్చింది. దొంగల వివరం తెలుసుకుందుకేమో అనుకున్నాడు రంగడు.

అమరయ్య పాలేళ్ళచేత సెట్టికి కబురందించాడు! "దొంగలు రంగడి తాలూకు మనుషులని. అవసరమైతే పట్టుబడి పారిపోయిన దొంగ రంగడి పేరుచెప్పాడు అని చెప్పమని."

సరిగ్గా అలాగే జరిగింది పంచాయితీ. రంగడు లబో దిబో మన్నాడు. "దొరా! దొంగల సంగతి ముందు చెప్పింది నేనుగదు దొరా!" అని మొత్తుకున్నాడు.

"మరి దొంగలు నీ పేరు చెప్పారే?" అన్నాడు అమరయ్య.

వస్తువు సంగతి ఆ తర్వాత ఆచూకీ తీద్దాం ముందు రంగడికి పది గొర్రెలు శిక్ష వేయండన్నారు. రంగడు కుప్పకూలిపోయి అందరి కాళ్ళకీ మొక్కాడు.

లాభం లేకపోయింది. పది గొర్రెలతో వారం రోజులపాటు ఆనందంగా విందులు చేసుకున్నారు అమరయ్య జనం.

రంగడికి అర్థమైంది. దొంగలు అమరయ్య మనుషులు. అమరయ్య మీద కసి పెరిగిపోయింది. తనకి ఇల్లా వాకిలా? ఊరా? వాడా? తన ఆస్తంతా ఈ పాలిచ్చే జంతువులే కదా! అందులో సగం తరిగిపోయాయాయె? పున్నానికెడితే పాపమెదురొచ్చెనే? అని కుమిలిపోతూ తన గోడంతా మేకపిల్లకి, ఎర్రి గొర్రెకి, మచ్చల గొర్రెకి, పగలూ రాత్రీ చెప్పుకోవడం మొదలెట్టాడు. ఆ గొర్రెలు వినినట్టే తలలూపాయి. కుంటకీ డొంకకీ చెప్పుకున్నాడు అవి మాట్లాడలేదు.

పదిరోజుల తర్వాత సుబ్బయ్య పొలంలో గొర్రె పెంట పెడ్తున్నాడు రంగడు. అర్థరాత్రివేళ డొంకలో అవే అడుగులు. అవే గునపం పోట్లు. బంతిలా లేచి రంగడు డొంకలో కొచ్చి "అన్నలారా!" అంటూ దొంగల కాళ్ళమీద పడ్డాడు. గోలు గోలున ఏడుస్తూ తన గోడు చెప్పాడు. "అమరయ్య నాకన్యాయం చేశాడయ్యా?" మీ ఆచూకీ చెప్పినందుకు నా గొర్రెలు కాజేశారయ్యా! మీరన్నా ఆదుకోండయ్యా."

యములాళ్ళలా ఉన్న దొంగలు "ఎంత డబ్బో చెప్పు. ఇప్పిస్తాం" అన్నారు. "నాకు డబ్బెందుకయ్యా! పాలిచ్చే పశువులు గావాలి గాని" అన్నాడు రంగడు.

గంటలో వస్తాం ఈ డొంకలోనే ఉండమని వెళ్ళిపోయారు దొంగలు. గంట తిరిగేసరికి దొంగలు అమరయ్య పాడి ఆవు, లేగదూడతో వచ్చి రంగడికి అప్పచెప్పి వాళ్ళదారిన వాళ్ళు వెళ్ళిపోయారు.

రంగడికి ఏం చేయాలో తెలియలేదు. పాపమో, పుణ్యమో తెలియటం లేదు. న్యాయమో, అన్యాయమో తెలియటంలేదు. చేతికొచ్చిన పాడావును వుంచుకోవాలో, వదలాలో తెలియలేదు. ఎవరాదుకుంటున్నారో, ఎవరన్యాయం చేస్తున్నారో తెలియక తబ్బిబ్బయినాడు. పాలిచ్చే పశువు తన ప్రాణం అంతే.

పొలంలోని గొర్రెల్ని డొంకకి మళ్ళించాడు రంగడు. నిమిషాలమీద పొలిమేర దాటించాడు. పొద్దు రెండు బారలొచ్చేసరికి అమరావతికి ఆరూళ్ళ అవతలికి పాడి ఆవుతో సహా వెళ్ళిపోయాడు. ✸

కానుక

తలుపు తెరిస్తే భళ్ళున ఇల్లంతా వెలుతురు కమ్ముకున్నట్టు కపిలవస్తు నగరం నిండా వెలుగు. జనం కళ్ళలో వెలుగు. గబ గబ పరుగులు. తోసుకోటాలు. సందడి. అందరి ముఖాల్లో చెరగని చిరునవ్వులు. గుండెలన్నీ ఉయ్యాల లూగుతున్నాయి. సంబరం తెర్లిపోతోంది.

"రాజకుమారుడు తిరిగొస్తున్నాడంట!"

"బుద్ధు డయ్యాడంట!"

"రాజ్యమేలవలసిన రాజు లోకాన్నంతా ఏలుతున్నాడంట!"

"రాజాధిరాజులు కాళ్ళబడి మొక్కులిడుతున్నారంట." గుస గుసలుగా చెప్పుకుంటూ గున గున పరుగులు. పెద్దల సంబరాలు చూస్తూ పిల్లల చప్పట్లు. రాజవీధిన కర్పూరోదకం కల్లాపి చల్లారు. ఆడవాళ్ళు రంగు రంగుల ముగ్గులు వలయాలు వలయాలుగా తీరుస్తున్నారు. కాళ్ళగజ్జెలు ఘల్లుఘల్లుమనగా జారిపోతున్న కరకంకణాలు పైకి తీసుకుంటూ ముక్కరలు పులుకు పులుకున మెరుస్తుండగా, ముసి ముసి నవ్వులు నవ్వుకుంటూ, ముచ్చట్లు చెప్పుకుంటూ ముగ్గులేస్తున్నారు.

"అంతోసి అందగాడు అడవుల పాలాయెనే!"

"ఓరోజు రాజు వొంటిన ఎండసోకితే వారంపాటు పొక్కు కందిందట!"

"పవ్వళిస్తే పట్టుపరుపు దారం గుచ్చుకుందట! పాలమీది మీగడ పొరలో పంచదార పలుకు పంటికి కంటకమైందట!"

"అంత సుకుమారుడు అడవుల ఏ ఎండకాసెనో, ఏవాన తడిసెనో, ఏ ముళ్ళబాట నడిచెనో, ఏ కసరుకాయ కొరికెనో.." అని వూసులాడుకుంటుంటే, కళ్ళనీళ్ళు రాగా ముక్కులు ఎఱ్ఱబడగా, పదే పదే తుడుచుకుంటుంటే, ముక్కరలోని పుష్యరాగాలు ఎండకు ఎఱ్ఱగా మెరిసి, ముక్కులను మరింత ఎఱ్ఱగా చేస్తున్నాయి.

బాటనిండా పువ్వులు పరిచారు. మెత్తగా వొత్తిచూశారు స్వామిపాదాలు ఎక్కడ కసుగందుతాయోనని. మరింత వొత్తుగా పువ్వులు పోశారు.

అంతఃపురంలో యశోధర!

అలనాటి అర్ధరాత్రి నన్ను విడిచి వెళ్ళిన స్వామీ! ఈనాటి సుప్రభాతాన విచ్చేస్తున్నావా? మాట చెప్పకుండా మాయమయ్యావే! నేనడ్డు వస్తాననుకున్నావా ప్రభూ! మనసులోని కోరిక సూచనగా అన్నా, అన్ని సౌకర్యాలు చేసిపెడుదునే!

నేనడ్డమైతే నన్నే తొలగించుకుందునే! ఈ రోజు స్వామికి ఎలాగున స్వాగత మివ్వను? అద్దం ముందు అలంకరించుకోబోయింది యశోధర. తల దువ్వుకోబోయింది. తన ముంగురులు సరిదిద్దే స్వామి వెళ్ళిపోయింతర్వాత తిరిగి జడ దువ్వుకోలేదు. తల జడలు కట్టింది. అలాగే ఉండనీ అనుకుంది. చెక్కిలి దిద్దుకోబోయింది. ఆ చెక్కిలికి పెదవులతికించి తన్ని తన గుండెలో పొదువుకున్న స్వామి తన కళ్ళలో కళ్ళు పెట్టి "నీ కళ్ళలోనే ఉదయ సాయంసంధ్య లున్నాయంటూ పవళ్ళూ రాత్రిళ్ళూ తన వొళ్ళో పడుకున్న స్వామి! తన విశాలమైన బాహువులతో ఈ శరీరాన్నందుకుని ఏక శరీరంగా చేసి మసలిన స్వామి! ఇన్నిరోజులకి తిరిగి వస్తున్నాడు! ఎలా అలంకరించను ఈ శరీరాన్ని, ఈ ముంగురుల్ని, ఈ చెక్కిళ్ళని, ఈ పెదవుల్ని. ఈ శరీరాన్నికాదని, వొద్దని వెళ్ళిపోయావుగా స్వామీ? మరి వీటిని అలంకరించను, అలాగే ఉండనీ.

యశోధర అలంకరించుకోలేదు. అలనాటి అర్ధరాత్రి తన స్వామి తన్ని విడిచి వెళ్ళిపోయిన రాత్రి కట్టుకున్న పీతాంబరాన్నే తిరిగి కట్టుకుంది.

శుద్ధోదనుడు కళవళ పడుతున్నాడు. నా బిడ్డ తిరిగి వస్తున్నాడు! రాజాధిరాజుల చేత పాదాలు కడిగించుకుని నాకొడుకు తిరిగొస్తున్నాడు అనుకుంటూ వెండి గడ్డం మెరుస్తుండగా అస్తిమితంగా పచార్లు చేస్తున్నాడు. అంతలో మనవడు రాహులుడు తాత దగ్గరికొచ్చాడు. రాహులుణ్ణి గుచ్చి ఎత్తుకుని "మీ నాన్న వస్తున్నాడయ్యా! మన మంతా స్వాగతం చెప్పాలయ్యా! పదయ్యా...పద" అంటూ పొంగుతున్న కన్నీళ్ళు ఆపుకుంటూ ముందుకు నడిచాడు.

మంగళ వాద్యాలు మోగాయి. వీధుల్లో జనం కిక్కిరిసి ఉన్నారు. అల్లడుగో బుద్ధుడు! అల్లదే వెలుగు! వీధులనిండా వెన్నెల! అందరి కళ్ళల్లో వెన్నెల! ఆగని కన్నీటి ధారలు! గుబ గుబ లాడే గుండెలు! జలజలరాలుతున్న పూలు! వొళ్ళు పొంగిపోయేట్లు జయధ్వానాలు!

బుద్ధుడు అందరివైపు చూశాడు.

జనసముద్రం నిశ్శబ్దమైపోయింది. అందరికీ దిగ్భ్రమ! మైమరపు! రాజకుమారుడు సన్యాసి అయ్యాడు. రత్నకిరీటం లేదు. మణిహారాలు లేవు. కాషాయాంబరాలతో, చిరునవ్వు తూపులతో అందరి కళ్ళలోకి చూస్తున్నాడు. ఆకాశంలోంచి కాంతి గోళం భూమిని తాకినట్టుంది. అందరూ నిశ్చేష్టులై చూస్తున్నారు.

స్వామి ముందుకు నడుస్తున్నాడు. పువ్వులు నలిగిపోకుండా నడుస్తున్నాడు. పువ్వులు తమ జన్మ ధన్యమైనట్టు బుద్ధుడి పాదాల కంటుకుని వదలటం లేదు. జనం బుద్ధుని పాదాలమీద పడిపోతున్నారు. కన్నీళ్ళతో కాళ్ళు కడుగుతున్నారు. ఆ చూపు, ఆ నవ్వు, ఆ అభయం! అందరూ ద్రవించిపోతున్నారు.

యశోధర ముందుకు వచ్చింది. తన శిరోజాల్లాగే స్వామి శిరోజాలు కూడా జడలు కట్టాయి. బుద్ధుడు యశోధరని చూసి చిరునవ్వు నవ్వాడు. యశోధరకు మాట రాలేదు. గొంతు విచ్చుకోలేదు. బుద్ధుడి పాదాలు తాకింది యశోధర. ఆ స్పర్శ అతిలోకంగా తోచింది.

ముందుకు వస్తున్న బుద్ధుడికి తండ్రి శుద్ధోదనుడు ఎదురు వచ్చాడు. కన్నీళ్ళు కాలవలవుతూండగా శుద్ధోదనుడు అన్నాడు. "అయ్యా! నువ్వు నా కొడుకువి. నేను నీకు తండ్రిని. నువ్వు లోకానికి తండ్రివయ్యావు. లోకాలకు తండ్రివయిన నీకు నీ తండ్రి ఏమిచ్చుకోగలడు? నీకొడుకునే నీకు కానుకగా ఇచ్చుకుంటాను" అంటూ రాహులుణ్ణి బుద్ధుడికి అర్పించాడు. ఆ దృశ్యాన్ని పాలరాతిలో పలికించి మన కందించాడు అమరావతి శిల్పి. ✸

తల్లికడుపు చల్లగా.....

చలి! చలి! చలి!

ధనుర్మాసం ఉదయాన మంచు పొరలింకా విచ్చుకోలేదు. పొగమంచు బాగా కమ్ముకోటాన పదడుగుల దూరంలో ఉన్న చింతచెట్లు కూడా కన్పించటం లేదు. పదేళ్ళ రంగడు కృష్ణ స్నానానికి బయలుదేరాడు.

చలి! చలి! చలి!

"ఉహుహుహూః....." అంటూ వణికిపోయాడు రంగడు. రంగడికి ఓ సంగతి జ్ఞాపకం వచ్చింది. ఓసారి సూరన్న తాతని అడిగాడు "చలి ఎక్కణ్ణించి వస్తుంది తాతా!"

"ఎక్కణ్ణించో రావటమేమిట్రా..... నీ గుప్పిటలోనే ఉంటుంది చలి" అన్నాడు సూరన్న.

గుప్పిటలు విప్పేశాడు రంగడు. చలీ గిలీ పారిపోయింది. ఎగిరి గంతేశాడు. పరుగు పరుగున కృష్ణ వొడ్డుకి వచ్చాడు. కృష్ణనిండా పొగమంచు - ప్రవాహం

కన్పించటంలేదు. నీళ్ళలో వేళ్ళు పెడితే కొంకర్లు పోతున్నాయి. శరీరమంతా చల్లగా మంచుముద్దయి పోతోంది. రంగడు స్నానం చేయటానికి తటపటాయిస్తూ వొడ్డునే కూర్చుని నీళ్ళ పైన పేరుకున్న చలి పొరని చెదర గొడ్తున్నాడు.

ఇంతలో గుళ్ళోంచి శంఖం మోత విన్పించింది.

'అమ్మో! వూరేగింపు బయలుదేరే వేళయింది' అనుకుంటూ చెంగున నీళ్ళలోకి దూకాడు రంగడు. బారలు బారలుగా ఈది ఇంకా లోపలికెళ్ళి బుడుంగున మునిగాడు.

కృష్ణలోపల వెచ్చగా ఉంది. హాయిగా ఉంది. అమ్మకడుపులో ఉన్నట్లు నిశ్చింతగా ఉంది. కృష్ణలోలోపల అలలు అలలుగా, వెచ్చవెచ్చగా వొళ్ళంతా ప్రేమగా నిమురుతోంది. రంగణ్ణి ఓసారి వాళ్ళమ్మ వొళ్ళో పడుకోబెట్టుకుని వొళ్ళు నిమురుతూ 'నువ్వుచక్కగా చదువుకుని గొప్పవాడివవ్వాలి' అంటూ మౌనంగా చేతులతో రాస్తుంటే ఎంతో హాయనిపించింది. మళ్ళీ అంత సుఖంగా ఉంది కృష్ణ కడుపులో. అందుకే తనకి అమ్మ అంటే ఇష్టం! కృష్ణంటే ఇష్టం.

మళ్ళీ శంఖం మోగింది.

"అయ్య బాబోయ్! వేళయిపోతోంది" అంటూ గబగబా వొడ్డుకొచ్చాడు. వొడ్డుకి వచ్చీ రావటంతోటే మళ్ళీ చలి చుట్టు ముట్టేసింది. గజగజ వణకుతూ తుండు పిండుకుంటూ "నేను తప్ప ఇంకెవరూ ఇంత చలిలో స్నానం చెయ్యలేరు" అనుకుంటూ పక్కకి చూస్తే ఓ అరవై ఏళ్ళ ముసలమ్మ తనలాగే స్నానం చేసి చీర పిండుకుంటోంది. ఆశ్చర్యం వేసింది. ఆ అవ్వ చలికి వణకటం కూడా లేదు. అలా చూస్తున్న రంగడితో అవ్వ అంది. "నాయనా! నాకు కళ్ళు మసకలు. కొంచెం ఈ రాళ్ళు దాటిస్తావా?" సమాధానం కూడా చెప్పకుండా చేయం దించాడు రంగడు. రంగడు అవ్వనే చూస్తున్నాడు. ముఖంనిండా పచ్చగా పసుపు రాసుకుంది. నుదుటిమీద పెద్ద కుంకం బొట్టు. వెండి జలతారులా పెద్ద జుట్టు. రాళ్ళు దాటిస్తూ రంగడడిగాడు "అవ్వా మీదే ఊరు."

ఇంతలో గుళ్ళో మళ్ళీ శంఖం మోత.

అవ్వచెప్పే సమాధానం వినకుండా "నే వెళ్ళొస్తానవ్వా!" అంటూ పరుగు పరుగున ఇంటికొచ్చేశాడు రంగడు.

ఇంటికొచ్చీ రావటంతోటే లాగూ చొక్కా తగిలించుకుని "అమ్మా! నేను వూరేగింపు కెళ్తున్నా!" అని దొడ్లో తన తల్లికి ఓ కేక పెట్టి వీధిలోకొచ్చి పడ్డాడు. వీధిలోని తనీడు పిల్లల్నందర్నీ పేరుపేరునా పిలిచి పదిహేనుమంది జట్టుతో గుళ్ళోకి పరుగెత్తాడు.

దేవుణ్ణి పల్లకీలో వేంచేపు చేశారు. సన్నాయి మేళంతో వూరేగింపు బయలు దేరింది. పెద్ద బజారునిండా ముగ్గులు. ఆ ముగ్గులమీద పసుపు కుంకుమలు. ఆ పసుపు కుంకుమల నడుమ గొబ్బెమ్మలు. ఆ గొబ్బెమ్మల తలల్లో బంతిపూలు. పల్లకీ హారతి ఉన్న చోటల్లా ఆగుతోంది. దేవుడికి హారతి ఇస్తున్నప్పుడు సన్నాయి ఆగిపోగా భజన సాగుతోంది. ప్రతిఇంటిముందు పిల్లలు కూడా హారతి కళ్ళకద్దుకుంటున్నారు. నివేదన చేసిన రేగిపళ్ళు పంచిపెట్టే టక టక నమిలేస్తున్నారు. అలా నాలుగు వీధులూ పల్లకీతో తిరుగుతూ ఎన్ని హారతులు కళ్ళ కద్దుకున్నారో! ఎన్ని రేగుపళ్ళు నమిలారో? పళ్ళు పులిసిపోయాయి.

చల్లమ్మగారింటి దగ్గర హారతి ఇస్తుంటే రంగడు పక్కకి తప్పుకున్నాడు. ఎందుకంటే ఓ రోజున చల్లమ్మ అప్పడాలు ఎండబెట్టింది. రంగడు వెళ్ళి "నాకో అప్పడం ఇవ్వావా?" అన్నాడు చల్లమ్మ ఒకటిచ్చింది.

అది ఎడం చేతితో పెట్టుకుని "మా అమ్మకో!" అన్నాడు.

"భడవా! నీకిచ్చింది కాక మీ అమ్మకు కూడానా ఫో" అంది.

రంగడికి చెడ్డ కోపమొచ్చింది. చల్లమ్మని ఇంట్లోకి పోనిచ్చి అప్పడాలన్నీ కుప్ప పోసి ముక్కలు ముక్కలుగా తొక్కి పరుగెత్తుకొచ్చాడు. ఆ తర్వాత పెద్ద గొడవై తల్లి వెళ్ళి క్షమాపణ చెప్పుకోవటంతో సరిపోయింది. అప్పటినుంచి చల్లమ్మని

చూస్తే రంగడికి భయం. ఆ సంగతి తెలిసిన వాళ్ళందరూ రంగడు "మా అమ్మకో?" అని అడగక ముందే రెండు ఇస్తారు.

పిల్లల సరదా అంతా వూరేగింపు మీద కాదు. దేవుడు గుళ్ళోకి తిరిగొచ్చిం తర్వాత పెట్టే దధ్యోజనం మీద. ప్రసాదం పంచి పెడ్తుంటే పిల్లలు ఒకటే గోల. ఇంట్లో చద్ది ఎన్నిసార్లు చేసుకుంటాం కాదు. కాని ఆ రుచి రాదేం!"

"దధ్యోజనం రుచి అంతా కరివేపాకులో ఉందిరా!" అన్నాడు రంగడు.

"పులిహోర రుచి అంతా తిరగమోత మిరపకాయలో ఉందిరా" అన్నాడు ఇంకొకడు.

రంగడి వంతు వచ్చింది. ఒకచేత్తో చద్ది పెట్టించుకుని రెండో చెయ్యి చూపించి "మా అమ్మకో?" అన్నాడు. అర్చకుడు నవ్వుకుని రెండో చేతిలో కూడా పెట్టాడు. రంగడు సంబరంగా మెట్లుదిగి వస్తుంటే మెట్లకింద పొద్దున్న కృష్ణ దగ్గర కన్పించిన అవ్వ కనిపించింది.

"నాయనా! కళ్ళు కానను పైకి వెళ్ళలేను. కొంచెం ప్రసాదం పెట్టరా!" అంది.

రంగడు చిక్కులోపడ్డాడు. అమ్మకీ, తనకీ ఉంది ప్రసాదం.

"మాఇంటికి రా అవ్వా అన్నం పెట్టిస్తా" అన్నాడు.

"అన్నమెందుకురా! అయ్య ప్రసాదం కావాలిగాని" అంది అవ్వ. రంగడు కాదనలేక తన ప్రసాదం అవ్వ చేతుల్లో పెట్టి ఇంటికి పరుగెత్తుకొచ్చాడు.

గుమ్మంలో స్నానంచేసి నుంచున్న తల్లి చేతిలో ప్రసాదం పెట్టాడు. "మరి నీకో?" అంది తల్లి "నాది గుళ్ళో ఓ అవ్వకిచ్చేశా" అన్నాడు రంగడు. "మరయితే ఇది నువ్వు తీసుకో" అంది తల్లి. "కాదు నీకే" అన్నాడు రంగడు. కాదు కాదని కొడుకుచేత బలవంతాన తినిపించింది తల్లి.

"ప్రసాదం రుచి అంతా కరివేపాకులో ఉంటుందమ్మా" అంటూ కరివేపాకు తల్లి నోటికందించాడు రంగడు.

రంగడి తల్లి నవ్వుతూ కరివేపాకు చప్పరిస్తూ కొడుకుని వొళ్ళోకి తీసుకుని నిమిరింది. రంగడికి కృష్ణమ్మ కడుపులో స్నానమాడినట్లనిపించింది. ✸

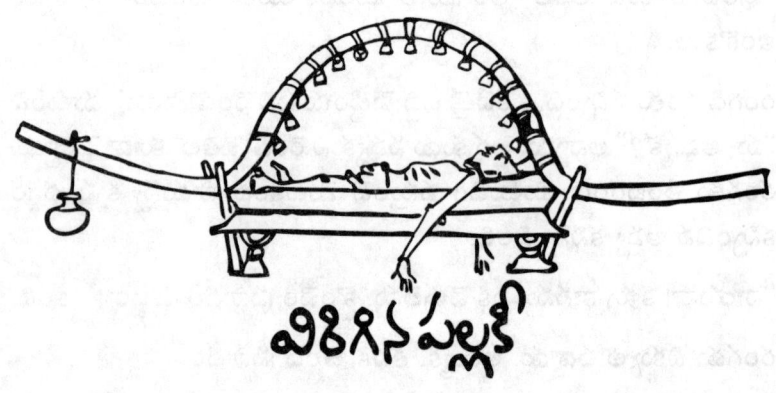

విరిగిన పల్లకీ

ఊళ్ళో ఎక్కడో పెళ్ళి బాజాలు మోగుతున్నాయి.

రెండురోజులనుంచి వొంటిపూట గంజి తాగుతూ, నీరసంగా గోడకానుకుని కళ్ళు మూసుకుని పడుకున్న సంగడు ఉలిక్కిపడి లేచాడు.

మళ్ళీ దూరంగా సన్నాయిమోత. రండోల్ మోత. "పెళ్ళే! పెళ్ళి జరుగుతంది!..." సంబరంగా లేచి నుంచున్నాడు. ఎదురుగుండా మాసి చివికిపోయిన పెళ్ళి పల్లకీవైపు చూశాడు. దిగాలుగా మోడులా వుంది పెళ్ళి పల్లకీ. నలభై ఏళ్ళయి ఆ పల్లకీని ఎవరూ వాడడం లేదు. పల్లకీకి చుట్టిన పీలికలు మాసిపోయి ఎండకు ఎండి వానకు తడిసి నల్లగా వికృతంగా వున్నాయి.

మళ్ళీ దూరంగా పెళ్ళి బాజాలు.

సంగడు పల్లకీ దగ్గరకు వెళ్ళి బొంగు నిమిరి "మాసిపోతేనేం! సాపుచేసి కుచ్చులు కడితే గుఱ్ఱంలా ఉండదో" అనుకుంటూ పొంగిపోతున్నాడు.

ఇంతలో అడుక్కోడానికెళ్లిన, నడ్డి వంగిపోయిన సంగడి పెళ్ళాం సుబ్బి ఖాళీ బొచ్చెతో వచ్చింది. "నీకెప్పుడూ పల్లకీ పిచ్చే" అని దెప్పుతుందని, పల్లకీ విడిచిపెట్టి ముందుకొచ్చి "ఏమే! గంజి దొరకలేదా?" అన్నాడు. ఖాళీ బొచ్చె నేలను పడేసి "లేదురా మావా" అంటూ చతికిలబడింది.

దూరంగా పెళ్ళి సన్నాయి.

"పెళ్ళవుతున్నట్టున్నది. ఎళ్ళొద్దావంటె?" అన్నాడు సంగడు "అళ్ళు భోజనా లయిన తర్వాతగాని ముద్దెయ్యరు గదయ్యా. మనకి సందేళే మింగమెతుకు".

వాళ్ళిద్దరికీ మెతుకు సంగతి సరేసరి రెండు రోజులనుంచీ ఒంటిపూట గంజే. సంగడు పాత పల్లకీవైపు ఆశగా చూశాడు. "ఉండవే నే యెళ్ళొస్తా" అంటూ లేని ఓపిక తెచ్చుకుని హుషారుగా వీధిలోకొచ్చాడు.

దూరంగా పెళ్ళి సన్నాయి.

ఆ సన్నాయి మోత వింటూంటే సంగడిలో ఎంత ఉత్తేజమో! పెళ్ళి సంబరంతో ముందుకు నడిచాడు. ఠీవిగా పెళ్ళిపెద్దలా అడుగులు వేశాడు.

తను ఎన్ని పెళ్ళిళ్ళు చూశాడు కాదు! యాభై ఏళ్ళనుంచి ఆ ఊళ్ళో ఏ పెళ్ళి జరిగినా సంగడింట్లో వున్న పల్లకీలోనే పెళ్ళి ఊరేగింపు. సంగడి పదేళ్ళ వయసులో సంగడి తండ్రి, అశ్వంలా చుట్టాలు పల్లకీ మొస్తుండగా తను పక్కనే వుండేవాడు. పల్లకీకి రంగు రంగుల కుచ్చులు గలగలలాడే గాజుపూసలు.... పల్లకీ కొమ్ముకి పట్టు తురాయి. పారశీకాశ్వంలా వుండేది పెళ్ళి పల్లకీ. ఏనుగంబారీలా వుండేది పెళ్ళి పల్లకీ. అందులోకి వచ్చి కూర్చునేవారు కొత్త పెళ్ళికొడుకు, పెళ్ళికూతురు. సంగడు చిన్నవాడవడంచేత నెత్తిన గాస్ లైట్ పెట్టేవారు. ఆ లైటుతో పెళ్ళికొడుకు పెళ్ళికూతురు దగ్గర నుంచునేవాడు సంగడు. మధుపర్కాలు కట్టుకున్న పెళ్ళికొడుకు

పెళ్ళికూతుళ్ళ నుదుట బాసికాలు లైటు వెలుతురులో తళుక్కున మెరవగా, పెళ్ళి కూతురికి చిరుచెమటపట్టి కళ్యాణతిలకం కరిగిపోగా, బుగ్గనున్న చాదుచుక్క పెద్దదవగా ఆ దృశ్యాన్ని కళ్ళు విచ్చుకు చూసేవాడు సంగడు.

ఎవరూ చూడకుండా పెళ్ళికొడుకు పెళ్ళి కూతురు చెయ్యి గిల్లితే ఆ పిల్ల చిరుకోపంతో వారచూపుల చూస్తే కిసుక్కున నవ్వి "అమ్మదొంగ" అనుకునేవాడు రంగడు. అలా ఎన్ని పెళ్ళిళ్ళు చూశాడో! ఎప్పటికైనా తనూ పెళ్ళి చేసుకుని వాళ్ళలాగే పల్లకీలో వూరేగాలని కలలు కనేవాడు.

సంగడికి వయసొచ్చింది. పల్లకీ ఊరేగింపు సంగతి దేవుడెరుగుగాని, అసలు పిల్లనిచ్చేవాడే దొరకలేదు. కానీ పరక లేనివాడికి, కాయకష్టంతో బతికేవాడికి పిల్లనెవరిస్తారు? కొంతకాలానికి ముసలి పెద్దలు గంతకుతగ్గ బొంతని ఏరుకొచ్చి గుళ్ళోకి తీసుకెళ్ళి తాళి కట్టమన్నారు. నాకు పల్లకీ వూరేగింపు కావాలన్నాడు సంగడు. ముసలాడెవడో నెత్తిన మొట్టి 'బాజాలు పల్లకీలు కావాలంట్రా! సేతులమ్ముకుని బతకండ్రా!' అంటూ గుడిసెలోకి తోశాడు.

సంగడు కొంతకాలానికి సుబ్బితో అనేవాడు "మనం ఇంత మందిని పల్లకీలో కూకోబెట్టి వూరేగింపు మోసేవాళ్ళం గదా! మనకా కోరిక తీరలేదే? మనకు పిల్లా జల్లా పుట్టినాక అళ్ళ పెళ్ళిళ్ళకు వూరేగుతారులేయె" అని.

సుబ్బి నవ్వుకుని "కానీ! దేవుడెట్లా రాసిండో!" అనేది. దేవుడు వాళ్ళు కోరుకున్నట్టు రాయలేదు. వాళ్ళకి పిల్లాజల్లా పుట్టలేదు. పెళ్ళిళ్ళు జరగలేదు. ఊరేగింపు సంబరాలు తీరలేదు. అంతకంటే అన్యాయం ఏమిటంటే పదేళ్ళబట్టి ఊళ్ళో ఏ పెళ్ళికి పల్లకీ పిలవడంలేదు. ఊరేగింపులకి పూలపల్లకీలు, చిన్నకార్లు వచ్చాయి.

సంగడి పల్లకీ బూజుపట్టి పోయింది. దాంతో జీవనాధారం పోయింది. అయితేనేం? సంగడికి ఆశ చావలేదు. ఎక్కడ పెళ్ళి జరిగినా "పల్లకీ ఊరేగింపు సెయ్యండయ్యా" అని సంగడెళ్ళి బతిమాలుకోవడం వాళ్ళు వద్దు పొమ్మంటే ఈసురోమంటూ ఇంటికి రావడం మామూలైంది.

దూరంగా పెళ్ళి సన్నాయితో పాటు తాషామర్పా కూడా మోగుతోంది.

పెళ్ళి పందిట్లోకెళ్ళి పెళ్ళి కూతురు తండ్రితో సంగడు గొప్ప ఆవేశంతో చెప్పాడు. "ఊరేగింపుకి పల్లకీ పెట్టించండయ్యా! మహాజోరుగా వుంటది! కుచ్చుల పల్లకీ! రాజా పల్లకీ! అచ్చొచ్చిన పల్లకీ! అద్దాల పల్లకీ!" పెళ్ళికూతురు తండ్రి మగపెళ్ళివారిని అడగమన్నాడు. సంగడు విడిదికెళ్ళి చెప్పడం మొదలెట్టాడు. "రాజులెక్కే పల్లకీ అయ్యా! రాణివాసం వెళ్ళే పల్లకీ అయ్యా! పట్టుకుచ్చుల పల్లకీ అయ్యా! పదిమంది మోసేపల్లకీ అయ్యా! పెళ్ళికొడుకు తండ్రి విసుక్కుని పొమ్మన్నాడు. కడుపులో ఆకలి కమిలిపోతున్నా పెళ్ళికొచ్చిన ప్రతీవాళ్ళ దగ్గరకూ వెళ్ళి. "ముత్యాల పల్లకీ అయ్యా! ముచ్చటైన పల్లకీ అయ్యా!" అంటూ పందిట్లో అందరికి చెప్పుకుంటున్నాడు. ఎవరూ వినిపించుకోలేదు. 'పల్లకీ! పల్లకీ!' అంటూ పందిట్లో తాటాకులకు, మామిడి తోరణాలకు, గుమ్మాల పసుపులకి, గాలిలో సన్నాయికి చెప్పుకున్నాడు. ఏవీ సమాధానం చెప్పలేదు.

సంగడికి కళ్ళనీళ్ళు కారిపోతున్నాయి. ఆకలి పేగుల నమిలేస్తోంది. "పల్లకీ పల్లకీ" అని గొణుక్కుంటూ దుమ్ములో కాళ్ళీడ్చుకుంటూ ఇంట్లోకొచ్చి కూలబడ్డాడు. ఎదురుగుండా పల్లకీ బొంగు సాంతం కనిపించలేదు. వెళ్ళి చూద్దామంటే ఓపిక లేక అలాగే కళ్ళు మూసుకుని కూర్చున్నాడు. సొమ్మసిల్లి పడిపోయిన సంగడికి సుబ్బి గంజి చిప్ప అందించింది. కళ్ళు తెరిచి నూతిలోంచి అడుగుతూన్నట్లు "ఎక్కడిదే గంజి" అన్నాడు.

"పాములమ్మి తానడుక్కొచ్చిన నూకల్లో కాసినప్పిచింది" అంది.

"గంజిలో ఉప్పులేదు!"

"ఉప్పెక్కడిది? గంజి కాయడానికే పుల్లల్లేక ఆ పుచ్చిపోయిన పల్లకీ బొంగు విరిసి మంటబెట్టినా."

సంగడి గుండె ఏడ్చింది. కళ్ళు ఏడ్చాయి. ఎదురుగా విరిగిన పల్లకీ.

చేతిలో ఉప్పులేని గంజి. ✸

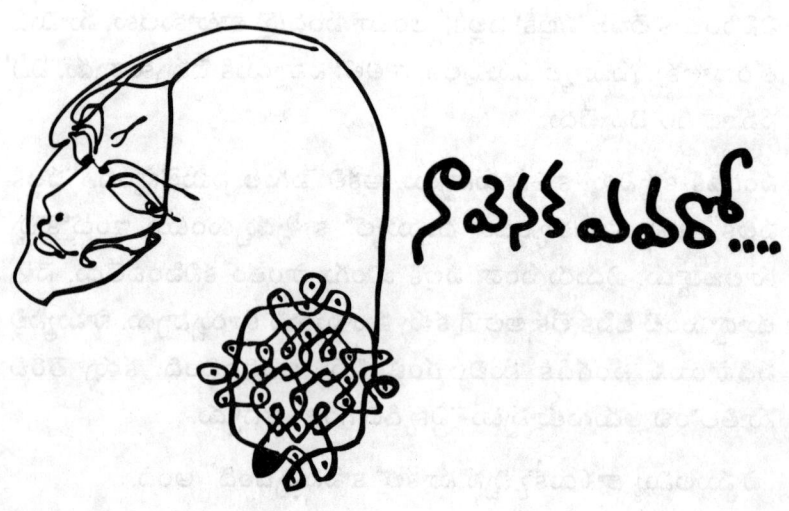

నా వెనక ఎవరో...

నేనొక్కణ్ణే నడుస్తున్నాను.

ఒంటరిగా, నిశ్శబ్దంగా నడుస్తున్నాను.

దూరంగా కనిపించే ఇళ్ళకప్పులు, ఆ పైన కనిపించే ఆకాశంలోకి చూస్తూ నడుస్తున్నాను.

నా వెనక ఎవరో వస్తున్నట్టుంది.

వెనక్కు తిరిగి చూశాను. ఎవరూ లేరు.

మళ్ళీ ముందుకు నడుస్తున్నాను. అడుగులో అడుగువేసుకుంటూ, ఆలోచనలో మరో ఆలోచన గుచ్చుకుంటూ.....

నిజం! నా వెనక ఎవరో వస్తున్నారు. నా భుజం తడ్తున్నారు. ప్రేమగా నా వీపు నిమురుతున్నారు. గిలిగింతలు పెట్టేట్టు నా జుట్టు రాస్తున్నారు. చెవిలో గుసగుసగా ఏదో చెప్తున్నారు. ఎవరో తెలియటం లేదు. ఏం చెప్తున్నారో స్పష్టంగా అర్థం కావటంలేదు.

వీధిలో ముందుకు నడుస్తుంటే, అరుగులు, వసారాలు, గుమ్మాలు వెనక్కు వెళ్ళి పోతున్నాయి. అల్లదే! ఆ ఇంటిముందు కల్లాపి చల్లి ముగ్గులుపెట్టి ఉన్నాయి. అది లక్ష్మి వాళ్ళ యిల్లు. చిన్నప్పుడు లక్ష్మి మెరుపుతీగలా సన్నగా తళుక్కుమంటూ ఉండేది. అదేం చిత్రమో! పెదవులెప్పుడూ నవ్వుతూనే ఉండేవి. వాకిట్లో కొచ్చి "'ఏయ్! కూరలబ్బీ!' అని పిలిస్తే 'అయ్యో! నేను కూరలబ్బినైపోతే ఎంత బావుండేది' అనిపించేది. లక్ష్మి పొద్దున్నే ముగ్గులేసే సమయానికి పక్కింటి రామంతో కావాలని కబుర్లకి వెళ్ళేవాణ్ణి. ముగ్గులు పూర్తి చేసి ఇంట్లోకి వెళ్ళేలోపు ఒక్కసారి నా వైపు చూస్తే చాలు. ఓహ్! ఆనందంతో కృష్ణకు పరుగెత్తుకెళ్ళి ఈతలు కొట్టేవాణ్ణి.

ఓసారి మా ఇంటికొచ్చి పువ్వులు కావాలంది. అడిగిందే ఆలస్యం. సన్నజాజి చెట్లన్నీ దులిపి మొగ్గలేకుండా తుంచుకొచ్చి దోసిళ్ళతో లక్ష్మికొంగులో పోశాను. చాలీ చాలని పవిట కొంగులో పట్టలేనన్ని సన్నజాజులు! గట్టిగా మూటకడితే జాజులు నలిగిపోతాయి. పవిట చాలటంలేదు. పూలు సర్దబోయిన నాకు

లక్ష్మి వేళ్ళు తాకాయి. లక్ష్మికి తొట్రుపాటు. చెక్కిళ్ళు సిగ్గుతో కందిపోగా చాలని పవిటని మళ్ళీ మళ్ళీ సర్దుకుంటూ పరుగున వెళ్ళిపోయింది.

అప్పటినుంచి ఇప్పటిదాకా నా వేళ్ళకి సన్నజాజుల వాసన.... లక్ష్మి వాసన.

ఆపైన లక్ష్మి ఓ కలవారబ్బాయిని చేసుకుంది. పిల్లల్ని కంది. నా గురించి ఎప్పుడన్నా అనుకుంటుందేమో తెలియదుగాని నాచేతి వేళ్ళకింకా జాజి, లక్ష్మి వాసన ఉంది.

నా వెనక వస్తున్నదీ, గలగల నవ్వుతున్నదీ లక్ష్మే అయ్యుండాలి. కాకపోనూ వచ్చుకూడా.

దీపాల దిన్నె దగ్గర కొచ్చాను. వెనకనించి నా తలమీద ఎవరో ఆశీర్వదిస్తున్నట్లుంది. చల్లగా ఉంది! హాయిగా ఉంది. సర్వాణువులూ కరగిపోతున్నట్లుంది! ముందుకొచ్చి ఎదురైతే పాదాలపై మోకరిల్లి నన్ను నేను అర్పించుకుందామని ఉంది. ఆ స్వామి ముందుకు రాడు. వెనుదిరిగితే అసలు కన్పించడు. ఆయనెవరో? బుద్ధుడా? నాగార్జునుడా? ఆర్యదేవుడా? లేక ఎవరి భిక్షాపాత్ర శకలాలు ఐదో ఆయకస్తంభంకింద నిక్షిప్తమైన ఉండి తరతరాల మానవాళి పూజలందుకొంటున్న మహనీయుడా? ఎవరు నా వెనక? ఏదో వెలుగు. నా వెనకనున్న వెలుగు, నన్ను వెన్నంటి ఉన్న వెలుగు. కళ్ళ ముందుకు రావటం లేదు. గిలగిలలాడిపోతూ గుడివైపు నడిచాను.

గాలిగోపురం గూళ్ళలో పావురాళ్ళు కువకువలాడుతున్నాయి. ఉన్నట్టుండి గాలిలోకి ఎగిరి తిరిగి గూళ్ళలోకి వచ్చి ముక్కులు రాసుకుంటున్నాయి. ధ్వజ స్తంభంమీద రామచిలుకలు బొమ్మల్లా నుంచుని శిఖరం వైపు చూస్తున్నాయి. ప్రాకారమంతా మారేడుదళాల సుగంధం. జమ్మి ఆకులు గాలికి రాలుతున్నాయి.

గుళ్ళోకి వెళ్తే అమరేశ్వరుడికి హారతి యిస్తున్నారు.

నావెనక ఎవరో ఉన్నారు నందీశ్వరుడై ఉండాలి.

మళ్ళీ కర్పూర హారతి. లింగాకారం మధ్య ఎర్రటి వెలుగు.

ఎన్ని సంవత్సరాలుగానో కొన్ని వందల కోట్ల హారతులు!

అమ్మకి హారతి! కర్పూరపు వెలుగులో మెరుస్తున్న అమ్మకళ్ళు. గుడినిండా హారతి! గుండెనిండా హారతి! మెట్టుదిగి వస్తుంటే నన్నంటిపెట్టుకుని నావెనకే వస్తున్న హారతి.

కృష్ణ వొడ్డుకొచ్చాను. కృష్ణగాలి నన్ను కౌగలించుకుంది. వొంటినిండా అలుముకుంది. వొళ్ళంతా పులకెత్తించే ఈ యుగ యుగాల కృష్ణగాలి నన్నింత వశీభూతుణ్ణి చేస్తోందేవిటి? ఈ నేల, ఈ మట్టి, ఈ రాయి, ఈ రప్ప, ఈ గాలి, ఈ దుబ్బు, ఈ దిబ్బ నన్ను పిలిచి, పలకరించి మూర్కొని, నన్ను దగ్గరకు తీసుకుని 'నా వూసు చెప్పవా?' అంటున్న వేమిటి? నేనెంతవాణ్ణి? నేనెవర్ని?

నా వెనక ఎవరో నవ్వుతున్నారు!

ఎవరది? నాకు కనబడరేమి? నాముందుకు రారేమి?

బహుశా వచ్చేవారం నేను రాయబోయే కథ అయి ఉండాలి. తెలియదు. నావెనక ఎవరున్నారో తెలిస్తే, నన్ను నేను తెలుసుకున్నట్లే గదా! అప్పుడు నేనుండనుగా!

ఇది చదివిం తర్వాత, ఈ కథ మీ వెన్నంటి నడిస్తే ఈ కథ ఉన్నట్లు.....

ఓ సన్నజాజి పూచినట్టు. ✸

సిరి-శాంతి

కొడవటిగంటిలో గొల్ల సిద్ధయ్య రాత్రంతా పొలానికి కాపలా కాసి తెల తెలవారుతుండగా ఇంటికెళ్దామని ఒక్కసారి పొలమంతా పారచూస్తే చేను మధ్యనేదో తళుక్కుమంది.

కళ్ళు నులుముకొని మళ్ళీ చూశాడు సిద్ధయ్య. మళ్ళీ తళుక్కు మంది. అది మెరుస్తున్న రాయి. పరుగునవెళ్ళి చేతిలోకి తీసుకున్నాడు. బరువుగా ఉంది. తెల్లవారి సూర్యకిరణాలు మీదపడ్తుంటే మరింత మెరుస్తోంది. ఆ మెరుపు రాయిని ఏం చేయాలో సిద్ధయ్యకి తెలియలేదు. ఎలాగూ చద్ది తిని అమరావతి వెళ్తున్నాగదా అక్కడ ఎవరికన్నా ఇచ్చేద్దాం అనుకున్నాడు. మొల్లో దోపుకుంటే నడుం పడిపోయేంత బరువుగా ఉంది.

అది అరవై ఆరు కారెట్ల వజ్రం.

అమరావతిలో పనిచూసుకుని అలసిపోయి వజనేపల్లి ముత్యాలు ఇంటి ముందు అరుగుమీద కూర్చుని ఉస్సురంటూ స్తంభానికానుకుని రొంటి నున్న బరువుతీసి పక్కన పెట్టి విశ్రాంతి తీసుకుంటున్నాడు సిద్ధయ్య. రత్న వర్తకుడైన ముత్యాలు అప్పుడే ఇంట్లోంచి బయటికొస్తూ సిద్ధయ్యని, పక్కనున్న వజ్రాన్ని చూసి ఆశ్చర్యపోయాడు. వజ్రం మీదే కళ్ళు నిలిపి బిత్తరపోతున్న ముత్యాలుని చూసి సిద్ధయ్య కంగారుగాలేచి "అయ్యగారూ ఈ రాయి కావాలేంటండీ" అన్నాడు.

"ఎంతకిస్తావ్?" అన్నాడు ముత్యాలు.

రాళ్ళు కొనుక్కుంటాడేటీ పిచ్చి మాలోకం అనుకుంటూ 'ఓ పొగాక్కాడ ఇవ్వండి రాయి ఇచ్చేస్తా' అన్నాడు సిద్ధయ్య.

ఒకటేవిటి పట్టెడు పొగాకు చేతిలో పెట్టి రాయందుకున్నాడు. పదిరోజులకి సరిపడ పొగాకు దొరికినందుకు పొంగిపోతూ కొడవటిగంటి వైపు నడిచాడు సిద్ధయ్య.

ముత్యాలు ఆ వజ్రానికి మెరుగుపెట్టి చూశాడు. సూర్యబింబంలా వెలిగి పోతోంది. అంత బరువైన, విలువైన వజ్రాన్ని తానింతవరకు చూడలేదు. తోటి వర్తకులకు చూపించాడు. అందరూ ముక్కున వేలేసుకున్నారు. రాజాధిరాజుల దగ్గర ఉండవలసిన రత్నం నీకెలా వచ్చిందని అడిగారు. నవ్వి వూరుకున్నాడు ముత్యాలు.

ఈ వార్త ఆనోటా ఆనోటా పాకి వెంకటాద్రినాయుడి చెవిలో పడింది. ముత్యాలుని రప్పించాడు నాయుడు. 'రత్నహారాలు చేయిద్దామను కుంటున్నాను. నీ దగ్గర జాతి రత్నాలేవయినా ఉంటే చూపించు అన్నాడు. ముత్యాలు తన దగ్గరున్న రత్నాలు, కెంపులు అన్నీ పరిచాడు. నాయుడికి తృప్తి కలుగలేదు. ఇంకా గొప్పజాతి రత్నాలు లేవా? అన్నాడు. ముత్యాలుకి నాయుడు మనస్సు తెలిసింది. ఒక్కక్షణంలో తిరిగొస్తా అని ఇంటికెళ్ళి సిద్ధయ్య ఇచ్చిన వజ్రాన్ని తీసుకొచ్చాడు.

సభలో అందరూ చూస్తుండగా పెట్టె తెరిచాడు. అందరి కళ్ళు జిగేలుమన్నాయి. సభ అంతా వెలిగిపోతోంది. దేవతామణి ఆకాశంనుంచి రాలినట్లుంది. కొంతసేపటికి అందరూ తేరుకున్నారు. “దీన్ని ముందే మాకెందుకు చూపించలేదు?” అన్నాడు నాయుడు.

నాయుడికి కోపం వచ్చిందని తెలిసింది ముత్యాలుకి. ‘దీనికి తగిన వెల ఇవ్వలేమనే కదా మాకు చూపించలేదు?’ అన్న భావం ఉంది ఆ ప్రశ్నలో. ముత్యాలుకి ఎటూ తోచక “ప్రభువులు గ్రహించాలి. ఇది అపురూప వజ్రమని తమకు తెలిసిందే. ముచ్చటపడి నేను ఉంచుకుందామనుకుని...” నసిగాడు ముత్యాలు.

నాయుడి ముఖంమీద బొమ్మ ముడి విడలేదు. “అయితే ఇప్పుడు ఎందుకు చూపించినట్లు?”

“తమ మనసు తెలుసు కనుక” అన్నాడు ముత్యాలు.

“మా మనసు మీరు ఆలస్యంగా గ్రహించారు. సరే వెల నిర్ణయించండి” అన్నాడు నాయుడు.

“మీరు రత్న పరీక్షలో నిపుణులు. మీకు వెల నిర్ణయించి చెప్పే వాణ్ణా?” అన్నాడు ముత్యాలు.

“సరే! ఈ రత్నం వెల పది లక్షల రూపాయలు” అన్నాడు నాయుడు.

సభలో అంతా బిగుసుకుపోయారు. అనుకున్న దానికంటే కొంచెం ఎక్కువే అనుకున్నాడు ముత్యాలు.

నాయుడు మళ్ళీ గొంతు సవరించుకుని అన్నాడు. ‘కాని ఈ వజ్రానికి పదిలక్షలేకాదు. ఇరవై లక్షలిస్తున్నాను మిగతా పదిలక్షలూ ఎందుకో తెలుసా? ఈ రత్నం ఎక్కడ దొరికిందో చెప్పాలి.’

ముత్యాలు నాయుడిముందు చేతులు జోడించి కొడవటిగంటి సిద్ధయ్య గురించి చెప్పాడు. నాయుడు సభ చాలించి హుటాహుటిన హుకుంలు జారీచేశాడు. ఏనుగులు, గుర్రాలు, పల్లకీలు మందీ మార్బలంతో స్వయంగా కొడవటిగంటికి బయలుదేరాడు.

ముందుగా గుర్రాలమీద వెళ్ళినవాళ్ళు సిద్ధయ్య ఇల్లెక్కడో కనుక్కుని నాయుడుకి ఎదురు తీసుకొచ్చారు. సిద్ధయ్య వణికిపోతూ వచ్చి నుంచున్నాడు.

"ముత్యాలు కిచ్చిన రాయెక్కడ దొరికిందయ్యా" అనడిగాడు నాయుడు.

సిద్ధయ్య కళ్ళనీళ్ళయిపోయి అన్నాడు.

"నా అర యెకరం చెక్కలోదేనయ్యా, తప్పయిపోయింది దొరా! ఏదో మెరుస్తున్న రాయిగదా అని ఏరుకొచ్చా. ఆయన అబ్బురంగా చూస్తుంటే ఇచ్చినానయ్య! నేనడిగింది ఒక్క పొగాక్కాడే నయ్యా! ఆయనే పట్టెడిచ్చిండు. తప్పు నాదేనయ్యా" అంటూ సాగిలపడ్డాడు.

నీ పొలమెక్కడో చూపించమన్నాడు సర్దారులు. సిద్ధయ్య దోవ చూపించగా ఆ అర ఎకరం చెక్కలో ఉన్న రాళ్ళనబడే రత్నాల్ని బస్తాలకెత్తి తిరుగు ప్రయాణం అయ్యారు.

సిద్ధయ్యని పిలిచి నాయుడు అడిగాడు. "నీకేం కావాలి" అని.

"నాకేం వొద్దు దొరా" అన్నాడు సిద్ధయ్య. పొలంలో పంట పాడయిందని అతని బాధ.

నాయుడు నవ్వుతూ "నీకు పదెకరాల మాన్యం, బండెడు పొగాకు ఇస్తున్నాను" అని వెళ్ళిపోయాడు.

సిద్ధయ్య తన అదృష్టానికి పొంగి తబ్బిబ్బైనాడు. ఆ తర్వాత జీవితమంతా కమ్మగా తిన్నాడు. పదిమందికి పెట్టాడు హాయిగా చుట్టకాల్చుకుంటూ.

"ఏందబ్బా! ఈ పిచ్చిమారాజులు! రాళ్ళు కొనుక్కుంటారేటి?" అని చచ్చిపోయేదాకా ఆశ్చర్యపడ్డాడు. తృప్తిగా వెళ్ళిపోయాడు.

ఆ తృప్తి, ఆ శాంతి నాయుడుకి, ముత్యాలుకి దొరకలేదు. ✸

గుండె శివుడికిచ్చుకో

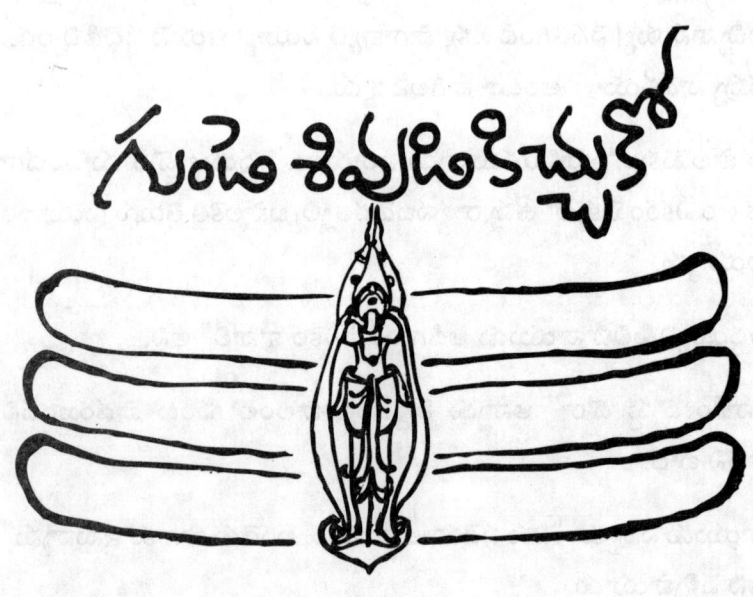

నాయుడు పాలన నాణ్యమైన పాలన' అని జనమంతా అనుకున్నా వేంకటాద్రి నాయుడికి మనశ్శాంతి లేదు.

రాత్రి కలత నిద్రతో కళ్ళు కనకనలాడుతుండగా వొంటరిగా అంతఃపురంలో కూర్చున్నాడు నాయుడు. సరిగంచు పంచెలూ మార్చలేదు. జరీ వల్లెవాటూ వేయలేదు. తలెత్తిచూస్తే ఎన్నడూలేంది అంత ఉదయానే పాపయారాధ్యుల వారు విచ్చేస్తున్నారు.

"ఇంత పొద్దుటే దర్శనమిచ్చారు" అన్నాడు నాయుడు అభివాదం చేస్తూ.

"ప్రభువులవారి స్వస్థత తెలుసుకుందామని" అన్నాడు పాపయారాధ్యులు.

నాయుడు నిట్టూర్చినట్లు నవ్వి ఆరాధ్యుల కళ్ళలోకి చూశాడు. ఎదురుగా పరమశివావతారంలా మహేశ్వరమూర్తి. పాపయారాధ్యులు నవ్వాడు. ఆ నవ్వు ఉపశమనంగా తోచింది నాయుడుకి.

ఇంటిలో మందీ మార్బలం హుటాహుటిన వచ్చారు. "ప్రభూ! దేవాలయ నిర్మాణంఓ శాసనం దొరికింది. ఆ శాసనం ప్రకారం కృష్ణదేవరాయలవారు కొండవీడు జయించి అమరేశ్వరుణ్ణి దర్శించి స్వర్ణ తులాభారం తూగారట." అన్నారొకరు.

నాయుడు శరీరంలో రాజసం పొంగింది. తెలియకుండా చేయి మీసం మీదకు పోయింది.

"అలనాడు రాయలవారు గొప్ప ప్రభువు...." అన్నాడు నాయుడు ఠీవిగా. మిగతా వాక్యం మిగిలిన వారు పూరించారు. "ఈ కాలాన తమరు గొప్ప ప్రభువులు..."

అంతఃపురంలో జయ జయధ్వానాలు మోగినట్లయింది. నాయుడి ముఖమంతా సంతోషం అలుముకుంది. మిగిలినవారు మళ్ళీ అన్నారు. "కవి పోషణలోనేమి శౌర్యపరాక్రమాల్లోనేమి తమరు రాయలవారికి దీటైనవారు. ప్రభువులవారు కూడా స్వర్ణ తులాభారం తూగితే...."

నాయుడికి కళ్ళు గర్వంగా వెలిగాయి. అంగీకారంగా చేయెత్తడంతో క్షణాల మీద లెఖ్ఖలు కట్టి తులాభారానికి ముహూర్తం నిర్ణయించారు. ఈ శుభవార్త పట్టణంలో తెలియచేయడానికి పరుగు పరుగున వెళ్ళిపోయారు. పాపయారాధ్యులూ, నాయుడూ ఇద్దరే మిగిలారు. అప్పటిదాకా మౌనంగా ఉన్న ఆరాధ్యుల్ని మాట్లాడించడానికేమో అన్నట్లు నాయుడు అన్నాడు "ఖజానాలో కనకరాసులూ, రత్న మాణిక్యాలూ ఉన్నాయి గదా! అందరికీ ఇద్దాం" అని.

"మరి సంపాదించటమెందుకో?" అన్నాడు పాపయారాధ్యులు.

"పంచడానికే" అన్నాడు నాయుడు.

ఇద్దరూ నవ్వుకున్నారు.

స్వర్ణ తులాభారం మహావైభవంగా జరిగింది. వూరూ నాడూ అంతా దేవాలయంలోనే ఉంది, జనం కిక్కిరిసి పోయారు. తన ఎత్తు బంగారం తూచి పేదలకి పంచిపెడ్తుంటే దయా సముద్రం పొంగి పొర్లినట్లుంది. ఆ తర్వాత ఎవరి నోటంటవిన్నా ఆ ఉత్సవ విశేషాలే. నీలాటి రేవులో, పసిపిల్లల ఆటలో, పొలం కోతల్లో అందరూ ఇదే వూసు చెప్పుకునేవారు. అలా కొన్ని నెలలు గడిచాయి.

కాలం వెళ్ళిపోయినా నాయుడి మనస్సులో అశాంతి వెళ్ళిపోలేదు. మళ్ళీ ఏదైనా దానం చేయాలని అనుకున్నాడు. స్వర్ణగోవును తయారుచేయించి ఆ గోగర్భంలోంచి ఈవలకి వచ్చి ఆ బంగారాన్ని బ్రాహ్మణులకు దానం చేస్తే శాంతి కలుగుతుందని ఒకరు చెప్పారు.

ఆ ప్రకారమే ఉత్సవం ఏర్పాటైంది. దేశం నాలుగు చెరగుల్నించి జనం వచ్చి పడ్డారు. నాయుడు సుస్నాతుడై గోగర్భం ప్రవేశించి ఈవలకి వచ్చాడు. ఆ బంగారాన్ని ముక్కలు చేసి బ్రాహ్మణులకు దానమివ్వబోతుండగా పంచములు అడ్డువచ్చి అన్నారు. "అయ్యా! అది చచ్చిపోయిన ఆవు. మాకు చెందాలి" అని.

అందరూ తెల్లబోయారు.

వాళ్ళు మళ్ళీ అందుకుని "ఈ బంగారం గనక బ్రహ్మలకి పంచిపెడ్తే రేపటినించి వూళ్ళో చచ్చిపోయిన పశువులన్నింటినీ వాళ్ళు చూసుకోవలసిందే. మాకు సంబంధంలేదు" అన్నారు.

చమత్కారానికి నాయుడు నవ్వుకుని ఆ బంగారం విలువ పంచములకు పంచిపెట్టాడు. ఆ ఉత్సవాన్ని గురించి ఆర్నెల్లు చెప్పుకున్నారు జనం.

ప్రజలు ఎంత పొగిడినా, ఎంత చెప్పుకున్నా నాయుడుకి మనశ్శాంతి చిక్కలేదు. రాత్రిళ్ళు రెప్పవాలటం లేదు. ఓ అర్ధరాత్రి ఉన్నట్టుండి లేచిపోయాడు. నిర్మానుష్యంగా ఉన్న అంతఃపురాన్ని దాటాడు. కోటగుమ్మంలో నుంచుంటే

ఊరంతా నిద్రపోతోంది. చీకట్లో లోకమంతా హాయిగా విశ్రాంతి తీసుకుంటోంది. కాని తనకు శాంతి లేదు. గిలగిల్లాడిపోయాడు నాయుడు. ఎదురుగా పాపయారాధ్యులు.

ఒకళ్ళ నొకళ్ళు చూసుకున్నారు. తనతో రమ్మన్నాడు పాపయారాధ్యుడు. పసిపిల్లవాడిలా పాదరక్షలు కూడా లేకుండా నడిచి వచ్చాడు నాయుడు. దోవలో రాళ్ళు, రప్పలు కోసుకుపోతున్నాయి. దేవాలయం మొదటి ప్రాకారంలోకి వచ్చారు ఇద్దరూ. పాపయారాధ్యులు మారేడు చెట్లన్నిటినీ తాకుతూ ప్రదక్షిణం చేస్తున్నాడు. నాయుడు మారేడు చెట్లని తాకుతూ ముందుకు నడుస్తున్నాడు. ఆ స్పర్శ, ఆ గాలి, ఆ చీకటి విచిత్రంగా ఉంది నాయుడికి. గుండెలో ఏవో కదిలిపోతున్నాయి. గన్నేరు చెట్లు పలకరిస్తున్నాయి. జమ్మి కొమ్మలు వింజామరలు వీస్తున్నాయి. పైప్రాకారంలోకి వచ్చారిద్దరూ. నాయుడిని ఒకచోట నుంచోపెట్టారు పాపయారాధ్యులు. ఎదురుగా వేలు చూపించారు. ఎదురుగా మూసివున్న తలుపు ఆపైన నంది, ఆ నంది మీదుగా చూస్తే అమరేశ్వరుడు. తలుపులు మూసి ఉన్నా స్వామి కన్పిస్తున్నాడు నాయుడికి. పాపయారాధ్యులు నాయుడు చెవిలో పంచాక్షరి వూదాడు. ఆ పంచాక్షరిని స్మరిస్తూ అంజలి ఘటించి నుంచున్నాడు నాయుడు. నాయుడి గుండె తేలికవుతోంది. కరిగి పోతోంది. స్వామి అడుగుతున్నట్లనిపించింది. "ఎందుకయ్యా ఈ దానాలు? నేను నీకిచ్చింది నువ్వు అందరికీ పంచి గొప్ప వాడిననుకుంటున్నావు. నువ్వు నాకేమిస్తున్నావయ్యా?" నాయుడు కన్నీళ్ళయిపోతున్నాడు. అది నిద్ర కాదు, మెలకువ అంతకన్నా గాదు. మనసులో చల్లగా ఉంది.

తెలతెలవారుతుండగా పరివారం ప్రభువుని వెతుక్కుంటూ వచ్చిన ధ్వనికి ఉలిక్కిపడి కళ్ళు తెరిచాడు నాయుడు. ఎదురుగా అనుష్ఠానం ముగించిన పాపయారాధ్యులు నవ్వాడు. అదేచోట..... అదే చోట తాను అంజలి ఘటించి ప్రార్థిస్తున్నట్టు తన విగ్రహం చెక్కించుకున్నాడు నాయుడు. ✱

సంగమం

నర్సమ్మ పచ్చటి పసిమి. నుదుట పెద్ద కుంకం బొట్టు. కృష్ణ ఒడ్డున నుంచుని ముందుకు పరుగెత్తుతున్న కృష్ణమ్మని చూస్తోంది. ప్రియుణ్ణి కలుసుకోటానికి ఉరకలు తీస్తోంది కృష్ణమ్మ. మరి తన విభుడో?

నర్సమ్మకి పదేళ్ళ వయసులో అభం శుభం తెలియని సమయాన పెళ్ళయింది. పెళ్ళికొడుకు పేరు రామయ్య అని మాత్రమే తెలుసు నర్సమ్మకి. తనకి పన్నెండేళ్ళు వచ్చేసరికి తన భర్త దేశాంతరం వెళ్ళిపోయాడన్నారు. కొందరు కాశీకి వెళ్ళాడన్నారు. మరికొందరు గోసాయిల్లో కలిశాడన్నారు. ఆనాటి నుంచి భర్తకోసం ఎదురుచూస్తూనే ఉంది నర్సమ్మ. ఇప్పుడు నర్సమ్మ వయసు అరవై సంవత్సరాలు.

ముఖంనిండా పసుపు పట్టించుకుని కృష్ణలో మునిగింది. బిలబిల పరుగెత్తుతున్న కృష్ణమ్మని చూసి ఒక్కసారి నీళ్ళలో మునిగి 'తల్లీ! నువ్వు నేలంతా పరుచుకున్నావు గదా? నాసామి ఏ తావున్నాడో! ఆ కబురు చెప్పవా?' అని కృష్ణమ్మకి మాత్రమే రహస్యం చెబుతున్నట్టు నీళ్ళ అడుగున గొణిగింది.

భర్త లేకపోతేనేమి, నర్సమ్మ వూరంతకీ పెద్ద ముత్తయిదువు. ఎక్కడ తోరణం కట్టినా అక్కడ నర్సమ్మ ఉండవలసిందే. ప్రతి పేరంటంలోనూ మొదటి తాంబూలం ఆవిడకే. ఇక పెళ్ళివస్తే అన్నీ నర్సమ్మ చేతిమీంచి జరిగి పోవలసిందే.

దగ్గరుండి పెళ్ళికూతుర్ని చేయించేది. పెళ్ళికూతురికి నుదుట కళ్యాణ తిలకం దిద్దేది. చాదు చుక్క సరిజేసేది. మెడలోని ముత్యాల పేరులు చిక్కు విడదీసేది. చేయిపుచ్చుకు పెళ్ళిపీటలమీదికి నడిపించేది. మంగళసూత్రం కడుతూంటే జడ వొత్తిగించి పట్టుకునేది. మంగళహారతి పాడి ఆడబడుచు లాంఛనాల కోసం దెబ్బలాడేది. అప్పగింతలపాట పాడుతూ కన్నీరు మున్నీరై పోయేది.

బారసాలనాడు పొత్తిళ్ళలోని బిడ్డని బహు సుతారంగా అందుకునేది. బాలెంతరాలిచేత కృష్ణనించి నీళ్ళబిందె తెచ్చే సంబరంలో తనే ముందుండేది. జోలపాట తియ్యగా పాడేది. పసివాడి పట్టు పెదవుల్ని పదే పదే ముద్దాడేది. వాడు బోసిగా నవ్వితే తను గలగల నవ్వేది. పదిమందిని పగలూ రాత్రీ నవ్వించేది.

పెద్ద ముత్తయిదువు నర్సమ్మ!

కన్నె ముత్తయిదువు నర్సమ్మ!

సంక్రాంతి వస్తే కన్నెపిల్లలతో తనూ ముగ్గులువేసి ఆ ముగ్గులమధ్య గొబ్బెమ్మలు పెట్టి "మొగలి పూవువంటి మొగుణ్ణివ్వవే" అని వినీ విన్పించకుండా పాడి, సిగ్గుతో బుగ్గలు కందిపోగా ముడుచుకుపోతున్న నర్సమ్మను చూసి పెద్దలు చాటుగా కళ్లొత్తుకునేవారు.

గుళ్ళోకి వెళ్ళి గంటకొడ్తే ఆగంట 'రామా' 'రామా' అన్నట్టు మోగితే నర్సమ్మ కళ్ళు చెమ్మగిల్లేవి. ఆ రామయ్య రూపు ఎలాగుండేదో కూడా నర్సమ్మకి తెలియదు. అయ్యకి మొక్కి అమ్మదగ్గరకెళ్ళి 'అమ్మా! అయ్యని విడిచి అరక్షణమైనా ఉండలేకనే కదా అయ్య తనువులో సగమైనావు. మరి నా సామి దగ్గరకు నన్ను చేర్చవా' అని గొణిగేది.

కార్తీకమాసం వస్తే అంత చలిలోనూ కార్తీక దీపాలకు వచ్చేది. తెల్లవారు జామునే స్నానం చేసి పూజచేసుకుని ఆవు నేతి దీపం వెలిగించి కృష్ణలో విడిచిపెడ్తూ "తల్లీ ఇది నా చేతుల్తో వెలిగించిన దివ్వె. ఆ కరిగిపోతున్న నెయ్యిలాగా, ఆ కాలిపోతున్న వొత్తిలాగా ఉన్నాను. అన్నీ దివ్వె తల్లికి

చెప్పుకున్నాను. నా స్వామి ఏ వాడనున్నా ఈ దీపాన్ని అక్కడికి చేర్చు తల్లీ. అన్నీ ఆ దీపమే చెపుతుంది" అంటూ దీపాన్ని జాలులో విడిచిపెట్టేది. ఆ దీపం మిణుకుమిణుకుమంటూ అటూ ఇటూ వూగుతూ ప్రవాహంలో కొట్టుకు పోతుంటే, 'తప్పకుండా స్వామికి నా కబురు అందుతుంది' అనుకుంటూ వొడ్డుకొచ్చేది.

ఎన్ని పూజలు చేసినా, ఎన్ని కమ్మలంపినా స్వామి రాలేదు. యాభై ఏళ్ళు పిలిచింది. అన్ని రాత్రులు మేల్కొని నిరీక్షించింది. స్వామి రాలేదు. ఆ రోజు మాఘపౌర్ణమి. అమరావతి వెన్నెలమయమైంది. పండువెన్నెల పగలబడి కురుస్తోంది. నర్సమ్మ కృష్ణ వొడ్డుకొచ్చి నుంచుంది. కృష్ణమ్మ వెన్నెట్లో పొంగి పొంగి పారుతోంది. వెన్నెల రాత్రి ప్రియుణ్ణి కలుసుకోటానికి అలంకరించుకుని వెళ్తున్నట్లుంది కృష్ణ. నల్లటి కృష్ణమ్మ వెన్నెట్లో తెల్ల జరీచీర కట్టుకున్నట్లుంది.

కంఠాన అలంకరించుకున్న మణిమాలలా కృష్ణలో నక్షత్రాలు ప్రతిఫలి స్తున్నాయి. విరిగిపడుతున్న అలలకి వెన్నెల ముక్కలవుతుంటే కృష్ణమ్మ సిగ్గుతో ముసిముసినవ్వులు నవ్వుతున్నట్లుంది. ప్రవాహంలో నురగలు, నిడివైన కృష్ణమ్మ పూలజడలో కూర్చిన మల్లెగుత్తుల్లా ఉన్నాయి. కృష్ణమ్మ ప్రియుడి దగ్గరకి వెళ్తోంది. మంద మందంగా నడుస్తూ, పొంగి పొంగి నవ్వుతూ....

నర్సమ్మ కళ్ళలో ధారలు ధారలుగా కన్నీళ్ళు. "తల్లీ నువ్వు రోజూ నీ స్వామి దగ్గరకెళ్తావు.... ఒక్కసారి.... ఒక్కసారి.... నా స్వామిని నాకు చూపించవా.... ఒక్కసారి...."

కృష్ణమ్మ "రా.... నాతో రా...." అన్నట్లు ముందుకు సాగిపోతోంది.

ఆ పిలుపుకి అరవై ఏళ్ళ నర్సమ్మ పదహారేళ్ళ కన్నెపిల్లయిపోగా వొళ్ళు జలదరించింది. కళ్ళు తుడుచుకుంది. తనలో తనే నవ్వుకుంది. "వస్తున్నా తల్లీ.... వస్తున్నా" అంటూ భర్తని సమీపించే సిగ్గుతో నేల చూసుకుంటూ, పవిట నిండుగా కప్పుకొని మెల్లమెల్లగా నడిచి కృష్ణలోకి దిగింది.

కృష్ణమ్మ తప్పకుండా ప్రియుణ్ణి కలుసుకుంది.

నర్సమ్మ సంగతి నాకు తెలియదు. ✸

అంతా సామిదే!
నేనెవర్కి ఇవ్వడానికి!

తెల్లవారితే వినాయక చవితి.

పొద్దు పొడవకముందే వూరి జనమంతా గుళ్ళోకొచ్చిపడ్డారు పత్రి కోసుకోవటానికి. తెల్లవారుజామున మూడు గంటలకే వచ్చిన ధరణికోట జనం కూడా అందులో వున్నారు.

"తలుపులు తియ్యండో" అని గోల.

కొందరు ప్రాకారం గోడలమీదకెక్కి వాటిమీంచి మారేడు చెట్లు ఎక్కి పత్రి కోయటం మొదలెట్టారు.

తలుపులు తీయటమేమిటి "హో" అని జన సముద్రం గుళ్ళోకొచ్చి పడ్డది. మారేడుచెట్లు, గన్నేరు చెట్లు సరసర ఎక్కి పత్రి, ఆకులు దూసేస్తున్నారు. మారేడుకాయలు గుత్తులు గుత్తులుగా తెంపుతున్నారు. పిల్లలు ఓ చెట్టునించి మరో చెట్టుకు పాకిపోతూ ముళ్ళు గుచ్చుకుంటున్నా లెక్కచేయక దళాలు కోస్తున్నారు. ప్రాకారమంతా మారేడుదళాల సుగంధం, గన్నేరు పువ్వుల పరిమళం.

పదేళ్ళ సాంబడికి పట్టలేనంత సంబరంగా ఉంది. క్రిందటి సంవత్సరం వినాయకచవితికి యజమాని ఇంట్లో వినాయకపూజ జరుగుతుంటే గుమ్మంలో నుంచుని చూశాడు. వాళ్ళంతా పట్టుబట్టలు కట్టుకుని దేవుడికి పూజచేస్తూ హారతి ఇస్తుంటే తనకీ పూజ చేసుకోవాలనిపించింది. ఎలా? వినాయకుడు లేడు. పూలు లేవు. పత్రి లేదు. అందుకని సరాసరి గుళ్ళోకి పరుగెత్తికొచ్చి ఎవరూ చూడకుండా గుళ్ళో వినాయకుడి పాదాలమీద రెండు పూలు స్వయంగా పెట్టి మొక్కి వెళ్ళిపోయాడు. ఈ సంవత్సరం ఎలాగైనాసరే తన గుడిసెలో వినాయకుడికి పూజ చేసుకోవాలని నిశ్చయించుకుని తెల్లవారు జామునే స్నానంచేసి వచ్చి పత్రి, పూలు కోస్తున్నాడు.

'కొమ్మలు విరవకండ్రా' అని ఎవరో పిల్లల్ని అదిలిస్తున్నారు.

తెల్లవారేసరికి సాంబడు చాలా పత్రి కోశాడు. జమ్మి ఆకులు, గన్నేరు మొగ్గలతో వొడి నింపుకున్నాడు. వొడి చాలకపోతే పరుగెత్తుకు ఇంటికివెళ్ళి పత్రంతా ఇంట్లో పీటమీద పోసి మళ్ళీవచ్చి పున్నాగపూలు కోసుకున్నాడు.

తెల్లవారేసరికి చెట్లన్నీ ఖాళీ అయిపోయాయి. ఒక్క ఆకు మిగలలేదు. ఒక్క పువ్వు మిగలలేదు. అన్ని పూలు స్వామి సేవకోసం వెళ్ళిపోతే చెట్లు బోసి పోతున్నాయి. జనం తగ్గిపోయారు. కొందరు గడ్డి వెతుక్కుంటూ గరిక, చంద్రకాంతపూలు, రేగు ఆకులూ ఏరుకుంటుంటే వాళ్ళవెంటే ఉండి సాంబడు కూడా ఆ పూలన్నీ సేకరించాడు.

పత్రి సంపాదించటమైతే అయింది. మరి వినాయకుడో? బజారుకు పరుగెత్తు కెళ్ళి మట్టి వినాయకుణ్ణి చేసి అమ్మేచోట ఎదురుగా కూర్చున్నాడు, జనం వరసగా వినాయకుడి బొమ్మలని కొనుక్కెళుతుంటే మళ్ళీ అచ్చుపోసి కొత్తవి తయారుచేస్తున్నాడు రంగయ్య. ఎదురుగా కూర్చున్న సాంబడితో "కాస్త సాయం చేయరా నీకో పావలా డబ్బులిస్తాను" అన్నాడు రంగయ్య. దాంతో సాంబడు పనిలోకి దూకాడు. మట్టి పిసికాడు. తనూ అచ్చులు పోశాడు. కళ్ళు దిద్దాడు. ఎందరెందరో వినాయకులు తన చేతిమీంచి పూజకి వెళ్ళిపోతుంటే పొంగి పోయాడు. పదకొండు గంటలైంది. రంగయ్యకి బేరం కూడా తగ్గిపోయింది.

'ఇదిగోరా నీ పావలా' అని డబ్బివ్వబోయాడు రంగయ్య. 'డబ్బులొద్దు నాకో వినాయకుణ్ణివ్వండి' అన్నాడు సాంబడు. 'ఓరి భడవా' అంటూ రంగయ్య ఓ పెద్ద వినాయకుణ్ణి చేసి ఇచ్చాడు. సాంబడి కళ్ళు సంతోషంతో వెలిగాయి! ఆ వినాయకుడితో పరుగు పరుగున ఇంటికొచ్చి కృష్ణకెళ్ళి మళ్ళీ తలస్నానం చేసి వచ్చి పీటమీద ముగ్గులేసి వినాయకుడి పూజకు కూర్చున్నాడు. పూజ ఎలా చేయాలో తెలిసింది కాదు. ఏ పత్రి ముందుంచాలో అంతకంటే అర్థ మవలేదు.

యజమాని ఇంట్లో మంత్రాలు వినిపిస్తున్నాయి. వాటినాధారం చేసుకుని తనూ పూజ మొదలెట్టాడు. 'అగరొత్తులు వెలిగించండి' అని వినిపిస్తే ఉత్తుత్తి అగరొత్తి వెలిగించేవాడు. 'గన్నేరు పూలు పూజ చేయండి' అంటే ఆ పూలతో పూజ.

ఇలా పూజ సాగిపోయింది. పూజ ఆఖరున "కుడుములు, పాయసాలు, పళ్ళు, ఫలహారాలు నైవేద్యం పెట్టండి" అని విన్పించింది.

సాంబడికి నివేదన పెట్టడానికి ఏమీలేదు. కళ్ళనీళ్ళు తిరిగాయి. ఎదురుగా పెద్ద వినాయకుడు. పత్రిలో మునిగిపోయి "నాకు నివేదన పెట్టవా?" అని చూస్తున్నట్టనిపించింది. తల్లి యజమాని యింట్లో గిన్నెలు అవీ కడిగిగాని రాదు. కుండల్లో ఏదన్నా ఉందేమో అని వెతికి చూశాడు. ఖాళీ. "దేవుడికి ఏం పెట్టాలి?" అని గిలగిల్లాడిపోయాడు. దేవుడికి ఆకలేస్తున్నట్లనిపించింది సాంబడికి. ఏంచేయాలో తోచక వెక్కి వెక్కి ఏడ్చాడు. ఏడ్చి ఏడ్చి వినాయకుడి పాదాల దగ్గిర పత్రిలో తలపెట్టుకుని పడుకొన్నాడు.

కొంతసేపటికి తల్లి గుడిసెలోకి వస్తూ "సాంబా" అని పిలిస్తే ఉలిక్కిపడి లేచాడు. "ఇదిగో వినాయకుడి పెసాదం" అని యజమాని ఇంట్లో ఇచ్చిన వడపప్పు సాంబడి చేతిలో పెట్టింది.

సాంబడి ముఖం విచ్చుకుంది. దేవుడికి పెట్టడానికి ఏదో దొరికింది. వినాయకుడి దగ్గరకి పరుగెత్తుకెళ్ళి "నీ నైవేద్దానికి దొరికింది సామీ!" అంటూ ఆ వడపప్పు వినాయకుడికి తినిపించాడు. చూస్తున్న తల్లి అంది "పిచ్చి నాన్నా! సామి పెసాదం సామికే పెడ్తన్నావా?" అని. ✸

మళ్లీ మళ్లీ చెప్పుకునే కథ

ఎదురుగా పాలరాతి శిల్పం.

ఎత్తు తలపాగాలవారు, నిలువెత్తు బల్లాలవారు మందీ మార్బలంతో యుద్ధ సన్నద్ధులై ఉన్నారు. మరోప్రక్క ఎర్రటి కిరీటాలతో అపార సైన్యంతో కత్తులు ఝుళిపిస్తున్న రాజులు, రారాజులు.

అందరూ ఈ క్షణంలోనో మరోక్షణంలోనో రంగంలోకి దూకేట్లు ఉన్నారు. ఈ కసి, ఈ పగ, ఈ కావేషం అంతా బుద్ధభగవానుని అస్తికలకోసం. ఆ పవిత్రావశేషాలు తమవే కావాలన్న తపనకొద్దీ....

ఇంతకు ముందు.

బుద్ధుడి చివరిదశ. శిష్యులతో పావానగరం చేరుకున్నాడు. అక్కడ చందుడనే భక్తుడు స్వామికి కన్నీళ్ళతో కాళ్ళు కడిగి తన ఇంట భిక్ష ఆరగించమని వేడుకున్నాడు. సరేనన్న బుద్ధుడికి చందుడు సంబరంతో స్వయంగా తయారు చేసిన పందిమాంసం వడ్డించాడు. శిష్యులు తెల్లబోయి "అదేమని" అడగబోతే బుద్ధుడు చిరునవ్వుతో వారించాడు. "భక్తితో పెట్టింది భోజనీయము. ప్రేమతో పెట్టింది పరమాన్నమూ.... ఏ పదార్థమైతేనేమి?" అంటూ ఆ మాంసాన్ని

ఆరగించాడు. చందుడు జన్మ తరించిందన్నట్టు స్వామికి సాగిలబడి, బుద్ధుడు వెళ్ళిపోయాక మట్టిలో నిలిచిపోయిన స్వామి అడుగుల గుర్తుల్ని పదేపదే ముద్దాడి ఆ దుమ్ములో పొర్లాడాడు.

చందుడి ఆనందమే బుద్ధుడికి ఆనందం. కాని బుద్ధుడి శరీరం క్షీణిస్తోంది. బుద్ధుడు నడవలేకపోతున్నాడు. కుశీ నగరం అల్లంతదూరాన ఉండగా ఓ తోట కన్పించింది. ఆ తోటలో జంట చెట్లు ఉన్నాయి. ఆ జంట చెట్ల కొమ్మల కింద ఉత్తరదిశగా కాషాయవస్త్రం పరుచుకుని బుద్ధుడు పడుకున్నాడు. శిష్యులు తల్లడిల్లిపోతున్నారు. స్వామి మాట్లాడటంలేదు. ప్రేమ ప్రవచనం లేదు. కన్నీరు మున్నీరై గోలుగోలున ఏడుస్తున్నారు. బుద్ధుడి శరీరంలో జవం క్షీణిస్తోంది కాని కళ్ళు వెలుగుతూనే ఉన్నాయి. పెదవులపై చిరునవ్వు చెదరటం లేదు.

శిష్యులు స్వామికి కలిగిన ఆపద చెప్పుకోటానికి దేశం నలుమూలలకీ వెళ్ళారు. మిగిలినవారు ఆ వనంలో ఉన్న చెట్లకీ, పుట్టలకీ, ఆకులకీ, పువ్వులకీ, వెన్నెలకీ, నక్షత్రాలకీ చెప్పుకుని గుండెలు బాదుకున్నారు. బుద్ధుడి స్థితిలో మార్పు లేదు.

దేశం నాలుగు చెరగులనించీ భగవానుణ్ణి ఆఖరుసారి దర్శించుకుందామని పసిపిల్ల జనం బాలాది తండోపతండాలుగా వచ్చారు. తోట నిండిపోయింది. అంగుళం ఖాళీలేదు, అందరి ముఖాల్లో దైన్యం, అందరి కళ్ళలో అశ్రువులు. కన్నీటి సంద్రం కదులుతున్నట్టుంది.

"పలుకు స్వామీ! పలుకు! నీ ప్రవచనాలతో మా గుండెలో ప్రేమ నింపావే! నీ పలకరింపుతో మమ్మల్ని బుజ్జగించి నీలో కలుపుకున్నావే! నీ కంటి వెలుగుతో మా గుండె చీకట్లు చీల్చివేశావే! ఒక్కసారి.... ఒక్కసారి అమృతమయంగా పలుకు తండ్రీ! ఒక్కసారి నీ ప్రేమ వాక్కులతో మమ్మల్ని లాలించు తండ్రీ!" అంటూ మూగగా మొరపెట్టుకుంటున్నాయి కొన్ని లక్షల గుండెలు.

బుద్ధుడి గొంతు విడలేదు. శరీరం స్వాధీనం కాలేదు. స్వామి కళ్ళవెలుగు ఆ బిక్కవోయిన లక్షలాది కన్నీటి ముఖాలని తాకుతోంది. స్వామి చిరునవ్వు వెన్నెల ఆ చిన్నవోయిన గుండెల్ని ఓదార్పుగా నిమురుతోంది.

వైశాఖ పూర్ణిమనాడు, లోకమంతా వెన్నెల పరుచుకున్ననాడు. తాను జన్మించి జగత్తుకు వెలుగైననాడు ఆ వెన్నెల వెల్లువలో కలిసిపోయినాడు బుద్ధుడు.

వెన్నెల చీకటైంది. బుద్ధుడులేని లోకం భయంకరంగా ఉంది. చెట్లు విలవిల్లాడుతూ ఏడుస్తున్నాయి. మొగ్గలు పువ్వులవకుండానే వాడిపోయాయి.

జనం కళ్ళలో కన్నీళ్ళు ఇంకిపోయాయి.

బుద్ధుడి మహాపరినిర్వాణ వార్త సర్వులకూ తెలిసిపోయింది. ఆటవికులు, రాజులు, రారాజులు అంతా విచ్చేశారు. ఆ జగత్ప్రభువుకు అంత్యక్రియలు జరిపించారు. ఆ పవిత్రాస్థికలు మాకు కావాలంటే మాకు కావాలన్నారు. ఆ అస్థికలకోసం ప్రాణాలు పణంగా పెడ్తామన్నారు. రాజ్యాలు ధారపోస్తామన్నారు. వాదులాట జరిగింది. వాదు తెగలేదు. కత్తులు దూశారు. బల్లాలు ఎగరేశారు. వీరాలు పోయారు. యుద్ధానికి దిగి బలాబలాలు తేల్చుకుందామనుకున్నారు.

"రె....రె....రె....రెరెరె"

"హా.....హా.....హా.....హాహాహా!"

నెత్తురు నేల చిమ్మింది. రెండుపక్కలా పొంగివున్న సైన్యాలు, మెరుస్తున్న కత్తులు...

తలలు తెగి నేలపడకముందే వాళ్ళు తెలిసింది. చల్లబడ్డారు. ఏ రక్తపాతం కూడదని, ఏ హింస పనికిరాదని ప్రవచించి మనందర్నీ మనుషుల్ని చేసిన ఆ స్వామి గుర్తుగా రక్తపాతమా? తిరిగి హింసా?

వొద్దు వొద్దనుకున్నారు.

తప్పు, తప్పనుకున్నారు.

చిరునవ్వులు నవ్వుకున్నారు. పరస్పరం కౌగలించుకున్నారు. స్వామి పవిత్రాస్థికల్ని సమానంగా పంచుకున్నారు. భక్తితో వారి వారి దేశాలకు తీసుకెళ్ళారు.

ఆ అస్థికలపైన స్థూపాలు కట్టారు. ఆ స్థూపాలపైన శిల్పాలు చెక్కారు, ఆ శిల్పాలపైన ఈ కథనే, తమ కథనే చిత్రించారు. ✸

అంపకం

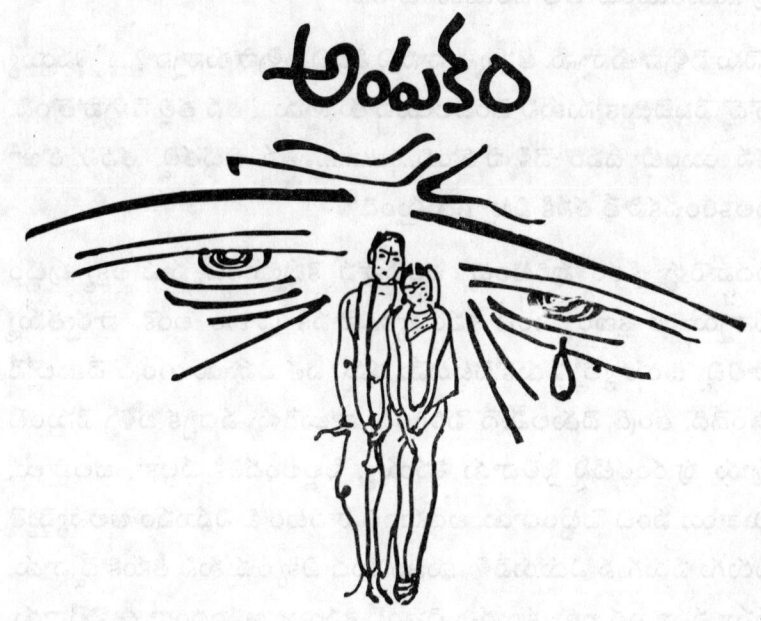

శివయ్య తన ఒక్కగానొక్క కూతురు, సీతని అత్తవారింటికి పంపుతున్నాడు. పొద్దుట్నుంచి ఇల్లంతా మహా సందడిగా ఉంది. శివయ్య కాలు గాలిన పిల్లిలా బజారుకీ, ఇంటికీ ఒకే పరుగు.

'అరటిపళ్ళ గెల వచ్చిందా?'

'అరిసెలు మూట కట్టారా?'

'సున్ని ఉండల డబ్బా ఎక్కడ?' అంటూ ఇల్లంతా కదం తొక్కుతున్నాడు శివయ్య భార్య పార్వతమ్మకి ఊపిరి సలపటంలేదు. ఎందరమ్మలక్కలు సాయంచేసినా వూరికే హైరానా పడిపోతూ గదులన్నీ చుట్టుముట్టి వస్తోంది.

సీతకి పట్టుచీర కట్టారు. పాదాలనిండా పసుపురాసి పారాణి పెట్టి నుదుట పెద్ద బొట్టు పెట్టి బుగ్గన చాదుచుక్క అద్దారు. తోటి ఈడువాళ్ళు ఆటలు పట్టిస్తుంటే గదిలో పీటమీంచి లేచి ఇవతలకు రాలేదు. అంతా వెళ్ళిపోయినా తలవంచుకు పీటమీదే కూర్చుంది. పాదాలకున్న పసుపు, పట్టుచీర పూసుకుంటుంటే ఆలోచించుకుంటోంది.

"నేను వెళ్ళిపోతున్నాను. అమ్మని, నాన్నని విడిచి వెళ్ళిపోతున్నానా?...." శివయ్య దొడ్లో వేపచెట్టుకానుకుని బెంబేలయిపోతున్నాడు. "తన తల్లి వెళ్ళిపోతోంది. తన యింటి దీపం వెళ్ళిపోతోంది............. తన చిట్టితల్లి, తనని రోజూ పలకరించకపోతే తనకి ఎట్లా గడుస్తుంది?"

పదహారేళ్ళ క్రితం పురిటింట్లో చంటిపాప కెవ్వుమంటే మహాలక్ష్మి పుట్టిం దన్నారు. ఆ క్షణం నుంచి శివయ్యకి, పాపకి ప్రాణం లంకె. పార్వతమ్మ పాలిచ్చి ఉయ్యాల్లో పడుకోబెట్టటమే తప్ప, సీత ఎప్పుడూ తండ్రి చేతుల్లోనే ఉండేది. తండ్రి చేతులమీదే పెరిగింది. నాలుగేళ్ళు వచ్చాక బళ్ళో వేస్తుంటే వూరు వూరంతటినీ పిలిచాడు శివయ్య. పిల్లలందరికీ పలకా, బలపాలు, మిఠాయి పంచి పెట్టించాడు. బడినుంచి రావటం ఓ నిముషం ఆలస్యమైతే పరుగు పరుగున ఎదురువెళ్ళి భుజం మీద ఎక్కించుకుని తీసుకొచ్చేవాడు. వస్తూ వస్తూ సీత బళ్ళో కబుర్లన్నీ చెప్తుంటే శివయ్య ఆనందంగా ఊకొట్టేవాడు. భోజనం ఎప్పుడూ ఇద్దరూ కలిసి చేయవలసిందే. కూతురికి ఏ కూర నచ్చిందో కనుక్కుని తనూ ఆ కూరే కలుపుకునేవాడు. అన్నాలయాక సన్నజాజి పందిరికింద శివయ్య పడుకుంటే సీత వెళ్ళి తండ్రి పక్కలో దూరేది. తండ్రి వొళ్ళో ముడుచుకు పడుకునేది. తండ్రిని కథలు చెప్పమని వేధించేది. శివయ్య తనకి తోచిన కథ చెప్తుంటే అంతలోనే నిద్రపోయేది. రెండు చేతులా తన్ని కావలించుకుని నిశ్చింతగా నిద్రపోయే కూతుర్ని చూస్తూ పైనించి రాలుతున్న సన్నజాజి పూలనిచూస్తూ కళ్ళనీళ్ళయిపోయేవాడు శివయ్య.

మరి రేపట్నించి తనెవరికి కథ చెప్తాడు?

సన్నజాజి పూలు ఎవరిమీద రాల్తాయి?

తెల్లవారి నిద్ర లేస్తూనే అమ్మా అని కూతుర్ని పిలిచేవాడు. తన తల్లి ముఖం చూసుకుని ఆపైన లోకం ముఖం చేసేవాడు. స్నానం చేసి దేవుడికి పూజ చేసుకుని కూతురికి ముందు హారతి కళ్ళకద్ది ఆపైన తను అద్దుకునేవాడు.

తనిప్పుడు పొద్దున్నే లేవగానే ఎవర్ని పిలవాలి?

తన పూజకి పూలు, కర్పూరం ఎవరందిస్తారు?

సీత పెద్దదయి సంబంధం కుదిరి పెళ్ళి ముహూర్తం నిశ్చయమైనప్పుడు, తన బతుకులో జరిగే ఒక శుభకార్యం ఘనంగా జరుగుతున్నపుడు అల్లుడికి కాళ్ళుకడిగి కన్యాదానం చేస్తుంటే తన బతుకంతా ధారపోస్తున్నట్లనిపించింది శివయ్యకి.

వరండాలో ఎవరో అరుస్తున్నారు. బళ్ళు వచ్చాయి ఇంకా ఆలస్యం ఏవిటని శివయ్య లేచి ఇంట్లోకి వచ్చాడు. బళ్ళల్లో సామాన్లు సర్దుతున్నారు. తన ఇంటినెవరో దోచుకుపోతున్నట్టుంది శివయ్యకు. ఒకొక్కరే బళ్ళు ఎక్కుతున్నారు. శివయ్య ఏర్పాట్లు ఏవీ చూడ్డం లేదు. గదులన్నీ పిచ్చిగా తిరుగుతున్నాడు. ఒక మూలగా పార్వతమ్మ కళ్ళొత్తుకుంటోంది. ఆవిడకి తిరిగే ఓపిక కూడా లేదు.

ప్రయాణమైన సీత అందరికంటె ఆఖరున వచ్చింది.

పట్టుచీర! నగలు! మెళ్ళో గంధం. కాళ్ళకు పసుపు, నడుముకు వడ్డాణం.

తండ్రి పాదాలకు వంగి నమస్కరించింది.

పాదాలు పట్టుకు వదల్లేదు.

శివయ్య కూలబడి పోయాడు. సీత కళ్ళల్లోకి చూశాడు. "నా గుండె...... నాప్రాణం..... నా నెత్తురు.... నా రెండు కళ్ళూ నువ్వేనమ్మా.... వెళ్ళిపోతున్నావా తల్లీ.... నోటమాట రావటంలేదు. కన్నీటి పొరల్లో సీత కన్పించటం లేదు.

"ఏమిటట్లా ఇదయిపోతావ్! లోకంలో నువ్వే కూతుర్ని కన్నావా.... ఇది సహజం లే లే...." అంటూ ఎవరో లేవదీశారు.

ఇద్దరూ విడిపోయారు....

శివయ్య కళ్ళు తుడుచుకుని, లేని దర్పం తెచ్చుకొని ఉత్తరీయం భుజాలు కిరుప్రక్కలా వేసుకుని బళ్ళ వెనక నడవసాగాడు. మధ్యలో జ్వాలమ్మ గుడి దగ్గర ఆపించి కూతుర్ని తీసికెళ్ళి తల్లికి మొక్కించి "తల్లీ! నాకు కూతుర్నిచ్చి ఇలా అన్యాయం చేస్తావా...." అన్నాడు.

వూరు దాటింది. ఆగిపోమన్నా వినకుండా శివయ్య బళ్ళ వెనకాలే వస్తున్నాడు. ఒకచోట బండి ఆపించి అల్లుణ్ణి దింపి పక్కకు తీసుకెళ్ళి రెండు చేతులూ పట్టుకుని అన్నాడు. "అయ్యా! నా తల్లిని పువ్వుల్లో పెట్టి పెంచాను. నాగుండెలో పెట్టుకుని సాక్కున్నాను. పిల్లది తెలియక ఎప్పుడన్నా తప్పు చేస్తుంది. అప్పుడు నీకు కోపమొస్తుంది.... తప్పు లేదు.... తిట్టాలనిపిస్తుంది.... సహజమే.... ఒక్కోసారి కొట్టాలనిపిస్తుంది..... ఫర్వాలేదు.... అల్లాటప్పుడు.... బాబ్బాబు... నాకు ఒక కార్డుముక్క రాయి.... కాకితో కబురంపు. వాలిపోతాను. నీ కోపం తీరేదాకా నన్ను తిట్టు.... నీ కసిపోయేదాకా నన్ను కొట్టు.... బాబ్బాబు తమలపాకు లాంటిదయ్యా నాతల్లి" అంటూ బావురుమన్నాడు. ఆమాటలకి అల్లుడికి కళ్ళనీళ్ళు తిరిగి ఏమీ చెప్పలేకపోయాడు. చుట్టూ ఉన్నవాళ్ళు "ఛ! వూరుకో. విడ్డూరం" అని సర్ది బళ్ళని పంపించేశారు.

పొద్దుపోయి కాళ్ళీడ్చుకుంటూ ఇంటికొస్తే పార్వతమ్మ స్తంభానికానుకుని కూర్చుని వుంది. ఇల్లంతా బోసి పోయివుంది. మనసంతా ఖాళీగా వుంది. ఎవరూ మాట్లాడుకోలేదు. అన్నం వడ్డిస్తే ముట్టలేదు శివయ్య. పార్వతమ్మ అంది. "మా అయ్య నన్ను ఈ ఇంటికి పంపించినప్పుడు ఈ బాధ పడలేదా! నువ్వు నన్ను సల్లగ సూసుకోలేదా? అట్టాగే నీ కూతున్నీ సూసుకుంటాడల్లుడు."

శివయ్య కళ్ళలో ధైర్యం.

"అదో! అది నీ కూతురి కిష్టమైన కూర కలుపు" అంది పార్వతమ్మ.

ఆమాట వినగానే గబ గబ ఆ కూర కలిపాడు శివయ్య. కాని ముద్ద నోటి కెక్కదే! ✸

నిండు కుండ బొమ్మ

ఇది ఏనాటి మాట?

క్రీస్తుశకం ఒకటి రెండు శతాబ్దుల కాలంనాటి ముచ్చట!

ఊరికి దూరాన.

దానయ్య తన గుడిసెల్లో చెప్పులు కుట్టుకుంటున్నాడు. అప్పుడే వస్తున్న సూర్యుడు దానయ్య గుడిసెలోకి కూడా వచ్చాడు. సూరీడుకి తన వాళ్ళని, పరాయివాళ్ళని లేదు గదా! రాజభవనంలో మహారాణి ముక్కుపుడకలోని వజ్రం మీద వాలి మెరిసినట్టే దానయ్య చీకటిగదిలోకి కూడా దూరి తళతళ మెరుస్తున్నాడు. నీరెండ గుడిసెనిండా పాకుతుంటే దానయ్యకి గొప్ప సుఖంగా ఉంటుంది. అతనికి లేత సూర్యకిరణాలు ఎంత ఇష్టవో తన ఐదేళ్ళ కూతురు పాప అంటే అంత ఇష్టం.

పాప పుట్టగానే తల్లి వెళ్ళిపోయింది. అప్పటినుంచి పాపకోసమే బతుకుతున్నాడు దానయ్య.

గుడిసె అవతల ఎక్కడో పాప నవ్వు తెరలుతెరలుగా నవ్వు గుత్తులు గుత్తులుగా నవ్వు. చెట్టుమీది పువ్వులు జలజల రాలినట్టు నవ్వు. దానయ్య ఓ తల్లీ! అనుకుంటూ లేచి వెళ్ళి పాపను ఎత్తుకుని తీసుకొచ్చి వొళ్ళో కూర్చో పెట్టుకుని మళ్ళీ చెప్పులు కుట్టుకుంటున్నాడు. చొక్కా లేకుండా తండ్రివొళ్ళో కూర్చున్న పాప ఏవో వూసులు చెప్తోంది. అచ్చనకాయలు ఎట్లా ఆడాలో చెప్తోంది. వొచ్చిన వొంట్లన్నీ అప్పగిస్తోంది. దానయ్య మాటిమాటికి ముద్దు పెట్టుకొంటూ పొంగిపోతూ వింటున్నాడు. ఉండుండి పాప 'అయ్యా నా కాలి గజ్జెల పట్టీ ఒకటి పోయింది' అంటూ బుంగమూతి పెట్టింది.

"అయ్యయ్యో! ఎట్లా పోయిందమ్మా? ఇంకోటి కొందాంలే" అన్నాడు దానయ్య.

"ఇప్పుడే.... ఇవ్వాళే" అంది పాప.

"ఇవ్వాళే! బజార్లో చెప్పులిచ్చొచ్చి వస్తూ వస్తూ తెస్తాగా" అన్నాడు దానయ్య.

పాప పొంగిపోయి తండ్రి వొళ్ళోంచి చెంగున దూకి ఎగిరి గంతేసింది. కూతురు సంబరం చూసి కళ్ళ నీళ్ళయిపోయాడు దానయ్య.

"అమ్మా! నేను వూళ్ళోకెళ్ళొస్తాను. సాంబడు బాననిండా నీళ్ళు నింపాడుగా. తానమాడు. కొత్త గజ్జెలపట్టీ తెస్తా" అంటూ బయటికెళ్ళాడు దానయ్య.

పాపకి ఒకటే సంబరం. ఒక కాలునున్న గజ్జలపట్టీ విప్పి పైకెగరేస్తూ చేతుల్తో పట్టుకుంటూ గుడిసంతా తిరుగుతోంది. ఆ ఆటలో ఒకటీ రెండూ మూడూ అంటూ అంకెలు లెక్కపెడుతోంది. గజ్జెలపట్టీని పైపైకి, పైపైకి ఎగరేస్తుంటే ఒక్కోసారి పట్టుకోలేకపోతోంది. ఒకసారి మరీ పైకి దూరంగా విసిరింది. ఆ పట్టీ నాలుగడుగులు ఎత్తున్న నీళ్ళబానలో పడింది. బానేమో ఎత్తు. పట్టీ నీళ్ళ అడుగునుంది. అందుకోటానికి పీటవేసుకుని బానలోకి వంగింది. పాప తలకిందులైంది.

దానయ్య గజ్జలపట్టీ కొనుక్కుని పాపా! పాపా! అంటూ గుడిసెలో కొచ్చాడు. పాప పిలుపందుకోలేదు. నవ్వు విన్పడలేదు. దొడ్లోకొచ్చి చూస్తే నీళ్ళబానలో తలకిందులైన పాప! వణుకుతున్న చేతుల్తో పాపని తీశాడు. పాప చేతిలో గజ్జెలపట్టీ, దానయ్య చేతిలో గజ్జెలపట్టీ. గజ్జెలపట్టీలు మిగిల్చి పాప వెళ్ళిపోయింది. దానయ్య గుండె బాదుకున్నాడు. తల నేలకొట్టుకున్నాడు. నలుగురూ చేరారు. ఓదార్చారు. ముద్దాడిన తన చేతుల్తోనే పాపని తీసికెళ్ళి మట్టిలో కప్పివచ్చాడు దానయ్య.

గుడిసెనిండా చీకటి దీపం వెలిగించలేదు. అంతటా పాప నవ్వు విన్పిస్తూంది. రాత్రంతా గడిచాక పొద్దున్నే పాప నవ్వుకోసం సూర్యకిరణాలు సరసర పరుగెత్తుకొచ్చాయి. పాప నవ్వుతోంది. కిరణాలు నవ్వుతున్నాయి.

సాంబడు నీళ్ళు పోయడానికివస్తే "పోయరా! ఆ బాననిండా నీళ్ళుపొయ్యి" అన్నాడు దానయ్య.

ఆ నిండు నీళ్ళకుండకి పసుపురాసి, బొట్టుపెట్టాడు దానయ్య. బానముందు సాగిలపడ్డాడు. పాప నవ్వుతోంది. గుత్తులు గుత్తులుగా గుండె కదిలించేటట్లు నవ్వుతోంది. కాలిగజ్జెల పట్టీలు ఘల్లుఘల్లుమని మోగేట్లు నవ్వుతోంది. గబగబా వచ్చి తను చెప్పులు కుట్టే సామాను ముందు కూర్చున్నాడు. వాకిట్లో ఎవరో ఐదేళ్ళ పిల్ల తండ్రితో వెళ్ళటం కనిపించింది. ఆ పిల్లకి చెప్పులు లేవు. గబ గబ లేచివచ్చాడు దానయ్య. ఆ పిల్లపాదం అది తీసుకున్నాడు. మళ్ళీ వెంటనే లోపలికి వెళ్ళి ఆపిల్లకి చెప్పులు కుట్టడం మొదలెట్టాడు.

ఉన్నట్టుండి బజారుకు వచ్చేవాడు దానయ్య చెప్పులులేని చిన్నపిల్లలు కన్పించటం ఆలస్యం అది తీసుకుని సాయంత్రానికి వాళ్ళింటికెళ్ళి చెప్పులిచ్చి వాళ్ళు అవి తొడుక్కుని సంబరపడుతుంటే నా పాప నవ్వుతోంది...... నవ్వుతోంది అని మురిసిపోయేవాడు. రోజూ నీళ్ళబానకి బొట్టుపెట్టి సాగిల

పడుతున్నా పాపలేని వెలితి తీరటంలేదు. ఎవరో చెప్పారు 'స్థూపం దగ్గరకెళ్ళి సాయంత్రంపూట నువ్వు కూడా దీపం వెలిగించుకో' అని

సాయంత్రం దీపాల దిన్నె దగ్గర దివ్వె వెలిగించాడు. దీపం అటూ ఇటూ వూగుతుంటే పాప కదులుతున్నట్టుంది. దీపం పాపలా పలకరిస్తోంది. పాపలా నవ్వుతోంది. అక్కడున్న బుద్ధుడి బొమ్మ చూశాడు. ఆయన పాపలాగే నవ్వుతున్నాడు. పాపలాంటి తన కళ్ళతో భక్తుల్ని పలకరిస్తున్నాడు. గుండె చల్లబడ్డట్టయింది దానయ్యకి. వచ్చినవాళ్ళంతా తలా ఒక పాలరాతి శిల్పం చెక్కించి స్తూపానికి వారి పేర ఇస్తున్నారు. తనూ ఒక బొమ్మ కానుకగా ఇద్దామనుకున్నాడు దానయ్య.

కొంతకాలానికి కూడబెట్టిన డబ్బులు తీసుకుని ఓ శిల్పి దగ్గరకెళ్ళి "బుద్ధుడి గుడికి నేనూ ఓ బొమ్మ నిచ్చుకుంటానయ్యా. ఈ డబ్బు తీసుకు చెక్కిపెట్టండయ్యా" అన్నాడు.

"ఏ బొమ్మ చెక్కమంటావ్?" అన్నాడు శిల్పి.

"నీళ్ళకుండ బొమ్మ చెక్కండయ్యా" అన్నాడు దానయ్య.

శిల్పి ఆశ్చర్యపోయాడు. అందరూ యక్షిణి, అప్సరసలు, గజమాలలు చెక్కమని కోరుతుంటే ఇతను కుండ బొమ్మ చెక్కమంటాడేవిటి" అనుకుని "సరే అలాగే" అన్నాడు.

పూర్ణకుంభ శిల్పాన్ని పాలరాతిమీద చెక్కి ఇచ్చాడు శిల్పి. దానయ్య ఆ శిల్పాన్ని భక్తితో మోసుకెళ్ళి స్థూపం మీద పెట్టి సాగిలపడి "అయ్యా! ఈ బొమ్మగుండా నా పాపని నీ కిస్తున్నానయ్యా! నీదే భారం!" అన్నాడు. తర్వాత ఆ పూర్ణకుంభానికి, 'సంపూర్ణ మానవత్వమని' 'ప్రేమకలశ'మని.... ఇలా ఎన్నో అర్థాలు!

(ఇటీవల అమరావతి తవ్వకాల్లో బయటపడ్డ దాన శాసనాలద్వారా ఓ చర్మకారుడు పూర్ణకుంభ శిల్పాన్ని కానుకగా ఇచ్చినట్టు తెలుస్తోంది.) ✸

ఐదు తరాల కిందట....

వేంకటాద్రి నాయనింవారు అమరేశ్వరాలయ నిర్మాణం పూర్తి చేశారు. రేపో మాపో స్వామి కళ్యాణం. హజారంలో రాత్రి పన్నెండు కొట్టినా నాయుడికి నిద్రపట్టలేదు. దేవాలయ నిర్మాణం ఆఖరున నిన్న ఉదయం తూర్పు దిశగా ధ్వజస్తంభం ప్రతిష్ఠించారు. ఆ ధ్వజస్తంభం ఎత్తుగా కృష్ణంతటినీ చూస్తూ ఠీవిగా ఉంది. ఆ ఎత్తయిన ధ్వజస్తంభాన్ని తలుచుకుంటే తన కీర్తి దేశమంతటా వ్యాపించినట్టు ఓ పిసరు గర్వరేఖ తోచింది.

హజారంలో ఒంటిగంట కొట్టారు.

"అయ్యో! పన్నెండు గంటలు మోగిన గంట కాస్తంతలో ఒకే ఒక్కగంట మోగిందే! నీ కీర్తి నలుపక్కలా పాకిపోయిందనుకున్నానే కాని నా చేతనైనంత స్వామిసేవ చేస్తున్నాననుకోలేదే!" అనిపించటంతో నాయుడిలోని గర్వరేఖ మాయమయిపోయింది. చేతులు ముకుళించి శయ్యమీదే కూర్చుండి పోయాడు.

కూర్చుండలేక శయ్యదిగి అంతఃపురం దాటాడు. అంతఃపురందాటి ప్రాకారం వెలుపలకు వచ్చాడు. వేకువనున్న అంగరక్షకులు వెంటరాబోగా వద్దని వారించి వెనక్కు వెళ్ళమన్నాడు.

ఆరుబయలులో కొచ్చి నుంచున్నాడు. పైన వెన్నెల. పందిట్లో మెరుస్తున్న

చుక్కలు. చుట్టూతా నిద్రపోతున్న పట్టణం. దూరంగా కృష్ణమ్మ గలగల. ఆ గలగలకు తోడుగా మువ్వల సవ్వడి విన్పించింది. ఆసవ్వడికి ఉలిక్కిపడి నాలుగు పక్కలా చూశాడు. మళ్ళీ గాలిలో చిరుగంటల చప్పుడు. తలపైకెత్తి చూస్తే ధ్వజస్తంభానికున్న చిరుగంటలు గాలికి వూగుతూ మోగుతున్నాయి.

ఆ వెన్నెల!

ఆ నిశ్శబ్దం!

ఆ నిశ్శబ్దంలో మువ్వల సవ్వడి!

ఆ సవ్వడికి లేచిన రామచిలకలు కుహూ కుహూలు.

నాయుడు కదిలిపోయాడు. ధ్వజస్తంభంవైపు నడిచిపోయాడు. గంటలు గాలికి నృత్యం చేస్తూ ఊగుతున్నాయి. ఆ ధ్వజస్తంభం నీడన ఓ బక్కమనిషి పద్మాసనం వేసుకుని జపం చేసుకుంటున్నాడు.

ఆ మనిషి నిద్రపోవటంలేదు. పక్కనే అతని ఇల్లాలు. ఆరుగురు పిల్లలు పడుకుని ఉన్నారు. ఆ వ్యక్తి ముఖంలో తేజస్సు! కళ్ళు తెరవడు! పెదవి విప్పడు! గాలిలో గాయత్రి మంత్రం మోగుతోంది. నాయుడు అలాగే నిల్చుండి పోయాడు. తెలతెలవారుతూండగా అంతఃపురానికొచ్చి వాళ్ళని తీసుకురమ్మని కబురుపెట్టాడు.

ధ్వజస్తంభం దగ్గర ప్రత్యూషాన, కళ్ళు తెరిచాడు వేదాంతం లక్ష్మీపతిశాస్త్రిగారు ఆయన చతుర్వేదాలు పుక్కిట పట్టినవాడు. వేదసారమంతా గాయత్రిలో ఉందని గ్రహించి ఆ మంత్రాన్ని ఉఛ్వాస నిశ్వాసలుగా జపిస్తూ, జంధ్యాలు వడుకుతూ అందరికీ పంచిపెడ్తుండేవాడు. తనకైనా గాయత్రి మనసునిండా ఉంది. మరేం అక్కరలేదు. కట్టుకున్న ఇల్లాలికి కడుపున పుట్టిన పిల్లలలో! మార్గం తెలిసింది కాదు. ఆ గాయత్రీదేవే చూసుకుంటుందని వూరూవాడా తిరుగుతూ స్వామి కల్యాణ సమయానికి అమరావతి చేరుకున్నాడు. కిందటి రాత్రి పిల్లలూ తనూ పట్టెడు వేరుశనక్కాయలు తిని మంచినీళ్ళు తాగారు.

ఎదురుగా భటులు.

ప్రభువు రమ్మంటున్నాడని పిలుపు.

కృష్ణ స్నానం చేసి వస్తానని కబురుపెట్టారు లక్ష్మీపతిశాస్త్రి. ఆ జవాబు అంతగా రుచించలేదు నాయుడికి.

అప్పటికే సభ తీర్చిన నాయుడు ముందుకి, స్నానం జపం ముగించుకున్న లక్ష్మీపతిశాస్త్రి వచ్చి నుంచుని 'శివాయనమః' అని వందనం చేశాడు.

నాయుడు తనకు వందనం చేయలేదేమి అని మనసున భావించాడు. కాని ఎదురుగా తేజఃపుంజం. నాయుడు కావాలని అన్నాడు "ప్రభువుల వద్దకు వస్తూ ఏమి కానుక తెచ్చారు?" అని.

లక్ష్మీపతిశాస్త్రి తబ్బిబ్బయినాడు. తన దగ్గర ఏమి కానుక ఉంటుంది. ఏమివ్వ గలడు? సభ అంతా తనవైపే చూస్తోంది. ఒకచేయి జోలెలోకి పోనిస్తే నిన్న తిన్న వేరుశనక్కాయ తొక్కలు తగిలాయి. మళ్ళీ చెయ్యి పెట్టాడు. యజ్ఞోపవీతం తగిలింది. కళ్ళుమూసుకుని వేరుశనక్కాయ తొక్కని భద్రంగా మూసి "శివార్పణమ్! ఇది నా కానుక" అని భక్తితో నాయుడుకి సమర్పించాడు.

'వేరుశనక్కాయ కానుకా?' సభ విస్తుపోయింది.

నాయుడు శనక్కాయని విప్పి చూశాడు. కళ్ళు మిరుమిట్లు గొల్పాయి. అందులో వజ్రవైఢూర్యాలు లేవు. స్వయంగా వడికిన యజ్ఞోపవీతం ఉంది. అందులో ఇమిడిపోయివుంది. నాయుడు దిగ్గున లేచి వచ్చి పాపయారాధ్యు లకు చూపించి 'చూశారా కానుక' అన్నాడు.

పాపయారాధ్యుల ముఖాన చిరునవ్వు.

'రేపు అమరేశ్వర కల్యాణానికి కావాల్సిన యజ్ఞోపవీతాన్ని స్వామి ఇలా సంతరించుకున్నాడు అంటూ లక్ష్మీపతిశాస్త్రివారిని ఆసనంమీద కూర్చోపెట్టి "తమకేం కావాలో కోరుకోండి" అన్నాడు.

లక్ష్మీపతిశాస్త్రిగారు నవ్వి "నాకై ఏ కోరికలూ లేవు. మళ్ళీ ఈ వికారాలేల? నా సంతతి పెరిగి పెద్దయ్యేదాకా ఏదన్నా ఆధారం దొరికితే అదే ఈశ్వరప్రసాదం"అన్నాడు.

నాయుడు లక్ష్మీపతిశాస్త్రికి కుంచవరం అగ్రహారం ఈనాముగా ఇచ్చాడు. కాని లక్ష్మీపతిశాస్త్రి ఆ ఈనాము అనుభవించాడా! 'నాకెంత కావాలి?' అనుకుంటూ ఆ తుమ్మలూ, దుబ్బులూ కొట్టించి పండించినంత పండించి పదిమందికి ఇంతపెడ్తూ అందరికీ జంధ్యాలు పంచిపెడ్తూ కాలం వెళ్ళబుచ్చాడు. ✸

మౌన శంఖం

సాయం వేళ!

ఏటి జాలుమీంచి కొంగలు బారు బారులుగా వెళ్తున్న సమయాన, లంకనించి ఆవులు ఇళ్ళకొస్తుంటే లేగదూడలు ఎదురు పరుగెత్తగా ఆవులు దూడల్ని ప్రేమగా నాకుతున్న వేళ గాలిగోపురం శిఖరాల పావురాళ్ళు గుంపులు గుంపులుగా చేరి కువకువలాడుతున్న వేళ గుళ్ళోనించి శంఖం విన్పిస్తోంది....

భం..... భం..... శంఖారావం!

గాలినిండా శంఖారావం!

భం .... భం ..... శంఖం. వూరంతా విన్పిస్తోంది. అది నాగలింగం శంఖం. నాగలింగం తన ఆరేళ్ళ మనవడు కోటితో పొద్దుకూకటానికి ముందుగానే డోలు, శంఖంతో గుళ్ళోకి చేరుకుంటాడు. మేళగాళ్ళు రావటానికి ముందుగా మంటపంలో కూర్చొని శంఖం వూత్తాడు. ఆ శంఖం వూదేప్పుడు కళ్ళు మూస్తాడు. బుగ్గలు పూరిస్తాడు. నాభి నుంచి నాదం లాగుతాడు. అలా "భం... భం.... భం...." అని శంఖం వూత్తుంటే మంటపం కదిలిపోతున్నట్లుంటుంది. గుడి స్తంభాలు, మారేడుచెట్టు, గాలిగోపురం ఆ మోతకి వూగిపోతాయి. పిల్లలంతా చుట్టూ చేర్తారు. వూది వూది చుట్టూ ఉన్న పిల్లల్ని నవ్వుతూ చూస్తాడు. పిల్లలంతా తెల్లగా వున్న ఆ శంఖాన్ని తాకుతారు. వూదబోతారు. నాదం రాదు. బోసినోటి నాగలింగం పెద్దగా నవ్వుతాడు. ఆ తర్వాత సన్నాయి వాళ్ళు వస్తే ఆ పాటకి డోలు వాయించి కోటిగాడితో ఇంటికి వెళ్ళిపోతాడు.

కళ్ళు నమంగా కన్పించకపోయినా కోటిగాడే నాగలింగం రెండు కళ్ళూ, కోటిగాడు "తాతా!' అంటే చాలు పరుగు పరుగున వెళ్ళి మనవణ్ణి కావలించు కుంటాడు. ఆ రాత్రి ఇంత ఉడకేసుకుని మనవడికింతపెట్టి తనింత గతికి కోటిగాణ్ణి వళ్ళో పడుకోబెట్టుకుని కథలు చెప్తూ "నాన్నా! శంఖం వూదటం నేర్చుకోరా..." అన్నాడు. "నాకు నిద్రొస్తోంది" అని పడుకున్నాడు కోటిగాడు.

నాగలింగానికి శంఖం అంటే ప్రాణం. మనవడంటే ప్రాణం.... "శివా! నాకు వీణ్ణి అంటగట్టి వీడికోసం బతకమన్నావా" అనుకుంటూ కళ్ళు తుడుచు కున్నాడు. ఎదిగివచ్చిన ఒక్కగానొక్క కొడుకు దేశాంతరం వెళ్ళిపోయాడు. కొడుకు వెళ్ళిపోవటంతో కోడలికి మతిస్థిమితం చెడింది. "నా దేవుడేడీ? నా దేవుడేడీ..." అంటూ అన్ని వీధులూ తిరిగేది. అలా తిరిగి తిరిగి రాయినీ,

రప్పనీ అడుగుతూ, చెట్టూ పుట్టా దాటి వూరు విడిచి వెళ్ళి పోయింది. చివరికి నాగలింగానికి మనవడొక్కడే మిగిలాడు.

పొద్దున్నే లేచి నాగలింగం శంఖాన్ని శుభ్రంగా కడిగాడు. విబూది పెట్టాడు. పూలతో పూజచేసి సాగిలపడ్డాడు. ఎప్పటి శంఖం! తరతరాలనించి వస్తోంది. ఇంత పూజకీ, సంబరానికీ కారణం ఈ రోజు పొలంనుంచి ధాన్యం వస్తోంది. మనవడికీ కొత్తబట్టలు కుట్టించాలి, మిఠాయి తినిపించాలి....సాయంత్రం మరి కొంచెంసేపు శంఖం ఎక్కువగా ఊదాలి.... సంబరంగా ఉన్నాడు నాగలింగం.

ఇంతలో వీధిలో రైతులొచ్చిన అలికడయింది. బయటకొచ్చిన నాగలింగానికి బండి కన్పించలేదు. బస్తాలు కన్పించలేదు. రైతులు చెప్పారు. "ఆరుబస్తాల ధాన్యం అప్పుకింద సుబ్బయ్య జప్తుచేసుకుని పొలంనుంచే తరలించుకు పోయాడు" అని.

నాగలింగం తల్లడిల్లిపోయాడు. "సంవత్సరంపాటు తిండిగింజ లేదు.... ఎట్లా గడుస్తుంది. కోటిగాడికి కొత్త చొక్కా....మిఠాయి.... నాగలింగం కళ్ళు కోపంతో బుసకొట్టాయి. సర సర నడుచుకుంటూ వూరిపెద్దల దగ్గర కొచ్చాడు. "అయ్యా! అన్యాయం! అప్పుకింద కట్టుకోమనండి. తప్పులేదు. అన్నం లేకుండా చేస్తారా... ఆకలితో మాడుతూ శంఖం ఎట్లా వూదగలను..." అని గొల్లుమన్నాడు. "బాకీ బాకీయే! నీ ఆకలి గురించి నీ శంఖాన్ని అడుగు" అన్నారు పెద్దలు. నాగలింగం వెర్రెత్తిపోయాడు. "నా శంఖాన్నే అడుగుతాను...." అంటూ బారలు బారలుగా నడిచాడు. మిట్టమధ్యాహ్నం.... ఎండ మాడుతున్నవేళ వూరికెదురుగా ఉన్న పెద్ద మంటపంలో నిటారుగా కూర్చుని శంఖం పూరించాడు.

"భం..... భం..... భం....."

ఏమి శబ్దం అది! భయంకరంగా ఉంది. ఉరుములు ఉరిమినట్టుంది. భం...
భం.... అంటూ పిడుగులు పడుతున్నట్లుంది. ప్రళయ భయంకరంగా శంఖం...
జనం గుండెలవిసిపోయాయి. ఇళ్ళలోంచి వీధుల్లోకి పరుగెత్తుకొచ్చారు.
ఎదురుగా మంటపంలో విలయతాండవంలా భం ..... భం..... భం..... అని
శంఖారావం.... చుట్టూ మూగిన జనం శాంతించు.... శాంతించు తండ్రీ....
అంటున్నారు.

నాగలింగం కళ్ళు తెరిచేసరికి ఎవరో పండు చేతికందించారు. నా శంఖమే
నాకన్నం పెట్టింది. అంటూ అందులో సగం కోటిగాడికిచ్చి తను సగం తిన్నాడు.
ఆనాటినుంచి పొలంలో ధాన్యం గురించి అతను పట్టించుకోలేదు. గుళ్ళో
శంఖం వూదినంతసేపు వూదేవాడు. ఎవరో ఇంత అన్నం పెట్టేవారు. పెళ్ళి
జరుగుతుంటే వెళ్ళి శంఖం వూదేవాడు. వాళ్ళు ప్రసాదం పెట్టేవారు.
జరిగిపోతోంది.

నాగలింగం ఆఖరిదశలో మంచంలో పడుకుని మనవణ్ణి దగ్గరకు తీసుకుని
"శంఖం ఊదటం నేర్చుకోరా" అని మళ్ళీ అన్నాడు. కోటిగాడు "నాకు రాదే"
అంటే "నాతర్వాత శంఖం ఎవరు వూత్తార్రా" అని కళ్ళనీళ్ళు పెట్టుకున్నాడు.
అదే దిగులు. ఇప్పటికో మరి కాస్సేపటికో అన్నారంతా.

అర్ధరాత్రివేళ దిగ్గన లేచాడు. చుట్టూ ఉన్నవాళ్ళని "నా శంఖం ఇమ్మన్నాడు.
మంచంలోంచే శంఖం పూరించాడు.... భం....భం....భం.... గుడిసె
కదిలిపోతోంది. ఊరు కదిలిపోతోంది. ప్రాణమంతా శంఖంలో పోసి
పూరించాడు. వూపిరంతా శంఖంలో పోశాడు. సత్తువంతా శంఖంలో పోశాడు.
భం....భం....భం....

చీకటంతా చెదిరిపోయేట్టు భం....భం....భం.... ఉన్నట్టుండి, శంఖం టక్కున
ఆగిపోయింది.

కోటిగాడు కెవ్వుమన్నాడు.

నాగలింగం వెళ్ళిపోయినా, శంఖం వూదేవారు లేకపోయినా ప్రతి సాయంత్రం
మంటపంలో శంఖధ్వానం విన్పిస్తూనే ఉంది. ✸

అదుగో_అల్లదుగో....

అమరావతి చూసొద్దామని మీకూ అనిపించొచ్చు. రండి! గుంటూరు టు అమరావతి బస్సు ఎక్కేద్దాం.

జనం! జనం!

తోసుకోటం.... గుద్దుకోటం. ముందెక్కుతున్న వాళ్ళని వెనక్కి లాగేయటం. వెనకున్న వాళ్ళని మోచేతుల్తో కుమ్మేయటం! చొక్కాలు ఫర్‌మని చిరిగి పోతున్నాయి. "ఏందయ్యా! ఆడంగుల్ని ముందెక్కనీ!" అంటూ ముందు

మగాళ్ళు ఎక్కేయటం "అమ్మో నా కాలు తొక్కేశారు. దేవుడోయ్" ఏడుపులు. "చెవులవీ చేతులవీ జాగ్రత్తేవ్" వెనకనుంచి ముసలమ్మ అరుపులు.... పసిపిల్లలు ఆ వొత్తిడికి కేరుమనటాలు....

"సామాన్లు కిటికీలోంచి లోపలికి తోసెయ్ ...." ఇలా కోలాహలంగా తన్నుకుంటూ, గుద్దుకుంటూ ఒక్కొక్కళ్ళే లోపలికి చేరారు.

బస్సు బరువెక్కింది. కాలు పెట్టడానికి వీల్లేకుండా జనం కిక్కిరిసి ఉన్నారు. వాళ్ళకి తోడు శనక్కాయ మూటలు, ధనియాల బస్తాలు, కూరగాయల బుట్టలు, రేకుపెట్టెలు, పలుపుతాళ్ళు, పారలు, బాణాకర్రలు అన్నీ అందులోనే. బస్సు బరువుతో కుంగిపోతోంది. ముందుకు కదలదు. కదలటానికి డ్రైవరేడీ! కండక్టరేడీ!

లోపల ఉక్కిపోతోంది. బస్తా కుదించి మూతి కుట్టేసినట్టుంది. ఈ బాధ మళ్ళించుకోటానికన్నట్టు.

"ఏందమ్మా! అంత సోటుంటే మీది మీదికి పడ్తావూ...."

"సుట్ట తీసేవోయ్ సోగ్గాడ..... అప్పుడే ముట్టించాడు .... దొర చుట్ట....." అంటూ చిన్న చిన్న తగాదాలు.

ఉండగా ఉండగా చూడగా చూడగా కండక్టరు కారాకిళ్ళీ నములుతూ వచ్చాడు. వస్తూనే "ఎవరివీ బస్తాలు..... ఈ బుట్టల్దీసెయ్" అన్నాడు. బస్తావాళ్ళు బుట్టలవాళ్ళు మాట్లాడలేదు. "మాట్లాడరేం? ఎవరివయ్య ఇవి. బయట పారెయ్యనా?" అనేసరికి బస్‌లోంచి "మావేనయ్యా? బరువేలేవు...." అన్నారెవరో .... "ఇదేం ఎడ్లబండనుకున్నారా.... టిక్కట్టుకి డబ్బుల్దీయండి" అంటూ టిక్కట్టు కోస్తున్నాడు. బయట పారేస్తానంటే పారేస్తానని అతని ఉద్దేశం కాదు. ఆ భావం బస్తాల వాళ్ళకీ తెలుసు. లగేజీ కొట్టేముందు అలా అరవటం ఓ లాంఛనం.

"గొరంట్లకి మూడు టిక్కట్లా? సిటీబస్‌లో పోలేవూ? దిగుదిగు" అంటున్నా డెవర్నో అట్లా అంటే దిగిపొమ్మని అర్థంకాదు. టిక్కట్టు పోగా మిగిల్చిన చిల్లర

ఇవ్వనూ అని. బస్సుకి సగం టిక్కట్లు కొట్టేడోలేదో డ్రైవరొచ్చాడు. అతనితోపాటే క్లీనరొచ్చి హారన్‌కొట్టి "గురూ! రైట్" అన్నాడు.

"టిక్కట్లు సొంతం కొయ్యలేదు. ఓనరొస్తే గొడవవుద్ది" అన్నాడు కండక్టరు.

"ఈ ట్రిప్పుకి రాడు. పేకాటలో ఉన్నాడు. వచ్చే ట్రిప్పే" అన్నాడు డ్రైవరు.

"అయితే పోనిస్తా ఉండు. తాలూకా దగ్గర ఆపు" అన్నాడు కండక్టరు.

దాంతో క్లీనరు ఆ.... ఆ.... అంటూ దీర్ఘం తీసి "రైట్" అంటూ కొరడా ఝుళిపించినట్టు అనేసరికి బస్ బయలుదేరింది.

"సొంతం ఇల్లంటయ్య పరుపులమీద కూకున్నట్టు కూకోడానికి. పదిమంది కూకునే చీటు. సర్దుగోండి" అని క్లీనర్ గదమాయించి జనాన్ని సర్దుతుంటే కండక్టరు టిక్కట్లు కోశాడు. తాలూకా కచేరీ దగ్గర మళ్ళీ జనం ఎక్కారు. వాళ్ళనీ సర్దాడు క్లీనర్. పుష్పకవిమానంలోలా అందరికి వేలుమోపటానికి చోటు చూపించి డ్రైవర్ వెనకాల అటో కాలు, ఇటో కాలువేసి నుంచుని డైరక్షనిస్తున్నాడు.

ఆ డ్రైవరు అసలు డ్రైవరు కాదు. డ్రైవరు బావమర్ది. అసలు డ్రైవరుకి వొంట్లో బాగా లేకపోతే ఇతగాడొచ్చాడు.

వెనకనించి క్లీనరు "గురూ! రైటుక్కొయ్ ఎడంకి లాగుతోంది జాగర్త.... ఎనక లారీవోడొస్తున్నాడు సైడియ్.... ముందు మేకపిల్లుంది సూస్కో.... చింతకాయలు కొట్టుకునే ఆ పిల్లనేం జూస్తావ్. ముందు రోడ్డు చూడు బే!!" అంటూ బస్సు నడిపిస్తున్నాడు.

ఇంతలో గోరంట్ల వచ్చింది. అంటే మూడుమైళ్ళు వచ్చామన్నమాట. అక్కడ ముసలమ్మ, మూటలూ దిగాయి. అమ్మయ్య ఖాళీ వచ్చిందనుకుంటే ఇద్దరు పిల్లల తల్లి, బిందెలు ఎక్కాయి.

"ఆ....ఆ..... రైట్"

చింతచెట్టు దాటుకుంటూ బస్ పోతోంది. బస్‌లో విత్తనాలు.... ధరలు కబుర్లు సాగిపోతున్నాయి. కొత్తగా పెళ్ళయిన దంపతులు దూరం దూరంగా

కూర్చున్నారు. మనుషుల మధ్యనుండి తొంగి తొంగి ఒకళ్ళనొకళ్ళు చూసుకుంటూ ముసి ముసి నవ్వులు నవ్వుకుంటున్నారు.

"ఓల్డన్!"

బస్ ఆగింది. అడ్రోడ్డు వచ్చింది. "అడ్రోడ్డు దిగేవాళ్ళు తొందరగా దిగండేయ్" అని కండక్టర్‌కేక "ఆ..... ఆ...... రైట్".

లాం దాటిపోయింది.

నిడుముక్కల వెళ్ళిపోయింది.

మోతడక పొలిమేరల్లో బస్ ఆపేసి "ఇంజను ఉటెక్కింది. నీళ్ళు పొయ్యి" అని డ్రైవరు దగ్గర్లో ఉన్న గుడిసెలోకి వెళ్ళిపోయాడు. క్లీనరు నీళ్ళు పోసినా డ్రైవరింకా రాలేదు. అతగాడికి మోతడక పొలిమేరల్లో మరో సంసారం ఉంది. వాళ్ళని తాపీగా సాకి, పలకరించి మెల్లిగా వచ్చాడు. పాసింజర్లు విసుక్కున్నారు. "ఏంటయ్యా! మీరు ఇళ్ళకెళ్ళి హాయిగా ఉంటారు. మా బతుకంతా మిమ్మల్ని మొయ్యటమేగా..... రెండు మెతుకులన్నా తిననివ్వరు" అని తిరిగి విసుక్కున్నాడు డ్రైవరు.

"ఆ....ఆ.... రైట్!"

పధ్నాలుగో మైలొచ్చింది. అక్కడ బస్సాదిలేసి కండక్టరు, డ్రైవరు, క్లీనరు కాఫీల కెళ్ళారు. 'కాఫీలు తాగేవాళ్ళుంటే తాగండి' అని జనానికి పర్మీషన్ ఇచ్చారు. మరో పావుగంట తర్వాత యండ్రాయి వచ్చింది. అక్కడ పెసల బస్తాలు వేసుకున్నాక నరుకుళ్ళపాడు వచ్చింది. నరకుళ్ళపాడు దాటి ఓ మైలు ముందుకెళ్తే కృష్ణగాలి వచ్చింది. మరో మైలురాగానే వైకుంఠపురం కొండ కన్పించింది.... మరో అరమైలు ఉందనగా దేవాలయ గోపురం.... అదిగో శిఖరం, దీపాలదిన్నె ....

"అయ్యా వచ్చేశాం. మీ చేతులూ కాళ్ళూ, కీళ్ళు సమంగా ఉన్నాయో లేదో చూసుకుని మెల్లిగా దిగండి."

"ఒల్డన్" అన్నాడు క్లీనరు. ✸

అప్పడాల అసెంబ్లీ

సూరమ్మగారి పిల్లలు వెళ్ళి ఇంటింటికీ చెప్పొచ్చారు. "మా ఇంట్లో ఇవ్వాళ అప్పడాలు వత్తుతున్నారు. మీరు రావలసింది" అని.

బజార్లో ఆడంగులు వంటలు త్వరత్వరగా ముగించారు. మొగవాళ్ళకి, పిల్లలకి వెంట వెంటనే వడ్డించారు. తామూ చకచకా రెండు మెతుకులు గతికి పీట, అప్పడాల కఱ్ఱతో సూరమ్మ గారింటికి బయలుదేరారు. వీధి చివరనున్న శాంతమ్మ తనూ వెళ్ళనా వద్దా అని ఆలోచనలో పడింది. సుబ్బమ్మ వచ్చి తీరుతుంది. దాని మొహం చూస్తే వళ్ళు మండుతుంది. తన్ని నీలాటి రేవులో ఎంతలేసి మాటలంది! వెళ్ళకూడదని నిశ్చయించుకుంది. ఇంతలో చట్టుక్కున జ్ఞాపకం వచ్చింది. ఇవ్వాళ సుబ్బమ్మ కునికినపాడు పోతానన్నదని. ఇంకేం! సంతోషంగా లేచి పనులు ముగించుకుని వంటింటికి గొళ్ళెం పెట్టి కుక్క వస్తుందేమో జాగర్త అని భర్తకి చెప్పి పీట, అప్పడాలకఱ్ఱతో సూరమ్మ యింటికి బయలుదేరింది.

శాంతమ్మ గుమ్మంలో అడుగుపెడ్తుంటే సుబ్బమ్మ గొంతు విన్పించింది. సుబ్బమ్మ చెప్తోంది. "కునికినపాడు వెళ్దామనుకొన్నానా..... పడవ రేవు దాటి పోయింది. ఎండవేళ ఎందుకులే అని మానేశాను. ఏనాటికి ఎక్కడ ప్రాప్తమో!" శాంతమ్మ వెనక్కి తిరిగి వెళ్ళిపోదామనుకుంది కాని ఇంతలో ఎవరో తను రావటం చూసి "అక్కడే నుంచున్నావేం? లోపలికి రా" అన్నారు. ఇక తప్పక లోపలికెళ్ళింది. శాంతమ్మని చూసీ చూడగానే సుబ్బమ్మ ముఖం ముడుచుకు పోయింది. మూతి అష్టవంకర్లు తిప్పింది. శాంతమ్మ పట్టించుకోనట్లుగా ఓ పక్క కూర్చుంది.

అప్పడాల పిండి పళ్ళెంలో ముద్దగా మధ్యన ఉంది. తలా కాస్త పిండి తీసుకుని అప్పడాలు వత్తుతున్నారు. వత్తుతూ వత్తుతూ వెంకాయమ్మ అందుకుంది. "నీకు జ్ఞాపకం ఉందో - మా రాముడి పెళ్ళికి వెయ్యి అప్పడం వత్తాం, పది బూడిద గుమ్మడికాయల వడియాలు పెట్టాం."

వెంకాయమ్మకి ఎప్పుడూ తన్ని గురించి గొప్పలు చెప్పుకోవటమే. ఇది సుబ్బలక్ష్మికి నచ్చదు. టక్కున ఎదురొచ్చింది. "వెయ్యి అప్పడమా వల్లకాడా! మనవేగా వొత్తింది. ఐదొందలకి మించి ఉండవు."

వెంకాయమ్మ చురచురచూసి "నీది పాడు నోరే! పోనీ ఓ వంద తక్కువే అనుకో. పెళ్ళి గురించి చెప్తుంటే వల్లకాడా అంటావా?"

"ఓ యబ్బ! నా నోరల్లాంటిది- మేం చదువుకున్నామా పాడా?" అంది సుబ్బలక్ష్మి. వెంకాయమ్మ సుమతీ శతకం దాకా చదువుకుంది. సుబ్బలక్ష్మి స్కూలుకు వెళ్ళలేదు. వెంకాయమ్మ తిరిగి అందుకోబోతే ఎవరో సర్దేశారు.

అప్పడాలు వత్తుతోందేకాని శాంతమ్మ సుబ్బమ్మని ఎలాగైనా సాధించి నలుగుర్లో నాలుగూ పెట్టాలని ఆలోచిస్తోంది. సుబ్బమ్మ కూడా ఆ పట్టుమీదే ఉంది. సుబ్బమ్మ ఆ చివర్నించి అంది. "మనం అనుకుంటాంగాని మనుషులంతా ఒకటి గాదమ్మా! తగాదాపెట్టి సంతోషించేవాళ్ళు చాలామంది వుంటారు."

చెప్పడమైతే అందరికీ చెప్పింది. కాని ఎవర్ని గురించో చెప్పలేదు. చెప్పటమెందుకు, బంతివిసిర్తే టక్కున అందుకున్నట్లు శాంతమ్మ ఫెడేల్మని సమాధానం చెప్పింది.

"తంపులు పెట్టి తన్నుకుంటే చూద్దామనుకునే దాన్నా?"

"నేను తగాదాలు పెడ్తానా?"

"నేను తంపులు పెడ్తానా?"

"నన్ను చూస్తేచాలు కళ్ళలో నిప్పులు పోసుకుంటావు. నేను చంద్రహారం చేయించుకొన్నాననేగా నీ మంట."

'ఓ యబ్బ! నగలు! వెలిగిపోతోంది ఐశ్వర్యం. మొన్న పెళ్ళిలో బూజం బంతి పాట నేను పాడానని కదూ నీ ఏడుపు?"

"ఆహా ఏమి పాట! వినలేక చచ్చాం."

'చస్తే ఇక్కడికి దెయ్యమై వచ్చావా?'

'నన్ను చావమంటావా పాపిష్టిదానా'

'నన్ను దెయ్యమంటావా రాక్షసీ.'

అప్పడాల కర్రలు తీసుకుని ఒకళ్ళమీదికి ఒకళ్ళు లేచారు. మిగతా ఆడవాళ్ళు మధ్యలో కొచ్చి యుద్ధమాపారు. "దాని పుటకే అంత." "దాని వంశమే అంత" ఇంకా తిట్టుకుంటున్నారు సుబ్బమ్మ, శాంతమ్మ ఓ ముసలమ్మ మధ్యకొచ్చి "ఇన్నేళ్ళొచ్చినాయి సిగ్గులేదూ..." అని ఇద్దర్నీ విడదీసి కూర్చోబెట్టింది. నోరెత్తిరంటే పీటతో నెత్తి బాదుతానంది. సుబ్బమ్మని తూర్పుముఖంగా శాంతమ్మని పడమట ముఖంగా తిప్పి కూర్చోబెట్టింది. మాటాడకుండా అప్పడాలు వత్తమని శాసించింది. సుబ్బమ్మ, శాంతమ్మ మౌనంగా వత్తుతున్నారు. ముసలమ్మ అంది "ఎవరన్నం వాళ్ళు తింటున్నారు. ఏళ్ళు పైకొచ్చాయి. పిల్లలు ఎదిగొచ్చారు. కలిసికట్టుగా బతకడం ఎప్పటికొస్తుంది?" సుబ్బమ్మా, శాంతమ్మా మాట్లాడకుండా వొత్తుతుంటే ఒకళ్ళమీద ఒకళ్ళకి కోపం దిగిపోయింది. తిట్టుకున్నందుకు సిగ్గుపడిపోయారిద్దరూ.... అప్పడాలన్నీ అయిపోయాక తలాకాస్త అప్పడాల పిండి తీసుకుని ఎవరిదోవన వాళ్ళు ఇళ్ళకెళ్ళారు.

శాంతమ్మ వేడి అన్నంతో నెయ్యివేసి అప్పడాలపిండి భర్తకి వడ్డించి "ఏవండీ! మన పిల్లని సుబ్బమ్మ కొడుక్కిస్తే ఎలా ఉంటుంది?" అంది. ✸

మట్టి... ఒట్టి మట్టి...

వీధిలో నడుస్తున్నాను.

మట్టిలో నడుస్తున్నాను. దుమ్ము రేపుకుంటూ, ధూళి తోసుకుంటూ నడుస్తున్నాను.

ఆ మట్టి .... ఆ దుమ్ము..... ఆ ధూళి..... ఆ దువ్వ అందులో ఉన్నాయి లక్ష కథలు. అందులో అణిగిమణిగి రేణువులై ఉన్నాయి కోటి బతుకులు.

దేవేరుల కథలు, దేవతల కథలు, ఫూళ్ళేలినవాళ్ళ కథలు, ఊరేగినవాళ్ళ కథలు, అడుక్కుతిన్నవాళ్ళ కథలు, అర్థాకలిగాళ్ళ కథలు, ఆశలుతీరని కథలు, చెట్టుకొమ్మెక్కిన కథలు, నక్షత్రాలైన కథలు, పక్షి కథలు పావురాళ్ళ కథలు- అన్నీ మనుషుల గాథలే.... ఎన్నో ఉన్నాయి ఆ మన్నులో .....

ఎదురుగా గాలి దుమారం.

నిలువెత్తు లేచిన దుమ్మూ్మ దూగరా!

ఆ మట్టి తిట్టుకుంటోంది. ఆ దుమ్ము మూలుగుతోంది. ఎదటవాడి కళ్ళలో దుమ్ము కొడ్తే, వాడూ కొడ్తాడు. కళ్ళు గరగర! కడుపు చురచుర!

ఎల్లయ్య అవసరమై పుల్లయ్య దగ్గరకి బాకీకెళ్తే ఉన్న కాస్తపొలం తాకట్టు పెట్టుకుని అప్పులిచ్చి వడ్డీకి వడ్డీ మెలేసి ఉన్న ఇంటినుంచి కూడా తరిమి కొట్టగా ఎల్లయ్య ఇంటిని తన ఇల్లుగా చేసుకుని పుల్లయ్య కులుకుతుండగా, ఉన్న ఇంట్లో దీపం పెట్టే దిక్కు లేకపోయిందిగా! ఇల్లాలు వెళ్ళిపోతే సంతులేక ఒంటరిగాడై కూలిపోతున్న రెండు ఇళ్ళూ చూసుకుంటూ తాకట్టు పత్రాలు చదువుకుంటూ ఏ యమ్మయినా ఇంత గంజిపోస్తే తాగుతూ "హరీ" మన్న పుల్లయ్య తన కంట్లో తానే దుమ్ము కొట్టుకోలేదా?

నడు నడు ముందుకు నడు!

మెత్తటి దుమ్ములో, సన్నటి దుమ్ములో అరికాళ్ళు గిలిగింతలు కాగా ముందుకు నడిస్తే ఆ చెట్టుకింద దుమ్ము కన్నీరు మున్నీరై పోతోంది. అక్కడే! అక్కడే! పిచ్చిపిల్ల! జానకి! తాను మనసా వలచి తప్పక తాళికడ్తాడని నమ్మిన వయసుగాడు ఇంకొకత్తెని చేపట్టి పల్లకీలో ఊరేగుతూ వెళ్ళిపోతుంటే ఆ చెట్టు చాటున నుంచుని చూసింది. తన పెన్నిధి తనకు దూరమైపోగా, కళ్ళు కరిగిపోగా జలజల రాలిన కన్నీళ్ళు ఆ మట్టిలోనే ఇంకిపోయినాయి. ఇప్పటికీ తడియారని మట్టి అది. అంటుకుంటే "అన్నా! నా జోలి నీకేల" అని తన దుఃఖంలో మునిగిపోతుంది.

ముందుకెళ్తే ఉప్పర సంగడి గుడిసె. సంగడు పెద్దవాడై మంచంలోపడి ఉంటే కూతురు లచ్చి కూలిచేసి గంజి పోస్తోంది. గుడిసె సగం కూలిపోయిందేం చెప్మా! సంగడు మట్టిలో పుట్టాడు. మట్టిలో బతికాడు. మట్టి కలిసాడు. ఈ వూరి ఇళ్ళ గోడలన్నీ మూడొంతులు వాడి చేతుల్తో కట్టినవే! వాడి గుడిసె గోడ పడిపోతే వాడు వేసుకోలేడు!

ఆ పైన అరవై ఏళ్ళ కుమ్మరి సీతాలుకి కూడా మట్టే ప్రాణం. గబగబ కుండలు చేస్తుంది. చల్లటి కుండలు.... అన్నం వండుకునే కుండలు, తిరగమోత కూరల చట్లు, పప్పుచార్లు.... పాయిసాలు....ఎంచక్కటి మూతలు....కాని ఇంత వయసొచ్చి వరన్నం ఎరగదు సీతాలు.... ఆ పక్కన పలకలు...జ్ఞానపలకలు... బలపం పట్టుకుని స్వాతి ముత్యాల్లా 'ఓనమా...." దిద్దుకునే పలకలు... పెరిగి పెద్దై, మేధావులై, పదిమందిలో గొప్ప వారనిపించుకుని ఆ పలకల్ని, ఆ సీతాల్ని మర్చిపోయిన ఓ అయ్యలార, మట్టి ముందుకు రమ్మంటోంది. రండి.

ఓ అయ్య నాగలి బుజానికెత్తుకుని ఎదురొస్తున్నాడు. నేలని నమ్ముకున్న ఆ అయ్య! మనకి పెరుగన్నం, పాలబువ్వ అందించే ఆ అయ్య రెండు పూటలా సంకటే తింటాడు. ముద్దలో నేతి బొట్టు ఎరగడు. అయితేనేమి! ఆ కళ్ళలో దీక్ష, కండల్లో బలం, ఎత్తిన నాగలి, పైకెత్తిన ములుకోలు, ఆ అంగల్లో రాజసం, ఆ మీసంలో పొంకం, ఆ చూపులో ఠీవి.... ఇవన్నీ ఎక్కణ్ణించి వొచ్చాయి. ఆ అయ్య నేలతల్లి కొడుకయ్యా! ఓ తండ్రీ నీ నాగలికి అంటుకున్న మట్టి ఒకింత నాకియ్యవూ?

మట్టి పలుకుతోంది. మట్టి తుళ్ళి తుళ్ళి పడుతోంది. ఇది మహాపురుషుల పాదాలు తాకిన మట్టి. బౌద్ధుల పావుకోళ్ళలో దూరి పాదాభివందనం చేసుకున్న మట్టి.... ఎటు చూసినా మట్టి.... కృష్ణ వొడ్డునిండా మట్టి.... కృష్ణ గర్భంలో మట్టి, కృష్ణ అవతల మట్టి, వూరునిండా మట్టి.... మట్టి నిండా కథలు.... మట్టి నిండా చరిత్ర.... తరతరాల మట్టి....యుగయుగాల మట్టి.

మనం మట్టిని మర్చిపోతున్నామా? తమ్ముడూ! చిన్నప్పుడు మనం గుప్పిళ్ళతో తిన్న మట్టి ఇదే! ఎంతో సాధించామనుకున్న తర్వాత వెళ్ళిపోతే మనం అయ్యేది ఈ మట్టే....

ఈ మట్టిని రేపుతాను...ఉవ్వెత్తుగా రేపుతాను....కథల కథల మట్టిని, మనిషి మనుషుల మట్టిని తుపానులా రేపుతాను.

ఇందులో దొర్లుతాను.... పొర్లుతాను, వొళ్ళంతా చల్లుకుంటాను. వొళ్ళంతా మట్టి విభూది పూసుకుని కళ్ళు విచ్చుకు మట్టి కడుపులోకి చూస్తాను.

"తల్లిని మర్చిపోతున్నార్రా చిన్నారులూ." అంటోంది నేలతల్లి.

మట్టిని మర్చిపోతున్నాం. మనుషుల్ని మర్చిపోతున్నాం.

నాకు మట్టి పిచ్చి ఎక్కిందని తమరనుకోవచ్చు.

నాలాగా ఈ మట్టి పిచ్చి నా తోడి జనులకు ఎప్పటికొచ్చునో! ఎప్పుడు నా వారంతా మట్టిని, మట్టిలోని మనుషుల్ని కౌగలించుకుందురో?... ✸

వేలం సరుకు

వీధిలోకి బార్లా తీసిన తలుపులు. ద్వారానికి ఇరుపక్కలా విచ్చుకున్న రెండు కిటికీలు, చిన్న మేజాముందు ఒక కన్ను భూతద్దంలో, మరోకన్ను బజార్లో నడిచే జనంమీద వేసి గడియారాలు బాగుచేస్తున్నాడు చలపతి. అతన్నందరూ గడియారాల చలపతి అంటారు. అతని చుట్టూ ముళ్ళు విరిగిన, ఆగిపోయిన గడియారాలు చిన్నవీ, పెద్దవీ. పైన వేలంపాటలో కొన్న గుడ్డ పంకా, దాని తాడు పక్కవీధిలో కొడుకు చేతిలో.

అమరావతి కథలు

“ఒరే చిన్నా పంకా లాగు.”

పైన గుడ్డపంకా ఆడుతుంటే చల్లగా ఉంది చలపతికి. ఆ పంకా కోర్టు సామాను వేలం వేస్తుంటే కొన్నాడు. ఆ పంకాకింద, గడియారం సామాన్ల మధ్య కూర్చుంటే కోర్టులో జడ్జీగారి ఠీవి తెచ్చుకున్నాడు చలపతి. ఆ సంబరంతో ‘చెల్లియో చెల్లకో’ నాటకం పద్యం అందుకున్నాడు. సంతోషం వచ్చినప్పుడల్లా పద్యం అందుకుంటాడు. వీధిలో ఓ మనిషి కన్పిస్తే పద్యం టక్కున ఆగింది.

“ఎవరా పోయేది సుబ్బయ్యేనా?” అడిగాడు చలపతి.

“అయ్యా”

“ఫాక్టరీలో పనికేనా పోతున్నావ్!”

“అయ్యా”

“ఏం పని చేస్తావ్?”

“టైం ప్రకారం బొగ్గెయ్యాలండయ్యా”

“అయితే ఇట్రా ఈ గడియారం పెట్టుకో.”

“బాబ్బాబు” దడిసిపోయాడు. ‘సుబ్బయ్యా పర్లేదు పెట్టుకో’ అంటూ తనే తొడిగాడు చలపతి. ‘ముల్లు కదులుతోందా చూడు’ తలూపాడు సుబ్బయ్య.

“చెవి దగ్గర పెట్టుకో. మోగుతుందా చూడు.”

మళ్ళీ తలూపాడు సుబ్బయ్య.

ఫో పెట్టుకెళ్ళు వారానికి అర్ధరూపాయివ్వు.

నోరెళ్ళబెట్టాడు సుబ్బయ్య.

ఫో.... ఇంకా నుంచుంటావే.... టైం ప్రకారం బొగ్గేసుకో....ఫో తరిమేశాడు చలపతి.

ఇదీ వరస. రిపేరుకొచ్చిన గడియారాలు ఇలా కూలీలకు, బడి పంతుళ్ళకు, స్టూడెంట్లకు, దర్జీలకు, పెళ్ళిచూపులకెళ్ళే వాళ్ళకు అద్దెల కిచ్చేవాడు. గడియారం సొంతదారు వచ్చినప్పుడే వస్తుంది చిక్కు. అల్లాంటి అనేక సొంతదార్లలో ఒకడయిన పుల్లయ్య గుమ్మంలో అడుగుపెత్తూనే "ఏందయ్యా! నెలరోజుల్నించి తిప్పుతున్నావ్ నా గడియారమయ్యా."

"కూర్చో పుల్లయ్యా! అరే చిన్నా! పంకా! ఈ సామాన్లన్నీ విప్పి కిరసనాయిల్లో వేశానా? మళ్ళీ లెక్క తప్పకుండా అతకాలంటే ఎంత శ్రమ.... ఎంత టైం..." ఇంతలో ఎల్లయ్య దూసుకొచ్చి 'రెణ్ణెల్లనించి తిప్పుతున్నావ్. నా గడియారం నాకు పారెయ్యవయ్యా పోతాను" అన్నాడు.

"ఎల్లయ్యా రిపేరంటే సామాన్యమా.... ఈ పుల్లయ్య జూడు దగ్గరుండి చేయించుకుంటున్నాడు. నీ కంత అవసరమైతే ఈ గడియారం పెట్టుకో.... పెట్టు ముల్లు తిరుగుతోందా..... చెవిదగ్గరపెట్టు. మోగుతోందా....పో తీసి కెళ్ళిపో" అని పంపించేశాడు ఎల్లయ్యని.

పదడుగులు వెళ్ళాడో లేదో ఎల్లయ్య బర్రున పరుగెత్తుకొచ్చి 'బాబోయ్! ఇది ఆడ్డం లేదు' అన్నాడు. చలపతి గడియారాన్ని ఒక్క చరుపు చరిచి 'బజార్లో నీకు టైంతో పనేముందయ్యా. ఇంటికెళ్ళి, చెవిదగ్గర పెట్టి చూడు. గంట మోగినట్టు మోగుతుంది' అని పంపించేశాడు.

ఇంతలో సుబ్బరామయ్య వచ్చి 'చలపతీ! గడియారానికి కీ రాడ్ పోయింది. నాలుగు రూపాయలవుతుందిట. తెప్పించి వెయ్యి' అన్నాడు. సుబ్బరామయ్యని ఎగాదిగా చూసి గడియారం డెస్కులో వేసి 'కంపెనీ నుంచి సామాను తెప్పించడమా! ఛీ! మనం తయారుచేసి వేస్తాం. గడియారం పోయినా కీరాడ్ పోదు.... వెళ్ళండి.' అని మధ్యాహ్నం అవడంతో దుకాణం మూసేశాడు.

భోజనం ముగించి బయటకొచ్చేసరికి పెద్దగా వీరయ్య కేకలేస్తున్నాడు. "ఒరేయ్! చలపతీ! ఆర్నెల్లయి గడియారం తీసుకొని రోజూ తిప్పుతున్నావు. అది మా అత్తోరు కార్యం రోజు పెట్టిన గడియారం. రోజూ పెళ్ళాం చేత తిట్లు,

బామ్మర్దుల దెప్పిళ్ళు, అత్తమామల గుసాయింపులు. ఒరేయ్! ఇయ్యాళ గడియారం ఇయ్యకపోతే నెత్తురు కళ్ళ జూస్తా....రా రొరేయ్...."

చలపతి అడ్డ గుడ్డతో వీధిలోకొచ్చి "ఏందే! ఇది గడియారం రిపేరా కట్టెలు కొట్టడవా.... టైం పడ్తది పో" అన్నాడు.

కడుపు మండిన వీరయ్య మిట్టమధ్యాహ్నాన కోపం ఆపుకోలేక 'ఫెఢేల్'మని కొట్టాడు చలపతిని. ఆ దెబ్బతో దుమ్ములో పడ్డాడు చలపతి. వీరయ్య కసి తీరా అటూ ఇటూ కుమ్మి గడియారం ఆశ వొదులుకుని అమ్మలక్కలు తిట్టుకుంటూ పోతున్నా దుమ్ములోంచి చలపతి చెంగున లేచి 'ఒసే లంజముండా.... నా కాకీ నిక్కరివ్వవే.... ....' అని పెళ్ళాన్ని పిలిచి.... .... కాకీ నిక్కరేసుకోలేదని గదరా కొట్టావ్.... అంటూ ఇంట్లోకి పరుగెత్తుకెళ్ళి కాకీ నిక్కరేసుకొచ్చి "ఒరే నాయాలా.... ఇప్పుడు రారా.... కాకీ నిక్కరేసుకొచ్చాను. రారొరేయ్" అంటూ తొడలు చరిచి, జబ్బలు గుద్దుకున్నాడు. అప్పటికే వీరయ్య వెళ్ళిపోయాడు.

చలపతి, ఆ కాకీ నిక్కరు పోలీసు దుస్తులు వేలం వేసినప్పుడు కొన్నాడు. అదేసుకుంటే తనకి తిరుగులేదని గట్టి నమ్మకం.

తెల్లవారకుండానే పట్నం నుంచి జనం వచ్చి చలపతి ఇంట్లో ప్రవేశించి గడియారం సామాన్లు, చెంబూ తెప్పాలా వీధిలో వేసి పట్టుకుపోతుంటే కళ్ళనీళ్ళ పర్యంతం అయిపోయింది అతనికి. గడియారం సామాన్లు వేలం పాటలో ఇంకొకడిచేత కొనిపించాడు. ఆ అప్పుకింద తన సామానంతా జప్తయి పోతోంది.

గుడ్డపంకా లాగేస్తుంటే గుండె పీకినట్టయింది. 'హన్నా! ఆ కాకీ నిక్కరు వేసుకుని లేకపోబట్టిగదా ఇంత ఘోరం జరిగిపోయింది" అని తల పట్టుకుని కూలబడ్డాడు. చలపతి. ✸

నిలబడగలవా?

పులిగడ్డ చలమయ్య చుట్టపు చూపుగా అమరావతిలో అడుగుపెట్టడానికి కొంచెం ముందో, వెనకో గొప్ప ముసురు. మూడురోజుల తుపానులో ఇళ్ళు పడిపోయినాయి. చెట్లు విరిగిపోయినాయి. తెరిపిచ్చింది. పరవాలేదనుకుంటే

పులిగడ్డ చలమయ్య చేతి చలవ అనాలో, పాద ప్రతిభ అనాలో అవాంతరాలు ఒకటి తర్వాత ఒకటి వరసగా వచ్చిపడ్డాయి.

రామాలయం అరుగుమీద కూర్చుంటే పుల్లయ్య చలమయ్యని పలకరించి 'అయ్యా! ఆ గోడపక్క స్థలం ఎవరిదీ?' అనడిగాడు.

చలమయ్య పుల్లయ్యని పైకి, కిందకీ చూసి 'నువ్వు నిలబడతావా?' అనడిగాడు. 'అంటే?' అన్నాడు పుల్లయ్య.

'నువ్వు నిలబడతావా అన్నాను. నిలబడగలిగితే చెప్పు' అన్నాడు చలమయ్య.

'నిలబడమంటే నిలబడతాను' అన్నాడు అర్థంకాక పుల్లయ్య.

'నిలబడితే ఆ స్థలం నీదే' జేబులో పెట్టినట్టు తేల్చేశాడు చలమయ్య.

'అంటే' అని నోరెళ్ళబెట్టాడు పుల్లయ్య.

'అలా నోరు తెరవకు. ఇంటికెళ్ళి వంద పట్రా. గుంటూరు బస్సు రెడీగా ఉంది. పద పోదాం అనటమేమి వందతో గుంటూరు వెళ్ళిపోయి, ప్రస్తుతం పోరంబోకుగా ఉన్న ఆ స్థలం మూడు తరాల క్రితం పుల్లయ్య వంశానికి చెందినట్టు కాగితం సృష్టించి, నోటీసు లిప్పించి పత్రికల్లో ప్రకటనలు వేయించి, వూళ్ళో టముకు కొట్టించి, దావా ఎవరూ ప్రతిఘటించక పోవటంతో, తను మరో ఐదొందలు జేబులో వేసుకుని ఆ స్థలాన్ని ఆర్నెల్లలో పుల్లయ్య చేతిలో పెట్టాడు.

ఆ తర్వాత చలమయ్య పులిగడ్డ వెళ్తానన్నా జనం వెళ్ళనివ్వలేదు. కేసుల్లేని రోజు లేదు. పడిపోయిన కేసుల్ని నిలబెట్టి ప్రాణంపోసి మీసం తిప్పేలా గెలిపించి ప్లీడర్లని హడలగొట్టించాడు.

ఈలోపున మరో గృహకల్లోలం వచ్చింది. సుందరయ్య అనే వ్యాపారస్తుడు వ్యాపారం నిమిత్తం ఆ పట్నం, ఈ పట్నం తిరుగుతున్న సమయంలో అలివేలు అనే ఆవిడ ఆయనకు తటస్థపడ్డది. ఏం జరిగిందో మనకైతే తెలియదుగాని

ఆవిణ్ణి తీసుకొచ్చి గుంటూరులో కాపురం పెట్టించి తను రోజూ గుంటూరు వెళ్ళి వస్తూండేవాడు. కొంతకాలానికి మరికొంచెం ధైర్యంచేసి అమరావతికే తీసుకొచ్చి కాపురం పెట్టి వ్యవహారం సాగించటం మొదలెట్టాడు. ఎదిగొచ్చిన కొడుకులు, కూతుళ్ళు, భూదేవిలాంటి భార్య అందరూ ఉన్నా, ఒక్కరూ నోరెత్త లేకపోయారు. వూరి పెద్ద కాబట్టి జనం ఎవరూ వేలెత్తలేకపోయారు. ఆఖరికి సుందరయ్య భార్య చలమయ్య దగ్గరకొచ్చి 'అన్నా నా పసుపుకుంకుమ నిలుపు. నా సంసారం నిలబెట్టు' అని ప్రాధేయపడితే 'సరే' అని అభయ మిచ్చాడు చలమయ్య.

ఆ సాయంత్రం సరాసరి అలివేలు ఇంట్లోకి వెళ్ళి 'అమ్మాయ్! అలివేలూ ఏమిటి అలా చూస్తావ్? మన సుందరాయ్ నా గురించి చెప్పలేదా.... సరే తర్వాత తెల్లబోదువుగాని..... ముందు కాసిని మజ్జిగ తీసుకురా....' అని తెచ్చిన మజ్జిగ తాగి 'ఇదిగో ..... నా మాట జాగ్రత్తగా విను. నువ్వు పరాయిపిల్లవైనా మా సుందరాయ్‌కి కావలసినదానివి అంటే నాకు చెల్లెలితో సమానం. నీ కిప్పుడు పెద్ద ప్రమాదం వచ్చింది.

'అదేమిటండీ!' అంది అలివేలు భయంగా.

'మనుషులిష్టం లేకపోతే పోవచ్చు. కాని ఖూనీలు, రక్తపాతాలు నాకు పడవు."

అలివేలు గుండెలమీద చెయ్యేసుకుంది.

"సుందరయ్య ఇరవైవేలదాకా ముట్టచెప్పాడా? నిన్న రాత్రి వజ్రపుటుంగరం స్వయంగా నీ చేతికి తొడిగాడా?"

"నిజం" అని ఆశ్చర్యపోయింది అలివేలు. ఆ ఉంగరం గురించి వాళ్ళిద్దరికీ తప్ప ఇంకెవరికీ తెలియకపోవటంతో చలమయ్య మీద నమ్మకం కుదిరింది.

'చెప్పండి.... విషయం ఏమిటీ?' బిక్కు బిక్కు మంటూ అంది.

"చెప్పటమెందుకూ.... ఆ కిటికీలోంచి చూడు" అన్నాడు చలమయ్య.

కిటికీలోంచి చూస్తే సంజె చీకట్లో చెట్ల వెనకాల నల్లగా మనుషులు తిరుగుతున్నారు. అలివేలుకు గుండెలవిసిపోయాయి.

"నీ విషయం సుందరాయ్ బావమరిదికి తెలిసింది. మీ ఆయన లేని సమయం చూసుకొని నిన్ను సఫా చెయ్యటానికి మనుషుల్ని తీసుకొచ్చాడు. అయినదానివి కదాని ముందుగా చెప్దామని వచ్చా" అన్నాడు.

"నన్ను రక్షించండి బాబోయ్" అంటూ కాళ్ళమీద పడిపోయింది అలివేలు.

"కంగారు పడకు. నేను అన్ని ఏర్పాట్లు చేసే వచ్చా, దొడ్డి వాకిలి దగ్గర చిన్న కారుంది. క్షణంలో సర్దుకుని అందులో పడు వెనక్కి చూడకు. ప్రాణాలు కాపాడుకో." అన్నాడు చలమయ్య.

మరునిమిషంలో అందిన సామానుతో కారులో పారిపోయింది అలివేలు. సరాసరి సుందరయ్య ప్యాక్టరీకి వచ్చాడు చలమయ్య. 'సుందరయ్యా చెబితే విన్నావా? తెలియని వాళ్ళతో మనకు పొందువద్దయ్యా అని నెత్తీ నోరు పెట్టి మొత్తుకున్నానా. వాడెవడో మైసూరునుంచి వచ్చాట్ట. ఆ ముండ కారులో ఉడాయించేసింది.' అన్నాడు.

"ఆ!" అన్న సుందరయ్యని చెయ్యి పట్టుకు లేపుకొచ్చి ఖాళీ ఇల్లు చూపించాడు చలమయ్య. ఆ మర్నాడు సుందరయ్య సతీసుతసమేతంగా గుళ్ళో అభిషేకం చేసుకుని పసుపునీళ్ళు నెత్తిన చల్లుకున్నాడు.

చలమయ్యకు ఆఖరి దశలో పక్షవాతం వచ్చింది. ఆ అదనుచూసుకుని ఉన్న మూడెకరాలకూ వారసులు దావా వేశారు.

తను నిలబడలేడు. మాట కూడా పోయింది. "హన్నన్నా?' అందర్నీ నిలబడతావా?' అని ఆ రోజుల్లో నిలబెట్టి నడిపించిన నేనే, ఈ దశలో నిలబడలేకపోతినే అని వాపోయాడు. మిగిలిన సగం ఆస్తితో తన కొడుకులనయినా నిలబెట్టమని దేవుడికి మొక్కాడు.✸

సాక్షాత్కారం

రెడ్డీ, నేనూ బస్సు దిగటమేమి వీధులన్నీ పరుగుపరుగున తిరిగాం. ఎదురుగుండా కన్పించే గాలిగోపురం "రా! రండి" అని పిలుస్తున్నట్టుంది. కృష్ణలో తల మునకలుగా స్నానాలు చేశాం. దేవుడి గుడి దర్శించాం. ధ్వజస్తంభం మీద రామచిలకని పలకరించాం. బజార్లో కొచ్చి పప్పుచెక్క కొనుక్కున్నాం. తింటూ ధరణికోట నడిచివెళ్ళి వూరు చుట్టూతా వున్న కోట దిబ్బ లెగబాకాం.

అప్పటికి మిట్ట మధ్యాహ్నమయింది.

అలిసిపోయాం. మొదట్నుంచీ చూస్తున్నాను. రెడ్డి పెద్ద స్థాణువులాంటివాడు. నా బలవంతాన బయలుదేరి అమరావతి వచ్చాడేతప్ప ఈమట్టిలో, ఈ గాలిలో తిరుగుతుంటే అతనిలో ఏ స్పందనా లేదు.

"ఇక తిరిగిపోదామోయ్" అన్నాడు రెడ్డి.

"బౌద్ధశిల్పాలు చూడొద్దా!" అన్నాను.

'అమ్మ' అన్నట్టు నెత్తిన చేతులు పెట్టుకుని "తప్పేదేముంది పద" అన్నాడు.

దీపాల దిన్నెవైపు నడిచాం. పెద్ద దిబ్బ! స్థూపాకారంగా ఉన్న మట్టి పర్వతం.

నాకేమో దానిపైన అనేక వందల వేల దీపాలు మినుకుమినుకుమని వెలుగుతున్నట్టు, వేల బౌద్ధ భిక్షువులు కాషాయాంబరాలతో బుద్ధుని గురించి కీర్తిస్తున్నట్లు, ఆపైన సామూహికంగా మౌన ప్రార్థనలు చేస్తున్నట్టు అనిపిస్తోంది. రెడ్డి గులకరాళ్ళు, ఎర్రమన్ను చేత్తో తీసికొని అటూ ఇటూ విసుర్తూ విసుగ్గా తిరుగుతున్నాడు.

"ఇక శిల్పాలు చూద్దాం పద....." అని తొందరపెట్టాడు. లేకపోతే అంత ఎండలో ఆ దీపాల దిన్నెమీద కూర్చుండిపోతానేమోనని అతని భయం....

శిల్పాలు చూసి తిరిగొచ్చాం. "ఎలావుంది మ్యూజియం" అన్నాను.

"బొమ్మలు బాగానే చెక్కారు" అన్నాడు రెడ్డి పరమ సామాన్యంగా.

నాకు కడుపు చెరువయిపోయింది. గట్టిగా నెత్తిమీద కొడ్దామనుకున్నాను. ఎంత చెడ్డా స్నేహితుడు. 'రెడ్డీ! నువ్వు పెద్ద బండరాయివయ్యా, నిన్ను శిల్పంగా మలచగలవాడెవడో తెలియటం లేదయ్యా' అనుకుని లేవబోతుంటే మ్యూజియం క్యూరేటర్ వచ్చాడు. నేను గబగబా ఆయన దగ్గరకు పరుగెత్తుకెళ్ళి "అయ్యా స్థూపం కింద ఉన్న బుద్ధుడి అస్తికలు ఈ మధ్య దొరికాయటగా వాటిని చూపిస్తారా!" అనడిగాను.

క్యూరేటర్ ఒక్క క్షణం ఆలోచించి 'రండి' అన్నాడు.

నేను పరుగున వచ్చి మెట్లమీద కూర్చున్న రెడ్డిని లేపి, "బుద్ధుడి పవిత్రాస్థికలు చూపిస్తారట రా!" అన్నాను. రెడ్డి విసుక్కుంటూ లేచి వచ్చాడు. క్యూరేటర్ గదిలో మేం ముగ్గురం. పరమ నిశ్శబ్దంగా ఉంది. నాకు ఉద్వేగంతో చెమటలు పోస్తున్నాయి. "ఏ అస్థికలపైన ఇంతటి మహాస్థూప నిర్మాణం జరిగిందో ఆ అస్థికల్ని దర్శించబోతున్నాను. కొన్ని శతాబ్దాలపాటు కొన్ని కోట్లాది ప్రజలు పూజించుకున్న తథాగతుని శరీరావశేషాలను చూడబోతున్నాను."

క్యూరేటర్ లేచాడు. బీరువా తాళం తీసి తలుపులు తెరిచి సీలున్న కవరు తీసి అందులోంచి మరో తాళాలు తీశాడు. ఆ తాళాలతో ఇనప్పెట్టె తెరిచాడు. అందులోంచి మరో మంచిగంధం చెక్కతో చేసిన పెట్టె బైటికి తీశాడు. ఆ పెట్టె తీస్తున్నప్పుడు అతని ముఖం కళవళ పడుతోంది. దాన్ని దాచుకుందుకు కాబోలు "నేనీ పెట్టె తీస్తున్నప్పుడల్లా బుద్ధుణ్ణి ప్రార్థిస్తాను. భగవాన్ మళ్ళీ క్షేమంగా ఈ ఇనప్పెట్టెలోకే వెళ్ళిపో! అని" అంటూ ఆ గంధపు చెక్క పెట్టెని

టేబుల్‌మీదకు తీసుకొచ్చాడు. టేబుల్‌మీద ఓ ముఖమల్ గుడ్డ పరిచాడు. ఆ గంధపు పెట్టె తెరిస్తే, అందులో ఐదు స్ఫటికంతో చేసిన భరిణెలు. ఆ భరిణెల్లో బుద్ధుడి అస్థికలు. ఒక్కొక్క భరిణే తెరిచాడు. ఒక భరిణెలో బుద్ధుడు ఎముక దానికి తోడుగా బంగారుపూలు, రత్నాలు. వాటిని శానంతో ఎత్తి చూపిస్తున్నాడు. రెండో భరిణెలో మళ్ళీ బుద్ధుడి ఎముక, చుట్టూ మంచి ముత్యాలు. మూడో భరిణెలో బుద్ధుడి ఎముక, బంగారు పూలు, నాలుగో భరిణెలో బుద్ధుడి ఎముక, పగడాలు, ఐదవభరిణెలో భిక్షాపాత్ర ముక్కలు, బంగారుపూలు.

భరిణెలు స్థూపాకృతిలో ఉన్నాయి.

నాకు ఒళ్ళు జలదరించింది.

"కోటి కోట్ల ప్రణతులందుకున్న భగవాన్ నువ్విక్కడున్నావా!"

"అయ్యా! నేను ఆ అస్థికల్ని ఒక్కసారి తాకవచ్చునా?" అనడిగాను.

క్యూరేటర్ తటపటాయించాడు. ఈ శానంతో ముట్టుకోండి అన్నాడు.

శానంతో ముట్టుకున్నాను.

నా వొళ్ళు జలదరించింది.

బుద్ధుడి పాదాలు తాకినట్లయింది.

బుద్ధుడి కళ్ళవెలుగులో కరిగిపోతున్నట్లనిపించింది.

బుద్ధుడు నా తలమీద ఆశీర్వదించినట్లనిపించింది.

కళ్ళంట నీళ్ళు! కరిగిపోతున్న గుండె!

క్యూరేటర్ నా చేతిలోంచి శానం తీసికొని పెట్టెమూసి భద్రంగా ఆ పెట్టెని ఇనప్పెట్టెలో దాచేశాడు.

కృతజ్ఞతల తర్వాత రెడ్డి, నేను తిరిగొస్తున్నాం. రెడ్డిలో ఏ చలనమూ లేదు. నేను మాట్లాడదలచుకోలేదు.

ఉన్నట్టుండి రెడ్డే అడిగాడు. "ఆ ఎముకలు విలువ ఎంతంటావ్?" అని రెడ్డి కళ్ళల్లోకి సూటిగా చూస్తూ అన్నాను. "ఆ పవిత్రాస్థికల విలువ సూర్యచంద్రులంత".

రెడ్డి కళ్ళు వెలిగాయి. ✸

ఎవరికీ చెప్పమాక!

దుర్గాంబ హైక్లాస్ కాఫీ హోటల్ యజమాని శంకరయ్య చాలా హడావుడిగా ఫలహారాలందిస్తున్నాడు. పేరుకు శంకరయ్యే యజమాని కాని పెత్తనమంతా అతని భార్య సుబ్బమ్మదీ. సుబ్బమ్మది పట్నం కనుక పల్లెటూరు శంకరయ్యకి ఏమీ రాదని తీర్మానించుకుని అజమాయిషీ చేస్తుంది. తన పట్నవాసానికి రుజువుగా మాటల్లో మధ్యమధ్య ఇంగ్లీషు పదాలు వాడుతుంది. పైగా అట్లు పోసేది తను. ఎంత మొగుడైనా అతగాడు అందించేవాడు గదా!

శంకరయ్య లోపలికొచ్చిన వాళ్ళని వరసలు పెట్టి ఆహ్వానించి కూర్చోపెడుతున్నాడు. "బావా! ఇటు కూర్చో బావా! ఇవ్వాళ ఇంత ఆలస్యమయిందేం. ఇలా. ఇహ వరండాలోంచి వంటింట్లోకి పెట్టే కేకలిలా ఉంటాయి. "పుల్లారావు గారొచ్చారు. ఓ పెసరట్టు.... అల్లం పచ్చి మిరప కాయలెక్కువ" "ఎల్లారావు గారికి ఉల్లిపాయట్టు రోష్టు" అని శంకరయ్య అంటుంటే పుల్లారావు, ఎల్లారావులు పొంగిపోయేవారు. లోపల సుబ్బమ్మ పెనం మీద అట్లకాడతో 'ఠాంగ్' అని కొట్టడంతో పాటు 'అట్టు రెడీ' లేక 'అట్రెడి' అంటూ తిరుగ అరిచేది. వచ్చినవాళ్ళకి తన గొంతు విన్పించటం ఆవిడకి ఓ సరదా. శంకరయ్య పరుగు పరుగున అట్లు ఆకులో వేసుకొచ్చి అందిస్తే పుల్లారావు. ఎల్లారావులు తమ పేరుమీద ప్రత్యేకంగా కాల్చిన ఆ అట్లు మురిసిపోతూ

తింటుంటే అడక్కుండానే ఉప్మా వడ్డించేవాడు. చట్నీ మిగిలిపోయిందని రెండో ఉప్మా కూడా తగిలించేవాడు. అయితే ఉప్మా మిగిలిపోతే చట్నీ మళ్ళీ వెయ్యడానికి గింజుకు చచ్చేవాడు. 'చట్నీ అయిపోతే సరుకేం జేసుకోను?' అంటూ చంచాతో విదిలించేవాడు. ప్రతి పావుగంటకీ చట్నీ రాచిప్పలో నీళ్ళు కలుపుతూ వీధిలోకి చూస్తుండేవాడు. యాత్రికులు కన్పిస్తే చెంగునవీధిలోకి గెంతి 'ఇడ్లీ, ఉప్మా, అట్టు రెడీ' అంటూ చుట్టుముట్టి వాళ్ళకి ప్రదక్షిణం చేసేవాడు.

'కొబ్బరికాయలు కొనుక్కోవాలి స్నానం చేయాలి' అని వాళ్ళంటే అదేం విన్పించుకోకుండా రామనామంలాగా "ఇడ్లీ, ఉప్మా, అట్టు రెడీ" అంటూ వాళ్ళని అడుగు ముందుకు వెయ్యనిచ్చేవాడు కాదు. "పోనీ టిఫిన్ చేసే వెళ్దాం" అనే స్థితిలో వాళ్ళని పెట్టి ముక్కుకు తాడేసి హోటల్లోకి లాక్కొచ్చేవాడు.

ఒకసారి ఓ అరడజను మంది కుర్రకారు హోటల్లో జొరబడి కావలసినంత తిని చట్నీ గురించి పేచీలేసుకుని, లెక్క తప్పు చెప్పి కావాలని శంకరయ్యతో తగాదా పెట్టుకొన్నారు. "అట్టు సైజు తగ్గింది కాబట్టి హాఫ్ రేట్" అన్నారు. "ఉప్మాలో జీడిపప్పు తగల్లేదు కనుక అసలు డబ్బులివ్వం" అన్నారు. మాట మీద మాట పెరిగింది. "పందిరి పీకేస్తాం" అన్నారు కుర్రకారు. "పీకండి చూస్తా" అని తిరగబడ్డాడు శంకరయ్య అనటమేమి అందులో ఓ కుర్రాడు పెన్సిల్ చెక్కుకునే చాకు బయటకు తీసి బల్లమీద నిలువునా టంగ్‌న గుచ్చాడు. శంకరయ్యకి ముచ్చెమటలు పోశాయి. అతనికి పెళ్ళాన్ని చూసినా చాకుని చూసినా మాట పడిపోతుంది."ఎంతో అంత ఇచ్చి వెళ్ళండయ్యా" అన్నాడు ఏడుపు ముఖంతో. కుర్రకారు వాళ్ళకి తోచింది దానమిచ్చి బయటకు వెళ్ళటమే తడవు ఇంట్లోంచి సుబ్బమ్మ పరుగెత్తుకొచ్చి మొగుణ్ణి ఈ విధాన దీవించింది. "నువ్వు మొగాడివా? నువ్వు మొగుడివా? ఆ ఫైటింగ్‌గాళ్ళకు టిఫిన్ ఎందుకిచ్చావ్? ఆ బ్లడీ అట్లా అరుస్తుంటే నీ నోరేమయింది. అసలు నువ్వు.... నువ్వు బ్లడీవి. నువ్వు ఫూలువి. నువ్వు యూస్లెస్‌వి. ఫో దుకాణం కట్టేసి కిష్ణకెళ్ళి స్నానం చేసిరా" అని తరిమేసింది.

శంకరయ్యకి పెళ్ళాం తిట్టినందుకు కాదుగాని ఇంగ్లీషులో తిట్టిందే అని బాధ పడుతూ కిష్ణవొడ్డున చింతచెట్టుకింద కూర్చుంటే అక్కడ పుల్లలేరుకుంటున్న

మల్లి కన్పించింది. మల్లి మంచి వయసులో ఉంది. ఉన్నట్టుండి శంకరయ్యకు మల్లి మీద మనసైంది. దగ్గరకెళ్ళి మెలికలు తిరుగుతూ 'ఏవే! ఏవేవే! రోజుకెంత సంపాయిస్తావే?" అనడిగాడు. "ఎంతొస్తేనేం నువ్వు ఆరుస్తావా తీరుస్తావా?" అంది మల్లి.

"హోటల్‌కి రావే ఉప్మా పెడ్తాను" అన్నాడు శంకరయ్య. డబ్బులతని దగ్గర ఎప్పుడూ ఉండవు కనుక ఆ ముక్క కరెక్ట్‌గానే అన్నాడు. మల్లి ఇంతెత్తున లేచి "నాకుప్మా పెడ్తావంట్రా.... నన్ను రమ్మని పిలుస్తావంట్రా...." అంటూ తిట్లు లంకించుకుంది. ఆ తిట్లతో ఏడుపు కలిపింది. ఈ ఏడుపులు క్రిష్ణలో స్నానం చేస్తున్న పోలీసు చెవిన పడ్డాయి. అతగాడు వొళ్ళు తుడుచుకోకుండా పరుగెత్తికొచ్చి, తడి తుండుగుడ్డతో శంకరయ్య చేతులుకట్టేసి పోలీసు స్టేషన్‌కి తీసికెళ్ళాడు.

గంటసేపు కటకటాల వెనకాలనుంచి వారం రోజులపాటు తిన్నంత టిఫిన్‌కి వొప్పందం కుదిరాక శంకరయ్యను వొదిలేశాడు పోలీసు.

ఆ మర్నాడు ఉదయం దుకాణం కట్టేసి వీధిలో వస్తుంటే ఎవరో "శంకరయ్యా" అని పిలిచారు. శంకరయ్య దగ్గరకెళ్ళి "రామయ్య బావా! చింతచెట్టు దగ్గర మల్లిని పలకరించాను అమ్మతోడు. నేనేం చెయ్యలా. పోలీసు తీసికెళ్ళాడు. ఓ గంట లోపలుంచి వొదిలేశాడు, నా మీదొట్టు... ఎవరికీ చెప్పమాకు" అని ముందుకెళ్ళాడు.

ఇంకెవరో 'ఓరి శంకరయ్య' అంటే అతని దగ్గరెళ్ళి 'పుల్లయ్యన్నా .... చింతచెట్టు దగ్గిర....' అంతాపాడి ఎవరికీ చెప్పమాకు అన్న పల్లవితో ముగించి వొట్టేయించుకున్నాడు.

అలా పిలిచిన వాళ్ళకీ, పిలవని వాళ్ళకీ తనే కథంతా చెప్పి వూరంతా చాటింపు వేయించుకున్నాడు. మర్నాటికీ విషయం సుబ్బమ్మ చెవిన పడ్డది. భద్రకాళి అయిపోయి వంటా, వడ్డనా అంతా తనే చూసుకుంటూ మొగుడిచేత వారం పాటు అంట్లు తోమించింది. అంట్లుతోముతూ శంకరయ్య ఆశ్చర్యపోయాడు "ఎవరికీ చెప్పమాక" అని వొట్టు వేయించుకొన్నానే.... ✸

జ్ఞాన క్షేత్రం

నలుగురు బక్కవాళ్ళు.

బతికి చెడ్డవాళ్ళు.

బతకలేక బడిపంతుళ్ళయినవాళ్ళు.

ఫిరంగిపురంలో రైలుదిగి డొంకలో పరుగుపరుగున నడుస్తున్నారు. చూపులు మబ్బులోకి చొప్పిస్తూ, ఆశలు ఆకాశంలో నిలుపుకుంటూ.

వాళ్ళు పంతుళ్ళే! వాళ్ళ అవతారాలే చెప్తున్నాయి. మాసిన కండువాలు పెరిగిన గడ్డాల వెనక వెలుగుతున్న జ్ఞాననేత్రాలు.

అమరావతి కథలు

పెళ్ళాలకి నగలు చేయించలేక, కూతుళ్ళకి పెళ్ళిళ్ళు చేయలేక ఉదయాస్తమయాలు పాఠం చెప్పడం తప్ప మరేమీ చేతకానివారు వారు. నాలుగక్షరాలు చెప్పుకుని బతికేస్తున్నారు గదా అని నానా మాటలు అంటే పడేందుకు సిద్ధంగా లేరు. వాళ్ళు మానధనులు.

అంతే జరిగింది.

జీతమిస్తున్నాన్న ధీమాయో ఏమో కరస్పాండెంటు క్లాసురూంలోకి హఠాత్తుగా వచ్చాడు. పంతులు పాఠం చెప్పడం మధ్యలో ఆగిందే అని బాధపడుతూ కుర్చీలోంచి లేవడం కొంచెం ఆలస్యం చేశాడు. కరస్పాండెంటు కళ్ళు నిప్పు లయిపోయి “ఆ బవిరి గడ్డమేమిటి?” అని ఎద్దేవా చేశాడు. పంతులు చేతులు ముకుళించి “మా ఆవిడ నీళ్ళోసుకుందండీ” అన్నాడు. కరస్పాండెంటు ఓ వెటకారం నవ్వు విసిరి “ఆ చిరుగుల ఉత్తరీయం ఏవిటి?” అని మళ్ళీ పొడిచాడు.

వానపాములాంటి పంతులు కోడె తాచయినాడు.

“తమరిచ్చే జీతపురాళ్ళకి పట్టుబట్టలు రావండీ?” అన్నాడు.

కరస్పాండెంటు వెర్రెత్తిపోయి “తమకు పట్టుబట్టలు కావాలేం? ఇంతోసి పండితులకి. ఇంతోసి మేధావులకి మేమిచ్చేది జీతపు రాళ్ళయినాయా ఏం...” అంటూ అనరానివన్నీ అని గుమ్మం దాటిపోయాడు.

ఇలాంటి సన్మానమే మరో ముగ్గురు పంతుళ్ళకయింది. స్కూలయింతర్వాత నలుగురూ చెట్టుకింద సమావేశమయి బావిలో దూకి చద్దామా లేక కాలవలో దూకుదామా అని సమాలోచనలు జరుపుతుంటే ఒకరన్నారు. “చదువురాని ఈ దేశంలో అక్షరజ్ఞానమిచ్చేవాడు అడుక్కుతినడయ్యా! మనకు చచ్చే కర్మమేమి? మనకు మేడలూ మిద్దెలూ అక్కరలేదు. చదువు చెప్పేవాణ్ణి చెప్పెట్టి కొట్టే చోట మనకి స్థానం లేదు. ఎక్కడకయినా వెళ్ళి మన బడి మనమే పెట్టుకుందాం పదండి.” అందరూ ఉత్తరీయాలు దులుపుకు లేచారు. ఎవరో కుర్రాడితో వూరెడుతున్నాం అని ఇళ్ళకి కబురు చేశారు. ప్రయాణమయ్యారు. పరుగుపరుగున అమరావతి చేరుకున్నారు. కృష్ణలో స్నానం చేశారు. దేవుడికి

సాగిలపడ్డారు. గుడి నీడలో కూర్చుని గోపుర శిఖరాలమీంచి వూరుని కలియ చూశారు.

ఎంత చల్లటి గడ్డ!

ఏనాటి మట్టి?

బౌద్ధ విశ్వవిద్యాలయం మెట్టిన చోటు!

'ఇక్కడే బడి' అని సంకల్పించి నాలుగు రోడ్ల కూడలికి వచ్చి, నలుగురినీ చేరదీసి ఈ వూళ్ళో స్కూలు స్థాపిస్తామన్నారు. విస్తుపోయారు గ్రామజనులు. మనవూరేమి? ఇంగ్లీషు చదువేమి? ఈ పరగణాలో ఎక్కడా స్కూలు లేదే! ఆ రాత్రికి భోజనం ఏర్పాటు చేశారు పంతుళ్ళకి.

మర్నాడు ఓ ఇంటి వరండాలో స్కూలు స్థిరపరిచారు. ఇంటింటికి తిరిగి బిచ్చమెత్తినట్టు "అయ్యా మీ పిల్లవాణ్ణి స్కూలుకు పంపండి. మేం పాఠాలు చెప్తాం. మేం వృద్ధిలోకి తీసుకొస్తాం" అని ప్రార్థించారు.

పిల్లలు చేరారు!

కొత్త చదువు!

కొత్త పాటలు!

చుట్టు ప్రక్కల పదిహేను మైళ్ళదూరం నుంచి పిల్లలు రావటం మొదలెట్టారు. ఆ పరగణా అంతా జ్ఞాన సంచలనం!

కొంతకాలం రహస్యంగా స్కూలు నడిపారు పంతుళ్ళు. ఆపైన బహిరంగం గానే "మాదీ ఈ బడి" అన్నారు.

ఎక్కడపుట్టారో ఎక్కడ పెరిగారో ఈ గడ్డన చదువుల తల్లిని దింపి వందలమంది కుర్రల్ని వ్యక్తుల్ని చేశారు. ఆ పరగణా అంతా అక్షరకాంతి పంచారు. జ్ఞానజ్యోతి అంతా విస్తరించింది. జ్ఞానక్షేత్రం పుష్కలంగా పండుతోంది. ఆ క్షేత్రం చుట్టూ నాలుగు పక్కలా నలుగురు పంతుళ్ళు ఎదిగి వచ్చిన పంట చూసి నవ్వుతూ కన్నీళ్ళు రాలుస్తున్నారు. వాళ్ళకి పెళ్ళాల నగలూ, కూతుళ్ళ పెళ్ళిళ్ళూ పట్టలేదు. ✸

ఏక కథా పితామహ

వర్షాల్లేక పంటలు పండని రోజుల్లో పెద్ద పెద్ద హరిదాసులకే పిలుపు లేకపోతే గురుబ్రహ్మం లాంటి వాణ్ణి పిలిచి కథ చెప్పించుకునే దెవరు? అంత మాత్రాన గురుబ్రహ్మం ఊరుకోలేదు. తనే సంకల్పించాడు. హార్మోనీ సుబ్రహ్మణ్యం దగ్గరకెళ్ళి 'ఓ వారం వరస కథలున్నాయి వస్తావా?' అనడిగాడు. సుబ్రహ్మణ్యం హార్మోనీ వాయించటంతోపాటు వంట కూడా చేస్తాడు కనుక రెండందాలా ఉపయోగం 'నువ్వు ఏవూళ్ళో చెప్పినా ఒక కథే కదయ్యా. రెండో కథ చెప్పనిస్తారా?' అన్నాడు సుబ్రహ్మణ్యం. 'నువ్వు అపశకునం మాటలు మాట్లాడకు. గ్రామస్థులు మెచ్చాలేగాని వారమేమిటి. నెల సాగొచ్చు. రెణ్ణెల్లు మూణ్ణెల్లు! భారతమయ్యాక రామాయణం.... ఇలా సంవత్సరం నడిస్తే ఆశ్చర్యమా!' అంటూ దిమ్మరపోయేట్టు చెప్పాడు గురుబ్రహ్మం. "మరి మద్దెలో?" అన్నాడు సుబ్రహ్మణ్యం.

"మన పూర్ణయ్యని తీసికెళ్దాం" అన్నాడు దాసు.

"వాడు మొన్ననేగదయ్య చెక్కమద్దెల మీంచి తోలు మద్దెల మీదికొచ్చింది! వాడేం వాయిస్తాడూ!" అన్నాడు హార్మోనిస్టు.

"ఓరి పిచ్చివాడా! నువు వాయించాలా? వాడు వాయించాలా! నేను లేనూ; నువ్వు శ్రుతి ఇవ్వు చాలు. వాడు తాళం చూపిస్తాడు. అంతే మిగతా అంతా నా కంఠం. నా సంగీతం. నేను కొట్టుకొస్తాగా" అన్నాడు దాసు.

హార్మోనిస్టు తలూపాడు.

అప్పటికప్పుడే ముహూర్తంపెట్టి, పూర్ణయ్యకి కబురెట్టి బయలుదేరిపోయారు హరికథ బృందం.

సుబ్రహ్మణ్యం నెత్తిన హార్మోనీ, పూర్ణయ్య తలపైనా మద్దెలా, దాసు తలపైన పెట్రోమాక్సు లైటు, చేత పాత్ర సామాన్లసంచితో డొంకల్ల నడుచుకుంటూ సాయం సమయానికి వూళ్ళోకొచ్చారు.

గుడి మండపం దూరం కాబట్టి, ఊళ్ళోనే రెండిళ్ళ మధ్య కాస్త ఖాళీస్థలం చూసి అక్కడ సామాన్లు దింపుకొని, వూళ్ళో కెవరో కొత్తవాళ్ళు రావటాన కుర్రకారు ఎగబడితే, "రాత్రికి హరికథ ఉందోయ్" అని వాళ్ళచేత అక్కడ రాయిూరప్పా చదునుచేయిస్తూ ఇంకోకుర్రాణ్ణి లైటులో పోయడానికి అరకాయ కిరసనాయిలు కోసం బజారుకి పురమాయించి హడావుడి చేస్తున్నాడు దాసు. "ఒరేయ్! సుబ్రహ్మణ్యం! నేను చిల్లరకొట్టు కెళ్ళి బియ్యం, పప్పూ తీసుకొస్తాను. ఆ రెండు రాళ్ళూ చేర్చి పొయ్యి చేసి వంట ప్రయత్నం చెయ్యి" అని పై కండువా దులిపి మెడ కిరుపక్కలా వేసుకుని ఠీవిగా నడుస్తూ పెద్ద బజార్లో కొచ్చాడు దాసు.

అక్కడ రావిచెట్టు కింద పదిమంది బాణాకర్రలతో బుర్రమీసాలతో నుంచుని ఉన్నారు.

పోతున్న కొత్త మనిషిని "ఓయ్" అని ఏకకంఠంతో పిలిచారు.

దాసు ఆ గర్జనకి ఉలిక్కిపడి వెనక్కు చూస్తే పది బాణా కర్రలు. పైప్రాణాలు పైన పోగా, ఠీవి ఆవిరైపోగా మెడనున్న తువ్వాలు నడుంకి చుట్టుకుంటూ, చేతులు జోడించి "అయ్య! అయ్య!" అని వంగిపోతూ రావిచెట్టు దగ్గర కొచ్చాడు.

"నువ్వేగదయ్యా! దాసువి" ఉరిమినట్టన్నాడొకడు.

"చిత్తం! చిత్తం! సరళీస్వరాలు చక్కగా నేర్చుకున్నాను. కృతులు పాడగలను. గాత్రశుద్ధి కలవాడిని..."

"నోర్మూయ్? నువ్వు వెనక వచ్చావు. పంటల్లేవు. మేమేం ఇవ్వలేం. వెళ్ళి పొమ్మని చెప్పాం. మళ్ళీ వస్తావా? ఎన్ని గుండెలు."

"అయ్యా భారతంలో ఒక్కటే.... ఒక్క కథ చెప్తాను...."

"భారతంలో ఒక్క కథ సెప్తే వూరికరిష్టం గదంటయ్యా. పోతావా తన్ని తగిలెయ్యమంటావా...."

"లేకపోతే కుశలవ చరిత్ర.... భీమార్జున...."

"రేయ్" అంటూ పది కర్రలూ ఒక్కసారి లేచినై. పప్పులేదు బియ్యం లేదు, ఉన్నట్టుండి పొలిమేర దాటకపోయావో చీల్చేస్తాం"

దాసు వొగరుస్తూ పరుగెత్తి వచ్చాడు.

సుబ్రహ్మణ్యం పొయ్యి రాజేసి ఎసరు పెట్టి కూర్చున్నాడు.

'దిష్టిముండాకొడక! ఆ ఎసరు నీళ్ళతో మొహం కడుక్కో. పక్కవూరు పోదాం. ఇక్కడ కథ లేదు." అన్నాడు దాసు.

"ఏం పోతాం, మద్దెల పూర్ణాయి కడుపునొప్పితో చూరుక్రింద పడుకున్నాడు" అన్నాడు సుబ్రహ్మణ్యం.

తలపట్టుకున్న దాసు "రేప్పొద్దునే చద్దాం. ఈ పూటకి మంచినీళ్ళే గతి" అని స్తంభానికి జేరబడ్డాడు.

పదకొండు గంటలవేళ ఓ ముసలాయన లాంతరేసుకొచ్చి "ఏవయ్యా దాసూ! ఏవన్నా గతికారా లేదా." అన్నాడు.

"మహాప్రభో! పచ్చి మంచినీళ్ళు తాగి పడున్నాం" అన్నాడు దాసు.

"మా ఇంటికి రండి. బియ్యం పప్పూ ఇస్తాను" అనటమేమి చెంగున లేచాడు దాసు. అరగంటలో అన్నం పప్పూ వండాడు సుబ్రహ్మణ్యం. తెచ్చుకొన్న లోటాడు మజ్జిగతో పూర్ణయ్యతో సహా ముగ్గురూ భోజనం చేశారు. కాని

దాసు ముసలాయన్ని వదలడే? అయ్యా! మీరు నాకు అన్నంపెట్టారు. మీకు ఒక్క కథ విన్పిస్తాను. విద్వాంసుణ్ణి. కృతులు చెప్పుకున్నాను.

"నా ఒక్కడికీ అర్థరాత్రి కతేందయ్యా"

"అయ్యా! తమరు పెద్దలు. అలా అనకూడదు....... ఒక్క కథే. త్వరగా ముగిస్తాను" అంటూ ఆ ముసలాయన్ని బందీచేసి కూర్చోపెట్టాడు.

దాసు ముఖం రుద్దాడు. పట్టె వర్ధనాలు పెట్టాడు. పట్టుపంచె కట్టాడు. కాలికి గజ్జెలు! చేతికి చిరతలు! ఎక్కడలేని సంబరంతో కథ మొదలెట్టి గొంతెత్తి గణపతి ప్రార్థన చేశాడు.

కథా ప్రారంభం చేశాడు.

'మహాజనులారా! భక్తాగ్రగణ్యులారా!'

ఉన్నదొక్క ముసలి ప్రేక్షకుడు! అయితేనేమి వెయ్యిమంది సభకి కథ చెప్తున్న ఆవేశంతో పాడుతున్నాడు. కడుపునొప్పి పూర్ణయ్య అటతాళానికి జంపెతాళం, ఆదితాళానికి రూపకం వరసలు వాయిస్తున్నాడు. హార్మోనిస్టు నిద్దరమత్తులో ఏం వాయిస్తున్నాడో తెలియదు కానీ దాసుకథ ఆపలేదు. మరీ ఆవేశంగా చెప్తున్నాడు. గంటయింది. నిద్ర పట్టని ఇద్దరు ముసలమ్మలొచ్చారు. దాంతో మరింత పొంగిపోయి వీరావేశంతో భారతయుద్ధం వర్ణిస్తున్నాడు. మరో గంటయింది. పాలో మంటూ పది బాణాకర్రలూ, యాభైమంది జనం పరుగున వచ్చారు.

వాళ్ళని చూసి కాళ్ళు చల్లబడ్డాయి దాసుకి 'అయ్యా తప్పయింది మంగళహారతి ఇచ్చేస్తాను' అన్నాడు వణికిపోతూ.

'వొద్దు. ఆ కథ ఆపొద్దు.... చెప్పుకుంటూ వూరు దాటు. నీకేం ఇయ్యలేవయ్యా అంటే కథ మొదలేస్తావ్... చెప్పుకుంటూ పద. నిన్ను సాగనంపాస్తాం...' అంటూ ఉన్న పళాన దాసుని వాద్యగాళ్ళని లేపారు. వీధుల్లో కథచెప్పిస్తూ వూరిబయటి దాకా తీసికెళ్ళి పొలిమేరన మంగళహారతి ఇప్పించి, దొరికిన మానెడు పెసలు, మానెడు శనగలు చెంగులో పోసి 'దాసూ! మేం పిలిచేదాకా రాకు' అని వొట్టేయించుకుని హరికథ బృందాన్ని పంపించేశారు. ✸

తృప్తి

పూర్ణయ్యని బావగాడంటారు అందరూ.

బావగాడు లేకపోతే సరదాలేదు, సంబరము లేదు. పెళ్ళిగాని, పేరంటంగాని వంట హంగంతా బావగాడే. వంట వాళ్ళని కూర్చోనిచ్చేవాడు కాదు. నించోనిచ్చేవాడు కాదు. పరుగులుపెట్టించేవాడు. ఇక తినేవాళ్ళకి భోజనం మీద తప్ప వేరే ధ్యాస రానిచ్చేవాడు కాదు.

ఒకసారి వనసంతర్పణ పెట్టుకున్నారు. జనం అంతా మామిడి తోపులో చేరారు. చాపలు పరచి పిచ్చాపాటి మాట్లాడుకునేవారు కొందరు. పేకాటలో మునిగినవారు మరికొందరు. గాడిపొయ్యి తవ్వించాడో లేదో బావగాడు జనం మధ్యకు పరుగెత్తుకొచ్చాడు. "అందరూ వినండర్రా" అని పెద్దగా గావుకేక

పెట్టి మాటలు మానిపించాడు. పేకాట మూయించాడు. "వంటకాలు ఇలా తయారు చేయిస్తున్నాను" అంటూ లిస్టు చదివాడు.

"వంకాయ మెంతికారం పెట్టిన కూర

అరటికాయ నిమ్మకాయ పిండిన కూర

పెసరపప్పుతో చుక్కకూర

వాక్కాయ కొబ్బరి పచ్చడి

పొట్లకాయ పెరుగుపచ్చడి

అల్లం, ధనియాల చారు

మసాలా పప్పుచారు

అయ్యా, జీడిపప్పు, పచ్చకర్పూరాలతో పాయసం.

మామిడి కోరుతో పులిహోర

గుమ్మడి వడియాలు, వూరమిరపకాయలు.

అందరికీ సమ్మతమేనా" అని అరిచాడు.

సమ్మతమేమిటి నా మొహం- అప్పటికప్పుడు అందరి నోళ్ళలో నీరూరించి, ఇంకా వంటలు కాకముందే భోజనం మీద అందరికీ మమకారం పెంచాడు. జిహ్వ గిలగిలలాడుతుండగా అందరి కడుపుల్లో ఆకలి అగ్నిలా లేచింది.

అంతటితో ఆగాడు కాదు బావగాడు. మరో అరగంటలో వంకాయలు కడిగించి బుట్టలో వేయించి అందరి దగ్గరకూ ప్రదర్శనకు పట్టుకొచ్చాడు "చూశారా! లేత వంకాయలు.... నవనవలాడుతున్నాయి.... మెంతికారం పెట్టి మరీ వండిస్తున్నాను.... దగ్గరుండి కోయించుకువచ్చాను...." అని అందరకూ చూపించి వెళ్ళిపోయాడు. ఆ తరువాత జనానికి వేరే ఆలోచనలు పోయేవికావు.

వంకాయ గురించే చర్చలు. వంకాయ ఎన్ని రకాలుగా కూరలు చేయొచ్చు? కాయకాయ పళంగా వండితే రుచా? తరిగి వండితే రుచా? అసలు రుచి వంకాయలో వుందా? వంకాయ తొడిమలో వుందా? ఇలా చర్చలు సాగాయి.

మరో అరగంటకి.....

నిగనిగలాడే వాక్కాయల బుట్టతో, లేతచుక్కకూర మోపుతోవచ్చి అందర్నీ పలకరించాడు. "వాక్కాయ దివ్యమైన పులుపు చూడండి" అని తలా ఓ కాయ పంచాడు. "చుక్కకూర కందిపప్పుతో కంటే పెసరపప్పుతో మహ చక్కగా మేళవిస్తుంది" అని అందరికీ మళ్ళీ జ్ఞాపకం చేశాడు. మళ్ళీ జనం అంతా వంట కబుర్లలో పడేవారు. బావగాడు ఇలా ప్రదర్శనలిస్తుంటే ఆకలి రెప రెప పెరుగుతోంది.

ఇక అక్కడ గాడిపొయ్యిదగ్గర వంటవాళ్ళని పరుగులు తీయిస్తున్నాడు. పాయసంలో ఎత్తుకు ఎత్తు జీడిపప్పు వెయ్యమని పురమాయిస్తున్నాడు.

ఓ పక్క పులిహోర తిరగమోత వెయ్యగానే రయ్యిన జనం దగ్గరకు పరుగెత్తుకు వొచ్చి "ఆ వాసన చూశారా పులిహోర తిరగమోత.... సన్నబియ్యంతో చేయిస్తున్నాను" అని మళ్ళీ మాయమయ్యేవాడు.

మళ్ళీ జనానికి ఆకలి ఉవ్వెత్తున లేచింది. ఆకలి నిలువెత్తయింది. తాటి ప్రమాణమైంది. శరీరం అంతా ఆకలే అయి కూర్చుంది. జనం అంతా ఎప్పుడు వడ్డిస్తార్రా అని ఆవురావురు మంటున్నారు. ఎట్టకేలకు గంట కొట్టాడు బావగాడు. "లేత అరిటాకులు శుభ్రంగా కడుక్కోండి" అని వరుసల మధ్య కొచ్చి హెచ్చరించాడు.

"సుబ్బయ్యన్నయ్యకు ఒక ఆకు వేస్తావేం? రెండు ఆకులు కలిపి వేయించు" అంటున్నాడు.

వడ్డనలు మొదలయ్యాయి.

నేతి జారీ పుచ్చుకుని పేరు పేరునా అందర్నీ అడిగి వడ్డిస్తున్నాడు. "వంకాయ వదిలేయకూడదు. నిమ్మకాయ పిండిన అరటికాయ కూరలో కరివేపాకు రుచి తమకు తెలియనిది కాదు" అంటూ మళ్ళీ కూర వడ్డింపించి ఆకలి పెంచుతున్నాడు. జనం ఆబగా తింటున్నారు.

"చుక్కకూర పప్పులో పూరమిరపకాయలు మిళాయించండి."

"పప్పుచారులో గుమ్మడి వడియాలు కలిపి చూడండి."

"వాక్కాయ పచ్చడిలో పెరుగు పచ్చడి నంజుకోవచ్చు. తప్పులేదు."

"ఇంకా విస్తట్లో మిగిల్చావేం. పూర్తి చేసి పాయసానికి కాళీగా వుంచుకో...."

"అప్పుడే మంచినీళ్ళు తాగెయ్యకు. మీగడ పెరుగుంది...." ఇలా ఎగసన తోస్తుంటే ఎవరాగగలరు? జనం కలబడి భోంచేశారు. జన్మలో ఇంత దివ్యమైన వంట ఎరగమన్నారు. విస్తళ్ళముందునుంచి పైకి లేవడమే కష్టమైంది. అందరికీ తాంబూలాలు ఇచ్చిన తరువాత వంటవాళ్ళని కూర్చోబెట్టాడు బావగాడు. "కష్టపడి వండారు తినకపోతే ఎలా?" అని కొసరి కొసరి వడ్డించాడు. వాళ్ళ భోజనాలు కూడా అయిన తరువాత అందరికంటే ఆఖరున గాడిపొయ్యి పక్కన ఓ చిన్న ఆకు వేసుకుని తను కూర్చున్నాడు.

అప్పటికి కూరలు మిగల్లేదు.

ఓ గంటె పప్పు, కాస్తంత పచ్చడి, గుప్పెడు పులిహోర, మిగిలితే అవే వడ్డింపించుకుని వంటరుచిని మళ్ళీ మళ్ళీ మెచ్చుకుంటూ అందరి భోజనం తనే చేస్తున్నాను అన్నంత హాయిగా భోంచేశాడు. తనకేం మిగల్లేదనే బాధలేదు. నలుగురూ హాయిగా, తృప్తిగా, రుచిగా తిన్నారనే సంతోషమే ఆ బావగాడి తాంబూలపు పెదాలపైని చిరునవ్వు. ✸

ఆగని ఉయ్యాల

గౌరి ఆనాడు, అట్లతద్దెనాడు, చింతచెట్టుకు కట్టిన నిలువెత్తు ఉయ్యాల వదిలిపెట్టి రాదు. వానయ్యేది, వరదయ్యేది ఆ ఉయ్యాలేమో ఆ పక్కనున్న చిన్న గుడిసేమో.... తల్లి వేళకింత ముద్దపెడితే తింటుందో తినదో! తనలో తనే నవ్వుకుంటుంది. భూమి బద్దలయినట్లు భళ్ళు భళ్ళున ఏడుస్తుంది. గ్రుడ్ల నీరు గ్రుడ్ల కుక్కుకుని నిలువెత్తు ఉయ్యాలమీదనుంచి ఆకాశంలోని చుక్కలవైపు చూస్తుంది. ఆచూపు రంగడికోసం. ఎవరైనా ఓదార్చినా, బుజ్జగించినా లోపలిబాధ చెప్పుకోవడానికి మాటలు రావాయె. గౌరి కన్నీళ్ళు!! కలువపూల కళ్ళు దుఃఖసముద్రాలై పొంగుతుంటే ఊరివాళ్ళ గుండెలు చెరువులాయె! పసుపు ముద్దలాటి గౌరి పుట్టు మూగ. కన్నెవయసు దాటకముందే బతుకంతా మూగబోయింది.

ఐదేళ్ళనాడు.....

అట్లతద్దెనాడు తెల్లవారుఝామున అందరికంటే ముందులేచింది గౌరి. మాటలొచ్చిన తోటి కన్నెపిల్లలు గలగల మాట్లాడుతూంటే "మాటలేల' అన్నట్టు ఎప్పుడూ గలగల నవ్వేది. ఆ నవ్వులతోటే తోటి పిల్లలందర్నీ లేపింది.

ఒకరా ఇద్దరా? వీధివీధంతా తెలివెన్నెలలో కన్నెపిల్లల నవ్వులు. తలంటు స్నానాలు చేసిన జడలనిండా చేమంతి పూలదండలు, తిలకాలు దిద్దుకున్న ముఖాల్లో చిరుగంటల నవ్వులు. తెల్లవారకుండానే అందరూ భోజనాలకు కూర్చున్నారు. పులిహోర, గోంగూరపచ్చడి, పెరుగన్నం ఆకలైనంత మటుకూ తిన్నారు. గోదావరి ప్రాంతంనుంచి వచ్చిన సుబ్బలక్ష్మి తెచ్చిన ఉల్లిపాయ పులుసు పదిమందీ పంచుకున్నారు. అసలు అన్నం మీద ధ్యాస ఎవరికి? పెద్దవాళ్ళ పోరుపడలేక చద్ది తినడమేగాని, ఉత్సాహమంతా ఉయ్యాలమీదే. తినీ తినంగానే చేతులు కడుక్కుని కంచాలు అక్కడే వదిలేసి చెంగున వీధిలోకి గెంతారు. పట్టు పరికిణీలు రెపరెపలాడుతూంటే జరీ ఓణీలు గాలిలో ఎగురుతూంటే 'అట్టతద్దోయ్, ఆవట్లోయ్' అంటూ చెమ్మచెక్కలు మ్రోగుతూంటే, సూరీడు ఈ సంబరం చూడ్డానికేమో అన్నట్టు రోజుకంటే ముందు భూమ్మీద వాలాడు.

ముసలి మొగుడు రాకుండా వుండటం తరువాతమాటగాని పడుచుదనం కలకాలం నిలిచిపోయేటట్టు గాలంతా కన్నెవయసు వాసన. సంతోషంలో కృష్ణమ్మ కుప్పిగంతులు. అల్లప్పుడు తెల్లవారగా ఊళ్ళోని కన్నెపిల్లలంతా తోపులోకి తరలివచ్చారు. అంతెత్తు చింతకొమ్మలకి నిలువెత్తు మోకులతో ఉయ్యాల వేయించారు. ముందుగా గౌరే ఉయ్యాలెక్కింది. గౌరికి ఉయ్యాల లూగడం గొప్పసరదా. రయ్న ఉయ్యాల ఆకాశంలోకి ఎగురుతూంటే చుక్కల్ని పిలుస్తోంది. గౌరి. ఇంకా వేగంగా ఊపమని స్నేహితురాళ్ళని హెచ్చరిస్తోంది. చంద్రవంకలా ఉయ్యాలవూపు. మావి కొమ్మలా ఉయ్యాలవంపు. గంగతల్లిలా గౌరి నవ్వు. గాలిలో తేలుతోంది గౌరి. మబ్బుల్ని ముట్టుకుంటోంది గౌరి. కొమ్మలపైకి, చెట్లపైకి చేరుకుంటోంది. చెట్లు, నేస్తాలు, నేల అందరూ కళ్ళు పైకెత్తి గౌరినే చూస్తున్నారు. వున్నట్టుండి గౌరికి కళ్ళు బైర్లు కమ్మాయి. చేయి పట్టు వీడింది. అంతెత్తు ఉయ్యాల మీదనుంచి గౌరి దొర్లింది. జనం హాహాకారాలు చేశారు. ఎక్కడున్నాడో రంగడు బాణంలా దూసుకొచ్చి బంతిలా

గౌరిని పట్టుకున్నాడు. గౌరికళ్ళు తెరిచిచూస్తే రంగడి ఒళ్ళో ఉంది. రంగడు లేకపోతే గౌరి మనకు దక్కేది కాదనుకున్నారందరూ.

కళ్ళు తెరిచిన గౌరి రంగడు కళ్ళలోకి చూసింది. ఎందుకో సిగ్గయి వొళ్ళు పులకలెత్తింది. కళ్ళు వాలిపోగా, ఎవరో చేయి అందించినా పవిట సర్దుకుని తనే రంగడి వొళ్ళోంచి గెంతింది

ఆ తరువాత నెల తిరగకుండానే రంగడే కబురంపాడు గౌరిని పెళ్ళాడతానని. "అది మూగపిల్లరా" అని ఎవరో అంటే "మూగదైతేనేం ముద్దబంతిపువ్వుకదా' అన్నాడు. "నువ్వేమంటావో అని అన్నాంగాని అది బంతిపూవేమి దేవపారిజాతం గదా" అన్నారందరూ. ముహూర్తానికి వూరంతా తమ యింట పెళ్ళి అనుకునివచ్చి మనసార దీవించారు మరుసటేడు అట్టతద్దికి గౌరి ముత్తయిదువై ఉయ్యాల దగ్గరకు పరుగెత్తుకొచ్చింది. రంగడే స్వయంగా తోపులో ఉయ్యాల కట్టాడు. రంగడే స్వయంగా ఉయ్యాల వూపాడు. కొంతసేపటికి కొమ్మనున్న మోకుపట్టా పక్కకు జరిగితే సరిచేయడానికి చింతచెట్టెక్కాడు రంగడు ఉయ్యాల సరిచేసి అటూఇటూ చూస్తుండగా కాలు బెసిగి రంగడు కొమ్మమీంచి తలకిందులయ్యాడు. గౌరి కెవ్వునకేక వేసిందేకాని పట్టుకోలేకపోయింది. నెత్తురు ముద్దయిన రంగడ్ని వొళ్ళోకి తీసుకుందే గాని కళ్ళలో కళ్ళు పెట్టి చూడలేకపోయింది. రంగడి కళ్ళప్పటికే మూసుకు పోయాయి.

పసుపు ముద్ద పగిలిపోయింది.

'సామీ' అని పిలవలేని గౌరి, తనగోడు మాటల్లో చెప్పుకోలేని గౌరి ఆనాటినుంచి ఉయ్యాల విడిచి రాలేదు. ఆ మూగబాధకు గుండెలుపగులునో, కొండలు కరుగునో అన్నట్లు కన్నీటిధారలు

ఉయ్యాల వూగుతూనే వుంది.

'సామీ సామీ" అంటూ "రంగా రంగా" అంటూ అటూ ఇటూ వూగుతోంది. రాత్రనక, పగలనక, వానలో, వరదలో వూగుతూనే వుంది. గౌరి చెక్కిళ్ళ కన్నీరు రాలుతూనేఉంది. ✸

తెల్లవారింది

సుబ్బడు రోజూ తాగవలసిందే.

పొద్దున్నేలేచి ముఖం కడుక్కోటం ఎంత సహజమో, రాత్రికి కల్లు తాగటం అంత సహజం. కూటి మాట దేవుడెరుగు. చుక్కలు ఆకాశం మీదకొచ్చేసరికి కడుపులో చుక్క పడకపోతే ఆకాశం తిరిగి పడిపోయినట్టుంటుంది సుబ్బడికి.

ఫ్యాక్టరీలో రూపాయిన్నర కూలి చేతిలో పడగానే అందులో రూపాయి బిళ్ళ ఎగిరి గంతులేస్తూ ఉంటుంది కల్లు దుకాణం గల్లాలోకి పరుగెట్టడానికి. అంగలంగలుగా వెళ్ళిపోతాడు వూరిబయట దుకాణానికి. కల్లు దుకాణం యజమాని వీరాస్వామి గుడిసెల్లో దూరేవాడి ముఖం చూసి చెప్పేయగలడు వాడిదగ్గర మస్తుగా డబ్బుందో లేదో! డబ్బున్నవాడు కల్లుపాకలోకి దూరి కూర్చుని 'ఒరేయ్'! అనటంలో ఓ ధీమా ఉంటుంది. అంతంతమాత్రంగాడు అడుగు ఘనంగా వేయలేడు. ముంత తెమ్మని దబాయించలేడు. ఆ రోజు సుబ్బడు బహు హుందాగా గుడిసెలో దూరాడు. చెక్కబల్ల మీద కూర్చోగానే చింకితువ్వాలు ఛెళ్ళున ఝాడించాడు. అలా ఝాడించిన తువ్వాలు ఉండచుట్టి కాలుకింద పెట్టుకుని 'ఒరేయ్!' అని కేకేశాడు. ఆ కేక లక్షాధికారి పదిమంది నౌకర్లని పిలిచినట్టుంది. ఆ కేకలోని వూపు చూసి, వీరాస్వామి సైగ అందుకుని కుర్రాడు ముంతనిండా కల్లు తెచ్చి ముందు పెట్టాడు.

సుబ్బడు ఆ ముంతని ప్రేమగా చూశాడు. మళ్ళీ మళ్ళీ చూశాడు. ఇన్ని రూపాయలు నీకిచ్చేస్తున్నానే! కడుపుకు తినటంలేదు. కట్టుకున్న పెళ్ళానికి పెట్టటంలేదు. కన్నోళ్ళకి కాని ఇయ్యటం లేదు. నీకే! నీకే! ఎన్ని రూపాయలిచ్చాను. నా కష్టమంతా నీకే దార పోత్తన్నానే నువ్వు నన్నిడిసి పెట్టవు. నేను నిన్నిడిసి పెట్టను. పట్టు! ఇది జల్మబంధం! అనుకుంటూ ముంతెత్తి గటగట తాగేశాడు.

ఓ నిముషమాగి సుబ్బడు 'ఓ ఓరేయ్!' అన్నాడు. మళ్ళీ వీరాస్వామి కనుసైగతో కుర్రాడు ముంత నింపాడు. రెండోముంత చూస్తూ సుబ్బడు కలలుగంటం మొదలెట్టాడు. రోజుకి రూపాయిన్నర సంపాదిస్తే అర్ధరూపాయి ఇంటికెళ్తోంది. తనెప్పటికైనా డబ్బు సంపాదిస్తాడు. డబ్బెక్కణ్ణించి వస్తది? దూరపు సుట్టం ముసలమ్మెవరో సస్తది? డబ్బున్న సుట్టం ముసలమ్మ ఎవరూ లేరే... ఉంటది.... ఎక్కడో ఉంటది.... ముందుగా తెలవదు... తెలిస్తే ఇప్పుడే ఎళ్ళి సంపుదును గదా! ఆ ముసల్ది ఎంకమ్మ.... దాని దగ్గర బంగారం ఉంది... డబ్బుంది.... పొలం వుంది. అది సావంగానే బోల్డంత డబ్బు.... పెళ్ళానికి సీరలు.... తనింట్లోనే కల్లు బానలు.... వోహ.... ముంత ఖాళీ చేశాడు సుబ్బడు.

కల్లు కళ్ళల్లో కొచ్చింది.

తలకాయ తాళం వేస్తోంది.

మాట నాలికదాటి రావటం లేదు.

'వో' అన్నట్లు ఖాళీముంత వూపాడు సుబ్బడు.

ఈ తడవ వీరాస్వామి సైగ చెయ్యలేదు. కుర్రాడు కల్లు పొయ్యలేదు. రూపాయి మించి సుబ్బడి దగ్గర ఉంటానికి వీల్లేదు. అంచేత చూడనట్టు వూరుకున్నాడు వీరాస్వామి. సుబ్బడికి ఆ రోజున పండగ ఈనాము కింద రెండు రోజుల కూలిచ్చారు. సుబ్బడిక ఉండబట్టలేక వీరాస్వామి దగ్గరకెళ్ళి "ఏటి నా దగ్గర డబ్బులేదనా... ఇదో రెండ్రూపాయలు ఏటనుకుంటున్నావో.... నాకు అస్తాస్తది.... ముసలెంకమ్మ సస్తది.... బోల్డంత పొలం.... డబ్బు... నాకేం లోటు లేదు..." అంటూ వూగిపోతున్నాడు. ఎప్పుడు సస్తది ముసల్ది అన్నాడు వీరాస్వామి.

"రేపో.... ఎల్లుండో....రేపే సస్తది. రేపు బాన తాగేత్తాను...." అంటూ మరో రెండు ముంతలు గటగట తాగేశాడు.

వీధిన తట్టుకుంటూ, రాళ్ళు తన్నుకుంటూ గుడిసెకొచ్చి పడ్డాడు. పెళ్ళాన్ని గంజి తెమ్మని అరిచాడు. ఉప్పు తక్కువన్నాడు. ఉల్లిపాయకారం లేదన్నాడు. విసుక్కున్నాడు. తిట్టుకున్నాడు. తిన్నంత తిని ఎల్లకితలా పడుకున్నాడు.

పొద్దున లేస్తే సుబ్బడికి ఏవిటోగా ఉంది. వేప్పుల్లతో పళ్ళుతోమి ఫ్యాక్టరీకి పోతుంటే ఉదయపు ఎండ కాలిపోతున్నట్టుంది. ఎద్దులు ఆవుల్లా కన్పిస్తున్నాయి. చల్లగాలి చికాగ్గా ఉంది. కాళ్ళూ, చేతులూ తనవిలాగా తోచడంలేదు. కాళ్ళు నడుస్తున్నాయిగాని నడక నిటారుగా లేదు. అలాగే వెళ్ళి పనిచేశాడు.

సాయంత్రం సుబ్బడికి కూలివ్వలేదు. పండగ ఈనాముకింద కూలి జమ చేశారు. కల్లు లేదనేసరికి కడుపు చెరువయిపోయింది. అందరి దగ్గర అప్పడిగాడు. దొరకలేదు. ఏడుపొస్తోంది. చుక్కల్ని, ఆకాశాన్ని తెగతిట్టాడు. ముసలమ్మ చావలేదు. ఆస్తి రాలేదు. నరాలు పీకుతున్నాయి. గుండెల్లో దిగులు. కాళ్ళలో నిస్సత్తువ.... కళ్ళలో కోపం.... వీరాస్వామిని బతిమిలాడాడు. అప్పు దొరకలేదు. కసిగా వీధిలోని రాళ్ళని తంతూ ఇంటికొచ్చాడు. పెళ్ళాన్ని పిల్లల్ని తిట్టాడు. గంజితాగి పండుకుంటే కలత నిద్రలో కల... కలలో ముసలమ్మ. ముసలమ్మ దేవతైంది. రెండుచేతుల్లో రెండు పాత్రలు. ఒక పాత్రలో పచ్చ కర్పూరం వేసిన చిక్కటి పాలు, రెండో పాత్రలో కల్లు. "ఏది కావాలో తీసుకో"మంది. కల్లు తీసుకుని కడుపారా తాగాడు.... .... ఆతర్వాత పెద్ద బల్లెంతో రాక్షసుడు వాడితో యుద్ధం చేశాడు. ఆ యుద్ధంలో రాక్షసుడు బల్లెంతో గుండెలో పొడిస్తే కెవ్వున అరిచి నిద్రలేచాడు.

తెల్లవారింది.

అంట్లుతోముతున్న పెళ్ళాం అందంగా కనిపించింది. ఆడుకుంటున్న పిల్లలు ముద్దొచ్చారు. చల్లగాలి హాయిగా ఉంది. పువ్వులు ఎండకి మెరుస్తున్నాయి. "ఇట్టాగెప్పుడూ లేదే" అని అబ్బురపడ్డాడు సుబ్బడు.

రాత్రి కలలో పచ్చకర్పూరం పాలు తాగకపోతినే అని బాధపడ్డాడు. ✸

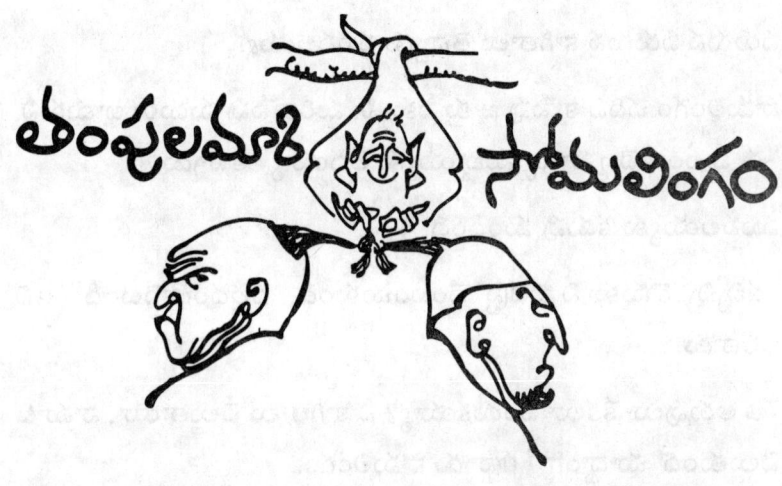

తంపులమారి సోమలింగం

సోమలింగం సూటిగా చూస్తే పచ్చని చెట్టు మాడిపోతుంది. నడిచిన నేలన పచ్చిక కూడా మొలవదు. అంతటి పుణ్యపురుషుడు కాబట్టే భర్త విశ్వరూపం చూడలేకనో యేమో, ఇల్లాలు చిన్నప్పుడే పరలోకం చేరింది. ఒంటిగా ఒక్కడు. ఇంత వుడకేసుకుని తినడం, వూరంతా తిరిగేస్తూ ప్రజాసేవ చేయడం.

ప్రొద్దున్న కృష్ణలో స్నానం చేస్తూ సోమలింగం దోసెడు నీళ్ళు సూర్యుడికి అర్ఘ్యం ఇచ్చి పక్కకు చూస్తే ముసలయ్య కావిడి ముంచుతూ కనిపించాడు. అర్ఘ్యం ఆపి....

"ఏం ముసలయ్యా! బాడవపక్క చేను కొన్నావంటగా" అన్నాడు.

"అయ్యా" అన్నాడు ముసలయ్య.

"నీళ్ళు ముంచుకోవడం తరువాత. ఆ పొలం కొని నువు మునిగావేమో చూసుకున్నావా." అన్నాడు సోమలింగం.

కావిడొదిలేసి రెండూ చేతులూ జోడించాడు ముసలయ్య.

"కంగారులేదు. కాగితాలు పట్రా చూస్తాను" అంటూ సూర్యుడికి అర్ఘ్యం ఇచ్చాడు సోమలింగం.

పరుగున పరుగున కాగితాలు తెచ్చాడు ముసలయ్య.

సోమలింగం చదివి కాసేపు జుత్తు పీక్కుని, మరికాసేపు నుదురు బాదుకుని, "ఈ పొలం అమ్మే హక్కు సుబ్బయ్యకు లేదయ్యా" అన్నాడు.

ముసలయ్యకు కడుపు మండింది.

"డబ్బిచ్చి కొనుక్కుని రిజిస్ట్రీ చేయించుకుంటే, చెల్లదంటారేటండీ" అని అరిచాడు.

"ఆ అరుపులూ కేకలూ ఎందుకయ్యా? నీ కాగితాలు చెల్లుతాయో, నామాట చెల్లుతుందో చూద్దాంగా" అన్నాడు సోమలింగం.

"మీరు చేసేదేందో చేసుకోండి" అని విసురుగా వెళ్ళిపోయాడు ముసలయ్య. వెళ్ళిన మరుక్షణం వేలువిడిచిన మేనమావ కొడుకు ఎవడో భద్రయ్యానే వాడికి కబురెళ్ళనే వెళ్లింది. "పదెకరాల పొలం పాయసంలా జుర్రుకో, వెయ్యి దావా" అన్నాడు సోమలింగం. వ్యాజ్యం ఆరేళ్ళపాటు సాగింది.

ముసలయ్య పొలమైతే దక్కించుకున్నాడుగానీ, కొన్న ఖరీదుకు మూడింతలు కోర్టుకు ధారపోశాడు.

ఓ రోజు సోమలింగం బజారున వెళుతుంటే పుల్లయ్య ఇంటి వాకిటికి తోరణాలు కనిపించాయి. సోమలింగానికి పచ్చటి ఆకులన్నా పసుపు తాళ్ళన్నా గొప్ప చిరాకు. పదడుగులు బజార్లోకేసి భూమయ్యని పిలిచి చెట్టు క్రింద కూర్చోబెట్టి ఈ విధాన బోధ చేశాడు. "నీకు పుల్లయ్య అప్పున్న మాట నిజమే. మనవాడూ కావల్సినవాడూ, ఆదుకుందామన్న ఉద్దేశ్యంతో అప్పిచ్చావు సంతోషమే. అడిగినప్పుడల్లా పుల్లయ్య తిరిగి ఇవ్వకుండా వాయిదా వేస్తున్నాడు. నీ నిదానం మెచ్చుకోదగినదే. నువ్వు ఉత్తముడివి. కానీ ఆ అప్పు ఈ జన్మలో తిరిగిరాదని తెలిస్తే నువ్వేమైపోతావు. పెళ్ళి కావల్సిన ఆడపిల్లుంది పైకి రావాల్సిన పసివాళ్ళున్నారు. వాళ్ళ గతేమిటి?" భూమయ్య బేలగా అడిగాడు "అయితే నా డబ్బు నీళ్ళపాలేనా."

"పాలు లేవు నీళ్ళే! వెళ్ళి చూడు వ్రతాలు చేస్తున్నాడు మొన్న ఒక వ్రతం. ఇవ్వాళో వ్రతం. వీటికి డబ్బులెక్కడివి. నేను చెప్తున్నాను నమ్ము. నీ బాకీ తీర్చడానికి డబ్బులేక కాదు, నీకు మొండిచెయ్యే".

భూమయ్యకు భయం లేసింది. ఆ భయంలోంచి కోపం పొంగింది. బారలు బారలుగా నడుస్తూ పుల్లయ్య ఇంటికొచ్చి గొంతుమీద కూర్చుని బాకీ తీర్చ మన్నాడు. పుల్లయ్య డబ్బులేదని మొత్తుకుంటే నగానట్రా తాకట్టు పెట్టించుకుని వెళ్ళిపోయాడు. సోమలింగం బజారునుంచి తిరిగొస్తుంటే పుల్లయ్య ఇంటి వాకిటి తోరణాలు తెగి వున్నాయి. తృప్తిగా నవ్వుకుని కుక్కి మంచంలో హాయిగా నిద్రపోయాడు.

ఎవరైనా ఇల్లాలు మెడనిండా నగలతో కనిపిస్తే సోమలింగానికి కంపరమెత్తేది. ఎవడైనా నవ్వుతూ కనిపిస్తే వెన్నులో పోటొచ్చేది. సోమలింగం చూపుకి వూరంతా భయపడేది. ఎవర్నయినా పైనుంచి కిందికి ఎగాదిగా చూశాడో వాడికి మూడినట్టే. ఒక్క ముసలి బుచ్చమ్మే సోమలింగానికి ఎదురుగా

వెళ్ళగలదు. నాలుగూ పెట్టగలదు. బుచ్చమ్మ కర్రపోటుతో వస్తూంటే సోమలింగమే పక్కకు తప్పుకునేవాడు. పోయేవాడ్ని పిలిచి మరీ తిట్టేది బుచ్చమ్మ.

"దిష్టి ముండాకొడకా! పదిమంది ఉసురు పోసుకుంటున్నావు గదరా! పట్టెడన్నం ఏనాడైనా ఎవరికైనా పెట్టావా? కొంపలు కూల్చే నీకు కునుకెట్టాపడుతుందిరా?" సోమలింగం వులకడు, పలకడు. తలొంచుకుని సందుల్లోకి తప్పుకుంటాడు. అతనికి బుచ్చమ్మ చూపులు సూదుల్లా, మాటలు శూలాల్లా గుచ్చుకుంటాయి.

ఉన్నట్లుండి సోమలింగం మంచాన పడ్డాడు. తనకి అవసానదశ సమీపించిందని తెలుసుకున్నాడు. వూరందర్నీ చిన్నా, పెద్దా పిలిపించాడు. అందరికీ చేతులెత్తి దణ్ణంపెట్టి అన్నాడు. "నేను పాపాత్ముణ్ణి. మీ కందరికీ అపకారం చేశాను. క్షమించగలిగితే క్షమించండి. నా చివరి కోరిక ఒక్కటి తీర్చండి. నన్ను దహనం చేయకండి. అంత పుణ్యానికి నేను తగను. నేను పాపిని. నన్ను గోరీలదొడ్లో పాతిపెట్టండి. నన్ను భూస్థాపితం చేస్తేనే నాకు శాంతి". అదేమికోరిక అన్నారంతా. పాతిపెట్టిస్తామని అందరిదగ్గరా వాగ్దానం చేయించుకుని ఆఖరిశ్వాస విడిచాడు సోమలింగం.

మాట ప్రకారం సోమలింగాన్ని గోరీల దొడ్డికి మోసుకెళ్ళారు. సాయెబులు హిందువుని గోరీల దొడ్లో పాతిపెడ్తే వూరుకుంటారా. వీల్లేదని తిరగబడ్డారు. వూరు తిరగబడింది. కర్రలు లేచాయి. దొమ్మీ జరిగింది. ఆ హోరాహోరీలో బుచ్చమ్మ కర్రపోటుతో వచ్చి "ఆగండ్రోయ్!" అని అరిచింది. ఆగారు.

"ఇంత మందున్నారు బుద్ధిలేక పోయెనే! వాడు చచ్చిం తర్వాత కూడా మీకు మాకూ పోట్లాట పెట్టడానికి తన్ని పాతిపెట్టమన్నాడ్రా!" అంది. అందరికీ తెలివొచ్చింది.

హిందువులు, ముస్లింలు ఏకంగా సోమలింగాన్ని కృష్ణొడ్డుకు మోసుకెళ్ళి బూడిద చేశారు. ✸

ఏడాదికోరోజు పులి

నబీసాయేబు పులివేషం చూసి తీరవల్సిందే. దసరావస్తే పిల్లల సంబరాలు వొకయెత్తు, నబీసాయెబు పులివేషం వొకయెత్తు.

దూరంగా డప్పులు.

టంకు టమా..... టంకు టమా .....

ఈలలు ..... చప్పట్లు

ఈలలు, చప్పట్లు.

నబీసాయెబు పులివేషం బయలుదేరింది. ఇళ్ళలో జనం పన్లొదిలేసి వీధిలో కొచ్చారు. పిల్ల, పాప భయపడి భోషాణాల క్రింద దాక్కున్నారు. డప్పులు పేలిపోతున్నాయి. ఛిక్ చిక్ ఛిక్ .... ఛిక్ ఛిక్ చిక్ పులి వీధిలోకొచ్చింది. వీరావేశంతో గెంతుతోంది. ఓ చేతిలో యెముక మరో చేతిలో నిమ్మకాయ. డప్పులు ఫెళఫెళ మోగుతూంటే ఆట ఉధృతంగా సాగుతోంది. చూస్తున్నవాళ్ళకి నెత్తురు పొంగుతోంది.పులిబారలు బారలుగా వస్తోంది. చెంగు చెంగున గెంతుతోంది. పంజావిప్పి పైన పడుతోంది. ఎటు చూస్తే అటు గుంపు చెదిరిపోతోంది. పులికి భయపడి అందరూ దోవ యిస్తున్నారు.

నబీసాయెబు జగదేక వీరుడిలా రొమ్ము విరుచుకు ముందుకు నడుస్తున్నాడు. జయ జయ ధ్వానాల్లాగా తప్పెట్లు మోగుతూంటే దేశాన్ని జయించి వచ్చిన చక్రవర్తిలాగా ఠీవిగా నడుస్తున్నాడు. ఇరుపక్కల మోగుతున్న డప్పులు, బారులు తీరిన జనం, ఈలలు చప్పట్లు కొడ్తూ డబ్బు లెగరేస్తుంటే అంత ఠీవితోటి ఆ డబ్బులందుకుని చెడ్డీలో దోపుకుంటున్నాడు. ఊరు ఊరంతా తన్నే చూస్తోంది. ఊరు ఊరంతా వీర విహారం చేస్తున్నాడు నబీ సాయెబు. అతని గుండెల్లో గొప్ప పొంగు! ఈ మనుషులందరికంటే తను గొప్పవాడినన్న భావం! డబ్బు, దస్కం, మేడలు మిద్దెలు వున్న వీళ్ళందరికంటే అతీతుణ్ని అన్న చూపు! విసిరేస్తున్న డబ్బులు అందుకుంటున్నా, చక్రవర్తి సామంత రాజులర్పించిన కానుకలు అంగీకరిస్తున్నప్పటి హుందా! అలా సూర్యుడు నడినెత్తికొచ్చేదాకా నబీసాయెబు పులై, వీరుడై, గండర గండడై, విజయవిహారం చేస్తున్నాడు.

అనుకున్న ప్రకారం డప్పుల వాళ్ళకి డబ్బులిచ్చేసి వాకిట్లో అడుగుపెట్టేసరికి నబీసాయెబు స్వరూపం పూర్తిగా మారిపోయింది. బేలబేలగా చూస్తూ నడుం వంగిపోగా బిక్కుబిక్కుమంటూ అడుగులో అడుగేసుకుంటూ వచ్చాడు. భార్య అమీనాబీని చూస్తే చెడ్డ వొణుకు నబీసాయెబుకు.

"డబ్బులెన్ని దొరికాయి" ఉరిమినట్టడిగింది అమీనాబీ.

మాట నాలిక దాటి బయటకు రాలేదు నబీ సాయెబుకు. చిల్లరంతా పెళ్ళాం దోసిట్లో పోశాడు.

"దొడ్లో కెళ్ళి కిరసనాయిలు పెట్టి కడుక్కో" అంది అమీనాబీ.

పులి పిల్లిలా దొడ్లోకి జారుకుంది. పెళ్ళాం వొళ్ళు తోమలేదు. ఓ మంచి మాట మాట్లాడలేదు. కష్టపడ్డావని మెచ్చుకోలేదు. తన్ను తాను తిట్టుకున్నాడు. కుళ్ళి కుళ్ళి బాధపడ్డాడు. ఒక్క పెళ్ళామే కాదు. ఊళ్ళో తనని ఎవరూ మనిషిగా గుర్తించరు. కూలిపని కూడా ఇవ్వరు. వారానికో, నెలకో చాటింపు వేయడానికి, 'తాషా' కొట్టడానికి పిలుస్తారు. అంతకు మించి తనను మనిషిగా కూడా గుర్తించరు. అందుకే నబీసాయెబుకు జనమంటే కసి. కోపం.

దసరాలో ఈ ఒక్కరోజే ఇష్టం.

ఈ నాలుగు గంటలే ప్రాణం.

ఈ ఒక్కరోజు కోసం, ఈ నాలుగు గంటలకోసం తను సంవత్సరమంతా ఎదురు చూస్తాడు. ఈ నాలుగు గంటలు తను పులి. వీరాధివీరుడు. మళ్ళీ సంవత్సరం తరువాతే తనకు బ్రతుకు. ఆ రోజు కోసం నిరీక్షణ.

ఊళ్ళో జనం కూడా నబీసాయెబు పులివేషం కోసం ఎదురుచూసేవారు. ఆ రాత్రి అన్నం తినేవాడు కాదు. తెల్లవారుఝామునే లేచి రంగులు పూసుకునేవాడు. వంగిపోయిన నడుం బాణంలా బిగిసేది. కళ్ళల్లోకి నెత్తురు తన్నుకొచ్చేది. శరీరం పెరిగగిపోయేది. దేహం వీరావేశంతో వూగిపోయేది. ఊరు, వాడ విలయతాండవం చేసేవాడు. తాండవం పెరిగినకొద్దీ తప్పెట్ల మోతలు. ఈలలు హెచ్చేవి. పులివేషం అయిపోయిన తరువాత కూడా ఎన్ని రోజులు చెప్పుకునేవారో.

మర్నాడు మళ్ళీ మామూలు నబీసాయెబే. బిక్కు బిక్కుమంటూ బీడీలడుక్కునేవాడు. పెళ్ళాం చేత చివాట్లు తినేవాడు. గంజితాగి పడుకుని రాత్రిళ్ళు పులివేషం గురించి సంవత్సరమంతా కలలు కనేవాడు.

నబీసాయెబు పెద్దవాడైపోయాడు. వెనకటిలా పులివేషం కట్టలేకపోతున్నాడు. కుర్రకారు వేషాలు కడ్తుంటే తను వేషం వేసుకోలేకపోయినా తప్పెట్ల కనువుగా తనూ చిందువేసేవాడు. కాని ఆ చిందులో చురుకులేదు. కళ్ళల్లో వేడిలేదు. అలిసిపోయి, ఊరేగింపు సగంలోనే ఆగిపోయి కుమిలిపోయేవాడు.

కొంతకాలానికి అపాటి కూడా వీధిలోకి రాలేక కుక్కిమంచంలోనే పడుకున్నాడు. మళ్ళీ దసరావచ్చింది. దూరంగా డప్పుల మోత. ఈలలు, చప్పట్లు.... మంచంలో పడున్న నబీసాయెబు వొళ్ళు పొంగుతోంది.

టంకు టమ .... టంకు టమ ....

కాళ్ళూ, చేతులు లయగా వూపుతున్నాడు నబీసాయెబు.

ఛిక్ ఛిక్ చిక్ ...... ఛిక్ ఛిక్ చిక్

మంచంలోనే పులై పోతున్నాడు.

కళ్ళవెంట ధారలుగా కన్నీళ్ళు.

రోజూ తిట్టిపోసే అమీనాబీ చిక్కి శల్యమై, పులై పోవాలని తపనపడుతున్న మొగుడ్ని చూసింది. వున్నట్టుండి అమీనాబీకి దుఃఖం వచ్చింది. మొగుడి దగ్గరకొచ్చి ఆడిస్తున్న చేతుల్ని ఆప్యాయంగా పట్టుకుని "చాలయ్యా! ఆడినంతకాలం ఆడావు. నీ ఆట అయిపోయిందయ్యా. నీరసపడతావయ్యా" అంటూ ప్రేమగా చూసింది. నబీసాయెబు ఇది నిజమా కలా అని బిత్తరపోయి భార్యవైపు చూశాడు. భార్య కళ్ళల్లోకూడా కన్నీళ్ళు.

నబీసాయెబు భార్య కన్నీళ్ళు తుడుస్తూ అన్నాడు "ఇంత మంచిమాట జల్మలో ఎప్పుడూ అన్లేదు గదే. ఇంత సుకమైన మాట యెనకనుంటే ఏడాది కొక్కరోజేందే, జల్మంతా పులై పోయేవాడ్ని గదే". ✸

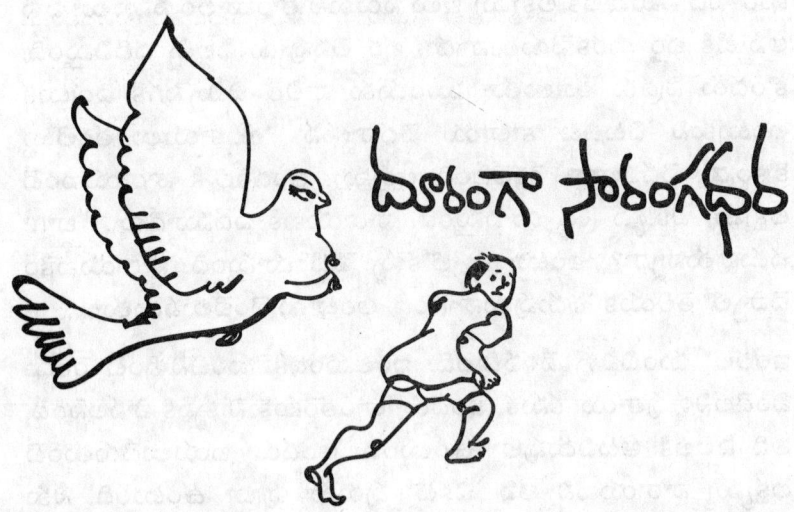

దూరంగా సారంగధర

సాయంత్రం ఆరున్నరకే వీధి అరుగులమీదకి చిమ్నీ బుడ్లతో, లాంతర్లతో వచ్చేశారు పిల్లలు.

పరీక్షలు దగ్గరకొస్తున్నాయి.

పుస్తకాలు తెరిచారేమో! గున గున గున చదువులు. ఆపకుండా తలెత్తకుండా కంఠోపాఠాలు. వీధి చివరనుంచుంటే దీపాల బారులు, వాటి ముందు పిల్లల చదువుల హోరు.

కామయ్య గారింట్లో ప్రైవేటు కుదురుకున్న పాతిక మంది పిల్లలు అప్పుడే వచ్చి దీపాలు వెలిగించుకుని వరండాలో సర్దుకున్నారు. కామయ్యగారు ఏ బడిలోను మాష్టరు కాదు. కాని యాభై అయిదో ఏట రెండో పెళ్ళి చేసుకోటాన సంపాదన నిమిత్తం ఈ ప్రైవేట్లు పెట్టుకున్నాడు. పాఠం గట్టిగా చెప్తాడని, బెత్తాలు బాగా విరగటం మూలాన పిల్లలకి భయం ఉంటుందని చాలామంది తమ పిల్లల్ని కామయ్య దగ్గరకి పంపిస్తున్నారు. ఎనిమిది గంటలకి భార్య లక్ష్మమ్మ వండిన వేడి పప్పుచారుతో కమ్మగా భోజనం చేసి తేన్చుకుంటూ నులకమంచం మీదికొచ్చాడు కామయ్య. అప్పటికే పిల్లలు జోగుతున్నారు. “ఒరేయ్!” అని పిల్లల్ని బెత్తంతో అదిలిస్తే ఉలిక్కిపడి మళ్ళీ గొంతులెత్తి చదువుతున్నారు.

మరో పది నిమిషాలకి లక్ష్మమ్మ ఇల్లు సర్దుకుని తాంబూలం నములుతూ వస్తే అప్పటికి భర్త గురకపెడుతున్నాడు. భర్త లేనప్పుడు పిల్లల్ని చదివిస్తుంది. కొందరు నిద్రకు తూలుతూ ముందుకు వాలితే చిమ్నీసెగకి వెంట్రుక లంటుకుని 'చిటచిట' కాలాయి. వెధవ్వాసన. "తలకాయలు తగలెట్టు కోకండ్రా, వెధవల్లారా' కేకలేసింది లక్ష్మమ్మ. అందరిలోకి నారాయణంటే లక్ష్మమ్మ ఎక్కువ శ్రద్ధ చూపిస్తుంది. నారాయణకి పదమూడేళ్ళు. "బాగా చదువుతున్నావా?' అంటూ కళ్ళలోకళ్ళు పెట్టి చూస్తుంది. నారాయణకేం చెప్పాలో తెలియక 'చదువుతున్నానండీ' అంటాడు బెంబేలుపడుతూ....

ఇంతలో మంచినీళ్ళ వేళవచ్చింది. ఇంతమందికీ మంచినీళ్ళంటే రెండు బిందెలనీళ్ళవుతాయి. కనుక, అందరూ లాంతర్లేసుకుని కృష్ణకి పోవలసిందే. అది పిల్లలకి ఆటవిడుపులా ఉంటుంది. అందరూ బయలుదేరుతుంటే లక్ష్మమ్మ నారాయణని ఆపి 'చీకట్లో పురుగూ పుట్రా ఉంటుంది. నీకు మంచినీళ్ళు నేనిస్తాలే' అని చెయ్యి పట్టుకు ఆపి గ్లాసెడు నీళ్ళిచ్చింది. నారాయణకి పిల్లల్తో వెళ్ళాలని సరదా. ఆ గ్లాసుడు నీళ్ళు తాగి 'ఇప్పుడే వస్తా' అని పరుగున వచ్చి పిల్లల్ని కలుసుకున్నాడు.

వీళ్ళతోపాటు వీధిలోని పిల్లలు కూడా చేరారు. దీపోత్సవం కృష్ణకు బయలుదేరినట్టు దీపాలు, పిల్లల కేరింతలు. కృష్ణలో దోసిళ్ళకొద్దీ నీళ్ళు తాగారు. నీళ్ళు ఒకళ్ళమీద ఒకళ్ళు చిమ్ముకున్నారు. పాటలు పాడారు. ఆటలు ఆడారు. కేరింతలు కొట్టుకుంటూ తిరిగొచ్చి దీపాలముందు కూర్చుని పుస్తకాలు విప్పారు. అరగంట గడిచిందో లేదో ఆవులింతలు. తొమ్మిదయింది పడుకోండి అనగానే దీపాలార్పేసి పక్కలు పరిచారు పిల్లలు. నారాయణ పక్క తన మంచం పక్కనే వేసుకోమంది లక్ష్మమ్మ. పక్క వేసుకున్నట్టే వేసుకున్నాడుగాని నారాయణ కెందుకో భయమేసి పక్క వొదిలేసి మిగతావాళ్ళ పక్కలో దూరి సొమ్మసిల్లి నిద్రపోయాడు.

తెల్లవారుజామున నాలుగింటికి గంటకొట్టినట్లు లేచాడు కామయ్య. పిల్లలందర్నీ నిద్ర లేపాడు. మేష్టారి అరుపులకి నిద్ర వొదిలిపోగా, దీపాలు వెలిగించారు. మళ్ళీ గున గున చదువులు సాగాయి.

దూరంగా 'సారంగధర' వీధిభాగవతం వినిపిస్తోంది. ఆఖరి రంగం జరుగుతూ వుండాలి. "పిల్లల్ని చదివిస్తూ వుండవే" అంటూ కామయ్య చెప్పులు వేసుకుని

కట్రపుచ్చుకుని వీధినాటకానికి వెళ్ళాడు. దూరంగా "నన్ను వొదిలిపోకురా! సారంగా! నా రంగా!" అంటూ చిత్రాంగి పాట విన్పిస్తోంది.

లక్ష్మమ్మ జోగుతున్న పిల్లల్ని అదిలిస్తూ నారాయణ దగ్గరకొచ్చి కూర్చుంది. దగ్గరగా కూర్చుని "బాగా చదువుతున్నావా?"అంది. భయం భయంగా తలూపాడు నారాయణ. మీద చెయ్యేసి "రేపు మధ్యాహ్నం రా- కాజాలు పెడ్తా" అంది.

సరే అన్నట్టు తలూపాడు.

మీద వేసిన చెయ్యి బరువుగా ఉంది నారాయణకి. లక్ష్మమ్మ నారాయణ వీపు మీంచి చెయ్యి తియ్యలేదు. నారాయణకి మనసు పాఠంలోకి పోవటం లేదు. ఇంతలో తెలతెలవారటంతో కామయ్య వచ్చేశాడు. వచ్చీరాగానే కాళ్ళు కడుక్కొని పిల్లల్ని తలా నాలుగు ప్రశ్నలు వేసి పంపించేశాడు.

నారాయణ ఇంటికొచ్చి ముఖం కడుక్కుంటున్నాడేగాని, మనసంతా చికాగ్గా ఉంది. పంతులమ్మగారు తనవైపు చూస్తున్నప్పుడల్లా తనకు ఎక్కడలేని సిగ్గు. చెయ్యిపట్టుకు పలకరిస్తే భయం. ఆ భయం అలాగే ఉండిపోయింది. వంటింట్లోకి వచ్చి చద్ది తింటుంటే నారాయణ మేనమామ నలుగురు పెద్దలతో పక్కవూరునుంచి హుటాహుటిన బయలుదేరి వచ్చాడు. ఉభయకుశలోపరి అయింతర్వాత తాపీగా మంచాలమీద కూర్చుని వచ్చిన విషయం చెప్పాడు. 'నారాయణకి మా అమ్మాయిని ఇవ్వటం వాళ్ళు పుట్టినప్పటినుంచీ అనుకుంటున్నదే. మా అమ్మ పెద్దదయిపోయింది. ఇంక నాలుగేళ్ళకి చేసే పెళ్ళి ఇప్పుడే చేసేస్తే పోలా?" ముసలమ్మ కళ్ళతో చూస్తుంది.

నారాయణకి చద్ది మింగుడు పడలేదు.

"చిన్నవాడు, ఏం తొందరా?" తండ్రి సణుగుతున్నాడు.

"నాకు తొందరలేదు. ముసలాళ్ళ గురించీ.... అంటూ ఇంకా చెపుతున్నాడు మేనమామ. నారాయణకి ఉన్నట్టుండి ఏడుపొచ్చింది. ఎంత ఆపుకుందామన్నా ఆగలేదు. పక్కనే వెన్న తీస్తున్న తల్లిని ఎంగిలిచేత్తోనే కౌగలించుకుని "నాకు పెళ్ళొద్దే! నేను చదువుంటానే" అని బావురుమన్నాడు.

వాకిట్లో వీధి భాగవతం వాళ్ళు 'నన్ను వొదిలీ పోకురా ! సారంగా! నా రంగా" అంటూ చందాలకొచ్చారు. ✸

అమావాస్య వెలిగింది

దసరా వెళ్ళీ వెళ్ళగానే దీపావళి సందడి ప్రారంభమయింది. ఓపక్క పోలయ్య తూటాలు కట్టిస్తున్నాడని తెలియగానే, ఇంకోపక్క రామయ్య హడావుడిగా పట్నం నించి మనిషిని పిలిపించి తూటాలు కట్టించటం ప్రారంభించాడు.

పోలయ్యకి రామయ్యకి చుక్కెదురు.

ఆ ఇంటిమీద కాకి ఈ ఇంటిమీద వాలడం దేవుడెరుగు పోలయ్య స్నానం చేసిన రేవులో రామయ్య స్నానం చేయడు. ఓసారి పోలయ్య ఇంట్లో పొట్లకాయలు కొన్నారు. అదేరోజు రామయ్య ఇంట్లోనూ పొట్లకాయలు కొన్నారని తెలిసింది. అంతే! పోలయ్య ఇంట్లో ఉన్న పొట్లకాయలు తెప్పించి ముక్కలు ముక్కలు చేసి గొడ్లకు పెట్టించాడు. "వాడూ నేనూ ఒకే కూర తింటామా ఛీ" అనుకున్నాడు పోలయ్య. అంత కసి!

అసలు పోలయ్యకి రామయ్యకి తగాదా పెట్టింది మంగలి కిష్టయ్య. ఓ రోజు రామయ్యకి గడ్డం గీస్తుంటే రామయ్యన్నాడు "ఒరే నా మీసంలాంటి మీసం ఈ వూళ్ళో ఎవరికైనా ఉందిరా?" అప్పుడు కిష్టయ్య "అబ్బే! లేదండి" ఈ మీసం తీవి ఈ పరగణాలో లేదండి. కానండి, ఆ పోలయ్యగారు మాత్రం

మీది పిల్లిమీసమన్నారండి" అన్నాడు. దాంతో రామయ్య కళ్ళురిమాడు. తాతల తగాదాలు తలపుకు తెచ్చుకుని పళ్ళు నూరాడు.

ఆ తర్వాత కొన్ని రోజులకి కిష్టయ్య పోలయ్యకి గడ్డం గీస్తూ 'అయ్యా! తమది ప్రభువుల మీసoవండి! రాజాలకి కూడా ఇంతగొప్ప మీసం ఉండదండి. కాని ఆ రామయ్యగారు మీది రొయ్యమీసం అనటం నాకు శానా బాధగా ఉందండి' అన్నాడు.

పోలయ్య పులై పోయాడు. రామయ్యగాడి నెత్తురు తాగుతానన్నాడు. వూరు రెండు పాయలైపోయింది. రెండు ముఠాలు జబ్బలు చరిచారు. కర్రలు చేపట్టి సాముగరిడీలు చేశారు. అటుగాలి ఇటు సోకడానికి భయపడిపోతోంది. "పోలయ్యగాడికి చేసిన కత్తితోనే నాకూ గడ్డం గీస్తావురా" అని రామయ్య కిష్టయ్యని లాగి తన్నాడు. ఆ రాత్రే పోలయ్య మనుషులు కిష్టయ్య గుడిసెకి నిప్పంటించారు. కిష్టయ్య పాలోమంటూ నెత్తిన గుడ్డేసుకు వూరు విడిచి పోయాడు. పట్నంనించి పోలయ్య, రామయ్య చెరో మంగల్ని తెచ్చుకున్నారు.

కిష్టయ్యపోయినా కష్టాలు పోలేదు. తగూ తీరలేదు. అందరూ దీపావళి రాత్రి బలాబలాలు తేల్చుకోటానికి తయారవుతున్నారు. ఊళ్ళో వున్న జిల్లేడు మొక్కలు, కందిమోళ్ళు తగలేసి బూడిదచేశారు. సూరేకారం, గంధకం కలిపారు. తూటాలు దట్టించి గోగునారతో బిగించారు. బుట్టలకి బుట్టలు తయారవుతున్నాయి తూటాలు.

దీపావళి సంజెవేళ.

అందరిళ్ళ ముందు దీపాలు. మిలమిల లాడుతున్న దీపాల వెలుగులో పకపక నవ్వుతూ పువ్వొత్తులు కాలుస్తున్న పాపలు. గలగల నవ్వుతున్న పాపల్ని సర్దుతూ, అదిలిస్తూ దగ్గరుండి మతాబులు కాల్పిస్తున్నాడు రామయ్య కొడుకు సాంబయ్య. మతాబుల వెలుగులో పోలయ్య కూతురు రాధ కళ్ళు తళుక్కు మనటం చూస్తున్నాడు సాంబయ్య. చిచ్చుబుడ్డి వెలుగులో సాంబయ్యని చూసి రాధ 'ఎంతఅందగాడో' అనుకుంది. పట్టుచీర పెళపెళ లాడుతుంటే చెంగు నడుం చుట్టూ తిప్పుకొని దీపాలు సరిచేస్తున్న రాధని చూసి 'చిదిమి దీపం పెట్టుకోవచ్చు' అనుకున్నాడు సాంబయ్య. అటువాళ్ళు ఇటువాళ్ళు ఇది గమనించినా 'ఈడూ జోడైనవాళ్ళు తప్పేమి' అని ఊరుకున్నారు.

రాత్రి తొమ్మిది గంటలవేళ. వూరు సద్దుమణిగాక కోట దిబ్బకి అటుప్రక్క పోలయ్యజట్టు ఇటుపక్క రామయ్య ముఠా చేరారు. తూటాల బుట్టలు నడుములకి కట్టుకున్నారు. పోరు ప్రారంభమైంది. తూటాలు ఒకరిమీద ఒకరు విసురుకుంటున్నారు. గాలంతా రవ్వలమయం. రయ్యిమని ఎగిరివస్తున్న తూటాల్ని మధ్యలోనే అందుకొని తిప్పి ఎదుటివారి మీదికి విసురుతున్నారు. వొళ్ళు కాలిపోతున్నా లెక్కలేదు. కాలుతున్నకొద్దీ పౌరుషం పెరిగిపోతోంది. ఖాళీ అవుతున్న బుట్టల్లో మనుషులు తూటాలు నింపుతున్నారు. రణకేకలు! వీరావేశం! ఆకాశమంతా నిప్పులు. వూళ్ళో జనం భయపడి ఇళ్ళలో దాక్కున్నారు. ఒళ్ళు కాలిపోయిన అటు పదిమందిని, ఇటు పదిమందిని ఆచార్లు దగ్గరికి మోసుకెళ్ళారు.

ఇంట్లో కూర్చుని ఉండలేని కుటుంబాలు రెండే రెండు. పోలయ్య ఆడవాళ్ళు రామయ్య ఆడవాళ్ళు వరండాల్లో కూర్చున్నారు. బిక్కు బిక్కుమని భయం భయంగా చూస్తున్నారు. సాంబయ్య రాధని చూశాడు. రాధ సాంబయ్యని చూసింది. ఉన్నట్టుండి అటు ముసలమ్మలూ ఇటు ముసలమ్మలూ కలిసి గుసగుసలాడారు. ఆడాళ్ళు గల గలా నవ్వారు.

కోట దిబ్బమీద ఇరుపక్షాలకీ తూటాలయిపోయినాయి. ఇక కర్రలు తీసుకు తలపడ్డారు. సాము గరిడీలతో పెఠేలుమని మోగుతున్నాయి కర్రలు. చావుదెబ్బలు తగిలిన జనం గొల్లుమని ఏడుపు. ఆ ఏడుపులు, ఆ కేకలమధ్య ఉన్నట్టుండి 'ఆగండి' అని పది ఆడగొంతులు విన్పించాయి. అందరూ కర్రలు దించారు. వాళ్ళు రామయ్య పోలయ్య కుటుంబాలు, ఆశ్చర్యంగా చూశారంతా. ఆడవాళ్ళ మధ్య సాంబయ్య, రాధ చేయి చేయి పట్టుకుని ఉన్నారు.

రామయ్య, పోలయ్య ఒకర్నొకరు చూసుకున్నారు. ఎదురుగా కన్నబిడ్డలు! కోపం కరిగిపోయింది రామయ్యన్నాడు. "పోలయ్యా! నీ మీసం గొప్పదేనయ్యా!" పోలయ్యన్నాడు "నీ మీసం అంతకంటె గొప్పదయ్యా."

ఎవరో చిచ్చుబుడ్లు వెలిగిస్తే కోట దిబ్బంతా మెరిసిపోయింది. ✸

త,ధి,తో,న

గిరీశం తన ఇరవైయ్యో ఏట పాత సత్రంలో ఓ హరికథకి వెళ్ళాడు. అతని మనస్సు కథమీదికి పోలేదు. ఫిడేల్ మీదికీ పోలేదు. మద్దెల వాయిస్తున్న బుల్లెయ్య మీదికి పోయింది. ఆ వరసలు, ఆ ముక్తాయింపులు మహ సొంపుగా ఉన్నాయి. తనక్కూడా మద్దెల నేర్చుకోవాలనిపించింది. ఇంకా కథ జరుగుతూండగానే బుల్లెయ్య పక్కకి చేరాడు. “అయ్యా! మీకు పాలు కావాలా? లేకపోతే పానకం తెప్పించనా?” అని మాటలు కలిపాడు. కథ అయిపోయిం తర్వాత బసదాకా మద్దెల తనే మోసి, మంచం వేయించి బుల్లెయ్య పడుకున్న తర్వాత తాపీగా చెప్పాడు. ‘తమ శిష్యుడిగా చేరి మద్దెల నేర్చుకోవాలనుందండీ’ అని. బుల్లెయ్యదేమో ఆరుమైళ్ళ అవతల వూరు. అయినా సరే వారానికి రెండురోజులు పాఠం చెపితే చాలన్నాడు.

"ఏమిచ్చుకుంటావ్" అన్నాడు బుల్లెయ్య.

"గురువులే చెప్పాలి" అన్నాడు గిరీశం.

"భక్తిగా వున్నావు కాబట్టి చెప్తున్నా. నెలకి పది రూపాయలిచ్చుకో."

"బాబ్బాబు ఐదిచ్చుకుంటాను" అని గిరీశం అనగా బుల్లెయ్య కొంచెం ఆలోచించి, 'భక్తి ముందు డబ్బెంత! మంచి రోజు చూసి వచ్చేసెయ్' అన్నాడు.

ఆ మర్నాడే వడ్రంగి దగ్గర కెళ్ళి అటో చెక్కా, ఇటో చెక్కా, మధ్య నోకర్రా వేసి తొందెర చేయించి ముహూర్తం చూసుకుని బుల్లెయ్య వూరికెళ్ళాడు. బుల్లెయ్య తొందెరకి బొట్లు పెట్టించి కొబ్బరికాయ కొట్టించి దక్షిణ పుచ్చుకుని 'త,థి,తో,న' అని మొదటి పాఠం ప్రారంభించాడు. చెక్కలమీద చేతులు నెప్పులు పుట్టేదాకా పాలవరసల్లో మొదటి వరస వాయించాడు. ఇంటికెళ్ళి మూడు కాలాల్లో సాధన చెయ్యమని పంపించేడు బుల్లెయ్య.

ఇంటికొచ్చిన గిరీశానికి వేరే ధ్యాస లేదు. రాత్రింబగళ్ళు కృషి చేస్తున్నాడు. కాని రెండు కాలాలకి మించి మూడో కాలానికి వేళ్ళు నడవ్వే? గురువుగారు తిట్టాడు. విసుక్కున్నాడు. మూణ్ణెల్లయింది మూడో కాలం అందలేదు. ఈలోపున గురువుగారు వూరు విడిచిపోవటంతో విద్య మధ్యలో ఆగిపోయింది.

కొంత కాలానికి ఇంకో ఎల్లయ్యని పట్టుకున్నాడు గిరీశం. ఇంత సాధన చేసిన వాడికి తొందెర ఏవిటయ్యా? మృదంగం కొను, మూడు రోజుల్లో నీ చేత కచేరీ వాయింపిస్తా నన్నాడు ఎల్లయ్య. అప్పుచేసి మృదంగం కొన్నాడు. ఆర్నెల్లయినా పాల వరసలు దాటలేదు.

ఈలోపున ఓ రోజు గంగిరెద్దునాడిస్తూ ఒకతను వచ్చాడు. అతని డోలు వరసలు బాగావున్నట్టు అనిపించింది గిరీశానికి. అతనికి సోలెడు బియ్యం పోసి ఆ వరసలు తనకు నేర్పమన్నాడు. అతగాడు మీకు మద్దెల పనికి రాదండి. డోలు నేర్పుతానన్నాడు. 'సరే విద్య రెంటికి ఒకటే కదా! అలాగే కానీ,' అన్నాడు గిరీశం.

అక్కడ్నించి అతగాడి డోలు వాద్యం ప్రారంభమైంది. అతనికి భోజనం రెండు పూటలా గిరీశం ఇంట్లోనే అహోరాత్రాలు డోలు సాధన సాగుతోంది. నెల రోజులయింది. గిరీశం భార్య భరించలేకపోయింది. 'భోజనం ఖర్చయితే పర్వాలేదు. ఆ డోలు గోలేవిటి? అనుకొని మొగుణ్ణి పక్కకి పిలిచి "మీకు పెళ్ళాం కావాలో, డోలు కావాలో తేల్చుకోండి. నేను పుట్టింటికి పోతా" అంది.

అక్కణ్ణించి డోలు సాధన గుళ్ళో పెట్టాడు. అర్నెల్లు చూసి ఇక నేను అన్నం కూడా పెట్టనంది భార్య. దాంతో డోలు ఆగిపోయింది. కాని గిరీశం పట్టు మాత్రం ఆగలేదు. అనేకమంది గురువులను ఆశ్రయించాడు. డబ్బిచ్చాడు. పాదసేవ చేశాడు. ఖాళీగా క్షణం కూర్చోడు. రెండు మోకాళ్ళమీద సాధన చేస్తూనే వున్నాడు. పదిహేనేళ్ళు గడిచినా పాలవరసలు దాటలేదు.

రెండేళ్ళ క్రితం చిన్నయ్యనే కుర్రాడు మద్దెల మొదలెట్టి ఇప్పుడిప్పుడే భజనల్లో వాయిస్తున్నాడు. వాడి దగ్గరికి రహస్యంగా వెళ్ళి కళ్ళనీళ్ళయిపోయి "ఒరేయ్ నువ్వు నా కొడుకులాంటివాడివి. ఇన్నేళ్ళుగా కృషి చేస్తున్నా విద్య నా కబ్బలేదు. ఆ రహస్యం చెప్పరా" అని ప్రాధేయపడ్డాడు.

"దాందేముంది బాబాయ్! చెప్తా రా" అన్నాడు చిన్నాడు.

రెండేళ్ళపాటు వాణ్ణి వేధించాడు. కాని గొంగళి వేసినచోటే ఉంది. చిన్న చిన్న వాళ్ళు లాభం లేదు. పేరుపొందిన వాళ్ళయితే కిటుకులు చెప్తారని వారాని కోసారి పట్నం వెళ్ళి ఓ విద్వాంసుడి దగ్గర శిష్యరికం చేశాడు. "ఫలానావారు మా గురువుగారు" అని చెప్పుకోవటమే దక్కింది. కాని, శిష్యుడికేం అంటలేదు.

యాభైయ్యో పడిలో పడ్డాడు గిరీశం. గుళ్ళో కూర్చొని మోకాళ్ళమీద మద్దెల వాయిస్తున్నాడు. ఎదురుగా కూర్చున్న ఓ ముసలాయనకి జాలేసింది. ఇన్నేళ్ళు తపస్సు చేసినా వీడికి విద్య రాలేదే అని "ఒరే గిరీశం! ఇంతమంది గురువుల్ని ఆశ్రయించావు. ఎందువల్లరా నీకు విద్య అబ్బలేదు?" అన్నాడు. గిరీశం అన్నాడు. "గురువులు మర్మం విడిచి విద్య చెప్పటంలేదు తాతయ్యా లేకపోతే ఈపాటికి మహావిద్వాంసుడ్ని కాకపోయానా!" ✸

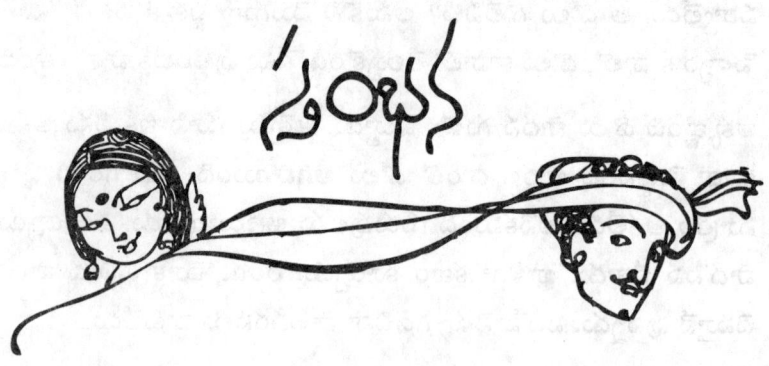

స్తంభన

ఉక్క!

గాలి స్తంభించిపోయింది. వొళ్ళు చెమటలు కక్కుతోంది. ఆకులాడ్డం లేదు. గాలి కోసం పెర పెర. తపన, నెత్తురుడికి పోతోంది. పశువులూ, పక్షులూ కూడా విల విల్లాడుతున్నాయి.

అలాంటి సమయాన ఏ కొమ్మ వూగిందో, ఏ రెమ్మ కదిలిందో కూసింత గాలి! అమ్మయ్య! మళ్ళీ వచ్చి పలకరించింది గాలి! హాయ్..... అమ్మ తల్లిలా వచ్చి ఆప్యాయంగా కౌగలించుకొంది గాలి. ముఖాల్లో చిరునవ్వులు ప్రాణాలు తేరుకున్నట్టు, గుండె తేలికయినట్టు సుఖం.

బిలా బిలా గాలి! జల జలా గాలి!

అలలు అలలుగా గాలి!

లోకమంతా మేల్కొన్నట్టు, కటిక చీకట్లో గప్పున వెలుగొచ్చినట్టు బయ్ బయ్‌మని గాలి! రయ్ రయ్ మని గాలి!

ఎన్ని వూసులు మోసుకొచ్చిందో గాలి!

కృష్ణ వొడ్డున నుంచుంటే వొంటినిండా ఏటిగాలి. చెక్కిళ్ళు నిమురుతోంది. ముఖం తడుముతోంది. జుట్టులోకి వేళ్ళు పోనిచ్చి కుదుపుతోంది. కళ్ళలో కళ్ళు పెట్టి పలకరిస్తోంది. వొళ్ళంతా నిమిరి కౌగలించుకుంటోంది. అమ్మ తల్లిలా, అప్ప చెల్లిలా ఆపాద మస్తకం తాకి, ఆలింగనం చేసుకుంటోంది. అణువణువూ తాకి, రక్తమంతా నిండి కొత్త ప్రాణం పోస్తోంది.

కృష్ణంతా గాలి.

ఆకాశమంతా గాలి.

అల్ల అమరేశ్వర శిఖరం చుట్టూ గాలి. ధ్వజ స్తంభం చుట్టూతా గాలి. గాలి ధ్వజస్తంభం చిరుగంటలు వూపుతోంది. ఆ గంటలమోతకి అనువుగా రెండు రామచిలకలు ముక్కులు పొడుచుకుంటున్నాయి. గాలి గోపురం శిఖరాల గాలి పొరాడుతోంది. పక్కనున్న వేపచెట్ల మీద గాలి గంతులేస్తోంది. సగం కట్టి ఆపేసిన రథశాలని దిగాలుగా పలకరిస్తోంది. చిన్న రథం మీద చెక్కిన చిలకల ముక్కులు ఎవరో విరగ్గొడితే వాటిని జాలిగా బుజ్జగిస్తోంది.

అల్లా అంచెలంచెలుగా వచ్చిన కృష్ణగాలిని వూరిగాలి కలుసుకుంది.

ఎల్లమ్మ గుడిసె మీంచి వచ్చినగాలి. ముసలి వగ్గైన ఎల్లమ్మ వేడి నిట్టూర్పు తనలో నింపుకున్న గాలి. కట్టుకున్నవాడు ఎన్నడో వెళ్ళిపోగా కన్నవాళ్ళిద్దరు మహమ్మారికి బలైపోగా, 'ఎందుకింకా బతికున్నాను తండ్రీ! ఏమి సాధించ నీ ప్రాణి' అని తనలో తాను గొణుక్కుంటూ ఆకాశం వంక చూపులు నిలిపి బేలగా చూస్తున్న ఎల్లమ్మని ఓదార్చి వచ్చిందా గాలి.

గుప్పు గుప్పున చుట్ట పొగ వదుల్తూ వీధరుగుమీద కూర్చున్న మోతుబరి సుబ్బయ్య చుట్టూ గుర్రుగా తిరిగింది గాలి. ఐదెకరాల పొలాన్ని యాభై ఎకరాలు చేసి వడ్డీల మీద వడ్డీలు కట్టి పుస్తెలు తాకట్టు పెట్టించి పదిళ్ళలో దీపాలార్పి, పదిమంది పొట్టగొట్టి, తను తినలేక, తిన్నది జీర్ణంకాక ఇంకా నెత్తురు కళ్ళతో, తీరని దాహంతో చూస్తున్న సుబ్బయ్య గీచిన అగ్గిపుల్ల ఆరిపోయేదాకా ఫెడేల్మని వీచి రయ్యిన ముందుకు పోయింది గాలి.

బక్కచిక్కిన ఉప్పర పోలాయి వేడి వేడి గంజి అర్చుకు తాగుతుంటే త్వరత్వరగా చల్లార్చింది గాలి. పక్కన గుంటలో పొర్లాడే పందులు 'గూ....గూ....'' అని కుమ్ముకుంటుంటే మురుగు వాసన ముందుకు తెచ్చింది గాలి. ఆ మురుగు వాసనతోటే బంతిపూలవాసనొస్తే పక్కకి చూసిన పోలాయికి సుబ్బికళ్ళు చూపింది గాలి. పోలాయి అటూ ఇటూ చూసి సుబ్బి దగ్గర కెళ్ళి, నల్లటి గుండ్రటి సుబ్బి ముఖాన్ని ఒక చేత్తో ముందుకు లాక్కుని నుదుట నున్న చాదుచుక్క ముద్దెట్టుకుని మిగిలిన ఎంగిలి గంజి నోటి కందివ్వగా, సుబ్బి అమృతంలా తాగి గలగలనవ్వగా ఆ నవ్వులు మోసుకుంటూ ఈల వేసుకుంటూ వెళ్ళిపోయింది గాలి.

దీపాల దిన్నె మీద గాలి బారలు బారలుగా ఈత కొడ్తోంది. బుద్ధదేవుని పాదారవిందాల్ని మళ్ళీ మళ్ళీ ముట్టుకు పులకిస్తోంది. చరిత్రంతా తిరిగి తిరిగి చెప్పుకుంటూ ఆనందంతో తుళ్ళి తుళ్ళి పడుతోంది. వేల దీపాలు వెలుగుతుంటే జ్యోతులతోపాటు తనూ 'అటూ ఇటూ' పాట పాడుతున్నటు వూగింది.

ఇంతలో పైరగాలి పరుగెత్తు కొచ్చింది. పచ్చటి గాలి, కంకులగాలి, కండెలగాలి, కాయలగాలి, పువ్వులగాలి, పూతల గాలి నేలవాసన పూసుకుని వూరంతా పరుచుకుంది. ఆకాశమంతా నిండిపోయింది.

ఉన్నట్టుండి గాలి ఆగిపోయింది.

స్తంభన.

ఆకు కదలటం లేదు.రెమ్మ వూగటం లేదు.

ఎల్లమ్మ గాజుకళ్ళు ఆకాశంలోకి చూస్తున్నాయి. సుబ్బయ్యచుట్ట ఆరిపోయింది.

పోలాయి గంజి ముంత ఖాళీ అయింది. సుబ్బి తల్లో బంతిపూలు వాడిపోయాయి. దీపాల దిన్నె మీద దీపాలు లేవు.

ఎన్నడు మళ్ళీ గాలి వీచునో! ఎన్నడు ఈ గడ్డ తిరిగి ప్రాణం పోసుకొనునో! ✸

330 అమరావతి కథలు

పట్టుత్తరీయం

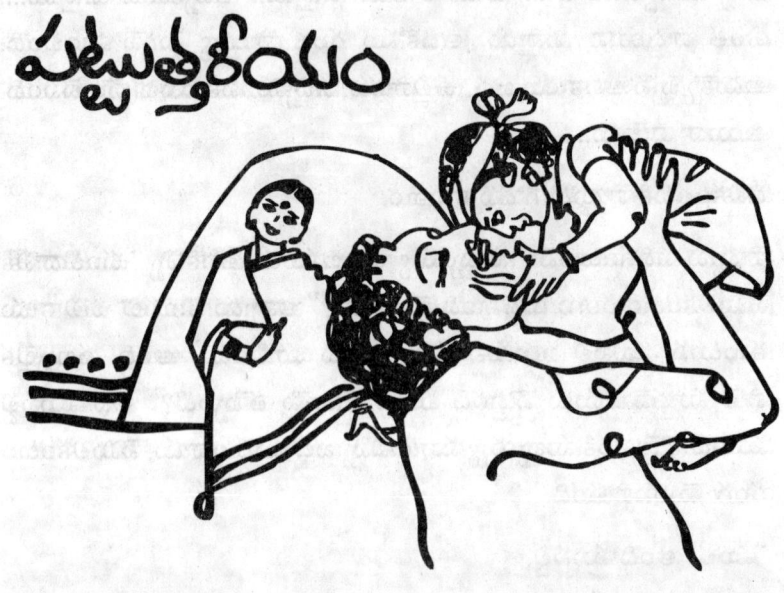

మంగి చాపమీద పడుకుందేకాని, మనసంతా గుబులు గుబులుగా వుంది. గుడిసెలో ఓ పక్క ముసిలిది గుర్రుపెడుతోంది. చంటిది ఎప్పుడో నిద్రకు పడింది. ఎనిమిది దాటుతున్నా వీరేశు తిరిగి రాలేదు. తన పక్కన మనసిచ్చినవాడు, తాళికట్టినవాడు, ఆరడుగుల మడిసి పండుకునివుంటే తన కెంత ధైర్యం.

చిమ్మచీకటి. తొమ్మిదైనా వీరేశు రాలేదు. మంగి పక్కనున్న ఖాళీ జాగా భయంకరంగా వుంది. పొద్దుటినుంచి మొగుడిమీద విసుక్కుంది, కసురుకుంది. కోపంతో నెత్తురుడికి పోయేదాకా నరాలు పెట్లిపోయేటట్లు అనరాని మాటలు అంది. ఇప్పుడు చల్లబడిపోయింది. మనసంతా ఆడి మీదే!

పక్కనలేని మొగుడు నిద్రపట్టనివ్వడం లేదు. కొడవలికి కొడవలందించి తనతో గడ్డికోసేటివాడు, మంగళసూత్రం చిక్కుపడ్డదంటే సరిచేస్తూ వేళ్ళతో మెడమీద గిలిగింతలు పెట్టేవాడు, దీపాలదిన్నెమీద ఎన్నెట్లో కూర్చుంటే గులకరాళ్ళన్నీ ఏరి తనవొళ్ళో పోస్తూ, తన కళ్ళలోకి చూస్తూ ఆ రాళ్ళు లెక్కపెట్టేటివాడు, చంటిదాన్ని చేతికిస్తే ఇంత ముకం చేసుకుని దాన్ని ముద్దాడి అంత ముకంతో తన్ని ముద్దాడినవాడు.... వాడు రాలేదు. వస్తాడు... తప్పకుండా వస్తాడు.... ఎంత పొద్దయినా వస్తాడు. ఆడికోసం గంజి పొయ్యి సెగనే వుంచింది. అడుక్కొచ్చిన ఆవకాయ బద్ద, ఉల్లిపాయ, పచ్చిమిరపకాయ భద్రం చేసింది. అయినా రాలేదు.....

దీనికంతటికీ పొద్దుటి గొడవ కారణం.

పొద్దుట పదిగంటలవేళ సుబ్బయ్య బట్టలమూట తీసికొచ్చి "చంటిదానికి నెమిలికంటం రంగు గుడ్డవుంది కొంటావా?" అన్నాడు. ఎండలో చలి కాచుకుంటున్న ముసల్ది పరుగున వచ్చి "ఏదేది చూపించు" అంది. డబ్బుల్లేక పోతే సూడ్డమెందుకు వొద్దంది మంగి. "సూస్తే తప్పేంటి?" అని ముసల్ది ముందుకొచ్చేసరికి సుబ్బయ్య మూటవిప్పి బట్ట చూపించాడు, నెమిలికంటం రంగు మెరిసిపోతంది.

"ఎంత" అంది ముసల్ది.

"డబ్బుల్లేకుండా బేరం కూడానా?" విసుక్కుంది మంగి.

మంగి మాట వినకుండా ఇద్దరూ బేరమాడుతున్నారు.

'ఆరు'

'అబ్బే రెండు'

'మంచి బేరమే! ఐదు'

'అయితే అక్కర్ల. రెండున్నర'

'గిట్టదు. పోన్లే పిల్లదానికి మూడు చేసుకో' అంటూ పిల్లదానిమీద గుడ్డ గిరవాటేశాడు.

నిజం చెప్పొద్దూ! ఆగుడ్డలో పిల్ల మెరిసిపోయింది. మంగి సంబరపడింది.

లోపలకెళ్ళి ముంతలో దాచిన చిల్లర వెడికితే రెండు ముప్పావలయింది.

'అత్తా! పావలత్తక్కువయింది' అని మంగి అరిస్తే 'నువ్వు నాకిచ్చిన పావల ఆ మూలన పాతిపెట్టినా' అంటూ ముసల్ది లోపలికెళ్ళింది.

ఇంతలో వీరేశు వచ్చాడు. సుబ్బయ్య వీరేశుని చూసి "ఓరయ్యా నీకు మిరప్పళ్ళ పట్టుత్తరీయం ఉందిరా! అదేస్తే నువ్వు దొరబాబులా ఉంటావు" అనటమేమిటి ఉత్తరీయం తీసి వాడిక్కట్టడమేవిటి క్షణంలో జరిగిపోయింది. వీరేశు మెరిసిపోయే ఉత్తరీయం సరిచేసుకుంటూ, మీసం మెలేశాడు. 'డబ్బుల్లేవే' అంటూనే 'ఎంత?' అనడిగాడు. 'నీగ్గాబట్టి పది' అన్నాడు సుబ్బయ్య. 'అబ్బే నాలుగు....' ఇలా బేరం ఆడీ ఆడీ ఆరుకి ఫైసలయింది. ఇంతలో మూడు రూపాయల్తో మంగి వాకిట్లో కొచ్చింది. వీరేశు ఆ మూడు చటుక్కున లాక్కుని

"నువ్వుపుట్టింటి కాడనించి తెచ్చిన మూడు ఇయ్యే! ఈ పట్టుకండువా కొనుక్కుంటా" అన్నాడు.

"ఓరి నీ అది పిల్లదాని గుడ్డకిరా.... నువ్వేం జేసినా సరే నా పుట్టింట సొమ్మియ్యను" అరిచింది మంగి.

"నేన్నీ మొగుణ్ణే! నాకు మూడు రూపాయలివ్వవంటే....సూస్తానే ఎట్టియ్యవో..." అంటూ రయ్యన లోపలికి పరుగెత్తి ముంత ఢఢేల్న పగలకొట్టాడు.

"ఓర్నాయనో!" అని శోకాలుపెడ్తున్న మంగిని పక్కకు తోసేసి సుబ్బయ్య చేతిలో డబ్బు పోశాడు. డబ్బు, నెమలికంఠం గుడ్డతో మూట కూడా సొంతం కట్టుకోకుండా పారిపోయాడు సుబ్బయ్య.

గుడిసెలో నిశ్శబ్దం. ముసల్ది గుడ్ల నీరు గుడ్ల కుక్కుకుంది. మౌనంగా గంజి యిచ్చింది మంగి. వీరేశు తాగి మూతి తుడుచుకుని తలకి నూనె రాసుకు దువ్వుకుని చలవ పంచెకట్టుకుని పట్టుత్తరీయం మీదేసుకుని వాకిట్లో కొచ్చాడు. పెళ్ళాం 'కండువా బాగుంది' అంటుందేమో అనుకున్నాడు. అనలేదు. తనే అడిగాడు "కండువా బాగుంది కదే?" మంగి మాట్లాడలేదు. వెళ్ళిపోయాడు. రాత్రయినా తిరిగి రాలేదు.

పదయింది. పన్నెండయ్యింది. వీరేశు రాలేదు. గంజి చల్లారింది. పొయ్యారి పోయింది. రాలేదు. తెల్లవారుజాము తడిక తోసుకు వస్తాడనుకుంది. రాలేదు. తెల్లారి తను బయటకెళ్ళేసరికి పలుదోముకుంటూ బయట వుంటాడనుకుంది. తెల్లవారి చూస్తే బయటలేడు. కళ్ళ నీళ్ళయిపోతోంది మంగి. కన్పిస్తే కాళ్ళమీద పడదామనుకుంది. వీరేశు రాలేదు.

తొమ్మిదయింది. చల్లారిన గంజి ముసలిదానికిచ్చి మళ్ళీ గంజి పొయ్యిమీద పెట్టింది. తానమాడి దొడ్లోంచి వస్తోంటే గుడిశెముందు వీరేశు మాటలు విన్పించాయి. గుండె పొర్లింది మంగికి. వెళ్ళి కావలించుకుందామనుకుంది. ఇంతలో తిరిగి కోపం తెర్లింది. వెళ్ళలేదు.

తేరిచూస్తూ తన పట్టుకండువా చింపించి పిల్లకి రెండు గౌనులు కుట్టించి ఒక గౌను దానికి తొడిగి రెండోది దాని తలకి చుట్టి అది నవ్వుతుంటే తను కేరింతలు కొడుతున్నాడు. మంగి పొంగిపోయింది. మాట్లాడకుండా వేడి వేడి గంజి, ఆవకాయ బద్ద, ఉల్లిపాయ, పచ్చిమిరపకాయ వీరేశు ముందు పెట్టింది. ✷

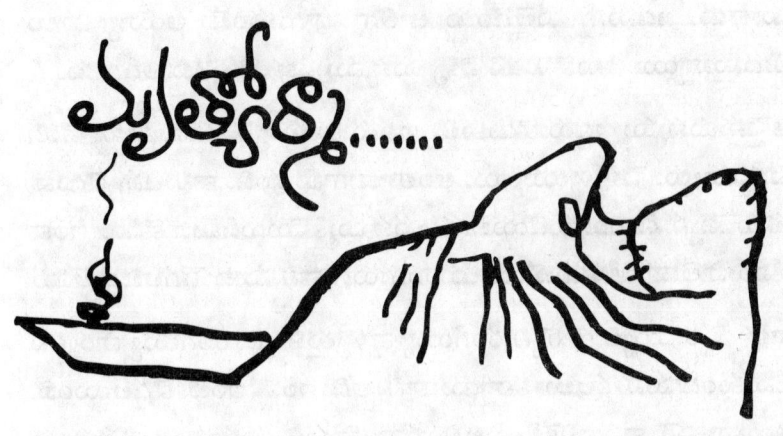

మృత్యోర్మా......

రంగయ్య చరమ దశలో మంచంమీద పడుకుని ఉన్నాడు. చుట్టూ భార్య, కొడుకులూ, కోడళ్ళూ, బంధువులూ గుడ్లనీరు గుడ్ల కుక్కుకుంటున్నారు. కొందరు ఆపుకోలేక బయటికే ఏడుస్తున్నారు.

రంగయ్య అందరివైపు కలయచూశాడు. 'ఎందుకు ఏడుస్తారు?' అని అడగాలనుంది అతనికి. కాని మాట రావటం లేదు. భార్య చుక్కమ్మ పెద్దబొట్టు పెట్టుకుని, చేతులకి బంగారు గాజులు వేసుకుని ఎదురుగా వుంది. చుక్కమ్మకి తన సౌభాగ్యం ఇంకిపోయే రోజు దగ్గరకొచ్చిందని అర్థమైంది. మాటిమాటికీ లోపలికెళ్ళి పెట్టుకున్న బొట్టుమీదే మళ్ళీ మళ్ళీ కుంకం మెత్తుకుని అద్దంలో మళ్ళీ మళ్ళీ ముఖం చూసుకుంటుంది. బంగారుగాజులు కావాలని ఆడిస్తుంది. ఆ గలగలకి గుండె తుళ్ళిపడగా కుళ్ళి కుళ్ళి ఏడుస్తుంది. నెరిసిన తలపాపటలో ఇంత కుంకం అద్దుకొని భర్త దగ్గరకొచ్చి ఆయన కళ్ళలోకి చూస్తుంది.

రంగయ్యకి భార్యనిగురించిన ఆలోచనలు. చుక్కమ్మని చేసుకోవటం రంగయ్య కిష్టంలేదు. కార్యం రోజున చుక్కమ్మని వేరుగా పడుకోబెట్టాడు. పండు తినలేదు. పాలు తాగలేదు. చుక్కమ్మ ఒక్క మాట మాట్లాడలేదు. ఆయన సేవ మానలేదు.

తనే వేరుగా వెళ్ళి పడుకోటం మొదలెట్టింది. ఆర్నెల్లు గడిచింది. ఒక రోజున తన దుప్పటి తను తీసుకుని వేరుగా పడుకోటానికి వెళ్తున్న చుక్కమ్మని చూశాడు. జడనున్న మల్లెచెండు జాలిగా వూగుతుంటే 'అయ్యో పూలు ఏడుస్తున్నాయి' అనుకొని తనే వెళ్ళి చుక్కమ్మ పక్కలో చోటు అడిగాడు.

ఆపైన చుక్కమ్మ ఇద్దరు కొడుకుల్ని, ఇద్దరు కూతుళ్ళని కన్నది. వాళ్ళు పెరిగి పెద్దయ్యారు. పెళ్ళిళ్ళయ్యాయి. అంతా బాగానే వుంది. కాని చిన్న కొడుక్కి తను చెప్పిన సంబంధం చేయలేదని చుక్కమ్మకి మొగుడిమీద కోపం. 'ఇంకా కోపం పోలేదా!' అనడగబోయాడు రంగయ్య. కాని మాట పెగలటం లేదు.

కాళ్ళ దగ్గర పార్వతి కూర్చొని రంగయ్య కాళ్ళొత్తుతోంది. రంగయ్య పార్వతిని చేసుకుందామని కలలు కన్నాడు. కాని అది ఇంకో ఇంటి కోడలయింది. అయినా సరే కాపరానికెళ్ళి పిల్లల్ని కన్నా పార్వతి రంగయ్యని చిన్నప్పుడు ఎలా చూసేదో అలాగే చూస్తుంది. అంత గలగలా నవ్వుతూ చనువుగా మాట్లాడుతుంది. అలనాడు జమ్మి కొమ్మ అందక ఎగురుతున్న పార్వతిని ఆపి, తను ఓ రెమ్మతుంపి జడలో తురిమినప్పుడు గిలిగింతలుగా నవ్వినట్టు, ధ్వజస్తంభం కింద కొబ్బరిచిప్ప పగలకపోతే, కాకెంగిలి కూడా వద్దని, ఒకే ముక్కని ఇద్దరూ కొరుక్కు తింటున్నపుడు కళ్ళలో ప్రేమ నింపుకుని, ప్రాణం పోసుకుని, ఆ ప్రేమ, ఆ ప్రాణం అంతా నువ్వే అన్నట్టు చూసింది. ఆ చూపు మారలేదు. నా సంసారం.... నీ సంసారం వేరయినా 'నా మనసు నీదే గదయ్యా' అన్నట్లు తన్ని చూసి పొంగిపోయే పార్వతి మెత్తగా కాళ్ళొత్తుతూ కళ్ళు దించుకు దుఃఖిస్తోంది. "అదంతా ఒక ఆటే! ఎందుకు ఏడుపు?" అనబోయిన రంగయ్య దృష్టి కొడుకులమీద పడింది.

తన ఎత్తుకు మించిన కొడుకులు ఏపుగా పెరిగి, వ్యక్తులయి పనిమంతులయి వూళ్ళో మంచి పేరు తెచ్చుకున్న కొడుకులు. తనకు మనవల్ని కనిచ్చిన కొడుకులు పిచ్చినాయన్లారా ఎందుకురా ఏడుపులు! నా కంటె గొప్ప వాళ్ళు కావాల్రా! నా కాలంతీరి నేను వెళ్ళిపోతున్నాను. అమ్మ జాగ్రత్త! అని చెప్పబోయాడు. పక్కనే కోడళ్ళు. రెండో కోడలికి కావలసిన నగలు పెట్టలేదని

తనమీద కోపం. ఈ ముసలాడు ఎప్పుడు పోతాడా అని చూస్తోంది. కాని ఏడుస్తోంది. రంగయ్య తమ్ముడు ఏడుపు నటిస్తున్నాడు. లోపల సంబరంగా ఉంది అతను పోగానే వాటా పంచుకోటానికి.

అటు చూస్తే కామయ్య, పుల్లయ్య, రామన్న, సోములు తన చిన్ననాటి స్నేహితులు. చిన్నప్పుడు బిళ్ళంగోడూ, చెర్ పట్టీలు ఆడుకుని కృష్ణలో ఈతలు కొట్టి, ఇసకలో చెడుగుడు ఆడి చెట్టా పట్టాలేసుకుని వెన్నెల రాత్రిళ్ళంతా తిరిగి ప్రాణానికి ప్రాణంగా మసిలిన స్నేహితులు. "ఏడవకండ్రా! మీరూ నన్నొచ్చి కలుస్తారు కదరా" అనబోయాడు.

అందరూ ఏడుస్తున్నారు.

"ఏడుపు ఆపండి" పెద్దగా అరుద్దామనుకున్నాడు రంగయ్య.

"ఓరి నాయనలారా, సంతోషించవలసిన సమయంలో ఏడుపెందుకురా. నా పెళ్ళాం, నా పిల్లలు, నేను శాశ్వతంగా ఉండమని తెలుసు గదరా! కలసివున్నాం కాబట్టి మమకారం పెంచుకొని ఆ మాయలో ఆడుకున్నాం. నాకు మరికొన్ని క్షణాల్లో విముక్తి రాబోతోందిరా! ఈ జీవితం, ఈ విసుగులు, కోపాలు, అసూయలు, ద్వేషాలు అన్నింటినించి అందమైన, బహుసుందరమైన విముక్తి నాకు మృత్యువు ప్రసాదిస్తుంటే ఆ మృత్యువుకి భయపడి ఏడుస్తారేమి? పుట్టిన తర్వాత మనుషులు, డబ్బు, వస్తువులు శాశ్వతాలు కావు గదా! శాశ్వతమైంది సత్యమైంది మృత్యువు ఒక్కటే. ఖాయంగా, ఖచ్చితంగా సత్యమైన ఆ మృత్యుమూర్తి. ఆ అమృతమూర్తి ఈ జీవుడి దగ్గరొస్తుంటే నవ్వండిరా.... ఆనందించండిరా.... స్వాగతం పలకండిరా...." అని చెప్పాలని...

రంగయ్య ప్రాణ స్పందన ఆగిపోయింది.

జనం గొల్లుమని ఏడ్చారు.

"అయ్యో! నవ్వవలసిన సమయాన ఏడుస్తారేం?" అని రంగయ్య ఎక్కడో పసిపాపై పుట్టి కెవ్వుమన్నాడు. ✸

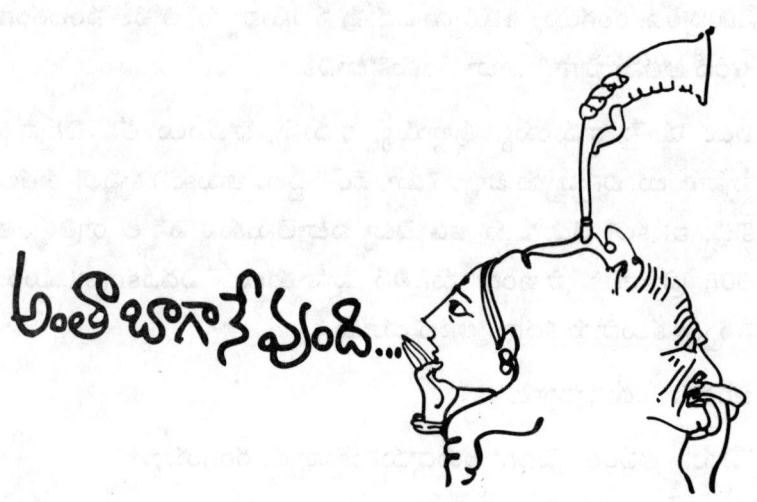

అంతా బాగానే వుంది...

చింతచెట్ల కింద పందులు బురదలో ఈదుతున్నాయి. చాకళ్ళు మురికిబట్టలు ఆపకుండా ఉతుకుతున్నారు. ఉప్పర్లు చెమట కక్కుకుంటూ రాళ్ళు పగలగొడు తున్నారు. పట్టించుకోని సూర్యుడు పైకి, పై పైకి వెళ్ళిపోతున్నాడు. విన్పించుకోని చంద్రుడు, చుక్కలు రాత్రుళ్ళు సరసమాడుకుంటున్నాయి. అంతా బాగానే ఉన్నట్టుంది.

గుడిసెలో అరవైయేళ్ళ జోగయ్య చుట్ట ఆరిపోతే అగ్గిపుల్లయిపోతే, పొయ్యి దగ్గరకెళ్ళి నిప్పంటించుకొచ్చి వీధిలోకి కళ్ళు నిగిడ్చి చూస్తున్నాడు. అదే చూపు. చూపు సాగినంత మేర కన్నార్పకుండా చూపు. ఆ ఎదురు చూపు ముప్పయేళ్ళ నాటిది.అప్పటికి తన ఐదేళ్ళ కొడుకు తోటివాళ్ళతో కిష్టకి స్నానానికి వెళ్ళి తిరిగి రాలేదు. 'కిష్టలో నీళ్ళు లేవు. నడిచి అవతలొడ్డుకెళ్ళి ఆడుకుని వచ్చాం. తిరిగి వచ్చేటప్పుడు కన్పించలేదు' అన్నారు మిగతా పిల్లలు. వూరంతా వెతికారు. కన్పించలేదు. కొట్టుకుపోయాడేమోనని రేవులన్నీ వెతికారు. జాడ లేదు. 'తప్పిపోతే ఎవరో ఏవూళ్ళోనో నాల్రోజులుంచుకుని తీసుకొస్తార్లే' అనుకున్నారు. నెలయింది. ఏడాదయింది. ముప్పైఏళ్ళయింది. తిరిగి రాలేదు.

అప్పటినుంచి జోగయ్యకు అదేచూపు. కొంతకాలం అన్నం తింటూ పక్కనలేని కొడుకునోటికి ముద్దలందించేవాడు. నడుం వంగిపోయినా కళ్ళు వాలిపోయినా కొడుక్కోసం చూపునిటారుగానే వుంది.

జోగయ్య పెళ్ళాం వీరమ్మకి కళ్ళు మసకలొచ్చినై. చూపు ఆనదు. కళ్ళు దించుకుని ఆలోచిస్తుంది. "ఆడియ్యాలుంటే పెళ్ళయిపోను గదా! ఆడికి పిల్లో పిల్లోడో పుడ్తే ఉయ్యాల ఈ గుంజకే వేస్తాను కదా! ఈ లాలిపాట పాడుతూనే ఉయ్యాల వూపుతానుకదా! కోడలు పిల్ల మళ్ళీ నీళ్ళోసుకుంటే 'పనిలోకి రాకే' అని ఇట్లాగే గసురుకుంటా గదా! పెళ్ళాం గట్టిగా గసురుకోటం విన్న జోగయ్య "ఏవిటే" అనడిగితే అవమానం పడిపోయిన వీరమ్మ కళ్ళు దించేసుకుంది. వాళ్ళమధ్య మాటలు లేవు. రెండు గుండెల్లోను కొడుకు కోడలూ మనవలూను.

ఆ పక్క పెంకుటింట్లో ముప్ఫైఏళ్ళు వచ్చినా మంగళసూత్రం ఎరగని ముద్దరాలు సుబ్బి. కిటికీలోంచి వచ్చే పోయే వాళ్ళనందర్నీ దిగులుగా చూస్తూ వుంటుంది. తన ఈడువారికందరికీ పెళ్ళిళ్ళయిపోయాయి. ఇద్దరు ముగ్గురు పిల్లల్ని కన్నారు. బాలింతలుగా ఊరేగింపుగా వెళ్ళి కృష్ణనించి బిందె ముంచు కొచ్చారు. పేరంటాల్లో పిల్లలు అల్లరిచేస్తే విసుక్కునివాళ్ళనికొట్టి, వాళ్ళేడిస్తే 'నాతల్లే నా అమ్మే! నేను చచ్చిపోను" అని గుండెలకి హత్తుకున్నారు. తనకెవ్వరూ లేరు.

కట్నం లేంది పెళ్ళవదు. తండ్రి ఇవ్వలేడు. పెళ్ళికీ పేరంటాలకీ వెడితే అందరూ తనవైపు వింతగా చూస్తారు. వెనక అమ్మ రోజూ గుళ్ళోకయినా పంపించేది. ఇప్పుడు ఇల్లు కదలనివ్వటం లేదు. చుట్టుపక్కల పిల్లల్ని పోగుచేసి తను వాళ్ళకి తల్లి అయినట్టు భావించుకుని, వాళ్ళని ఆడించి పాడించి ఏడిపించి కావిలించుకుని కళ్ళనీళ్ళు పెట్టుకుంటుంది సుబ్బి.

పక్కింటి బడిపంతులు, కొడుకు ఘర్షణ పడుతున్నారు. పదహారేళ్ళ కొడుకు పట్నం వెళ్ళి తోటివాళ్ళతో సినిమా చూస్తాను ఐదురూపాయలిమ్మన్నాడు. అన్నం తింటున్న పంతులికి ఇబ్బందయింది. అతని దగ్గర డబ్బు లేదు. అమ్మ నడిగాడు. అయ్యనడగమంది. అయ్యనడిగితే నా దగ్గర లేవన్నాడు. వొత్తిడి చేశాడు. తండ్రి విసుక్కున్నాడు. కొడుకు చిర చిర లడాడు. నేల తన్ని విసవిస

బైటికొచ్చాడు. పంతులికి చెడ్డకోపమొచ్చి సగం అన్నంతో చేయి కడిగేసుకుని 'ఒరేయ్' అని గావుకేకపెట్టాడు. కొడుకు తన్ని అవమానించినట్టు అగౌరవ పరచినట్టు అనిపించగా కోపం పెల్లుబికింది. 'ఒరేయ్ నువ్వు అడిగింది అడిగినట్టు ఇస్తేనే అమ్మా అయ్యాను. లేకపోతే కారు. మా అప్పులు మా బాధలూ నీకేమీ అక్కర్లా. పోరా పో. వెళ్ళు' అనరిచాడు. కొడుకు వెళ్ళిపోయిం తర్వాత పెళ్ళాంతో అన్నాడు 'అవునే మనం వాడి సరదాలు తీర్చలేం. డబ్బు లేదు. ఇలాంటి దౌర్భాగ్యుల కడుపున పుట్టాడు. అనుభవిస్తున్నాడు' అంటూ బయటికి వెళ్ళిపోయాడు. బయటికి వెళ్ళిపోతున్న భర్తని, వదిలేసిన అన్నాన్ని చూసి గుడ్లనీరు గుడ్ల కుక్కుకుంది ఇల్లాలు.

గుళ్ళో బాకా సాయెబు బాకా వూదలేకపోతున్నాడు. అతని గొంతులో పుండయింది. శబ్దం రావటం లేదు. ఉదయ సంధ్యల్లో ఖఁయ్‌ని బాకావూది వూరంతని మేల్కొలిపేవాడు. సాయంత్రం తన బాకా మోత విని జనం గుళ్ళోకొచ్చేవారు. ఎంత ప్రయత్నించినా శబ్దం రావటం లేదు. గొంతులో రణం కోసేస్తున్నా వూపిరంతా పోసి బాకా వూదాడు. శబ్దం రాలేదు. దిగులుగా బాకా వైపు చూశాడు. గాలిగోపురం వైపు చూశాడు. శిఖరం వైపు చూశాడు. జమ్మి చెట్టుకి మారేడు చెట్టుకి మొక్కుకున్నాడు. శబ్దం రాలేదు. బాకా వూదని నా గొంతెందుకు. నా బతుకెందుకు. పక్కనే మోగని బాకా. తల మోకాళ్ళ మధ్య పెట్టుకుని కళ్ళు మూసుకున్నాడు.

నాల్గు దిక్కులూ వీళ్ళు చూస్తున్నారు. పంచభూతాలు వీళ్ళని చూస్తూనే ఉన్నాయి.

ఇవేమీ మనకక్కరలేదు.

రేవులో పందుల బురద!

చాకళ్ళ మురికి!

ఉప్పర్ల చెమట!

పైకి, పైపైకి సూర్యుడు!

చంద్రుడు, చుక్కల సరసం!

అంతా బాగానే వున్నట్టుంది! ✸

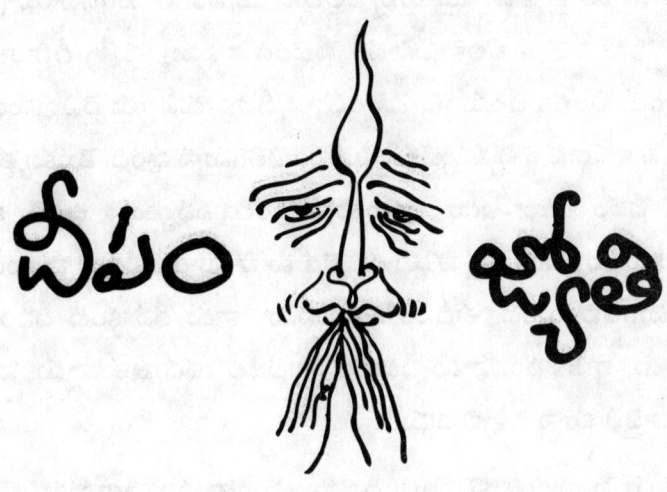

దీపం జ్యోతి

కావమ్మ కార్తీకమాసం దీపాలకి కృష్ణవొడ్డుకి బయలుదేరింది. డెబ్భై ఏళ్ళ ముదివగ్గు. అయితేనేం! అంత చలిలోనూ బుట్ట సర్దుకుని వొణక్కుండా, తొణక్కుండా చింతలరేవులో కొచ్చింది.

చిమ్మ చీకటి. చింతచెట్లమీద కబోది పక్షులు కొమ్మలకి కాళ్ళు వేళ్ళాడేసి 'కీ' మని అరుస్తున్నాయి. అప్పటికే కొందరు ముత్తయిదువలు బండ రాళ్ళ మీద దీపాలు వెలిగిస్తున్నారు. కావమ్మ రేవులోకి రావటంతోటే, "ఓ పిన్నీ, ఓ అత్తా" అంటూ అందరూ పలకరించారు. ఆలస్యమయిందే అంటూ అంత చలిలోనూ కృష్ణలో తలస్నానం చేసి వచ్చి ఓ బండరాయి మీద కూర్చుని బుట్టలో సామాన్లు తీసుకుంటుంటే అక్కడ మరో రాయిమీద దుప్పటి కప్పుకు కూర్చున్న పార్వతి పిల్లలు 'మామ్మా! మేం అందిస్తాం' అంటూ బుట్టలోంచి సామాన్లు తీసి ఇచ్చారు.

రాయిమీద ముగ్గు వేసి, ఆవునేతి దీపారాధన చేసి, జాంపండు నివేదన చేసి ధ్యానం చేసుకోటం మొదలెట్టింది కావమ్మ.

కావమ్మ ధ్యానం చేసుకుంటుంటే దీపం చుట్టూ నుంచున్నారు పార్వతి పిల్లలు ముగ్గురూను. వాళ్ళు నైవేద్యం పెట్టిన జామపండు కోసం ఎదురుచూస్తున్నారు. కళ్ళుతెరిచి చూస్తే ఆశగా చూస్తున్న పిల్లలు. "మీ సంగతి మరిచిపోయాన్రా" అని బోసిగా నవ్వి పిల్లలకి ప్రసాదం పెట్టింది కావమ్మ. మళ్ళీ దీపారాధనే చూస్తోంది. ఎంతకాలంనుంచి చేస్తోంది ఈ దీపారాధన! యాభైఏళ్ళనుంచి, ఈ గడ్డన కాపరాని కొచ్చినప్పటినుంచి దీపం వెలిగిస్తూనే వుంది. మొక్కుతూనే వుంది. దీపం అటూ ఇటూ వూగుతూనే వుంది. నవ్వుతూనే ఉంది. కాని తనని కరుణించలేదు. భర్త పోయాడు. కొడుకు పోయాడు. కోడలు పోయింది. తను మిగిలిపోయింది. ఈదీపం కోసమేనేమో! కాదు తన కంటి దీపం ఆ మనవడు, వాడికోసం. వాడు పట్నంలో కాలేజీలో చదువుతున్నాడు. వాడో ఇంటివాడైతే చూసి వెళ్ళిపోదామని.

తలెత్తి చూస్తే పార్వతి కనిపించింది. ముఖమంతా పసుపురాసుకుని పెద్ద కుంకంబొట్టుపెట్టుకుని, తలనీళ్ళు బొట్టు బొట్లుగా జుట్టులోంచి ముఖంమీద పడ్తుంటే ఓ చేత్తో తుడుచుకుంటూ దీపం వెలిగిస్తోంది. ఆవునేతి దీపం చిటపటలాడుతూ వెలుగుతుంటే, ఆ వెలుగులో పార్వతి ముఖాన్ని చూస్తూ, తన మనవడిపెళ్ళాం కూడా ఇలా వచ్చి దీపం వెలిగించుకుంటే ఎంత బావుండు అనుకుంది. ఆ ఊహకి కావమ్మకి కళ్ళ నీళ్ళొచ్చాయి ఆశ ఈ ఆశ చావలేదు. అన్నీపోయినా, కళ్ళు మసకలైనా దూరాన ఏదో తళుకు.

చీకటి విడిపోతోంది. ఆడవాళ్ళంతా దీపాలతో కృష్ణవొడ్డుకి వెళ్ళి మోకాళ్ళలోతుకి దిగి ఆవునేతి దీపాలు కృష్ణలో వదులుతున్నారు. కృష్ణనిండా దీపాలు. పాట పాడుతున్నట్లు అటూ ఇటూ వూగుతూ ప్రవాహంలో తేలిపోతున్నాయి. కొన్ని వందల ఆవునేతి దీపాలు. కృష్ణమ్మ ముత్యాలహారం ధరించినట్లు ఆకాశం నక్షత్రాలు వర్షించినట్లు కృష్ణలో దివ్వెల బారులు.

వొడ్డున నుంచున్న పిల్లలు 'మా అమ్మదీపం దేవుడి దగ్గరకెళ్తోంది' అని చప్పట్లు.

దూరం దూరంగా వెళ్తున్న దీప తోరణాన్ని చూస్తూ బొమ్మై నుంచుండిపోయింది కావమ్మ. "నా దీపం దేవుడిదగ్గర కెప్పుడెల్తుంది" అనుకుంటూ.

నీళ్ళు ముంచుకోటాని కొచ్చిన ముసలయ్య కావమ్మని చూసి పిడుగులాంటి వార్త చెప్పాడు. 'కావం పిన్నీ నిజమో, అబద్ధమో నాకు తెలియదు. కరణంగారు చెప్పారు. నీ మనవడు కులంగాని పిల్లని రిజిస్టరీ పెళ్ళి చేసుకున్నాడంట. ఇయ్యాళో రేపో వస్తాడంట' అని. కావమ్మ క్షణకాలం బండరాయైపోయింది. తను ఎన్ని దుఃఖాలు మింగింది కాదు? అందులో ఇదొకటి. దూరంగా కృష్ణలో దీపాలు నిప్పుల్లా తేలినట్టు కన్పిస్తున్నాయి. గర్భానున్న బడబానలంపైకి నిప్పు కణికలు చిమ్మినట్లు కనిపిస్తోంది. కావమ్మ తన బుట్ట తీసుకొని గిరుక్కున తిరిగి వచ్చేసింది.

అన్నట్టుగానే మనవడు పెళ్ళికూతురితో రానే వచ్చాడు. మామ్మకి దణ్ణం పెట్టించాడు. పిల్ల బాగానే ఉంది. కాని, కావమ్మ మనసులో ఏదో మెలిక. ఊరంతా తిరిగి తిరిగి వచ్చారు దంపతులు. నాకు ఉపవాసం అని పండు తిని కావమ్మ పడుకుంటే వాళ్ళే ఏదో వండుకు తిన్నారు. రాత్రి కావమ్మకి నిద్ర పట్టలేదు.

పిల్ల ముఖం పార్వతి ముఖమంత కళగా వుంది. దీపమల్లేనే ఉంది. కాని కార్తీక దీపం పెడ్తుందో లేదో? తెల్లవారు జామున బుట్ట సర్దుకుంటూ "పిల్లా కృష్ణ స్నానానికి వస్తావా?" అంటే "అంతకంటేనా" అంది ఆ పిల్ల. ఇంకేమి! కావమ్మ పసిపిల్లలా సంబరపడింది.

కృష్ణవొడ్డున పసుపురాసుకున్న ముఖంతో ఆ పిల్ల కార్తీకదీపం వెలిగించి కృష్ణలో వొదిలినప్పుడు కావమ్మ కళ్ళు చెమ్మగిల్లాయి. కృష్ణలో ముత్యాలవాన! రత్నాల మెరుపు! కృష్ణంతా వెన్నెల! గుండెలో కోటి దివ్వెలు.

"దీపంకాదు. దేవుడి దగ్గర కెళ్ళాల్సింది. ఇక నేను వెళ్ళిపోవచ్చు." అనుకుంది కావమ్మ. ✸

కుపుత్రో జాయేత క్వచిదపి కుమాతా నభవతి

తెల్లవారేసరికి వూళ్ళో నిప్పులు పోసినట్లయింది. జనం తల్లడిల్లి పోయారు. ఎక్కడి పన్లు అక్కడ ఆగిపోయాయి. గొల్లున గోలపెడ్తూ గుళ్ళోకి పరుగెత్తు కొచ్చారు. రాత్రి ఓ దొంగ అమ్మవారి మెళ్ళో మంగళసూత్రం ఎత్తుకుపోయాడు! దేవి విగ్రహం చూసి కళ్ళనీళ్ళయిపోతున్నారు జనం. మంగళసూత్రం లేని అమ్మవారి బోసి మెడ చూడలేక గడపమీద తలలు బాదుకుంటున్నారు. తాళాలెట్లా తీశాడు!

అమరావతి కథలు

గర్భగుడిలో అడుగెట్లా పెట్టాడు!

తల్లి మెళ్ళో చెయ్యేసి సూత్రాలెలా లాక్కున్నాడు! వాడి చేతులు విరిగి ఎందుకు పడిపోలేదు? వాడి తల వెయ్యి వక్కలై ఎందుకు పగలలేదు! ఏమైతేనేమి! ఏమి కాకపోతేనేమి! అమ్మ మంగళసూత్రం పోయింది.

"అపరాధం క్షమించు తల్లీ" అంటూ ఆర్ద్రంగా విలపిస్తున్నారు.

జమ్మి చెట్టుకింద గంగయ్య జపం చేసుకుంటున్నాడేగాని, మనసు మనసులో లేదు. అతన్ని జనం ఎవరూ పట్టించుకోరు. ఎంతెండ వచ్చినా అక్కణ్ణించి లేవడు. పిల్లలు ఆటల్లో అతని చుట్టూ చప్పట్లు కొడ్తూ పరుగులెత్తినా అతను కిమ్మనడు. కాని యివ్వాళ గంగయ్యకి జపం సాగటం లేదు. చిత్తం నిలవటం లేదు. లోకంలో దుష్టశిక్షణ చేస్తానని కంకణం కట్టుకున్నావే, అలనాడు నీ భక్తుడు 'రక్షించు దొరా!' అని పిలిస్తే చాలు శంఖుచక్రాలుకూడా వదిలేసి పరుగుపరుగున వెళ్ళి కాపాడావే! ఆ అనంత శక్తివి, సర్వవ్యాపివి, నీ మంగళ సూత్రాలు నువ్వే రక్షించుకోలేకపోయావా అమ్మా!

గంగయ్య కంటవెంట కన్నీరు ధారలౌతోంది.

జనం గుసగుసలుగా భయం భయంగా అనుకుంటున్నారు. "వూరికేదో అరిష్టం వచ్చింది. ఇది లోకానికే ముప్పు!"

దేవుడిమీదా, దయ్యంమీదా నమ్మకంలేని సోమయ్య అంటున్నాడు. "నేం చెప్తే వినర్రా మీరు. రాయికీ రప్పకీ మొక్కకండిరా! అమ్మ అనుకొని బొమ్మని కొలుస్తున్నార్రా మీరు! బతికున్న మనిషిని నమ్మండిరా!" "ఆ బతికున్న మనిషే కదయ్యా తల్లి గొంతు కోసింది" అని ఇంకెవరో సమాధానం చెప్పారు.

జమ్మిచెట్టుకింద గంగయ్యకి సమన్వయం కుదరటం లేదు. అవునూ! దేవుడు తనకై తనకు తాను ఏనాడూ ఏమీ చేసుకోలేదు గదా! తనకు చేసుకుంటే పధ్నాలుగేళ్ళు అడవులు పట్టి ఎందుకుపోతాడు? బోయవాడి బాణానికి ఎందుకు పడిపోతాడు?

వూరి పెద్ద లొచ్చారు.

'చూస్తూ వూరుకుంటే ఏం లాభం? సంప్రోక్షణచేసి కొత్త మంగళసూత్రాలు తెప్పించండి' అంటున్నారు.

'కొత్త మంగళసూత్రాలు' అనే మాట వింటేనే వెన్నెముక జలదరించింది గంగయ్యకి. గుండె కరిగిపోతోంది. జమ్మి కదలటం లేదు. మారేడు ఉలకటం లేదు. గాలి స్తంభించింది. అంత దేవాలయం శూన్యమైపోయి శిఖరాలు, గోపురాలు ఏవీ కన్పించటం లేదు.

"అయినా తల్లికి ఇవన్నీ నీవు చేసుకున్న అలంకారాలు కావా? ఈ వెండి పాదాలు, వెండి చేతులు, మంగళసూత్రాలు నీ తృప్తి కోసం అలంకరించావేకాని ఆవిడ కవసరం లేదే..."

కావచ్చు. యిదేదో సమాధానం చెప్పుకోవడం కోసంలా ఉంది. పిరికితనంగా కూడా ఉన్నట్టుంది.

మళ్ళీ గంగయ్య లోపలినుంచి వాణి "ఇది నాకు పరీక్ష కాదురా! మీకు, నన్ను నమ్మిన మీకు పరీక్ష. దొంగలు పడ్డా, దోచుకున్నా మీరు నన్ను నమ్మారా లేదా అని మీకు పరీక్ష".

"నిజమేనమ్మా! నాకే పరీక్ష. మరి నా ప్రశ్నకి జవాబు దొరికితే గదా నేను పరీక్ష నెగ్గేది" అనుకున్నాడు గంగయ్య.

గంగయ్య శరీరం కాలిపోతోంది. కళ్ళు నిప్పులయిపోతున్నాయి. వొళ్ళు మసి అవుతోంది. తన వూపిరి ఉన్నట్టుండి ఆగిపోయినట్లయింది. హఠాత్తుగా చల్లగాలి వీచింది. మారేడు వాసన గుప్పుమంది. జమ్మి రెపరెపలాడింది. గంగయ్య నవ్వుతూ కళ్ళు తెరిచాడు.

లోపల అనిపించింది. పైకి అనుకున్నాడు. 'కుపుత్రో జాయేత క్వచిదపి కుమాతా నభవతి" కలుగునుబో కుపుత్రకుడు కల్గదుగారె కుమాత ఎన్నడున్" తల్లీ! ఆ దొంగకూడా నీ బిడ్డడే కదా! కొడుకు చెడ్డవాడైతే తల్లి మహిమేమి తగ్గుతుంది?'

చెంగున లేచి అమ్మవారి దగ్గరకొచ్చాడు. తల్లి ముఖం మీద పసుపు మెరుస్తూనే వుంది. పెదవులు నవ్వు చిందిస్తూనే వున్నాయి. ✸

పూల సుల్తాన్

"పూల్! మల్లెపూల్!" అని నబీసాహెబు వీధి మొగదల కేక వెయ్యటం తోటే వీధి వీధంతా సంచలిస్తుంది. ఆ కేకతోటే గాలి మల్లెలవాసన మోసుకొస్తుంది. ఆడుకుంటున్న ఆడపిల్లలు ఆట మాని పూలబుట్ట దగ్గరకు పరుగెత్తుకొస్తారు. దొడ్లో పనిచేసుకుంటున్న ముత్తయిదువలు పని వొదిలేసి వాకిళ్ళలో కొచ్చేస్తారు.

సాయంవేళ మల్లెలెంత చల్లగా ఉంటాయో, నబీసాహెబు మాటలు అంత కంటె హాయిగా ఉంటాయి. బుట్టమీదికి మూగిన పిల్లల్ని ఆపుతూ "బుల్లెమ్మా ఈ పరికిణీ బాగుందే! సీతాలు చెవులు కుట్టించుకుందే! రత్తమ్మ కొత్త రవిక

తొడిగిందే.... అంటూ పిల్లల్ని పలకరించి, చెక్కిళ్ళు నిమిరి ప్రతి ఇంటి ముందుకు వచ్చేవాడు. "సుబ్బమ్మగారూ! పాపకి రేపు పూలజడ వేస్తారా! ఎక్కువ పూలట్టుకొస్తాను" అనేవాడు. వెంకమ్మగారు వంద మల్లెమొగ్గలే కొంటే "బావుందండోయ్! ఇంకో వంద తీసుకోండి. చిన్నమ్మాయిగారికి- లేకపోతే, ఆవిడ నన్ను తిడుతుంది" అంటూ ఇంకో వంద లెక్కపెట్టేవాడు.

అలా ఇంటింటికి పువ్వు లిచ్చుకుంటూ అందర్నీ పలకరిస్తూ ముందుకు సాగేవాడు. పండు ముత్తయిదువలు, మధ్యవయస్సువాళ్ళు, పడుచు అందగత్తెలు, కొత్తకోడళ్ళు, కన్నెపిల్లలు విచ్చిన కళ్ళతో మల్లెలు చూసుకుంటూ జడల్లో తురుముకోగా వాళ్ళ ముఖాల్లో వెలిగిన దీపాలు, ఆ కొత్త వెలుగు చూసి సంబరపడి పోయేవాడు నబీసాహెబు.

వీధిలో ఆఖరిఇల్లు సీతప్పది. సీతప్ప మల్లెపూల కేకకే ఉలిక్కి పడుతుంది. పువ్వులంటే ఆమెకు పంచప్రాణాలు. కిందటేడే పెళ్ళయింది. నుదుటింత పెద్ద బొట్టు. మిలమిల్లాడే కళ్ళు. జడలో మల్లెపూలు పెట్టుకుంటూ వొళ్ళంతా పులకించిపోయేటంత పువ్వులాంటి మనసు సీతప్పది. నబీసాహెబుకి సీతప్పని చూస్తే సొంత అప్పని చూసినట్లుంటుంది. "ఆప్పా, రెండు మూరలిస్తాను."

"వద్దు ఓ మూర చాలు" అంది సీతప్ప.

నబీసాహెబు "డబ్బులు అయ్యకాడ తీసుకొంటాలే తీసుకో అప్పా" అంటూ రెండు మూరల దండ కాసిని విడిపూలు కూడా ఇస్తూ "వచ్చే ఏడు పూలజడేసుకుని సూడిదలు చేసుకోవాలప్పో" అంటే సీతప్ప సిగ్గుపడిపోయి విడిపూలు వాసనచూసి దండ జడలో తురుముకుని లోపలికెళ్ళిపోయింది. సీతప్ప నల్లటి పొడవాటి జడలో మల్లెదండ చంద్రవంకలా మెరిసింది. తృప్తిగా ఇంటిముఖం పట్టిన నబీసాహెబు అనుకున్నాడు. "ఆడపుటక్కి బొట్టూ, పూలే, సూరీడూ, సెంద్రుడూ."

గుడిసెలోకి రాగానే "వచ్చావా సర్కార్!" అంది ఫాతిమా. ఫాతిమా భర్తని 'సర్కార్' అంటుంది. నబీసాహెబు భార్యని 'బేగం' అని ఆప్యాయంగా పిలుస్తాడు. పదేళ్ళనించి కాపురం చేస్తున్నా వాళ్ళింకా పడుచు జంటే! ఒకే శ్వాస! ఒకే ప్రాణం. భార్యకోసం మిగిల్చిన పూలు ఫాతిమా దోసిట్లో పోశాడు నబీ. క్షణాల్లో దండ గుచ్చుకుని తల్లో తురుముకుని భర్త కెదురుగా కూర్చుంది. పూలుపెట్టుకున్న భార్య ఎదురుగా కూర్చుంటే నబీకి అన్నం, నీళ్ళు అక్కరలేదు. అలాగ వెన్నెట్లో కూర్చున్నారిద్దరూ. వెన్నెలకి మల్లెలు విచ్చుకుంటుంటే, ఫాతిమా చెయ్యి తనచేతిలోకి తీసుకుని చంద్రుణ్ణి చుక్కల్ని చూస్తూ పూలపల్లకిలో ఊరేగుతున్న ఆనందం అనుభవించాడు నబీసాయెబు.

మల్లెపూల సీజను అయిపోతే మరి ఆ వూళ్ళో ఉండడు అతను. ఇంకొక వూరు కూలికి వెళ్ళిపోతాడు. మళ్ళీ వసంతవేళ తిరిగి వస్తాడు.

సంవత్సరం తిరిగింది.

"పూల్! మల్లెపూల్!" మళ్ళీ నబీసాహెబు కేక. మళ్ళీ కేరింతలు కొట్టె పిల్లలు! ముత్తయిదువలు! కన్నెపిల్లలు! కొత్త కోడళ్ళు! మల్లెపూల కళ్ళు! కొప్పులు! చెక్కిళ్ళ వెలుగు! కుంకుమ కాంతి! మల్లెగాలి! కలకల సువాసన!

వీధి చివరకొచ్చాడు నబీసాహెబు. సీతప్ప వాకిట్లో ఎదురుచూస్తూ నుంచోలేదు. "సీతప్ప కడుపు పండి వుంటుంది. సూడిదలకి పూలజడకి పూలివ్వాలి" అనుకున్నాడు. "పూల్! మల్లెపూల్!" కేకేశాడు. తలుపు తెరుచుకోలేదు. నబీ ఆశ్చర్యపోయాడు. మెట్లెక్కివెళ్ళి తలుపుకొట్టి "మల్లెపూల్" అన్నాడు. సమాధానం రాలేదు. లోపలినుంచి వెక్కి వెక్కి ఏడుస్తున్నట్టు ధ్వనివినిపించింది.

పక్కింటి పార్వతమ్మ చెప్పింది. "నువ్వెళ్ళిపో బాబూ! దానికి పూలెట్టుకొనే యోగ్యత లేదు. దేవుడు పసుపు కుంకుమ తుడిచేశాడు. వొట్టిమనిషి కూడా కాదు. ఎట్టా బతుకుతోందో".

నబీసాహెబు కుప్పలా కూలిపోయాడు. కళ్ళు బైర్లు కమ్మాయి. కాళ్ళీడ్చుకుంటూ నడుస్తూ "సీతప్పకి బొట్టు లేదా! మల్లెపూలెట్టుకోలేదా!" అనుకుంటూ గుడిసెకొచ్చాడు.

అప్పటికే స్నానం చేసిన ఫాతిమా "సర్కార్! నా పూలేవీ" అనంగానే రెండు దోసిళ్ళ పూలు భార్య చేతిలో మౌనంగా పోశాడు.

వెన్నెట్లో ఇద్దరూ.

ఉన్నట్టుండి నబీ అన్నాడు "నువ్వు బొట్టెట్టుకోవే."

"మన ఆచారం కాదుగా సర్కార్."

"పర్వాలేదు పెట్టుకో."

పక్కింటికెళ్ళి కుంకుమ తెచ్చి నుదుట పెట్టుకుంది. వెన్నెట్లో మెరుస్తున్న ఆ బొట్టు చూస్తూ 'నా బేగానికి కూడా పూలు పెట్టుకునే రాత పోతేనో....' అనుకున్నాడు నబీ. ఎవరో ఛళ్ళున చరిచినట్లయింది. గుండె జారిపోయింది. కళ్ళు ధారలవుతున్నాయి. తనకి పూలు ప్రాణం. ఆడదానికి పూలే కళ్ళు. అది లేకుండా నా బేగం....

ఫాతిమాని దగ్గరికి తీసుకున్నాడు. కౌగలించుకున్నాడు. ఆ శరీరం, ఆ వాసన, ఆ పూలు అవి అతని గుండె చప్పుళ్ళు. ఫాతిమాని దగ్గరకి హత్తుకున్నాడు. దగ్గరగా.... మరింత దగ్గరగా.... ఆ కౌగిలింత విడిపోకూడదన్నట్టు.... నబీ సాహెబు మరి లేవలేదు!

ఆ మర్నాడూ ఆ వూరి ముత్తయిదువలకు పిలిచి పూలిచ్చినవాళ్ళు లేరు.

ఫాతిమా ముఖాన చెదిరిన రక్తకుంకుమ!

జడనిండా వాడివత్తలై రాలిన మల్లెలు! ✸

పక్కవీధి జన్మంత దూరం

తింటున్న అన్నం ఆపేసి పెళ్ళాం మీద చర్రున లేచాడు దేవుడు "పచ్చడింత చప్పగా వుంటే ఈ అన్నం తింటానికా పారబొయ్యటానికా?"

రంగమ్మ మాట్లాడలేదు.

మళ్ళీ ముద్ద నోట్లో పెట్టుకుంటే చెప్పలేని అరుచిగా వుంది దేవుడికి.

"ఆరేళ్ళనుంచి కాపురం చేస్తున్నావు నాకేం గావాలో నీకు తెలియదు. నిన్న పంచెకి నీలిరంగు ఎక్కువ పెట్టావు. మంచినీళ్ళ కుండమీద మూతపెట్టవు. చారులో బెల్లం వద్దంటే వినవు. నీకు మొగుడక్కర్లేదే! వాణ్ణి ఏడిపించటమే కావాలి!"

రంగమ్మకి రోషమొచ్చి "కావాల్సింది చేసి పెట్టటం లేదా? అడిగి చేయించుకోరాదా?" అంది

దేవుడు అగ్గైపోయాడు."అడిగి చేయించుకోనా. నువ్వేమైనా ఇవ్వాళే అడివిలోంచి వచ్చావే?.... అన్నీ తెలిసి చేస్తున్నావు. నిన్ను కట్టుకోటం నా బుద్ధి తక్కువ...."

రంగమ్మ ఉడికిపోయింది. "ఆ సంగతి ఇప్పుడు తెలిసిందా." అని ఎదురొచ్చింది.

దేవుడు ఆ కోపంలో ఏం చేసేవాడో తెలియదు. "ఇప్పుడే తెలిసిందే.... ఇప్పుడేనే" అంటూ పళ్ళు కొరుకుతూ తినే కంచంలో చెయ్యి కడుక్కుని లేచిపోయాడు.

"ఏం మనిషి" అని లోపల విసుక్కుంది రంగమ్మ.

వెళ్ళి చాపమీద పడుకుంటే దిండు కింద ఎత్తుకి ఇటుకరాయి లేదు. అన్నం అవగానే అలవాటుగా నమలటానికి రంగమ్మ శనగబద్దలు పెట్టలేదు. దేవుడు కుత కుత ఉడికిపోతూ ఊగిపోతున్నాడు. ఇదేం పెళ్ళాం ఛీ! ఇవి చిన్న చిన్న విషయాలే కావచ్చు. ఇదంటే తన కసహ్యం! కంపరం! ఇవే కావాలని ఎందుకు చేస్తుంది. అందరి పెళ్ళాలూ మొగుడికేం కావాలో తెలుసుకుని మసులు కుంటుంటే తనకి పడని పనులన్నీ చేసి ఎందుకు పిచ్చెక్కిస్తుంది? తన కిష్టమైన బంతిపూలెట్టుకోదు. కొప్పు ముడుచుకోమంటే బారు జడ వేస్తుంది? ఇలా తిండిలేక మాడి చస్తుంటే ఏమీ కానట్టు పట్టించుకోదు... తప్పయిపోయిందని చెప్పొచ్చుగా.... చెప్పదు.... రాక్షసి.... దెయ్యం.... పిశాచి.... దీంతో కాపురం కుదర్దు.... చెంగున లేచి ఉత్తరీయం బుజాన వేసుకొని పక్కవీధిలో వాళ్ళ బాబాయి యింటికి వెళ్ళిపోయాడు దేవుడు.

రాత్రికి రాలేదు. రంగమ్మ కంటిమీద కునుకులేదు. మర్నాడు పంచెలు, ములుగఱ్ఱ తెప్పిస్తూ ఇంటికి బియ్యం, పప్పు పంపించాడు. రంగమ్మ వండలేదు. రోజూ బియ్యం పప్పు వస్తున్నాయి. దేవుడు తిరిగి రాలేదు. మూడు రోజులు పస్తుండి నాలుగో రోజు గంజి కాచుకు తాగింది. ఐదోరోజు బియ్యం, పప్పూ వస్తే తిప్పి పంపేసి, తనే పొలంలో కూలికి వెళ్ళింది. అంతే! ఆనాటి నుంచి పక్కవీధిలో వున్న దేవుడికి, ఇవతల వీధిలో వున్న రంగమ్మకి అనంతాకాశమంత అడ్డుగోడ.

సంవత్సరం గడిచింది. ఒకరి వూసు ఒకరికి లేదు. ఓ రోజున పక్కవీధిలో సన్నాయి రండోళ్ళు మోగాయి. దేవుడు మళ్ళీ పెళ్ళి చేసుకుంటున్నాడు. రంగమ్మ వల వల ఏడవ లేదు. తలుపు మూసుకు లోపల కూర్చుంది? "అప్పుడెప్పుడో పెళ్ళి పీటలమీద చూశాను దేవుణ్ణి! మళ్ళీ వెళ్ళి చూసొస్తేనో" అనుకుంది. కాని పీటలమీద చెల్లమ్మ పెళ్ళికూతురుగా కూర్చుందన్న తలంపు రాగానే గుండె చెరువయింది. కళ్ళు గట్టిగా మూసుకుని సన్నాయి మోత విన్పించకుండా చెవుల్లో దూది పెట్టుకుంది.

చెల్లమ్మ గడుసుది. దేవుణ్ణి పక్కవీధి వైపు చూడనివ్వలేదు సరిగదా ఆ గాలి కూడా సోకనివ్వలేదు. మూడేళ్ళలో వరసగాముగ్గురు పిల్లల్ని కని మరింతగా ముడి బిగించింది. దేవుడుకూడా వెనక్కితిరిగి చూడలేదు.

ఓ పండుగరోజు మాత్రం తీపి తింటూ "పాపం! అదేం చేసుకుందో" అనుకున్నాడు పైకి ఆ మాటలు విన్న చెల్లమ్మ "ఒంటిదిగదా! బాగానే చేసుకునుంటుంది. ఇదిగో! చంటోడు అయ్యా అయ్యా! అని ఒకటే ఏడుపు" అంటూ దేవుడి ఒళ్ళో పిల్లాడ్ని వొదిలేసి వెళ్ళిపోయింది.

పదేళ్ళు గడిచాయి. రంగమ్మకి లేని వయసు పైబడ్డట్టు నడుం వంగిపోయింది. ముక్కోటికి గుడికి వచ్చింది. పడుతూ లేస్తూ మెట్లన్నీ ఎక్కి దేవుడి దగ్గరకొచ్చి పూజారి చేతిలో కొబ్బరికాయ, కర్పూరం పెట్టి "పూజ చేయించండయ్యా" అంది.

"ఎవరి పేరున చేయించను!" అన్నాడు పూజారి.

"దేవుడిపేర చేయించండయ్యా" అంది రంగమ్మ

"ఏ దేవుడి పేర? నీ దేవుడిపేరా? ఈశ్వరుడి పేరా?"

"ఇద్దరూ ఒకటే! కానివ్వండయ్యా" అంది రంగమ్మ.

అప్పుడే చెల్లమ్మతో గుళ్ళోకొచ్చిన దేవుడు ఈ మాటలు విని చలించిపోయాడు. హారతి అద్దుకుంటున్న రంగమ్మతో ఏదో అనబోయాడు. కాని ఆమె ఆ అవకాశం ఇవ్వకుండా అమ్మవారి గుళ్ళో కెళ్ళిపోయింది. రంగమ్మకి తెచ్చిన హారతి తనూ కళ్ళకద్దుకోవటమే మిగిలింది దేవుడికి. కాలం గడుస్తోందేకాని, పక్కపక్క వీధులు పరలోకాల్లా వున్నాయి.

ఓ రోజు చింతలరేవులో రంగమ్మ స్నానం చేసి నీళ్ళు ముంచుకుంటోంది. చెల్లమ్మ బట్టలుతుక్కుని తడి బట్టలు బుజాన వేసుకుంది. మగ అండ వున్న మనిషి కాబట్టి దేవుడు కావిడేసుకుని నీళ్ళెప్పుడో మోసేశాడు.

బిందె ఎత్తుకుని ముందునడుస్తోంది రంగమ్మ. వాడి వత్తయిన రంగమ్మ ముఖం చూస్తే చెల్లమ్మకి ఉన్నట్టుండి జాలేసింది. ఇంతలో రంగమ్మ తూలి పడబోతే చెల్లమ్మ చెంగున ముందుకు దూకి పట్టుకుని "అప్పా ఎంత బరువో" అంటూ బుజం మీద బిందె లాక్కుని తన బుజం మీది కెత్తుకుంది.

ఇద్దరూ నడుస్తున్నారు.

చెల్లమ్మ అంది "అప్పా! ఒక్కదానివే వుంటావు. నా ఇంటికి రాకూడదా?" నడుస్తున్న రంగమ్మ ఆగిపోయి చెల్లమ్మని ఎగాదిగా చూసింది. నా భాగ్యం దోచుకున్నదానా? నాకు గంజినీళ్ళు ధర్మం చేస్తానంటున్నావా అనుకుందో ఏమో తెలియదు- కన్నీళ్ళు పొంగగా అంది. "వస్తానమ్మా! మళ్ళీ జన్మలో నీ కడుపున పుట్టి నీ ఇంటికొస్తా..... ✸

టపా రాలేదు బొట్టు చెరగలేదు

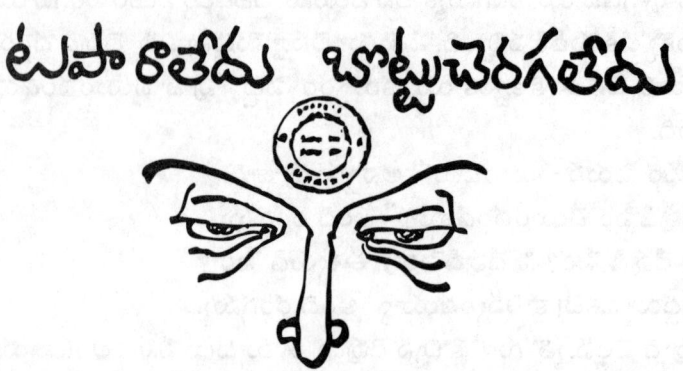

రన్నర్ మువ్వల చప్పుడు చేసుకుంటూ టపా తీసుకుని వూళ్ళోకి రాగానే జనం కూడా వెంటనే అతని వెంట పోస్ట్‌మాస్టర్ కిష్టయ్య గారింటికొస్తారు. కిష్టయ్య గారు ఎలిమెంటరీ స్కూల్లో టీచరుగా వుంటూ పోస్ట్ మాస్టర్ గిరీ కూడా నిర్వహిస్తున్నాడు.

కిష్టయ్యగారి వయస్సు యాభై అయిదు. చిన్నప్పుడే తండ్రి పోయాడు. తల్లి యెంత పోరుపెట్టినా పెళ్ళి మాత్రం చేసుకోలేదు. "వంశం నిలపడం కోసం కాకపోయినా వండిపెట్టడానికైనా తోడుండాలిరా!" అని ఎంత మొత్తుకున్నా విన్పించుకోలేదు. ఆ దిగులుతోనే ఆమె మంచానపడి కిష్టయ్యగారి నలభయ్యో యేట పరమపదించింది. పోయిన తల్లికి తర్పణాలు విడిచాడు కాని పెళ్ళి మాట తలపెట్టలేదు.

పదిరోజులపాటు మండని పొయ్యితో అవస్తపడుతూ ఇంత అన్నం ఉడకేసు కుంటే, ఇంత కూర, చారు ఎవరైనా పంపించేవారు. పదకొండో రోజున కిష్టయ్యగారు పొయ్యి రాజేస్తుండగా బాబూగారూ! మీరు లేవండి. నే

వండిపెడతాను అంటూ సోదెమ్మగారు వచ్చింది. వంటిల్లు విడిచి వరండాలో కొచ్చాడు కిష్టయ్యగారు. ఆనాటినుంచీ సోదెమ్మగారే ఇంత వండి వార్చి తనూ ఓ ముద్ద తింటోంది!

సోదెమ్మగారికీ దాదాపు నలభై ఏళ్ళున్నాయి. చిన్నప్పుడెప్పుడో పెళ్ళయి భర్త పోగా, గాజులు కుంకంబొట్టు అసలు గుర్తులేకపోగా, అటువారు ఇటువారు అంతా వెళ్ళిపోగా నిర్లిప్తంగా తిరుగుతూంటుంది. ఎవరితోనూ మాట్లాడదు. ఆ ముఖంలో దైన్యంకాని, దుఃఖం కాని ఉందందామా అదీ తెలియదు ఎవరింట్లో ఏపని ఉన్నా వెళ్ళి చేసి పెట్టడం, తన కిష్టమైన ఇంట్లో ఇంత ముద్ద తినటం, పదిహేనేళ్ళనుండి కిష్టయ్యగారికి వండి పెడుతున్నా అందరిళ్ళలోనూ సాయం చేస్తూనే ఉంది. కిష్టయ్యగారు సోదెమ్మగారు కూడా ఎప్పుడూ మాట్లాడుకోరు.

"బాబుగారూ! భోజనం వడ్డించా" అంటుంది సోదెమ్మ.

భోజనమయ్యాక "చింతకాయ పప్పు బాగుంది సోదెమ్మగారూ" అంటూ చెయ్యి కడుక్కుంటాడు కిష్టయ్య.

తనకిది కావాలని ఈయన అడగడు. ఆవిడ కనుక్కోదు. అలా సాగిపోతూ యాభై ఐదోయేట పడ్డారు ఇద్దరూ.

రన్నర్ తపాలా సంచీ ఇవ్వడమేమిటి, వాకిట్లో జనం కలకలం. కిష్టయ్య ఉత్తరాలు సర్దుకుంటూ ఒకే ఒక దినపత్రికని వాకిట్లోకి విసిరేశాడు. దాని చుట్టూ మూగారు జనం. ఒకాయన పాటపాడినట్లు వార్తలు చదువుతూంటే ఆ వార్తలకనుగుణంగా సంతోష ఆశ్చర్య విభ్రమాల్ని ప్రకటిస్తున్నారు కొందరు.

కిష్టయ్యగారు కొందరికి ఉత్తరాలు రాసిపెట్టి మనియార్డర్లు పూర్తి చేసిపెట్టి మళ్ళీ తపాలాసంచీ సర్ది రన్నర్ కిచ్చేసి వాకిట్లోకి వచ్చారు.

ఆయనే పోస్టు జవాను కూడా.

చేతిలో సర్దిన ఉత్తరాలు.

"సుబ్బయ్యా ఇవ్వాళ నీకు కార్డు లేదయ్యా, రంగయ్యా! మీ అబ్బాయి

రేపొస్తున్నాట్ట ఇదిగో.... బూశమ్మా నీ కొడుకు పదిరూపాయలు పంపించాడు. ఇక్కడ వేలిముద్ర వెయ్యి...." అంటూ అక్కడి జనాన్ని పంపించేసి వీధిలో కొచ్చాడు.

వెంకయ్య ఇంటిముందు అరుగుమీద కూర్చుని "వెంకయ్యా! పంచదార తీసుకురావోయ్!"

"చెప్పండి విషయం" అంటూ వెంకయ్య రాగా ముందు పంచదార పెట్టించుకుని "నీకు మనవడు పుట్టాడయ్యా" అంటూ కార్డు చేతికిచ్చాడు. వెంకయ్య ముఖం వెలిగిపోయింది. కిష్టయ్యగారికి మరింత ఆనందమైంది.

పక్క వీధిలోకొచ్చి "వెంకాయమ్మా! నువ్వేం కంగారుపడకు. నీ కూతురికి జ్వరంగా ఉందిట. ఈ రోజుల్లో జ్వరాలేం చేస్తాయి" అని ధైర్యం చెప్తూ ఉత్తరం చదివి "రేపు పథ్యం పెట్టే ఉత్తరం తీసుకొస్తాగా" అని హామీ ఇచ్చి ఇంకో వీధిలో కెళ్ళాడు. అలా అన్ని వీధులూ తిరిగి ఉత్తరాలిస్తూ అందరి ఆనందం పంచుకుంటూ, కష్టాల్లో ఉన్నవాళ్ళని సముదాయిస్తూ, ఓదారుస్తూ గూడెం దగ్గరకొచ్చాడు.

కిష్టయ్యగారొచ్చే వేళకి మరియమ్మ చెట్టు దగ్గర నుంచుని రోజూ ఎదురు చూస్తూ ఉంటుంది. మిలట్రీలో ఉన్న భర్తనించి ఉత్తరం కోసం ఉత్తరం వస్తే కార్డు గాలిలో ఎగరేసుకుంటూ వస్తాడు కిష్టయ్యగారు. లేకపోతే మరియమ్మని కూర్చోపెట్టి తనూ కూర్చొని "డేవిడ్ నిన్ను కావాలని చేసు కున్నాడు. మర్చిపోడు! నమ్మ! సైన్యం అంటే సామాన్యమా? తీరికుండదు. రేపు చర్చికి వెళ్ళు. సోమవారానికి ఉత్తరం వస్తుంది" అని నచ్చచెప్పి బయలు దేర్తాడు.

అలా వూరందరికీ ఆత్మబంధువైన కిష్టయ్యగార్ని రాత్రి ఎనిమిది గంటలకి నోటుబిళ్ళ కావాలని లేపినా విసుక్కోక బిళ్ళ ఇచ్చి "అప్పులు చేసి పాడవకండ్రా" అని హితోపదేశం చేస్తాడు.

శుక్రవారం ఉదయం సోదెమ్మగారు స్నానం చేసి దేవుడికి దణ్ణం పెడ్తుంటే కిష్టయ్యగారి మనసు కలుక్కుమంది. 'ఇంతమందికీ ఓదార్పు మాటలు

చెప్తున్నాను. ఈవిడకి నేనేం చెయ్యలేపోతినే' అనుకున్నాడు. "సోదెమ్మగారూ!" అని పిలిస్తే ఆవిడొచ్చి నుంచుంది.

"మీ ముఖానికి బొట్టుంటే ఎలా ఉండునో!" అన్నాడు కిష్టయ్యగారు.

సోదెమ్మ నిర్వేదంగా నవ్వనూ లేదు. చేతుల్లో ముఖం కప్పుకోనూ లేదు. ఆమెలో ఏ చలనమూ లేదు.

"మీకు నేను బొట్టు పెడ్తాను" అన్నాడు కిష్టయ్యగారు.

"బాబుగారూ! బొట్టున్నా లేకపోయినా నేను నేను కదా" అంది సోదెమ్మగారు.

"అది నా కోరిక. మీరు కాదనకండి" అంటూ దేవుడిదగ్గర కుంకం తీసుకొచ్చి సోదెమ్మ నుదుట అద్దాడు. ఆవిడ ముఖం వెలిగిపోతున్నట్లనిపించింది కిష్టయ్యగారికి. కాని సోదెమ్మ మాత్రం ఎలా వచ్చిందో అలాగే ఇంట్లోకెళ్ళి వంటపని చేసుకొంది.

మర్నాడు ఉత్తరాల కొచ్చిన జనానికి కిష్టయ్యగారు చెప్పారు. "నేను సోదెమ్మగారికి బొట్టుపెటట్టానయ్యా అని. ఎవరూ ఇదేం విడ్డూరం అనలేదు. వ్యంగ్యంగా నవ్వలేదు. మనసార సంతోషించారు. కళ్ళలో నీళ్ళు తిరగ్గా భక్తితో ఆయన్ను చూశారు.

బొట్టయితే పెట్టుకు తిరుగుతూందే కాని సోదెమ్మ గారిలో ఏ మార్పూ లేదు. కిష్టయ్యగారూ అంతే. ఒక రోజు కిష్టయ్యగారు హఠాత్తుగా పోయారు. వూరు వూరంతా గొల్లుమంది. సోదెమ్మగారు అలాగే ఉంది. శోకంలేని ఆ ముఖాన్ని చూస్తుంటే జనానికి కళ్ళు చెరువులై పోతున్నాయి. ఘనంగా అంత్యక్రియలు చేశారు.

మర్నాడు రన్నర్ టపా తీసుకు రాలేదు.

వూరందర్నీ ఓదార్చిన కిష్టయ్యగారికి కృతజ్ఞత చెప్పుకునేందుకన్నట్టు సోదెమ్మగార్ని ఓదార్చటానికి జనమంతా వూరేగింపుగా వచ్చారు. ఎంత కష్టమొచ్చె! అయ్యో! అయ్యో!" అని తలా ఒకమాట.

సోదెమ్మగారిలో ఏ చలనమూ లేదు.

కిష్టయ్యగారి మంచం పక్కన మామూలుగానే కూర్చుంది.

ముఖంపైన బొట్టుమాత్రం చెరపలేదు. ✸

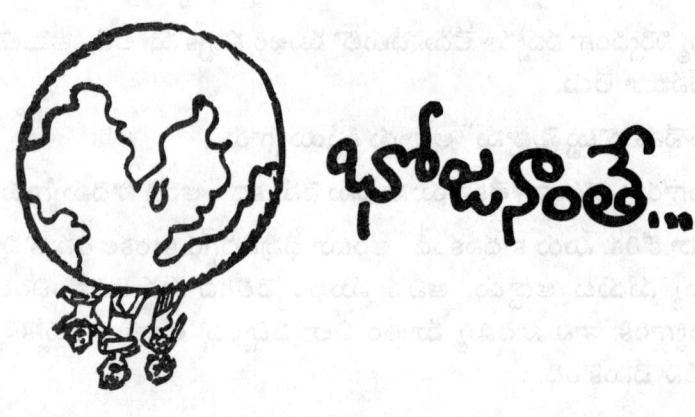

భోజనాంతే...

పున్నయ్యగారి పొలం మాదిగ కోటాయి కౌలుకి చేస్తున్నాడు. అప్పట్లో వారి నలాగే అనేవారు. పున్నయ్యగారిల్లు కృష్ణ వొడ్డున, గుడికి పడమట. కోటాయి పున్నయ్యగారితో సలహా సంప్రతింపులకు రావాలంటే మహా ఇబ్బందిగా ఉండేది. బ్రాహ్మణవీధిలో నడవటానికి వీల్లేదు గదా! మడి, ఆచారం, తడి బట్టలతో నీళ్ళు తెచ్చుకోటాలు, వీధరుగుల మీద వేదం చెప్పుకుంటూ జంధ్యాలు వడుక్కోటాలు, పట్టుబట్టలతో గుళ్ళోకి వెళ్ళటాలు ఇవన్నీ వున్నాయి కదా! ఇవన్నీ ఉన్నప్పుడు కోటాయి ముఖదర్శనమే పనికిరాదు గదా! అలాంటప్పుడు ఆ వీధిలోకి రావడమెలా సాధ్యం? అసలీ బాపనాయనకి, మాదిగాయనకి ఈ సంబంధమేమిటి? పున్నయ్యగారి తాతకి కోటయ్య తాత పొలం చేసేవాడు.

పున్నయ్యగారిని పున్నయ్యగారన్నాం కదా, ఆ నోటితో కోటాయిని కూడా కోటాయిగారు అంటే ఏం పోయిందో?

పోన్లెద్దురూ! గారూ వల్ల వొరిగేదేముంది ఆ వొరిగేదేదో వార్నే వొంచుకోనివ్వండి.

ఇంతకీ పున్నయ్యగారికి కోటాయితో మాట్లాడ్డానికి, కోటాయి వారింటికి నడవటానికి దోవ లేకపోయింది. అంచేత పున్నయ్యగారు కృష్ణవైపు దొడ్డి గోడ పగల గొట్టించి అక్కడ ఓ ద్వారం ఏర్పాటు చేశారు. గుళ్ళో దేవుడెలా

వుంటాడో తెలియని కోటాయి గుడి ప్రాకారం చుట్టి వచ్చి కృష్ణ వొడ్డుగా నడిచి పున్నయ్యగారి దొడ్లోకి వచ్చేవాడు. కోటాయికోసం ప్రత్యేకంగా పెట్టించిన వాకిలి గనుక అది కోటాయి వాకిలి అయింది. అలా కోటాయివాకిట్లోంచి వెళ్ళి రత్తమ్మ గారింట్లో కరివేపాకందుకో'' అనటం అలవాటయింది.

కోటాయి పున్నయ్యగారి దొడ్లో కుడితి గాబు పక్కన కూర్చున్నాడు. నల్లగా బుర్ర మీసాలు. మోకాటిపైకి పంచె. పున్నయ్యగారు కొట్టంలో గుంజకానుకుని కూర్చున్నారు. లెక్కలు డొక్కలు చూసుకోటానికి ముందు పున్నయ్యగారు కుటుంబ సమాచారాలు మాట్లాడతారు.

''వరదాయిని చదువులోపెడ్తావా.''

''సదువులో పెడ్తే పాలవోఁ...... రెక్కాడితేగాని డొక్కాడనోళ్ళం మాకు సదువెందుకయ్యా!''

''ఒరే చినకోటాయిది పెద్ద సంసారం ఎట్లా ఈదుకొస్తున్నాడో?''

''ఒకటే ఈత. ఓ పూట గంజి. ఇంకోపూట పస్తు.''

''వీరెంకాయికి చూపు తగ్గిపోతోందేరా.''

''ఆడి పనయిపోయింద లెండి.''

ఆపైన లెక్కలు చూసుకున్నారు. పున్నయ్యగారు కాగితం మీద లెక్కలేస్తే కోటాయి మనసులోనే లెక్క కట్టేవాడు. అరగంటసేపు కూడికలు, తీసివేతలు వేసి పున్నయ్యగారు ఓ అంకె చెప్తే అంతకు అయిదునిమిషాలముందే ఆ అంకె చెప్పేవాడు కోటాయి. పున్నయ్యగారు ఆశ్చర్యపోయి ''నువ్వు చదువుకుంటే ఎంత పెద్దోడివయ్యేవాడివోరా!'' అంటే కోటాయి చిత్రంగా నవ్వి ''మా అయ్యకి పలకెట్ట గుంటదో తెలియదు. ఇంక సదువు మాటేటి. మా బతుకులిట్టా ఎల్లిపోతే అదే సాలు అనేవాడు.

ఎప్పుడూ కోటాయే బాకీ తేలేవాడు. ఎప్పుడూ బాకీ పూర్తిగా ఇవ్వలేక పోయేవాడు. పున్నయ్యగారు గింజుకుని, కసురుకుని, అరిచి ఆఖరికి 'సరే' అని సర్దుకునేవాడు. ప్రతి సంవత్సరం ఇది మామూలే.

కోటాయి వెళ్ళిపోయిం తర్వాత ఆడవాళ్ళు అతను కూర్చున్నచోట ఆవుపేడ కల్లాపి చల్లి శుద్ధి చేసేవారు.

ఇరవై ఏళ్ళు గడిచాయి.

కోటాయి ఇప్పుడు బ్రాహ్మణవీధి లోంచి నడిచి పున్నయ్యగారి ముందు గుమ్మంలోంచి ఇంటి వసారాలో కొచ్చి కూర్చుంటున్నాడు. పున్నయ్యగారు సరాసరి గూడెంలోని బావి దగ్గరకెళ్ళి కోటాయిని పిలుస్తున్నాడు. వెనక క్రిష్ణ కెళ్ళి మంచినీళ్ళు తాగే కోటాయి పున్నయ్యగారింట్లో చెంబుతో నీళ్ళుతాగి దాహం తీర్చుకుంటున్నాడు. కోటాయి కొడుకులూ, పున్నయ్య గారి కొడుకులూ హైస్కూల్లో ఒకే బెంచీ మీద కూర్చుని చదువుతూ "ఒరేయ్!" అని పిలుచుకుంటున్నారు. కలిసి కబాడీ ఆడుతున్నారు. కలసి కాఫీ తాగుతున్నారు.

అయ్యా! అదీ సంగతి.

కథయి పోయిందేమిటి?

మరి కొంచెం ఉంది.

అవధాన్లుగారు బహిరంగంగా నడిబజార్లో కోమటి కొట్లో చిట్టిగారెలు తింటున్నారు. చాకలి వీరాయి కొడుకు పంచాయితీ ఆఫీసరు చేస్తున్నాడు. అభిషేక బ్రాహ్మలు సాయంత్రాలు పాంటు షర్టు లేస్తున్నారు. అర్చకులు హిప్పీ క్రాపులు, కటింగు మీసాలు పెట్టారు. ముతరాసు పోలయ్య పొగాకు వ్యాపారం చేస్తున్నాడు. పురోహితుడు పొద్దుకూకంగానే మద్యం సేవిస్తున్నాడు. ఒకప్పటి బస్ క్లీనరు లారీలు కొని, ఆపైన పంచాయితీ ప్రెసిడెంటు అయ్యాడు. హరి కథలు పురాణాలు విన్పించటం లేదు. సినిమాకి టిక్కట్టు దొరకటం లేదు. కాలేజీ కుర్రాళ్ళు అమ్మాయిల వేటకోసం గుళ్ళోకి పెందరాళే వస్తున్నారు. కట్నం ఇవ్వలేని ఆడపిల్లలకి పెళ్ళిళ్ళు కావటం లేదు. బాకీల తాకట్టు కింద ఇళ్ళు చేతులు మారుతూనే ఉన్నాయి. రోజూ సూర్యుడు ఉదయించి కుంకుతూనే ఉన్నాడు. అదీ కథ.

ఇదేమికథ అంటున్నారా తమరు? అయ్యా! మీకు తీపి తినటం అలవాటయింది. పచ్చడి కూడా రుచే! పైగా తమరు చారులో కొచ్చేశారు. గమనించండి. ✸

ఓ నరుడా!
వానరుడా!

ముసలి సత్తెయ్య ఇంటింటి ముందుకూ వచ్చి కోతిని ఆడిస్తున్నాడు. కోతి ఛెంగు చెంగున గెంతుతోంది. కోతి నుదుటి మీద పొడుగ్గా తికం, మెడపట్టీకి చిన్నచిన్న మువ్వలు. సత్తెయ్య వెదురుబద్దతో తాళం వేస్తూ "తనక తనకజం తనక తనకజం.... రాములోరికి దణ్ణం పెట్టు.... సీతమ్మోరికి దణ్ణంపెట్టు... లచ్చనసామికి దణ్ణం పెట్టు" అంటూ పాడుతూ ఆడిస్తున్నాడు. ఆ ఆటకి కోతి మెడలో మువ్వలు ఘల్లు ఘల్లు మంటున్నాయి.

కోతికి ఓ మాసికల చొక్కా. ఆ చొక్కాకి ఓ జేబు. ఆ జేబులో శనగపప్పులు. మధ్యమధ్య ఆట ఆపి కోతి ఓ గింజ నోట్లో వేసుకుంటుంది. ఆట ఆపంగనే సత్తెయ్య గొంతు పెంచి 'తనక తనకజం' అంటూ టాంగున నేలమీద కొడతాడు. ఉలిక్కిపడ్డటు కోతి అంతెత్తు ఎగిరి మళ్ళీ ఆడుతుంది. ఆ ఎగరడం చూసి పిల్లలెవరైనా 'ఇహి' అన నవ్వితే తనూ 'ఇహిహి' అని పళ్ళికిలిస్తుంది.

కొంచెం జనం చేరి ఉత్సాహంగా చూడ్డం మొదలెట్టగానే ఆట వరస మారుస్తాడు సత్తెయ్య. "నా దేవుడా ఆడరా.... తనక తనకజం... నా రావుడా ఆడరా.... నా కొడకా ఆడరా.... నా పెళ్ళావా ఆడవే" అనగానే కోతికి ఎంత కోపమో! ఆట ఆపి పళ్ళు బిగబట్టి "కరుస్తా" అన్నట్లు ఎగిరి సత్తెయ్య మీదకి దూకుతుంది. ఆ కోపమూ, ఆ కరవబోవడమూ అది కూడా ఆటలో భాగమే! అలా నేర్పాడు సత్తెయ్య.

అలా ప్రతి ఇంటి ముందు ఆడించుకుంటూ ఒంటి గంటవేళ కృష్ణ వొడ్డుకొచ్చి అన్నం వండుకుని, కోతికి పెట్టి, తను తిని, కోతిని గుండెలమీద పడుకో బెట్టుకుని చింతచెట్టు కింద నడుం వాలుస్తాడు సత్తెయ్య.

ఎక్కడదీ కోతి? ఎక్కడ పుట్టి ఎక్కడ పెరిగిందో!

సత్తెయ్యకి అటు వారూ ఇటు వారూ అంతా వెళ్ళిపోయాక, తనొక్కడే భూమ్మీద ఎందుకు మిగిలాడో తెలియని సమయంలో, పొట్టగడవాలి కాబట్టి అడవిలో కట్టెలు కొట్టి తెచ్చేవాడు. సంవత్సరం క్రితం కట్టెల మోపు నెత్తిన పెట్టుకు తిరిగొస్తుంటే ఓ చెట్టు మీంచి కోతి కట్టెలమోపుమీదికి దూకింది. కంగారుపడ్డ సత్తెయ్య కట్టెలమోపు వదిలేశాడు. మోపుతో కిందకుపడ్డ కోతి మళ్ళీ ఎగిరి సత్తెయ్య భుజం మీదికి వచ్చింది.ఎంత అదిలించినా వదల్లేదు. కిచ కిచ నవ్వింది. కళ్ళలో కళ్ళుపెట్టి చూసింది. అంతే! సత్తెయ్య దాన్ని ఆప్యాయంగా నిమిరి చంకలో పెట్టుకు తీసుకొచ్చాడు.

కోతికి పాత గుడ్డలతో చొక్కా కుట్టాడు. తనతోపాటు అన్నం అలవాటు చేశాడు. ఒకే కంచంలో తినేవారిద్దరూ. తనోముద్ద కోతి నోటి కందిస్తే కోతి లేచి తన చిట్టి చేతుల్తో నాలుగు మెతుకులు సత్తెయ్య నోట్లో పెట్టేది. ఆర్నెల్ల క్రితం సత్తెయ్యకి వయసు పైబడ్డది. సత్తువ మాయమయింది. కట్టెలు కొట్టి తేలేక దిగులుగా నీరసంగా కూర్చున్న సత్తెయ్యముందు కోతి చెంగు చెంగున తాళానికి ఎగరటం చూసి సత్తెయ్య కళ్ళు మెరిశాయి. ఆనాటి నుండి కోతినాడిస్తున్నాడు. కోతి కష్టం తను తింటున్నాడు.

గుండెలమీద పడుకున్న కోతిని ప్రేమగా నిమురుతూ సత్తెయ్య అన్నాడు. "ఈ ముసలి బాగులోడు ఆఖరిరోజుల్లో గంజిలేక సచ్చిపోతాడని అడివిలోంచి పరుగెత్తుకొచ్చావురా! నా దేవుడా! నా దేవుడా!" అంటూ కళ్ళనీళ్ళయిపోయాడు.

పండగొచ్చింది. కోతికి మాసికల చొక్కా ఉతికి తొడిగాడు. తిలకంమీద తిలకం దిద్దాడు. జేబునిండా శనగపప్పు పోశాడు. కొత్తపెళ్ళి కొడుకులా మహా సంబరంగా ఉంది కోతి అంత సంబరంతో ఆడిస్తున్నాడు సత్తెయ్య. "తనక తనకజం" కోతి చిందులు తొక్కుతోంది. హొయలు పోతోంది. సిగ్గు నటిస్తోంది. గాలిలో ఎగురుతోంది. మొగ్గలేస్తోంది. పల్టీలు కొడ్తోంది. కిచకిచ నవ్వుతోంది. ఎగరేసిన రేగిపండు ఎగిరి అందుకుంటోంది. జనం పొంగిపోయేట్టు ఆడుతోంది. సత్తెయ్య జోలె నిండిపోతోంది. పప్పులు, కూరలు, లడ్లు, బొబ్బట్లు గారెలు.

ఆనందంగా క్రిష్ట వొడ్డుకొచ్చి జోలె వంచుకుని తినటం మొదలెట్టారిద్దరూ. కోతి తినలేకపోతోంది. అలిసి పోయిందేమోనని సత్తెయ్య బలవంతంగా తినిపించాడు. కడుపునిండా తిని కోతిని గుండెలమీద పెట్టుకుని చెట్టుకింద పడుకుంటే సత్తెయ్యకి నిద్రపట్టింది. నిద్రలేచి "నా దేవుడా, నా తండ్రీ, నా కొడకా" అని కోతిని పలకరిస్తే కోతి పలకలేదు. కంగారుగా చూశాడు సత్తెయ్య.

కోతి సత్తెయ్యని ఒంటరివాణ్ణి చేసి వెళ్ళిపోయింది.

సత్తెయ్య చచ్చిపోయిన కోతిని గుండెలకి హత్తుకున్నాడు. నుదుట మళ్ళీ తిలకం దిద్దాడు.అలనాడు అడవిలో కట్టెల మోపు మీదికి దూకిందే ఆ చెట్టు దగ్గరకి మోసుకెళ్ళాడు. గొయ్యితీసి మెత్తగా పసిపాపని పడుకోబెట్టినట్టు పడుకోబెట్టి, ఆఖరిసారి కోతి మెడలో మువ్వలు కుదిలించి మట్టి కప్పి, ఎదురుగా కూర్చుని వెదురుబద్దతో నేలమీద కొడ్తూ "తనక తనకజం.... రాములోరికి దణ్ణంపెట్టు, సీతమ్మోరికి దణ్ణం పెట్టూ..." అంటూ రాత్రంతా పాడాడు.

మూడురోజులు గడిచాయి. సత్తెయ్యకి ముద్దలేదు. కూలికిపోవటానికి ఓపిక లేదు. ఓపిక లేకపోయినా ఆకలి మంట ఆగదు.

ఉన్నట్టుండి లేచాడు సత్తెయ్య. వెదురుబద్ద తీసుకొన్నాడు. ఇంటింటి ముందుకీ వచ్చాడు. "తనక తనకజం...." ఆడుతున్నాడు. తనే ఆడుతున్నాడు. తనే కోతయి, కోతిలా ఆడుతున్నాడు. కోతిలా రెండు చేతులూ నేలకానించి ఆడుతున్నాడు. "రాములోరికి దణ్ణం పెట్టూ.... సీతమ్మోరికి దణ్ణంపెట్టూ .... కోతిలా పళ్ళికిలిస్తున్నాడు. కోతిలా మొగ్గలేస్తున్నాడు. పల్టీలు కొడుతున్నాడు. కోతిలా గాలిలోకి ఎగరలేక ఎగురుతున్నాడు.

ఆహా! జనమంతా ఆట చూస్తున్నారు. కోతి ఆట చూసినట్టే సత్తెయ్య ఆట కూడా చూస్తున్నారు.

ఆట చూస్తున్న అయ్యాలారా! పిల్లలుగన్న తల్లులారా! అమ్మలగన్న అమ్మల్లారా! కోతిసాయం పొందిన దేవుణ్ణి కొలిచే దేవతల్లారా! సత్తెయ్య గొంతు చీరుకు పోయేట్టు పాడుతున్నాడే! ఎముకలు విరిగేట్టు ఆడుతున్నాడే! నెత్తురింకి పోయేట్టు ఎగురుతున్నాడే! కళ్ళముందు మనిషి జంతువుకంటే హీనమై పోతున్నాడే! కోతి ఆట చూసినట్టు ఆనందించి పైసలేస్తున్నారా అయ్యల్లారా! ✸

బిందురేఖ

తీపి సుఖంగా ఉంటోంది. కారం నసాళాని కంటుతోంది. చేదుని నాలిక తిరగ్గొడ్తోంది. అన్నీ తెలుస్తూనే ఉన్నాయి. సుఖానికి మనసు పొంగుతోంది. బాధకి శరీరం తల్లడిల్లిపోతోంది. అసూయ, కోపం అన్నీ అర్థమవుతూనే వున్నాయి. కాని స్త్రీ అనే జీవి మాత్రం అగమ్యంగా వుండి అర్థం కావటంలేదు.... అర్థం అయినట్టుండి కాకపోవటం, చీకటి వెలగటం, అంతుపట్టటం లేదు.

మట్టెల మోతకే గుండెజల్లుమన్న ఆ మనిషే తెంచుకోవలసిన బంధం అంటున్నాడే.

ఎరఎర్రని పెదవులు, తెల్ల పారిజాతాల కళ్ళల్లో తుమ్మెద కనుపాపలు, చీకటంత జడల్లో చందమామ ముఖాలు, సుగంధం కమ్మినట్లు నవ్వులతెరలు, కౌగలించుకునే హస్తాలు, హత్తుకునే వక్షాలు, ఐక్యమయ్యే శరీరాలు ఈ మూర్తిని, ఈ రూపుని చింపి ముక్కలు చేద్దామా? నెత్తిన పెట్టుకు పూజిద్దామా?

పూజించారు పూర్వాన. ఆరాధించారు అమరావతిగడ్డన ఒకటో శతాబ్దినాడే. కథలు కథలుగా ఆ మూర్తిని స్మరించుకున్నారు.

అల్ల, ఆ పడుచుకి ఎడమకన్ను అదిరింది. అది శుభసూచకం. దూరానెక్కడో ఉన్న ప్రియుడు తప్పక తిరిగివస్తాడు అనుకుంది. ప్రియుడి ఆలోచన రాగానే వొళ్ళు పులకలెత్తింది. కృతజ్ఞతగా ఎడమకన్నుతో అంది ఆమె. 'ఓసీ ఎడమకన్నా! నీ సూచన ప్రకారం నావాడు తిరిగొచ్చెనో కుడికన్ను సాంతం మూసేసి నీ తోటే నా ప్రియుణ్ణి తనివితారా చూసుకుంటాను'' అని.

ఎర్రకోకలు కట్టుకున్న పడుచులు విసవిస నడిచి వెళ్తున్నారు. నీలిరంగు కంచులిక స్థనభారాన్ని ఆపలేకపోతోంది. వంగి నీళ్ళు ముంచుకుంటున్న వారిని కొంటెగా చూస్తున్నారు కొందరు కుర్రకారు. ఆ చూపులకి సిగ్గుతో తత్తరైపోగా ఆ తడబాటుకి గాజులు కదిలిపోతున్నాయి.

పొలాన అరక దున్నుతున్నాడు అతగాడు. పొద్దు నడినెత్తి కొస్తోంది. పడుచు పెళ్ళాం బువ్వట్టుకు రాలేదు. అరక చాలులోనే సాగుతున్నా కళ్ళు డొంకవైపుకే ఉన్నాయి. దూరాన ఎక్కడో ఖంగుఖంగుని కడియాల చప్పుళ్ళు. అరక ఆపి చూశాడు. తన భార్యే! పాలపిట్ట ఒక రాయి మీంచి ఇంకో రాయి మీదికి గెంతినట్టు చెంగనాలు పెడ్తూ వస్తోంది. ముక్కు బులాకీ ఎండకి తళుక్కు మంటోంది. దవు దవ్వులకు వచ్చే భార్యని చూసి పట్టరాని సంతోషంతో ఎద్దుల మెడపట్టీలు విప్పబోయి ముకుదాళ్ళు విప్పేశాడు. ఇంక పొగరు ఎవరు ఆకట్టగలరు?

సంజెవేళ అయేసరికి జడల్లో ముడుచుకోడానికి అందరికీ దాసాని పూలు కావాలి.

ఆపూలు పూరిబయటతోపుల్లోనే దొరుకుతాయి. అవి కోసుకురావడానికి మొగవారినంపితే వారు ఏ ఆడవారికి చిక్కిపోతారోనని మరుదులను కలవారి లోగిళ్ళకి పంపి పూలు తెప్పించేవారు.

ఎటుచూసినా పువ్వులు, పువ్వుల్లాంటి స్త్రీలు. స్త్రీల ఆకారమే కాదు, మనసెరిగిన మనుషులు.

అదుగో! కింశుక వృక్షం కింద వొత్తుగా రాలిన పూలు. ఆకుపచ్చ ఆకులతో పసుపుపచ్చ పూలవాన. బుద్ధభగవానుని పాదాలచుట్టూ సాష్టాంగపడ్డ వేలాది భిక్షువుల్లా వున్నాయి ఆ రాలిన పూలు.

పోనీ ఆ భిక్షువుల దగ్గరకే వెళ్దాం.

ఓ సన్యసించిన స్వామీ! జీవితంలో అన్నీ వొదులుకుని, కోరికలు చంపుకుని ధర్మదీక్షతో వున్న నువ్వు-నువ్వెలా చెక్కావయ్యా అపురూప స్త్రీ సౌందర్యాన్ని? ఇంతటి మహత్తర జీవరహస్యాన్ని సర్వసంగ పరిత్యాగివి నీవెలా గ్రహించావయ్యా? మానసికంగా సన్యాసివయి ఇంతటి రసముద్రాన్ని ఎలా ఆవిష్కరించావయ్యా?

కళ్ళముందు కన్పించేది మిధ్య అనుకోవటమా? అనుభవించింది అసత్యం అనుకోవటమా?

తల్లికడుపున పుట్టి, ఆ తల్లి వొళ్ళో పెరిగి, వయసొచ్చాక కన్నెపిల్ల కోసం కలలుగని, ఆ పొందుకోసం ఏడ్చి ఏడ్చి, పొందులోనే ప్రపంచం ఉందని భావించి, పలవరించి తనకు సంతానాన్ని కనిస్తే మురిసిపోయి వయసు పైబడగానే ఆ ప్రాణాధారమైన జీవి మాయబంధమై పోతుందా?

ఆకారాల గురించి ఆకాశమంత వర్ణనలు చేశారేగాని ఆ మనసులోని అగాధ పాతాళం నుంచి అమూల్య రత్నాలు వెలికి తీయరేమి?

ఏనాటికి బోధపడుతుంది ఆ జీవి?

బిందువురేఖగా సాగిపోతోంది. కాని ఆ బిందువు స్వరూపం తెలియటంలేదు. ✸

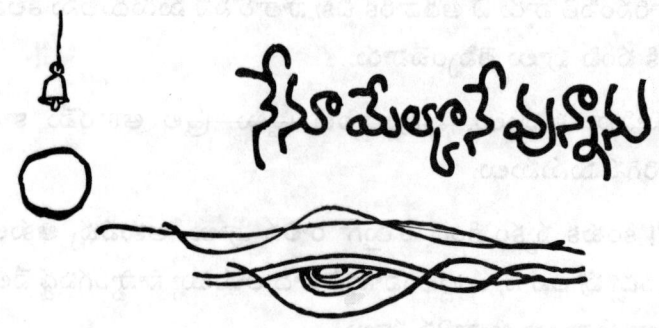

నేనూ మేల్కొనే వున్నాను

నల్లగా ఉన్న కంటిపాపకు చల్లగా వున్న చీకటిలో ఏం కనిపించడం లేదు. శరీరంలోని సర్వశక్తులు చూపులో కేంద్రీకరిస్తే అక్కడక్కడ తళుకుమంటోంది. ఊరు నిద్దరోతోంది. ఇళ్ళు నిద్దరోతున్నాయి. మేడలు పడుకున్నాయి. చెట్టు కదలడం లేదు. కొమ్మ ఆడడం లేదు. అంత నిశ్శబ్దంలోనూ అంతటా అలుముకున్నది ఒకే ఒక్కటి చీకటి. హరుడి జటాజూటంలా ఆకాశం నుంచి నేలదాకా కమ్ముకున్నది చీకటి.

వీధి అరుగుల మీద పగలల్లా కష్టపడి పనిచేసిన పాలేళ్ళు గుర్రుపెట్టి నిద్దరోతున్నారు. లోపల గ్రామపెద్ద వీరాస్వామి మీసాలు నిద్దరబోతున్నాయి. అప్పటిదాకా కరణం మీద పన్నిన కుట్ర నిద్దరబోతోంది. "లేకపోతే తన వాళ్ళ పొలం తాను స్వాధీనం చేసుకుంటే వారసత్వం దావా వేయిస్తాడా? ఇంతటివాడ్ని కోర్టు కీడిపిస్తాడా? నలుగురిలో పంచాయితీ పెట్టిస్తాడా? పెద్దే మాత్రం ఏం జరిగింది గనక. ఒక్కడు నోరువిప్పి తనకు వ్యతిరేకంగా చెప్పలేదే? ఎక్కడికి బోతాడు బక్కటోడు? పొలంలో కోతలవుతున్నాయిగా! కుప్పలు కొంపకి చేరినప్పటి మాటగదా!" అనుకుని హాయిగా నిద్రబోతున్నాడు వీరాస్వామి. చెంద్రనిప్పుల వీరాస్వామికి, నెత్తుటేళ్ళ వీరాస్వామికి, కత్తిపోట్ల వీరాస్వామికి దూరంగా వుందామని కాబోలు చీకటి ముందుకెళ్ళింది. అయినా ఆ యింట వెలుగులేదు. ఆ మూల మంచం మీద సుశీల చీకట్లో తనలో తాను నవ్వుకుంటోంది. నిద్రలో ఉలిక్కిపడి పరవశించిపోతోంది. అత్తవారికి

మిగిలిన కట్నం ఇవ్వలేదని తనని అత్తింటికి తీసుకెళ్ళకపోతే ఆరేళ్ళు అరణ్యవాసంలా గడిపింది పుట్టింట్లో. తన తోటివాళ్ళు హాయిగా కాపురాలు చేసుకుంటూ, గుళ్ళో దేవదర్శనం అయిన తరువాత సంజెవేళ మంటపంలో ఒంటరిగా కూర్చుని ముచ్చట్లాడుకుంటూ తొలిచూలు బిడ్డని గర్వంగా భర్త చేతి కందించినప్పుడు అతగాడు కృతజ్ఞతగా నవ్వితే పరవశం పొందుతూ, పాపలు 'అమ్మా అమ్మా' అని పిలుస్తుంటే పాలిండ్లు పొంగగా గుండెలకు హత్తుకుంటూ కాలం గడపగా తాను ఒంటరియై వెలిగించని దీపంసెమ్మాలా దిగులుగా చుక్కలు లెక్కబెట్టుకుంటూ, చీకటి కొలుచుకుంటూ కాలం వెళ్ళదీసింది. చీకటడుగుతోంది "ఏవమ్మా ఇంత కాలానికి సూర్యుడొచ్చాడా ఎందుకింత సంబరం" అని. చీకటే జవాబు చెప్పింది. "తండ్రి మాస్టరీ నుంచి రిటైరైపోతే ప్రభుత్వం దగ్గర దాచుకున్న డబ్బు పెద్ద మొత్తంగా వస్తుందట. అప్పులు, తాకట్లు అవతలపెట్టి ఆ డబ్బుతో అమ్మాయిని అల్లుడి దగ్గరకు పంపుతాను" అన్నాడాయన. అందుకు ఆ సంతోషం.

అంత సంతోషంలోనూ ఆగిపోయి నిద్రలో కుళ్ళి కుళ్ళి ఏడ్చింది సుశీల.

"ఆ డబ్బుతో నన్నత్తింటికి పంపితే ఆ తరువాత అయ్యకు అన్నమెట్లాగూ?" అని.

ఫ్యాక్టరీ ముందు కాపలా కాసే వెంకన్న కూడా కునుకుతున్నాడు. ఊరంతా నిద్రపోయినా తానెప్పుడూ మెలుకువతో వుండే వెంకన్న ఈనాడు జోగుతున్నాడు. మీసకట్టురానప్పటినుంచీ కాపలాకాస్తున్నాడు. పండగనాడు సైకిలు కట్టుపంచె కట్టుకుని పల్లవీధిలో నడిచి వెళ్తుంటే ఓ ఇంటిముందు కిలకిల నవ్వు వినిపించంది. వెనక్కి తిరిగి చూస్తే సుబ్బి బంతిపూల జడ ముందుకేసుకుని ఆ పూవుల చాటునుంచి తనను ఓరగా చూస్తోంది. ఆ మరునాడే సుబ్బిని మనువాడాడు. రాత్రిళ్ళు కాపలా కాస్తూ సుబ్బినే తలుచుకునేవాడు. ఈ ఉద్యోగాన్ని తిట్టుకునేవాడు. వెన్నెట్లో వేగిపోయేవాడు. కాని నిద్రపోయేవాడు కాదు. సంవత్సరం క్రితం తెల తెలవారుతుండగా సుబ్బికోసం తహతహ లాడుతూ పరుగున పరుగున గుడిసెకొస్తే తలుపులు బార్లా తీసున్నాయి. ఊరంతా వెతగ్గా, నలుగురినీ అడగ్గా తేలిందేమంటే "సుబ్బి రంగడితో లేచిపోయిందని." ఆనాటినుంచి వెంకన్న కూడా జోగుతున్నాడు.

పెద్ద బజార్లో చీకటి పక్కబరుచుకుంది. సగం కట్టి ఆపేసిన రథశాల దిగులుగా చూస్తోంది. గాలిగోపురంలో పావురాళ్ళు కువకువ లాడ్డంలేదు. ఎదురుగా పెద్ద రథం అలిసిపోయి చీకట్లో విశ్రాంతి తీసుకుంటున్న ఐరావతంలా వుంది. నిన్న రథయాత్ర రోజు ఎంత సందడి. ఎందరు జనం. దేవుడి విగ్రహాలు వూరేగింపుగా వస్తుంటే ఏమి తోసుకోటాలు. ఒక పక్క చెరుకుగడ నముల్తూ "హర హర మహాదేవ" అని కేకలు, చెక్క భజనకి లయగా వూగుతూ తల వూపడాలు, కన్నె పిల్లల మెడల గంధపు వాసనలు. వేంచేపు చేసిన స్వామి విగ్రహాల వైపు చూస్తూ భక్తి పారవశ్యాన కొన్ని వందలమంది రథం మోకు పుచ్చుకుని జండా ఊపగానే "శంభో" అని ఆకాశం అదిరేట్లు అరుస్తూ రథాన్ని లాగుతూంటే, నలిగిపోయిన పాదాలు. ఆ విసురుకి కిందపడ్డ మనుషులు. స్వామి నివేదనల కోసం గాలిలో కెగరేసే అరటిపండ్లు, కొమ్ముబూరలకు తోడు పిల్లల బూరలు. చెట్లెక్కిన జనం, మేడలెక్కిన జనం, తండ్రుల బుజాలెక్కిన బుడతలు. అందరూ వెళ్ళిపోయాక అర్థరాత్రి సమయాన ఆ వీధి వుందయ్యా! కడిగేసిన వంటిల్లులా, ఖాళీ ఎడ్లబండిలా చీకట్లో నిశ్శబ్దం అయింది.

అంతటా నిశ్శబ్దపు చీకటి.

అంతటి నిశ్శబ్దంలో ఎక్కడో చిరు సవ్వడి. అది కృష్ణ వొడ్డు. అంత పెద్ద చింతచెట్లు కదలక మెదలక మూగవోయిన వేళ కృష్ణమ్మ సన సన్నగా ముందు కెళ్తోంది. గలగల మోత లేదు. కిలకిల నవ్వులేదు. తక్కుతూ తారుతూ చీకట్లో కలిసిపోయి ముందుకెళ్తోంది. కృష్ణమ్మ అడుగు తడబడ్డప్పుడు అందె మోగినట్టు ఉండుండి చేపపిల్ల చెంగున ఎగురుతోంది. తక్కువ శృతిలో తంబురా వేసినట్టు సాగిపోతోంది కృష్ణ. భూమాత కాటుక కన్నులా వుంది కృష్ణ. సర్వదా జాగృతమైన ఆత్మలా కన్నుమూయలేదు కృష్ణ.

"నేనూ మేల్కొనే వున్నాను" అంది గాలికి మోగిన గుడి ధ్వజస్తంభపు చిరుగంట.... ✸

ఏడుపెరగనివాడు

అది రుద్రభూమి!

పుట్టిన ప్రతివాడూ ఆఖరికి చేరుకునే పుణ్యభూమి. జీవితమనే అవిశ్రాంత యానంలో ఆఖరి ద్వారం అది. ఆ ద్వారం దగ్గర నుంచుని ఉన్నాడు కాటికాపరి ఏసోబు.

చీకటంత నల్లగా ఉన్నాడు యేసోబు. కాగడాల్లా ఎర్రటి కళ్ళు, గుబురు మీసం, బేతాళుడి చేతులు. సుబ్బయ్యగారు బుగ్గయిపోతుంటే కొడుకులూ మనవలూ గోలు గోలున ఏడుస్తున్నారు. గుండెలవిసిపోయేట్టు రాళ్ళు కరిగిపోయేట్టు 'అనాథులమై పోయినాం! ఎవరు దిక్కు మాకు' అని ఆకాశానికంటేటట్లు విలపిస్తున్నారు. ఆ ఏడుపులు, ఆవేదన, ఆ బాధ ఏమీ ఏసోబు కంట లేదు. అతని ముఖంలో ఏ విచారమూ లేదు. అవన్నీ తనకు పట్టనట్లు తన ధర్మం తను చేసుకోపోతున్నాడు.

ఇప్పటి మాటా! తనకి పదేళ్ళ వయస్సు వచ్చినప్పటినించి తండ్రి పక్కన వుండేవాడు. నిత్యమూ చావులూ, ఏడుపులూ తప్ప వేరేమీ ఎరగడు. అంచేత జీవితంలోని దుఃఖాలన్నింటి కంటె పెద్ద దుఃఖమైన మృత్యువు అతన్నేం

కదిలించదు. సజ్జనులు పోయినప్పుడు లోలోపల "అయ్యో!" అనుకునేవాడు. దుర్జనులు పోయినప్పుడు "ఇప్పటికి పాపం పండింది" అనుకునేవాడు. తను దొంగ ఏడుపులు చూశాడు. కుంకుమ చెరిగిపోతుంటే, గాజులు చిట్లిపోతుంటే, గుండె ముక్కలవుతుంటే "కాలసహజం" అనుకునేవాడు తప్ప కంట నీరెట్టి ఎరగడు.

తండ్రిని మట్టి చేస్తుంటే అతనికేం అన్పించలేదు అంతదాకా ఎందుకు? కట్టుకున్న ఇల్లాల్ని మోసుకొచ్చినప్పుడు కూడా కదిలిపోలేదు. జనమంతా "బండ ముండాకొడుకు" "రాతిగుండె" "రాక్షసుడు" అన్నారు.

బతికున్నప్పుడు మిగతా జనం అడుగుపెట్టడానికే భయపడేచోట, ఆ పేరు తలుచుకుంటేనే హడలిపోయేచోట, ఏసోబు నిత్యనివాసంగా ప్రతిక్షణం మృత్యువాతావరణంలో నిర్మోహంతో నిరాసక్తతతో జీవిస్తున్నాడు. జనమంతా వెళ్ళిపోతున్నారు.

"అయ్యోవ్!" పన్నెండేళ్ళ పిల్లాడు కృష్ణవొడ్డునించి కేక. అతగాడు ఏసోబు కొడుకు బుల్లిగాడు. వాడికి ఈపక్కలకి రావటానికి భయం.

"ఆ! వచ్చె" యేసోబు తిరిగి కేక.

ఏసోబు గుడిసె కృష్ణ వొడ్డునే. కొడుకు గంజి కాచి తండ్రిని పిలిచాడు. ఇద్దరూ కృష్ణవొడ్డున కూర్చుని ముంతల్లో గంజి వొంపుకు తాగుతున్నారు. బుల్లిగాడు తాగలేక పోతున్నాడు. "ఏటయిందిరా?" అని తండ్రి కొడుకుని దగ్గరకు తీసుకుంటే బుల్లిగాడి వొళ్ళు కాలిపోతోంది.

"ఓరి జొరం వచ్చిందిరా..." అంటూ ఏసోబు మిగిలిన గంజి వొదిలేసి కొడుకు నెత్తుకుని గుడిసెలోకి తీసుకెళ్ళి పడుకోబెట్టి కంబళి కప్పి "మందు తెస్తానుండు" అంటూ వూళ్ళోకొచ్చాడు.

ఏసోబు వీధిలో నడుస్తుంటే జనమంతా పక్కకు తప్పుకు వెళ్ళిపోతున్నారు. ఆచార్లుగారి దగ్గరకెళ్ళి మందు తీసుకొని చిల్లరకొట్టు దగ్గరకొచ్చి ఉప్పు, చింతపండు తీసుకున్నాడు ఏసోబు. షావుకారు పొట్లాలు దూరంగా విసిరేసి డబ్బులమీద నీళ్ళు చల్లి గల్లాపెట్టెలో వేసుకొన్నాడు. వీధిలో నడుస్తూ ఏసోబు అనుకున్నాడు. 'వాళ్ళంతా మనుషులు. నేను కాను. నన్నుచూసినా తాకినా

సెరుపే! కాని అయ్యలూ! మీరందరూ నాచేతిమీంచి పోవల్సినోళ్ళే....'

గుడిసెకొచ్చి కొడుక్కి మందిచ్చి, ఓ గంట వొళ్ళు వాల్చాడో లేదో గట్టుమీంచి పిలుపు. మృత్యువుకి పగలూ రాత్రీ లెక్కేవిటి! తనకూ వేళాపాళా లేదు! లేచి వెళ్ళాడు ఏసోబు.

తిరిగి వచ్చేటప్పటికి బాగా పొద్దుపోయింది. ఆ రోజు చీకటి మరీ చిక్కగా వుంది. కొడుకు వొళ్ళు మసిలిపోతోంది. మళ్ళీ మందిచ్చాడు. బుల్లిగాడి తల వొళ్ళో పెట్టుకు కూర్చున్నాడు వాడి వొంటిమీద స్పృహలేదు. ఉన్నట్టుండి బుల్లిగాడి వొళ్ళు చల్లబడుతోంది. మరీ చల్లబడుతోంది. ఏసోబు అరికాళ్ళు రుద్దాడు. అరిచేతులు రుద్దాడు. వాణ్ణి ఎట్లాగైనా బతికించుకోవాలి. లాభం లేదు. చిన్నవాడి వొళ్ళు సొంతం చల్లబడిపోయింది. ఏసోబు బుల్లిగాణ్ణి గుండెలకి హత్తుకున్నాడు. భళ్ళు భళ్ళున ఏడ్చాడు. జీవితంలో మొట్టమొదటి సారి ఏడ్చాడు. నరాలు తెగిపోయేట్టు ఏడ్చాడు. కృష్ణ కదిలిపోయేటట్లు. నేలపగిలిపోయేటట్టు, ఆకాశం చిరిగిపోయేటట్టు ఏడ్చాడు.

ఏడ్చిఏడ్చి ఆగి ఒక్కసారి కృష్ణవైపు చూశాడు. ఎప్పటిలాగా ముందుకెళ్తోంది.

అవునూ! తను ఎందుకు ఏడ్చినట్లు?

మామూలయిపోయాడు "వెళ్ళిన వాళ్ళు వెళ్తారు ఉన్నవాళ్ళు ఉంటారు అనుకుని ఏమీ జరగనట్టు కొడుకుని బుజాన వేసుకొని మట్టిచేయడానికి గట్టుమీది కొచ్చాడు. కొడుకుమీద మట్టి కప్పి ఎదురుగా నుంచుని అన్నాడు. "ఓ తల్లీ! నేల తల్లీ! నువ్వెంత గొప్పదానివమ్మా? ఏడుపెరగని వాణ్ణి. ఈ బుడ్డాడికోసం ఏడుస్తానేమోనని అణ్ణి ముందే తీసుకెళ్ళావా అమ్మా! లేకపోతే ఓరి బుడ్డాడా! నీ అయ్యపోతే నువ్వేడుస్తావేమోరా! బతుకంతా ఏడుపెరక్కుండా బతికిన ఏసోబుగాడు పోయాక ఎనక ఎవరూ ఏడవకూడదని అణ్ణిప్పుడే లాక్కెళ్ళావా తల్లీ! కానమ్మా! నాకేం దిగుల్లేదు! కాన్తల్లీ! నే పోయాక మట్టి చేసేందుకు మడిసి లేకుండా పోయాడు. కొంచెం ఆ సమయ మొచ్చినప్పుడు... కొంచెం ముందు చెప్తివా.... నేనే గొయ్యి తీసుకు అందులో పడుంటాను. ఆపైన నువ్వే మట్టి కప్పుకో తల్లీ" అంటూ ఆకాశంవైపు చూసి పిచ్చిగా నవ్వాడు. ✸

అరుగరుగో సుబ్బయ్య మేష్టారు_

అరుగో సుబ్బయ్య మేష్టారొస్తున్నారు. అంటే సుబ్బయ్య మాష్టారు రావటం లేదు. ఒక గేదె, ఓ దూడ స్కూలు ఆవరణలోకి అడుగుపెడ్తున్నాయి. వాటి వెనకాల ఇద్దరు కర్రలుచ్చుకుని వాటిని తోలుకుంటూ వస్తున్నారు. అవి సుబ్బయ్య మేష్టారి పశువులు, వాళ్ళిద్దరూ సుబ్బయ్య మేష్టారి శిశువులు. ఆవరణలో గునపాలు పాతి ఆ గేదెని, దూడని కట్టేశాక ఎవరి క్లాసుకు వాళ్ళు వెళ్ళిపోయారు పిల్లలు. ఆ వెనక సుబ్బయ్య మేష్టారు వచ్చారు. ఇంకో

సంవత్సరంలో రిటైరు కావాలి. వాలిపోతున్న కళ్ళజోడు సర్దుకుంటూ నేల చూస్తూ నడుస్తున్నారు. ఉత్తరీయాలు ఎప్పుడో మానేశారు. భార్య పోయిం తర్వాత చొక్కా చిరుగు కుట్టేవారు లేకపోతే కొంతకాలం చిరుగుల్ని కప్పుకోడానికి ప్రయత్నించేవారు. ఇప్పుడదీ మానేశారు.

మేష్టార్ని చూడగానే గేదె మోరెత్తి అరిచింది.మేష్టారు దగ్గరకెళ్ళి మూపు నిమిరి నాలుగు గడ్డి పరకలు నోటికందించి "క్లాసుకు టైమైంది మళ్ళీ వస్తా" అంటూ గంట కొడ్తుండగా క్లాసులో అడుగుపెట్టారు. వస్తూనే ముందు హోంవర్కు తీయమన్నారు. అందరూ చేశారు కాని సుబ్బరాజు చేయలేదు. మేష్టారికి చెడ్డ కోపం వచ్చింది. "స్టాండ్అప్ ఆన్ ది బెంచ్" అన్నారు. అంతలో జ్ఞాపకం వచ్చి "ఒరేయ్! ఇది రెండోసారి కదూ హోంవర్క్ మానేయటం! అదికాదు నీకు శిక్ష! వెళ్ళు! కాస్త గడ్డికోసి ఆ గేదెకి, దూడకి వేసి రా!" అని పంపించేశారు.

ఓ ఐదు నిముషాలకి సుబ్బరాజు తిరిగొచ్చాడు. వాణ్ణి ఆప్యాయంగా నిమిరాడు. "ఒరి వెధవా! ఆ గేదెవుంది చూశావా! దానికి గడ్డివేస్తే పాలిస్తుంది. మీ నాన్నా నీకు అన్నంపెట్టి, గుడ్డలిచ్చి ప్రేమగా చూసుకుంటున్నాడు. నువ్వాయనకు పాలూ ఇవ్వక్కర్లేదు. మీగడా పెట్టక్కర్లేదు. నీ చదువు నువ్వు చదువుకోకపోతే ఆ గేదెకంటె హీనమే గదా! అంటూ చెప్తుంటే సుబ్బరాజు కళ్ల నీళ్ళయిపోయాడు. అంతే! ఆరోజునించి వాడు హోంవర్కు మానలేదు.

స్కూలు విడిచిపెట్టాక ఆ దృశ్యం చూడవలసిందే! ఈమారు సుబ్బయ్య మేస్టారే పలుపు పుచ్చుకుని గేదెని, దూడని ముందుకు నడిపించుకు వెళ్తుంటే ఓ పాతికమంది పిల్లలు ఎవరికి తోచిన గడ్డి వాళ్ళు కోసి వెనక నడుస్తుండేవాళ్ళు. అలా ఇంటిదాకా వెళ్ళి గడ్డి వరండాలో పడేసి ఎవరి దోవన వాళ్ళు వెళ్ళి పోయారు.

పిల్లలకి మేస్టారంటే ఎంత భక్తో మేష్టర్లందరికీ తెలుసు. ఆయనకి కోపం వచ్చినా ఎంత సున్నితంగా మనసుకు పట్టేట్లు లెక్కలు చెప్తారో పిల్లలు ఇళ్ళల్లో చెప్పుకునేవారు. కొందరికి కళ్ళలోకి చూస్తూ చెప్పేవారు. కొందరికి వీపు

నిమురుతూ చెప్పేవారు. ఎవరైనా భయస్తుడైన మందమతి ఉంటే వాణ్ని వొళ్ళో కూర్చోపెట్టుకు చెప్పేవారు. అలాగాయన పాఠం పిల్లలకి గొప్ప సరదా, లెక్క లెక్కకీ మధ్య ఆయన చెప్పే పిట్టకథ పిల్లలు రోజులు రోజులు చెప్పుకునేవారు. పిల్లలతో కూర్చుంటే మేష్టారికి పొద్దూ తెలియదు. ఆకలీ తెలియదు.

సుబ్బయ్య మేష్టారు రిటైరైపోయారు.

ఆ రోజు మేష్టారి పిల్లలిద్దరే స్కూలు కొచ్చారు. గేదె రాలేదు.దూడా రాలేదు. ఆ వెనక జారుతున్న కళ్ళజోడు సర్దుకుంటూ సుబ్బయ్యగారు రాలేదు. ఆవరణ బోసిగా వుంది.

పిల్లలకి చదువెక్కలేదు. పచ్చగడ్డి దిగులుదిగులుగా ఉంది. రీసెస్‌లో గేదెని, దూడని పలకరించే పిల్లలకి టిఫిన్ సయించలేదు. స్కూలు గడియారం పనిచేయనట్టు స్కూలు బెల్లు విరిగిపోయినట్టు వుంది. జేబుల్లో తెచ్చుకున్న తాయిలం ఎక్కడో జారిపోయినట్టు అందరి ముఖాల్లో దిగులు.

సాయంత్రం వందమంది పిల్లలు, రెండుచేతులా గడ్డికోసుకుని సుబ్బయ్య మేష్టారి ఇంటికెళ్ళారు. ముందు ఖాళీస్థలంలో గేదెముందు దిగులుగా కూర్చున్న మేష్టారు కన్పించారు. ఎవరూ ఏమీ మాట్లాడలేదు. తెచ్చిన గడ్డి గుట్టగా గేదెముందు పోశారు. గేదె సంబరంగా తింటోంది. సుబ్బయ్య మేష్టారు కదిలిపోయారు. "ఒరే అయ్యలూ! నాకోసం ఇంతదూరం వచ్చార్రా! పొద్దుట్నించీ కాళ్ళూ, చేతులూ ఆడ్డం లేదురా! అన్నం సయించలేదు. నాకు ఒక్క సాయం చేయండ్రా! ఇంటికి వెళ్ళిపోతూ పోతూ నాచేత ఒక్క లెక్క చెప్పించుకు వెళ్ళండ్రా .... చాలు" అన్నారు. "తప్పకుండా" అన్నారు పిల్లలు.

గేదెవైపు తిరిగి అన్నారు మేష్టారు. "నీకు చక్కటి పచ్చగడ్డి తింటే ఆకలి తీరుతుంది. నాకు పిల్లలకి ఒక్కపాఠం చెప్తే కడుపు నిండుతుంది." ✸

ప్రణవమూర్తి

చీమ చిటుక్కుమంటే కళ్ళటు తిప్పి చూస్తాడు శంకరప్ప. కొమ్మల ఆకులు గలగల్లాడితే అటు ముఖమై పోతాడు. చిలకలు ముక్కులు పొడుచుకుంటూ కిచ కిచ లాడుతుంటే కళ్ళింత చేసుకు చూస్తాడు. గాలి గోపురం పావురాళ్ళు 'కూఊ' 'కూఊ' అంటూ గొంతుబిగబట్టి అరుస్తూ రెక్క లార్పుకుంటుంటే పరవశంతో చప్పట్లు చరుస్తాడు. కృష్ణమ్మ బుడగలు పేర్చుకుంటూ, రాళ్ళని చుట్టుకొంటూ గల గల పారుతుంటే రాత్రింబగళ్ళు అక్కడే గడిపేస్తాడు. ఎక్కడ ఎలాంటి శబ్దమైనా పొంగిపోయి పరుగెత్తుతాడు. పదిహేనేళ్ళ శంకరప్పకి శబ్దమంటే ప్రాణం. ఆ ప్రాణమైన శబ్దాన్ని అతని గొంతు పలికించలేదు. అతడు పుట్టు మూగ.

"వూ ఊ...ఊ....ఊ..... నాకు బొంగరం కొని పెట్టు."

ఐదేళ్ళపిల్ల మారాం చేస్తూ గోముగా తల్లి నడుగుతోంది.

తల్లి ఏదో చెప్తోంది. పిల్ల వినకుండా "వూ ఊ....ఊ....ఊ" ఆ మారాం చేస్తోనే ఉంది. ఆ మారం చేస్తున్న పిల్లగొంతు ఎంత హాయిగాఉందో శంకరప్పకి. తల్లి బొంగరానికి త్వరగా డబ్బు యిచ్చేస్తుందేమో, మరి కొంచెం సేపు ఆ పిల్ల తల్లి వొళ్ళో దూరి మారాం చేస్తే ఎంతబావుండును అనుకున్నాడు శంకరప్ప.

కృష్ణ వొడ్డుకెళ్తాడు. అక్కడ ఆడవాళ్ళు బట్టలుతుకుతూ యెడంచేసిన రెండు పాదాల మధ్య టాప్‌ని చీర బాదుతూ 'ఆ హుష్' అంటున్నారు. మళ్ళీ 'టాప్.... ఆ హుష్' టాప్ ఆ హుష్' శబ్దం వింటూ అక్కడే వుండిపోతాడు. ఆపైన చాకళ్ళ దగ్గర కొస్తే వాళ్ళు బట్ట బండమీద బాదుతూ 'ష్ ష్' అని ఈల వేస్తున్నారు. "టాప్....ష్....టాప్....ష్" తాళానికి తగ్గట్టు ఆ శబ్దం వింటూ అన్నం మరిచిపోతాడు.

ఎక్కడో సన్నాయి మోగింది. రయ్యిమని వీధిలోకి పరుగెత్తాడు. సన్నాయి వాద్యం మెలికలు మెలికలుగా గాలిలో కలిసిపోతోంది. ఆ సన్నాయి మూతి దగ్గర చెవిపెట్టి నుంచున్నాడు శంకరప్ప. ఆ నాదం చెవులారా వింటుంటే అతనికి లోపల శంఖాలు మోగుతున్నట్లుంది. 'ఖఁయ్' అని సన్నాయి పై స్వరం అందుకుంటే మనసు ఆకాశాన్ని తాకుతున్నట్టుంది. డోలు వరసలు వాయిస్తుంటే శరీరమంతా లయానుగుణంగా వూగిపోతోంది. అయ్యో! అంత నాదస్వరం నాలో పలక్కపోయినా అంత డోలు లయ నాలో విన్పించక పోయినా, ఆ చిన్ని తాళంలాంటి చప్పుడైనా నేను చేయలేకపోతున్నానే అని కుమిలిపోయేడు శంకరప్ప.

సాయంవేళ పరుగు పరుగున గుళ్ళో కొచ్చాడు. చిలకలా "కూ" అన్నాడు. శబ్దం రాలేదు. పావురాయిలా "కువూ" అన్నాడు. శబ్దం లేదు. "ఆహుష్" అన్నాడు లేదు. "ష్" అని ఈలవేశాడు. లేదు. ఏడుపొచ్చింది. జమ్మిఆకులు

గాలికి జలజల మోగాయి. మీరెంత పుణ్యం చేసుకున్నారు అనుకుని కళ్ళు తుడుచుకున్నాడు. వెన్నెట్లో జమ్మిఆకుల మోతలు, కొమ్మ కొమ్మ గాలికి 'కిర్' మని రాసుకోటాలు ఆనందంగా వింటూన్నాడు. ఎక్కడో గుడ్లగూబ ఘూంకరింపు కూడా అతనికి ఆనందంగానే ఉంది.

కొన్ని శబ్దాలు విన్నప్పుడు చిరకాల స్నేహితుడు పలకరించినట్లుంటుంది. కొన్ని శబ్దాలు గిలిగింతలు పెడ్తాయి. కొన్ని శబ్దాలు హాయిగా నవ్విస్తాయి. కొన్ని శబ్దాలు లోపలున్న దుఃఖాన్ని భళ్ళు భళ్ళున బయటకు లాగుతాయి. కొన్ని శబ్దాలు భయంతో శరీరాన్ని వూపేస్తాయి. శంకరప్పకు అలాక్కాదు. అన్ని శబ్దాల్నీ అతని శరీరం ఆహ్వానిస్తుంది. అన్ని శబ్దాల్నీ అతని మనస్సు లయం చేసుకుంటోంది.

శివరాత్రినాడు శంకరప్పని చూడాలి. అంతటా అతనే. చెక్క భజన దగ్గర అతనే. గుర్రం ఆట దగ్గర అతనే.... నామసంకీర్తనం దగ్గర అతనే....కొబ్బరి కాయలు పెటేలుమనే శబ్దం దగ్గర అతనే. మంత్ర పుష్పాల దగ్గర అతనే.... హర హర మహాదేవ అని ఆకాశాన్నంటే కేకల దగ్గర అతనే .... శంఖాలు, గంటలు, తప్పెట్లు, తాళాలు....రండోళ్ళు....డోళ్ళు ....అన్ని శబ్దాల్ని అంతరంగంలో దాచుకుంటూ ఉన్మాదిలా తిరిగాడు శంకరప్ప.

అన్నినాదాల్ని అన్ని శబ్దాల్ని తనలో నింపుకుని తనూ పలకాలని, తనూ ఈ శబ్ద సముద్రంలో ఓ బిందువవ్వాలని మారేడుచెట్టు కింద కూర్చుని గొంతు పెగలించుకుంటున్నాడు. రాత్రయింది. గొంతునించి శబ్దం లేదు. నరాలు గింజుకుంటున్నాయి. గుండె కదిలిపోతోంది. శరీరం వణికిపోతోంది. చెమటలు పడ్తున్నాయి. కళ్ళు ధారలవుతున్నాయి. రక్తం మరిగిపోతోంది. శబ్దం.... శబ్దం... రావాలి.... పలకాలి....

ఎట్టకేలకు శంకరప్ప గొంతు పలికింది. నరాలు విదిల్చుకొని, గుండె తలుపులు పగలగొట్టుకొని, శరీర సంధులు చీల్చుకుని ఒకే ఒక శబ్దం వచ్చింది.

"ఓం....ం.....ం. ....ఓం.....ం.....ం" సర్వ శబ్దాలకు సర్వనాదాలకు ఆదియైన అంత్యమైన 'ఓం....ం.....' ✸

సీతారామాభ్యాం నమః

శాస్త్రిగారు దర్భకర్రలా పచ్చగా పొడవుగా ఉంటారు. ఆయన అసలు పేరేవిటో తెలియదు. అందరూ రామాయణం శాస్త్రిగారంటారు.

కళ్యాణమంటపంలో రాత్రి ఎనిమిది గంటలవేళ చుట్టూ చిమ్మచీకటి. మంటపంలో ఆముదం దీపం అఖండంగా వెలుగుతూంటే పక్కన వ్యాసపీటమీద రామాయణం ఉంచుకుని వ్యాఖ్యానం చేస్తున్నారు శాస్త్రిగారు. దాన్ని వ్యాఖ్యానం అనటానికి లేదు. గంట మోగినట్టుండే ఆ కంఠంలోంచి ప్రవాహంలా రామకథ సాగుతుంది. భగీరథుడి వెనకాల గంగపరుగెత్తినట్లు జలపాతంలా దూకుతోంది. ఆ కథనంలో ఎన్ని సుళ్ళు, ఎన్ని మలుపులు, ఎంత నిదానం, ఎంత ఆర్ద్రత. చెట్లు చెవులు రిక్కించి వింటున్నట్టుంది. గాలంతా రామమయం అయిపోతుంది. వింటున్నవాళ్ళు బొమ్మలైపోతారు. పిల్లలు సైతం ఉలకరు పలకరు. మనసున రామచింతన తప్ప, మరో ధ్యాసలేదు.

శాస్త్రిగారు తన్మయులై చెప్పుకుపోతున్నారు. ఆనాడు రామపట్టాభిషేకం నిశ్చయమైననాడు సీతమ్మ తన స్వామి రాకకోసం ఎదురు చూస్తోంది. స్వామి రానేవచ్చాడు. ఎలా వచ్చాడు? పట్టాభిషేక లాంఛనాలతో, చక్రవర్తి

అలంకారాలతో రాలేదు. నారచీరలు కట్టుకుని ఆటవికుడిలా వచ్చాడు. సీతమ్మ విస్తుపోయింది. మరీ విస్తుపోనివ్వకుండా రామయ్య అన్నాడు. "తండ్రి ఆన ప్రకారం పధ్నాలుగేళ్ళు అరణ్యవాసం వెడుతున్నాను" అని. సీతమ్మ అరక్షణం ఆగి లోపలికెళ్ళిపోయింది. దుఃఖం పట్టలేక పోయిందేమో అనుకున్నాడు రామయ్య. మరికొంచెం సేపట్లో సీతమ్మ నారచీరలు కట్టుకొచ్చి "నేనూ అరణ్యాలకు తమననుసరిస్తా" నంది. ఇప్పుడు విస్తుపోవటం రామయ్య వంతు. "జనక మహారాజు బిడ్డవు. ఎండ కన్నెరుగని దానవు. రావద్దు" అన్నాడు. "స్వామీ. నీవులేని ఈ భవనం నాకు శూన్యం కదా! నీవు పక్కన లేక అమృతమూ అరుచియే కదా! నీ సాన్నిధ్యం నాకు స్వర్గం. నన్ను వారించకండి" అంటూ భర్త ననుసరించి పువ్వులమీద నడిస్తే కసుగందే సీతమ్మ పాదాలు ముళ్ళబాటల్లో, రక్కసి పొదల్లో నడుస్తుంటే పాదాలు చీరుకుపోయి. నెత్తురు చిప్పిలుతున్నా, భర్త సన్నిధే తనకు ప్రాణమని చిరునవ్వు నవ్విందే కాని కంటనీరెట్టలేదయ్యా...

జనంలో ఉన్న రుక్మిణి కన్నీరు మున్నీరై పోయింది. రుక్మిణి అత్తగారిమీద కోపం వచ్చి అత్తిల్లు వదిలి పుట్టింటికి వచ్చి ఆర్నెల్లయింది. ఉన్నట్టుండి రుక్మిణికి భర్తమీద పోయింది మనసు. అన్నం సరిగ్గా తింటున్నాడో లేదో? అన్నం అయ్యాక ఆకు, వక్క తనే వేసుకుంటున్నాడు కాబోలు. అర్ధరాత్రి మెలకువ వచ్చినప్పుడు తాగటానికి మంచంకింద మంచినీళ్ళు పెడుతున్నారో మర్చిపోతున్నారో! స్నానమాడుతున్నప్పుడు వీపెవ్వరూ రుద్దరు కాబోలు. ఇష్టమైన కొత్తిమెర కారం నూరి పెట్టరు కాబోలు! దుఃఖం పొంగుకు రాగా కొంగుతో ముఖం కప్పుకుంది.

ఉదయాన్ని శాస్త్రిగారు ఇంటింటి ముందుకువచ్చి "సీతారామాభ్యాం నమః" అంటారు. ఇంటివారు గుప్పెడు బియ్యం యాయవారం చెంబులో పోస్తే, ఆ రోజు తిథి, వారం, వర్జ్యం చెప్తారు. అలా చెప్పుకుంటూ పెద్దబజార్లో కొస్తే అక్కడ రైతులు కొత్త నాగలి పట్టడానికి ముహూర్తాలు, పిల్లకి చెవులు కుట్టడానికి మంచిరోజు అడుగుతారు. పంచాంగం తీసి వాళ్ళకి మంచిరోజులు చెప్పి రుక్మిణి ఇంటిముందుకొచ్చి "సీతారామాభ్యాం నమః" అన్నారు. రుక్మిణి

పరుగెత్తుకొచ్చి "అయ్యా! తూర్పు ప్రయాణానికి మంచి రోజెప్పుడు?" అనడిగింది.

శాస్త్రిగారు ఆలోచనగా రుక్మిణివైపు చూసి పంచాంగం విప్పకుండానే 'తూర్పున సూర్యుడుంటాడు. సూర్యుడు నీదేవుడు. నీ దేవుడి దగ్గరకెళ్ళటానికి సంకల్పమే ముహూర్తం. భోజనం చేసి వెంటనే బయలుదేరు, అన్నాడు. రుక్మిణి ముఖమింతయింది. అరసోలెడు బియ్యం చెంబులో పోసింది.

ఆ రోజు ఋష్యమూక పర్వతంమీద శ్రీరామచంద్రుడికి దొరికిన నగలు చూపిస్తున్న ఘట్టం. నగల మూట విప్పాడు రామయ్య. కన్నీటి పొరలు కమ్ముకుంటున్నాయి. ఏమీ కన్పించడంలేదు. అవి ఏం నగలో సీతమ్మవవునో కాదో చెప్పలేకపోతున్నాడు. పక్కనున్న లక్ష్మణుణ్ణి పిలిచి "తమ్ముడూ నాకేం కన్పించటంలేదు. ఇవి నీ వొదినగారి నగలవునో కాదో చెప్పవయ్యా" అన్నాడు. లక్ష్మణుడు ఆ నగలు పరిశీలించి, "ఈ కర్ణపత్రాలు, నాసికా భరణాలు, ఇవి ఎవరివో నాకు తెలియదు. కాని ఈ పాద మంజీరాలు మాత్రం మాతృ సమానురాలైన నా వదినగారివే" అన్నాడు. అంటే ఆ లక్ష్మణస్వామి ప్రతిరోజూ సీతమ్మ పాదాలకు వందనం చేసుకునేవాడు. ఆమె కాలి పట్టీలు తప్ప. ఆ పదయుగ్మం తప్ప మరింకేవీ తెలియని మహాభక్తుడయ్యా ఆయన."

ఇది విన్న రుద్రయ్య కళవళ పడిపోతున్నాడు. వొదినగారి మీద కోపంతో అన్నతో వేరుపడి వచ్చిన రుద్రయ్య, మరునాడే క్షమాపణ చెప్పుకుని అన్నతో కలసిపోయాడని వేరే చెప్పక్కర్లేదు.

పదేళ్ళు గడిచాయి. కళ్యాణమండపంలో ఆముదం దీపం పక్కనుంచి రామాయణం విన్పించటం లేదు. ఇప్పుడు చూస్తే పదిమంది పెట్రోమాక్సు లైట్లు పెట్టుకుని పేకాడుకుంటున్నారు. వెనక రామమయంగా వుండే గాలిలో "నీ యమ్మ జోకరు" లాంటి బూతులు తేలుతున్నాయి.

ఇప్పుడే రామాయణం విడివడిన కుటుంబాలను కలుపుతుందో, సత్యాన్ని నిలబెడుతుందో! ✷

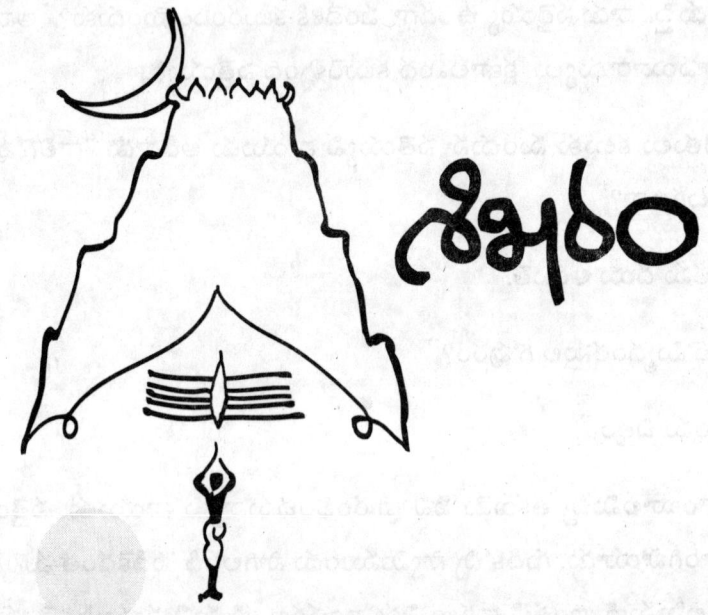

శిఖరం

పాపయారాధ్యులవారు సంధ్య పూర్తిచేసుకుని తలెత్తిచూస్తే ఒడ్డునున్న సత్తెయ్య ఆకాశం వైపు చూస్తూ కన్పించాడు. సత్తెయ్య చెట్ల కొమ్మలమీంచి పైపైకి పైపైకి దృష్టి సారించటం చిత్రంగా ఉంది. పాపయారాధ్యులకి. ఒడ్డుకొచ్చి "ఓరేయ్ సత్తెయ్యా! నడుస్తున్న నేల చూసుకోక నల్లటి ఆకాశం చూస్తున్నావేరా?"

అనడిగాడు. ఆ పలకరింపుకి సత్తెయ్య సిగ్గుపడిపోయి మనసులో ఉన్న మాట చెప్పేశాడు. "మా అయ్య ఇళ్ళూ, మిద్దెలూ కట్టి వెళ్ళిపోయాడయ్యా! నేను డాబాలు కట్టాను. మేడలు కట్టాను. చెట్టంత ఎత్తు. ఇంకా ఎత్తయిందీ, తల విరుచుకు చూస్తేగాని కన్పించనిదీ ఏదైనా కట్టాలనుందయ్యా?" అన్నాడు. పాపయారాధ్యులు నవ్వుకుంటూ వెళ్ళిపోయారు.

వేంకటాద్రినాయుడుగారు సభ తీర్చి మంతనాలు జరుపుతున్నారు. దేవాలయ నిర్మాణం పూర్తయింది. గాలిగోపురం కట్టడానికి పని వాళ్ళని తంజావూరు నించి పిలిపిద్దామా, కటకం నించి రప్పిద్దామా అని. "ఈ గడ్డన పుట్టినవాడు, గడుసైనవాడు సత్తెయ్య ఉండగా, పరదేశికి కబురంపటమెందుకు?" అన్నారు పాపయారాధ్యులు. క్షణాలమీద కబురెళ్ళింది సత్తెయ్యకి.

చేతులు కట్టుకు నుంచున్న సత్తెయ్యని నాయుడు అడిగాడు "గాలిగోపురం కట్టగలవా?"

"తమ దయ అయితే."

"తొమ్మిదంతస్తుల గోపురం?"

"తమ చిత్తం."

తాంబూలమిచ్చి తక్షణమే పని ప్రారంభించమన్నాడు నాయుడు. సత్తెయ్య పొంగిపోయాడు. గుడికొచ్చి స్వామిముందు సాగిలపడి 'పిడికెడంత మనిషిని, బలహీనుణ్ణి. ఇంతటి కార్యం నిర్వహించగల శక్తి నువ్వివ్వవలసిందే. నువ్వు నడిపించవలసిందే తండ్రీ" అని వేడుకున్నాడు.

ఇంటికొచ్చి భార్య శారదాంబకి చెప్పాడు "నేను పుట్టినందుకు ఫలితం దక్కేట్టుగా, ఈ గడ్డ రుణం తీర్చుకునేట్టుగా సామికి గోపురం కడ్తున్నానే."

ఆ రోజునించి సత్తెయ్య అన్నం సరిగ్గా తినలేదు. నిద్ర సమంగా పోలేదు. అహోరాత్రాలు గోపురం ఆలోచనలే. పునాదిరాయి పడ్డప్పటినించి దాదాపు అక్కడే కాపురం. రాయి రాయినీ తాకేవాడు. బొమ్మ బొమ్మనీ నిమిరేవాడు. అంతస్తుపైన అంతస్తు పెరుగుతుంటే తృప్తిగా నవ్వుకునేవాడు.

సత్తెయ్య చిక్కిపోతుంటే శారదాంబ దిగులు పడ్డది. అసలే సన్నమనిషి ఎముకలు బయట పడుతున్నాయి. కళ్ళు జ్యోతుల్లా వెలుగుతున్నాయి. ఆరోగ్యం చూసుకోండీ అంటే "ఈ శరీరమూ, కండలూ పెరిగితే ఏముందే! మనసు కాగిపోతుంటే ఎంత సుఖంగా ఉందీ!" అనేవాడు.

సత్తెయ్య నెత్తురు ధారపోశాడు. కండలు కరిగించి ఇచ్చాడు. నరాలు విరిగేట్టు శ్రమపడ్డాడు. ఏడంతస్తులు, ఎనిమిది, తొమ్మిదంతస్తులు పూర్తయ్యాయి. ఎత్తయిన గోపురం, నిటారు గోపురం ఆకాశంలోకి చొచ్చుకుపోయిన గోపురం, చుక్కల్ని తాకే గోపురం.... తన చేతులతో కట్టాడు. తను వూపిరిపోసి నిలిపాడు.

మర్నాడే శిఖర ప్రతిష్ఠ.

రాత్రి ఇంటికొచ్చి పడుకున్నాడేగాని, సత్తెయ్యకి నిద్ర పట్టలేదు. అర్ధరాత్రి ఉన్నట్టుండి లేచిపోయాడు. వెన్నెట్లో తొమ్మిదంతస్తుల గోపురం హిమవత్పర్వతంలా ఉంది. గబగబా ఒక అంతస్తు మీంచి మరో అంతస్తు పైకెక్కాడు. తొమ్మిదో అంతస్తు పైకొచ్చి అక్కడ నిటారుగా నుంచున్నాడు. తన కిందవున్న వూరుని చూశాడు. ఇళ్ళన్నీ బొమ్మరిళ్లులా ఉన్నాయి. అంతంత పెద్దచెట్లు చిన్నవై మరీ చిన్నవై పూలమొక్కల్లా ఉన్నాయి. మంచాలమీద, అరుగులమీద నిద్రపోయే మనుషులు వేలెడంతే ఉన్నారు. నాయుడిగారి కోట, కాపలావాళ్ళు అంతా అడుగుమేరలో ఉన్న అల్పజీవుల్లా ఉన్నారు. సత్తెయ్య గుండె పెరిగింది. వాళ్ళు పెరిగింది. "తనెంత గొప్పవాడు. ఎంత ఎత్తున వున్నాడు! ఈ మనుషులు, ఈ వూరు, ఈలోకం ఎంత చిన్నవి. తన మేధస్సు ముందు, తనశక్తిముందు

వీళ్ళంతా ఎంత? సత్తెయ్య గర్వంతో తొమ్మిదంతస్తుల గోపురం నుంచి పెద్దగా అరుద్దామనుకొన్నాడు. చుట్టూ కలయచూస్తూ వెనక్కు తిరిగాడు. వీపున ఎవరో ఛళ్ళున చరిచినట్లయింది. ఎదురుగా దేవాలయ శిఖరం! వెన్నెల్లో మెరుస్తోన్న శిఖరం! తొమ్మిదంతస్తుల గాలిగోపురం కంటె ఎత్తయిన శిఖరం!

సత్తెయ్యకి చమటలు పోశాయి. అహంకారం అణిగిపోయింది. చిన్నవాడై మరీ చిన్నవాడై నీరసంగా కిందకు దిగివచ్చాడు.

మర్నాడు కోలాహలంగా శిఖర ప్రతిష్ఠ జరుగుతోంది. సన్నాయిలు మోగుతున్నాయి. వేలాదిజనం అంతెత్తు గోపురాన్ని తలవిరుచుకు చూస్తున్నారు. "ఎంతెత్తు గోపురమో ఎంత గొప్ప గోపురఁవో" అని ఆశ్చర్య పోతున్నారు. సత్తెయ్య కూడా మామూలు మనిషయిపోయి, జనంలో ఒకడయి పోయి "ఎంతెత్తు గోపురవోఁ" అని తనూ అబ్బురపడ్డాడు. అది తాను కట్టిన గోపురం అనిపించ లేదు. "అందులోని ఒక ఇటుకరాయి, ఓ మట్టిబెడ్డ విలువకూడా చేయడు." అనుకుంటూ శిఖరాలకి మొక్కాడు.

నాయుడు పెట్టిన కొత్త బట్టలు కట్టుకుని ఇంటికొచ్చి శారదాంబ వండిన పాయసం తింటున్నాడు సత్తెయ్య. అందరూ భర్త గురించి చెప్పుకుంటుంటే ఎంతో ఆనందపడ్డ ఆ ఇల్లాలు "ఏవయ్యా! గోపురం అంతా నువ్వే కట్టేవు గదా! నువ్వు కట్టినట్టుగా ఎక్కడో ఓ చోట నీ పేరు చెక్కకపోయావా!" అంది. తింటున్న సత్తెయ్య ఆగి "ఓసి పిచ్చిదానా! గోపురం ఉన్నంతకాలం నేనుంటాను గదా! నాకింక పేరెందుకే! అసలు నాపేరే గోపురమే! ఎవరు కట్టారన్న పేరంటావా! అంతకంటె ఎత్తయిన దేవాలయ శిఖరం ఎవడు కట్టాడో వాడే" అన్నాడు. ✸

మహా రుద్రాభిషేకం

స్నానమాడు తండ్రీ!
కన్నీళ్ళ కాగావు. కష్టాల్లో వేగావు. ఎండల్లో మండావు. వొళ్ళు ఉడికిపోయింది.
కళ్ళు కవిలి పోయాయి. సంతత ధారగా తలారా నీళ్లోసుకుని చల్లబడు తండ్రీ!
చల్లబడి, ముందుకు చూడు నా తండ్రీ!
హరహర మహాదేవ!
నరహర మహాదేవ!
అల్ల! ఆ నల్లకొండల్లోంచి పరుగు పరుగున వచ్చిందయ్యా కృష్ణమ్మా!
నెమలిపింఛపు చాయ చీర చుట్టాబెట్టి
పాలకొంగల చాయ పట్టు రైకా కట్టి
లోయలో జాలుగా బారు జడ వేసికొని
కొండ పుప్పొడి తేనె వొడిలోన వొంపుకొని
కోనపక్షుల రవము కొంగులో కప్పుకుని
వాగుల్ల వంకల్ల రాసుకుంటూ, దూసుకుంటూ
గట్టు పుట్టలమీంచి గబగబా దూకుతూ
అందెల్లు ఘల్లుమన
మట్టెల్లు ఝల్లుమన

ఝణఝణా
ఫెళా ఫెళా
గల గలా
సరసరా
ఉరకలతో పరుగులతో తరలివచ్చిందయ్యా కృష్ణమ్మ.
ఆ వొడ్డు ఈ వొడ్డు అంతనీ తాకుతూ
అమ్మ తల్లిలా,
అలల చేతులు అన్ని వైపులా విప్పుతూ పిలుస్తోందయ్యా కృష్ణమ్మ!
స్నానమాడు తండ్రీ!
శాంతించు తండ్రీ!
ఓ హరుడా!
ఓ నరుడా!
అన్ని పుణ్య నదులకు ఆత్మలా వచ్చిందయ్యా వాహిని.
రాత్రి ఏమి నిద్రపోయావో! ఏ చెడ్డకల వచ్చిందో! గతమెంత జీర్ణమయిందో!
లే తండ్రీ! లే! లేచి స్నానమాడు.
కాళ్ళు కడుక్కునే నీళ్ళు, దాహమాపే నీళ్ళు, వొళ్ళు నిమిరే నీళ్ళు, చల్లబరిచే నీళ్ళు
దోసిళ్ళపట్టి అక్షయంగా తెచ్చానయ్యా! లే!

అప్పుడే కృష్ణవొడ్డున ఆడంగులు స్నానాలు చేస్తున్నారు. మొగవాళ్ళు లోతుకి వెళ్ళి ఈతలు కొడ్తున్నారు. పిల్లలు కోసురాళ్ళ మీంచి ఎగిరెగిరి దూకుతున్నారు. కొత్తగా కాపురాని కొచ్చిన వైదేహి ఇంకా రాలేదు. 'అత్తగారు కృష్ణకొచ్చి అరగంట దాటిందే! వైదేహి ఇంకా రాలేదేమా!' అని ఎదురుచూస్తున్న రాధకి గబగబా తొట్రుపడుతూ వస్తున్న వైదేహి కన్పించింది. వైదేహి సరాసరి నిలువు లోతులో స్నానం చేస్తూన్న రాధ దగ్గర కెళ్ళింది.

"ఇంతాలస్యం అయిందేం?" అంది రాధ

"ఇంటిపని" అంది వైదేహి.

రాధ సూటిగా వైదేహి ముఖంలోకి చూసింది. అమ్మదొంగ! దొరికిపోయింది.

"మీఅత్తగారు బయటకొచ్చాక మీ ఆయన ఇప్పటిదాకా ఉండి ఇప్పడే కదూ పొలంవెళ్ళాడు." అంది రాధ.

వైదేహి తెల్లబోయి సిగ్గుతో ముకుళించుకుపోయింది.

"కొత్తపెళ్ళికూతురివి సరేగాని నీ ముఖం మీద తోకచుక్కలా చెరిగిపోయిన బొట్టు అసలు కథంతా చెప్పేస్తోంది" అంది రాధ.

సిగ్గు పట్టలేక బుడంగున నీళ్ళలో మునిగింది వైదేహి. నీళ్ళ అడుగున ఎంత సిగ్గుతో ముడుచుకుపోయిందో, ఎంత ముసి ముసి నవ్వులు నవ్వుకుందో ఆ కృష్ణమ్మకే తెలియాలి.

వందలమంది ముత్తయిదువలు, మొగవాళ్ళు స్నానాలుచేసి శుభ్రగాత్రులయి ఎవరి పనులకు వాళ్ళు వెడుతున్నారు. నువ్వూ తనివితీరా తలారా స్నానం చెయ్యితండ్రీ! చేయవలసిన పని చేతులనిండా ఉంది.

పరుచుకుంటున్న సూర్యకిరణాల్లా లోకంలో నవ్వులు విన్పిస్తున్నాయి. పొద్దున్నే ఇసకలో ఆడుకుంటున్న పిల్లలు, ఇసక చిట్టి గుప్పిట్లతో పట్టి ఒకరిమీద ఒకరు విసురుకుంటూ కిలకిలా నవ్వుతున్నారు. ఇసకలో ఒకర్నొకరు కింద పడవేసు కుంటూ ప్రపంచాన్ని జయించిన వీరుల్లా పొంగి పొంగి నవ్వుతున్నారు. వాళ్ళని చూసి అప్పుడే విచ్చిన పువ్వులు నవ్వుతున్నాయి. ఆ పక్క శ్రీదేవి తులసికోట దగ్గర కూర్చుని తనలో తనే మురిసిపోయి నవ్వుకుంటోంది. కాపురానికొచ్చి పదేళ్ళయినా కడుపు పండలేదు. అత్తమామల సాధింపులయ్యాయి. ఆడబిడ్డల ఈసడింపు లయ్యాయి. నిన్ననే .... నిన్ననే తెలిసింది తను తల్లి కాబోతున్నట్లు. అత్తమెచ్చుకుంది. ఆడబిడ్డ అలంకారాలు చేసింది. ఇక భర్త సరేసరి. శ్రీదేవి కడుపు నిమురుకుంటూ, పుట్టబోయే బిడ్డని తలచుకుంటూ ముసి ముసిగా తృప్తిగా నవ్వుకుంది. తులసిదళాలు గాలికి వూగిపోయాయి.

అన్నదమ్ములూ, తోడికోడళ్ళూ పెద్దపండగ జరుపుకొంటున్నట్లు ఆ వరండాలో ఒకటేనవ్వులు. ఆ రెండు కుటుంబాలు విడిపోయి పదేళ్ళయింది. వాళ్ళ మధ్య మాటల్లేవు. పిలుపు లంతకన్నా లేవు. ఒకే రక్తం పంచుకున్న వాళ్ళు బద్ధశత్రువు లయిపోయారు. అన్న ఇంట్లో శుభకార్యం పదేళ్ళ ఇనుప తెరని ముక్కలు ముక్కలు చేసింది.

'వాడు పిలిస్తే వస్తా' నన్నాడు తమ్ముడు.

"దానికేం పిలుస్తా" నన్నాడు అన్న పిలిచాడు. వచ్చాడు. కలిసిపోయారు. పదేళ్ళ కబుర్లన్నీ ఒక్క రోజులోనే చెప్పుకోవాలని కాబోలు ఒకటే మాటలు. వాళ్ళ అయ్యకాలం జ్ఞాపకం తెచ్చుకున్నారు. కలసిమెలసి ఒకళ్ళ ముద్ద ఒకళ్ళు అందుకున్నట్టు వరస నవ్వులు.

దీపావళి పండుగనాడు రాముడు తారాజువ్వలు కాలుస్తుంటే విశాలమైన ఛాతీపైపు, పొడవాటి చేతులవైపు ఆశగా తలుపు చాటునించి చూస్తున్నది ప్రమీల. అలా చూస్తున్న ప్రమీలని తనూ చూడాలని ఉన్నట్టుండి చిచ్చుబుడ్డి వెలిగిస్తే ఆ వెలుగులో తనకోసం వెలిగించిన దీపకాంతిలో పట్టుచీర కొంగుచాటు నించి ప్రమీల నవ్విన నవ్వు .... ఆ నవ్వు కోసమేగా రాముడు మర్నాడే పెళ్ళి ముహూర్తం నిశ్చయించమని తొందరబెట్టింది.

లక్ష్మి సంక్రాంతికి గొబ్బెమ్మలు పెడ్తూ పాట ఆఖరి చరణం "మొగలీపూవంటి మొగుణ్ణివ్వావే" అనంగానే చెలులు చెప్పకుండా వాళ్ళ బావని తీసుకొచ్చి అక్కడ నుంచో పెడితే లక్ష్మి పళ్ళెం అక్కడే వొదిలేసి, చెంగున గెంతటమూ, తీసిన పరుగూ చూడవలసిందే. ఇంట్లోకెళ్ళి ఆయాసంతో చెయ్యి గుండెమీద వేసుకుని సిగ్గుతో నవ్వుకున్న ఆ నవ్వో!

ఆ నవ్వులన్నీ కోసుకొచ్చానయ్యా!

ఇటు నవ్వులు, అటు కన్నీళ్ళు!

సంతలో గొడ్లమ్మబోయిన కొడుకు రౌడీ తగాదాల్లో ఇరుక్కోగా డబ్బు దోచుకుని కొడుకుని హతమార్చి కాలవలో పారేశారని విన్న క్షణం నించి సూరమ్మ కన్నీటికి అడ్డం వున్నదా? ఏ ఓదార్పు ఆ తల్లికి తిరిగి కొడుకునివ్వగలదు?

లంకకు గొడ్లు తోలుకుపోయిన భర్త వరద ముంపుకు బలైపోగా బొట్టు మీద బొట్టు మెత్తుకున్నదేగాని ఆ ఇల్లాలు చూపు లంక మీంచి తిప్పిందా? కళ్ళు ధారలవటం మానాయా?

తాత తండ్రులు కట్టిన ఇల్లు, పెళ్ళిపేరంటాలు జరిగిన ఇల్లు, పాపలుయ్యాల లూగిన ఇల్లు, అప్పుకింద తాకట్టైపోగా ఇల్లు విడిచిపోతున్న పంతులుగారు ఇంటి బయటకొచ్చి ఒక్కసారి ఇంటివైపు చూసినప్పుడు జారిన అశ్రుక్షణమో! మళ్ళీ ఆ గడపకి పసుపు రాసుకునే యోగ్యత లేదని పంతులుగారి భార్య గడపకి పసుపురాసి బొట్టుపెట్టి మొక్కుతున్నప్పుడు ఆమె కన్నీటికి చెరిగిన కుంకుమరేఖలో....

ఏటి కేడాదీ భార్యపిల్లలతో సహా ఆ పొలంలో పనిచేసి, రక్తం ధారపోసి పంటలు పండిస్తే, ఉన్నట్టుండి ఒక్కరాత్రి పంటంతా తుఫాను మింగేస్తే, గట్టునున్న రైతులం, తల్లీ! ఇదేనా న్యాయం! పిల్ల పెళ్ళి చేద్దామనుకున్నానే! ఇంటిదానికి కడియాలు కొందామనుకున్నానే! పెళ్ళిలేదు కడియాలు లేవు. ఆఖరికి అన్నంకూడా లేకుండా చేశావా అమ్మా" అంటుంటే

ఆ రైతు కళ్ళంట రాలిన కన్నీళ్ళకు భూమి బద్ధలవదో!

ఆ నవ్వుల్నీ, ఆ కన్నీళ్ళని కలబోసి తెచ్చాను తండ్రీ!

ఆ నవ్వులు నీవు విన్నవే!

ఆ కన్నీళ్ళు నీవు చూసినవే!

ఆ రెండిటినీ కలిపి నా రెండు చేతులా నీ కర్పిద్దామని వచ్చానయ్యా! తెచ్చానయ్యా నూటొక్క బిందె వాసెనగట్టి! మోసుకుంటూ వచ్చానయ్యా దూర దూరాలనించి! అగాధాలు తవ్వి, అంతరంగాలు తొలిచి ఆకాశగంగని, పాతాళగంగని కలబోసి ఒకే జాలుగా మళ్ళించి స్వచ్ఛంగా నా గుండె పంటగా ప్రవహింప చేశానయ్యా!

లే తండ్రీ! లే!

తలార తనివితీర స్నానమాడు!

స్నానమాడి

శాంతించు నరుడా!

దీవించు హరుడా!

హరహర మహాదేవ!

హరహర మహాదేవ! ✸

మారేడు దళం

శంకరమంచి అమరావతి కథలు
పరమశివునికి అక్షరాభిషేకం

మహా నివేదన

ఆ భాషాపాణికి కరకంకణం

దశదిశలూ కళ్ళకద్దుకోవలసిన ఈ కథా నీరాజనంలో
నరుడే శివుడనుకుంటే,
ఆ నరుడి సగభాగమైన పార్వతి
నెత్తికెక్కించుకున్న గంగ,
చూసే మూడోకన్ను, చేసే ప్రళయ తాండవం,
విరిసిన వెన్నెల, కురిసిన చీకటి,
వరించిన గరళం, ధరించిన కంకాళం,
సరళం, పరుషం, వానా వరదా
అన్నిటి విశ్వరూప సాక్షాత్కారం
అమరావతి కథలు.

ప్రతి కథలోనూ చివరిలో వుండే
కొసమెరుపే కథలకి మకుటం.
అంచేత యిది అక్షరాలా
లక్షణమైన కథా శతకం.

కాలానుగుణంగా విడిపోతున్న
విరిగిపోతున్న అనుబంధాల స్మృతి,
తెలుగుదేశ చరిత్ర అమరావతి కథలు.

చదివిన వారి కళ్ళలో కృష్ణ పొంగించి,
గుండెలో తియ్యటి మంట రగిలించే
గాథాశతి అమరావతి కథలు.

కథా రచనలో శంకరమంచి
కృష్ణదేవరాయలంతటివాడు
ఇద్దరికీ,
చూపు చొరని చోటు లేదు
ఊహకందని ఊసు లేదు

ఉద్యానవనాలలో త్రోవల నించి,
చితుకుల చిటపటల పొగచూరుల వరకు
ప్రసరించింది రాయలకన్ను
రతనాల కోసం రాళ్ళు జల్లించే
బాచిగాడినించి - రాళ్ళు కొనుక్కొనే
రాయళ్ళ వరకు,
తిండిలేక తులసిదళాలు నమిలి,
పిండివంటలతో భోంచేసి తృప్తిగా

తాంబూలం వేసుకున్నామని భావించే
వారి నించి - ఆహారలీలలు కథలుగా
చెప్పదగిన అప్పంభొట్ల వరకు
ప్రసరించింది శంకరమంచి కలం.

ఈ ప్రసారం ఒక మహాప్రవాహం
తెలుగు వారికి దొరికిన మహాప్రసాదం.

చినుకు చినుకుకీ ఓ పువ్వు
పూసినట్టుంది చెట్టు అన్నాడు శంకరమంచి.

గాలి తాకిడికి పారిజాతాల వాన
కురిసినట్టు అడుగడుగునా
ఓ కథ మొలిచింది అమరావతిలో.

కథలన్న కథలా!
ఎలాటి కథలవి!

గోపాలకృష్ణుని వేణుగానం, నందికేశ్వరుని రంకె,
గణపతి ఘీంకారం, కుమారస్వామి క్రేం కారం,
ఖణేలుమన్న త్రిశూలం, అ ఇ ఉణ్ణనే డమరుకం;
బుసకొట్టే నాగం, హైమవతి ధ్యానం.

రావణ వీణానాదం, జాబిల్లి నవ్వు, గంగమ్మ వాన,
పరమేశుని ప్రణవం, ముక్కంటి ప్రళయం వెరసి
శంకమంచి కథాలయం.
అతగాడి రాత
బాపుగీత
వెలుగు వెన్నెల కలనేత!

శంకరమంచి చెప్పాడు

కృష్ణమ్మ వింది.

కడుపులో దాచుకుంది

తరతరాలకూ చెబుతుంది.

ఆలకించరా ఆ వేదన

ఆరగించరా నివేదన!

అలనాడు,

తిక్కన శ్రీనాథుడు రాయలు

ఇలనాడు,

శ్రీపాద మల్లాది శంకరమంచి...

చాలు తెలుగుభాషకి

ప్రాణప్రతిష్ఠ చేయటానికి

తెలుగునాడి దర్శించటానికి

తెలుగువాడి ప్రదర్శించటానికి

అమరావతి తెలుగునాడు

శంకరమంచి క్షేత్రపాలకుడు

నరుడే శివుడు

మానవుడే మాధవుడు

హరహర మహాదేవ!

నరహర మహాదేవ!

.... ఎమ్వీయల్.

ఇదీ వరస .....

వరద	22
సుడిగుండంలో ముక్కుపుడక	27
పుణుకుల బుట్టలో లచ్చితల్లి	31
రెండు గంగలు	35
బంగారు దొంగ	39
ముక్కోటి కైలాసం	43
ఆరేసిన చీర	47
శివుడు నవ్వాడు	51
ఒక రోజెళ్ళిపోయింది	55
హరహర మహాదేవ	58
ధావళీ చిరిగిపోయింది	62
రాగిచెంబులో చేపపిల్ల	65
అర్ధద్గో బస్సు	68
పువ్వుల్లేని విగ్రహాలు నవ్వాయి	72
పందిరిపట్టి మంచం	76
అన్నపూర్ణ కావిడి	80
చెట్టు కొమ్మనున్న కథ	83
ఆఖరి వేంకటాద్రినాయుడు	87
ఎవరు పాడినా ఆ ఏడక్షరాలే	91
పచ్చగడ్డి భగ్గుమంది	95
లేగదూడ చదువు	99
అవతలొడ్డు పొంగింది	103
మే! మే! మేకపిల్ల	107
కాకితో కబురు	111
తులసి తాంబూలం	115

భోజన చక్రవర్తి 119

నావెళ్ళిపోయింది 123

నీరు నిలవదు 127

ఎంగిలా? 131

బాకీ సంతతి 135

మాయ 138

నివేదన 142

ధర్మపాలుడు 146

నాన్న - నది 150

కీలుగుర్రం 154

అచ్చోసిన ఆంబోతులు 158

వయసొచ్చింది 162

లంకల్లపుట్టింది లచ్చితల్లి 166

ఇద్దరు మిత్రులు 169

పున్నాగ వాన 173

ఖాళీకుర్చీ 177

రాజహంస రెక్కలు విప్పింది.... 181

ఎవరా పోయేదే? 185

ముద్దలల్లుడు 189

ముద్దేలనయ్యా- మనసు నీదైయుండ 193

వంశాంకురం 197

బలి 201

అటునించి కొట్టుకురండి 205

మనసు నిందుకుంది 210

అబద్ధం - చెడిన ఆడది 214

దొంగలో? దొరలో? 218

కానుక 222

తల్లి కడుపు చల్లగా... 226

విరిగిన పల్లకీ 230

నా వెనక ఎవరో... 234

సిరి - శాంతి 238

గుండె శివుడి కిచ్చుకో 242

సంగమం 246

అంతా సామిదే? నేనెవర్ని ఇవ్వడానికి? 249

మళ్ళీ మళ్ళీ చెప్పుకునే కథ 252

అంపకం 255

నిండుకుండ బొమ్మ 259

గాయత్రి 263

మౌనశంఖం 266

అదుగో- అల్లదుగో... 270

అప్పడాల అసెంబ్లీ 274

మట్టి... ఒట్టిమట్టి... 277

వేలం సరుకు 280

నిలబడగలవా? 284

సాక్షాత్కారం 288

ఎవరికీ చెప్పమాక! 291

జ్ఞానక్షేత్రం 294

ఏక కథాపితామహ 297

తృప్తి 301

ఆగని ఉయ్యాల 305

తెల్లవారింది 308

తంపులమారి సోమలింగం 311

ఏడాదికో రోజు పులి 315

దూరంగా సారంగధర 319

అమావాస్య వెలిగింది 322

త,థి,తో,న 325

స్తంభన 328

పట్టుత్తరీయం 331

మృత్యోర్మా... 335

అంతా బాగానే ఉంది 338

దీపం - జ్యోతి 341

కుపుత్రో జాయేత క్వచిదపి కుమాతా నభవతి 344

పూల సుల్తాన్ 347

పక్కవీధి జన్మంత దూరం 351

టపా రాలేదు బొట్టు చెరగలేదు 354

భోజనాంతే... 358

ఓ నరుడా! వానరుడా! 361

బిందురేఖ 365

నేను మేల్కొనే వున్నాను 368

ఏడుపెరగనివాడు 371

అరుగరుగో సుబ్బయ్య మేష్టరు 374

ప్రణవమూర్తి 377

సీతారామాభ్యాం నమః 380

శిఖరం 383

మహారుద్రాభిషేకం 387